मालोजीराजे भोसले
यांच्या
जीवनावर आधारित
ऐतिहासिक कादंबरी

आदिपर्व

डॉ. प्रमिला जरग

मेहता
पब्लिशिंग हाऊस

AADIPARVA
by Dr. PRAMILA JARAG

आदिपर्व : डॉ. प्रमिला जरग
ऐतिहासिक कादंबरी

८ आनंद अपार्टमेंट, काटकर कॉलनी,
राजारामपुरी, कोल्हापूर – ४१६००८
✆(०२३१) २५२२५०४ / ९९३०३५९४९९

प्रकाशक :
सुनील अनिल मेहता,
मेहता पब्लिशिंग हाऊस,
१९४१, सदाशिव पेठ,
माडीवाले कॉलनी,
पुणे – ४११०३०

मुखपृष्ठ :
चंद्रमोहन कुलकर्णी

प्रथमावृत्ती :
नोव्हेंबर, २०१० / पुनर्मुद्रण : फेब्रुवारी, २०१४

ISBN 978-81-8498-177-3

■

आदिपर्वची प्रेरणा
माझी आई -
कै. सौ. कमलाबाई रामकृष्ण मोरे
हिच्या स्मृतीस सादर अर्पण

■

दुसऱ्या आवृत्तीच्या निमित्ताने

'आदिपर्व' या माझ्या पहिल्या कादंबरीची दुसरी आवृत्ती साहित्यरसिकांच्या दरबारी सादर होत आहे, याचा अर्थातच मला मनापासून आनंद होत आहे. यानिमित्ताने मेहता पब्लिशिंग हाऊसचे प्रकाशक सुनील मेहता तसेच ज्यांनी उत्कृष्ट, अभ्यासपूर्ण परीक्षणे लिहून प्रोत्साहित केले ते सर्व सन्माननीय समीक्षक, ज्यांनी दूरध्वनीवरून तसेच पत्रे पाठवून कौतुक केले, ते सर्व वाचक या सर्वांचे मी ऋण व्यक्त करू इच्छिते.

– डॉ. प्रमिला जरग

। मनोगत ।

आदिपर्वचे लेखन पूर्ण झाले. जवळजवळ वीस वर्षे चालू असलेला एक लेखनप्रकल्प पूर्ण झाला. वीस वर्षांपूर्वी मी हे का लिहायला घेतले, कसे लिहीत गेले हे आज सांगावेसे वाटते.

माझी आई कै. सौ. कमलाबाई मोरे- स्वातंत्र्य सैनिक, सामाजिक कार्यकर्ती, इतिहासाची अभ्यासक, तसेच लेखिका. तिच्या विवाहापूर्वी तिच्या लेखनाच्या पुस्तिका कोल्हापूरच्या महाराष्ट्र ग्रंथ भांडार या प्रकाशन संस्थेने प्रकाशित केल्या होत्या. विवाहानंतर मुंबईला गेल्यावर कौटुंबिक, राजकीय व सामाजिक जबाबदाऱ्यांमध्ये गुंतल्यामुळे तिने अनेक वर्षे लेखन केले नाही.

बऱ्याच वर्षांनी तिला ऐतिहासिक विषयावर काही लिहावेसे वाटले. जिजाबाईंचे व्यक्तिमत्त्व आपण आपल्या लेखणीने साकार करावे असे तिला वाटले. मुंबई मराठी ग्रंथसंग्रहालय दादरला घराशेजारीच होते. शिवाय आमचे कुटुंब मित्र- माननीय वि. गो. खोबरेकर काका इतिहास संशोधन मंडळाशी संबंधित आणि शासनाच्या पुरातत्व विभागाचे तत्कालीन संचालक असल्याने तिला हवे तसे प्रोत्साहन मिळाले. खोबरेकर काकांच्या सल्ल्याने तिने गुरुवर्य न. र. फाटक यांचे मार्गदर्शन मिळवले. अभ्यासाला सुरुवात केली. गुरुवर्य फाटक यांनी सांगितल्याप्रमाणे यादव काळापासून मध्ययुगीन कालखंडाचा अभ्यास करण्यास, यादव तथा जाधव व भोसले घराण्याच्या पूर्वपीठिका समजून घेण्यास सुरुवात केली. त्यावेळी तिला 'मालोजीराजे भोसले' या व्यक्तिमत्त्वाविषयी मिळालेली माहिती, तसेच निजामशाहीच्या अखेरच्या काळातील घडामोडी अधिक लक्षवेधी वाटल्या. तिने गुरुवर्य फाटक यांना विचारून मालोजीराजे या

व्यक्तिमत्त्वावर लक्ष केंद्रित करून अभ्यासाला सुरुवात केली.

परंतु तिचे मुख्य लेखन सुरू होण्यापूर्वीच कॅन्सरसारख्या दुर्धर रोगाने तिला गाठले. तिच्या मृत्यूनंतर खोबरेकर काकांच्या सल्ल्याने मी तिचे सर्व संदर्भ व लेखनसाहित्य इतिहास संशोधन मंडळाकडे सुपूर्द केले. तसेच तिच्या स्मरणार्थ आम्ही कुटुंबीयांनी तिच्या स्मृतिदिनी मुंबई मराठी ग्रंथसंग्रहालयातर्फे व्याख्यान आयोजित करण्यास सुरुवात केली.

आईच्या मृत्यूला जवळजवळ दहा वर्षे उलटली. एकदा खोबरेकर काका घरी आले असता मी त्यांना विचारले, 'आईने केलेल्या अभ्यासावर आधारित कुणी काही काम करतंय का?' त्यावर त्यांनी चौकशी करून सांगितले, 'ते सर्व साहित्य तसेच आहे.' तेव्हा माझ्या मनात कल्पना आली, की आईने कष्टपूर्वक केलेले काम असेच काळाआड वाया जाण्याऐवजी आपणच ते पाहावे. बहुतेक लिखाण पूर्ण झाले असल्यास थोडेसे संस्कारित करून घ्यावे व छापावे. मी ही इच्छा व्यक्त करताच खोबरेकर काकांनी काही हरकत नाही, असे म्हणून सर्व लेखन माझ्या स्वाधीन केले.

प्रत्यक्ष साहित्य वाचल्यावर मला जाणवले की या तर नुसत्या नोंदी आहेत, अभ्यासाची टिपणे आहेत. आहे त्या स्थितीत त्याला काहीच आकार नव्हता. काही भाग ऐतिहासिक लेखाप्रमाणे तर काही भाग कादंबरीसारख्या प्रसंगांचा होता. मी गोंधळून गेले. पण ते सर्व वाचताना माझ्या मनात त्या विषयाबद्दल कुतूहल तसेच आकर्षण निर्माण झाले.

मी सर्व साहित्य बाजूला ठेवले, स्वत: त्या कालखंडावरील इतिहासाचा, त्या काळातील वाङ्मयाचा, युद्धशास्त्राचा, समाजाविषयीचा अभ्यास केला. दोन-तीन वर्षांनंतर 'मालोजीराजे भोसले' या व्यक्तिमत्त्वाच्या कालखंडाविषयीचा आराखडा माझ्या नजरेसमोर स्पष्ट होऊ लागला.

मी व्यवसायाने डॉक्टर. मुलांची, कुटुंबीयांची जबाबदारी, थोडेसे राजकीय, सामाजिक कार्य या सर्व जंजाळातून वेळ काढून हे काम करणे थोडे जिकिरीचे होते. त्यातून एकदा कादंबरीच्या फॉर्ममध्ये लिहिण्याचे ठरवल्यावर तर अधिक कठीण बनले. कारण त्यापूर्वी एकाद दुसरी कथा, काही सामाजिक विषयावरचे लेख या पलीकडे काही ललित लेखन केलेले नव्हते. तरी आपण ही कादंबरी लिहायचीच असे ठरवून लिहायला सुरुवात केली. सुरुवातीच्या काळात कै. शिवाजीराव सावंत तसेच विश्वास पाटील यांच्याशी थोडीशी चर्चा केली.

पहिले दोन भाग लिहून झाले आणि आमचे कुटुंब मुंबईहून कोल्हापूरला आले. तेथे तिसरा भाग पूर्ण होतानाच काही कौटुंबिक प्रसंग असे घडले, की लेखन बरीच वर्षे ठप्प होऊन गेले.

साधारण सात-आठ वर्षांपूर्वी अशाच दिशाहीन मानसिक अवस्थेत माझे अर्धवट झालेले लेखन पुन्हा हाती लागले. मध्यंतरी इतका काळ लोटला होता की, अभ्यासाला पुन्हा पूर्ववत सुरुवात करावी लागली. बराचसा भाग पुन्हा लिहून काढावा लागला, तेव्हा कुठे पुढे लिहिण्यास गती आली.

त्यावेळी २००३ सालात एका शासकीय कामाची राज्यव्यापी जबाबदारी माझ्यावर आली. त्यामुळे संपूर्ण महाराष्ट्रभर दौरे करण्याची संधी मिळाली. त्याचा एक फायदा झाला. मध्यंतरी दिशाहीन झालेल्या मनाची मरगळ गेली. आयुष्याला एक प्रकारची गती आली. दौऱ्यामध्ये असताना लेखन साहित्य सोबत असायचे. दिवसा फिरणे, काम करणे व रात्री लेखन करणे अशा प्रकारे लेखन पूर्ण केले.

दोन वर्षांपूर्वी संपूर्ण लेखन टाइप करून झाले, पण प्रकाशकांकडे कसे जायचे हे समजत नव्हते. तेव्हा माझी मैत्रीण सौ. मंजुश्री गोखले यांनी मेहता पब्लिशिंग हाऊसकडे जाण्याचे सुचवले. मी बरेच दिवस गेले नाही हे समजल्यावर त्यांनी स्वत: माझ्यासोबत येऊन ओळख करून दिली. त्यातूनच आज हे पुस्तक आकाराला येऊन प्रकाशित होत आहे.

आता थोडे लेखन विषयासंबंधी...

मालोजीराजे भोसले हे अत्यंत पराक्रमी, आध्यात्मिक व धार्मिक पाया मजबूत असलेले, अवघे बत्तीस वर्षांचे अल्पायुष्य लाभलेले राजस व्यक्तिमत्त्व या लेखनाचे नायक आहेत.

सोळाव्या शतकाच्या अखेरीचा काळ आणि सतराव्या शतकाची सुरुवात हा या लेखनाचा कालखंड आहे. अहमदनगरच्या निजामशाहीचा तत्कालीन अंमल असलेला भूभाग म्हणजे आजचा महाराष्ट्र हे निजामशाहीच्या हद्दी पाहिल्यास लक्षात येते.

उत्तरेकडील मोगलांच्या साम्राज्य विस्तारासाठी केलेल्या आक्रमणाला दक्षिणेतील लढवय्यांनी दिलेली टक्कर, त्यातील संघर्ष, राजकीय डावपेच, सुलताना चांदबिबी, मलिक अंबर, शहेनशहा अकबर यासारखी अलौकिक व्यक्तिमत्त्वे मनाला अतिशय भावली. मालोजीराजे भोसले हे व्यक्तिमत्त्व केंद्रित ठेवून हा राजकीय संघर्ष, त्यामागची पार्श्वभूमी, त्यांचे स्वत:चे राजकीय कर्तृत्व, रयतेविषयीचे प्रेम, प्रखर धर्मनिष्ठा हे सर्व रेखाटण्याचा मी प्रयत्न केला आहे.

मालोजीराजेंचे चिरंजीव, नामधारी राजाच्या आडून दख्खनवर तब्बल सहा वर्षे सत्ता गाजवणारे शहाजीराजे आणि स्वतंत्र तख्त निर्माण करणारे त्यांचे नातू छत्रपती शिवाजीमहाराज यांच्या पराक्रमाला मालोजीराजेंनी त्यांच्या जीवनात केलेले कार्य निश्चितपणे उपकारक ठरलेले असावे, अशी धारणा हे लेखन करत असताना मनात निर्माण झाली. ही सर्व मांडणी करताना माझ्या मगदुराप्रमाणे

इतिहासाशी शक्य तितके प्रामाणिक राहण्याचा मी प्रयत्न केला आहे.

हा प्रयत्न कितपत यशस्वी ठरला आहे हे आता वाचकांनी ठरवायचे आहे. 'आदिपर्व'ची मूळ प्रेरणा असलेली माझी आई कै. सौ. कमलाबाई मोरे हिला ही साहित्यकृती अर्पण करून मातृऋणातून अंशत: का होईना मुक्त होण्याची इच्छा होती. ती पूर्ण करू शकले हीच माझ्यासाठी मोठी गोष्ट आहे.

मेहता पब्लिशिंग हाऊसचे श्री. अनिल व सुनील मेहता यांनी तत्परतेने माझं पुस्तक प्रकाशनासाठी स्वीकारलं. निर्मितीबाबत कोणतीही तडजोड न करता ते प्रकाशित केलं आहे. त्यांच्या संस्थेतील राजश्री देशमुख यांनी संपादनाची जबाबदारी कार्यक्षमतेनं पार पाडली आहे. त्याचं श्रेय त्यांना द्यायलाच हवं. चित्रकार चंद्रमोहन कुलकर्णी यांनी माझ्या पुस्तकाला दिलेलं मुखपृष्ठ तर लाजवाब आहे.

आता यापुढील सारे वाचकांहाती.

डॉ. प्रमिला जरग

ऋणनिर्देश

कै. वि. गो. खोबरेकर
कै. शिवाजीराव सावंत
श्री. विश्वास पाटील
प्रा. जयसिंगराव पवार
सौ. वसुधाताई पवार
प्रा. रवींद्र रामदास
श्री. निनाद बेडेकर
श्री. भूषण देशमुख
श्री. गिरीष कुळकर्णी
श्री. विजय चोरमारे
श्री. भरत बुटाले
श्री. संतोष खटावकर
सौ. मंजुश्री गोखले
सौ. संजीवनी शिंत्रे

अनुक्रम

। भाग एक ।

१

घृष्णेश्वराच्या मंदिराची रंगरंगोटी झाली. उभारलेल्या केळदंडांनी आणि आंबवतींनी देवळाची कमान सजली. घृष्णेश्वर हे वेरूळच्या भोसल्यांचे कुलदैवत! नवरात्राचा आजचा शेवटचा, खंडेनवमीचा दिवस. पहाटेच मंदिरात अभिषेक करून भोसल्यांचा कुटुंबकबिला वाड्यात परतला.

वाड्याच्या भव्य कमानीची महिरप आंब्याच्या डहाळ्यांनी सजली होती; त्यातून झेंडूच्या फुलांचे केशरी गेंद डोकावत होते. चौकात रंगीबेरंगी पानाफुलांचे ढीग पडले होते. सदरेवर दोन्ही बाजूंनी बैठकी अंथरलेल्या होत्या. शुभ्र बैठकींवर लोड, तक्के, गिरद्या, हारीने मांडलेल्या होत्या.

उजव्या सदरेवरून आत गेल्यावर कोपऱ्यात देवघर होते. तिथे देव्हाऱ्यात सोन्याच्या कलशात घटाची स्थापना केलेली होती. घटावर नागवेलीच्या व फुलांच्या माळा चढवलेल्या होत्या. गेले नऊ दिवस समया अखंड तेवत होत्या. नवधान्याचे कोंब चांगलेच तरारून आले होते. समोरच्या तबकात हळद, कुंकू, गुलाल, अबीर, अक्षता आणि पूजेचे साहित्य मांडलेले होते.

सदरेवर शस्त्रपूजेची तयारी चाललेली होती. वाड्यातले नोकर चिंचमिठाचे बोळे घेऊन शस्त्रे उजळीत होते. एका मागून एक घासून चकचकीत करून मांडत होते. तलवारी, पट्टे, भाले, जंबिये, कट्यारी, बिचवे, ढाली, नाना तऱ्हेची हत्यारे सदरेवर हारीने मांडली होती.

वाड्याचे धनी श्रीमंत बाबाजीराजे ढेलजेत बसून साऱ्या तयारीवर नजर ठेवत होते. मध्यम वयाच्या, धिप्पाड देहाच्या बाबाजीराजेंची भव्य मूर्ती पाहताच येणारा प्रत्येक जण वाड्याच्या कमानीशीच लवत होता. बाबाजीराजेंचा सजवलेला घोडा वाड्याच्या दाराशी फुरफुरत उभा होता. कमानीजवळच्या चौकात खंडेनवमीचा बळी दिल्यावर उद्या त्या घोड्यावर बसून बाबाजीराजे सोन्याच्या माळावर शमीपूजनासाठी जाणार होते.

बाबाजीराजांच्या दोन्ही बगलांना दोन तरणेबांड मुलगे बसले होते. बाबाजीराजेंचे

दोन्ही चिरंजीव - थोरले मालोजी, त्याच्यापेक्षा दोनच वर्षांनी धाकले विठोजी. दोघे नुकतेच शस्त्रपूजेची देखरेख करून आले होते.

मुदपाकखान्यात पूजेच्या नैवेद्याची तयारी चालली होती. वाड्याच्या मालकीणबाई-बाबाजीराजांच्या राणीसाहेब रेखाऊंची एकच धांदल उडालेली होती.

पूजेची तयारी पूर्ण झाली. सारी शस्त्रे मांडून झाली. नैवेद्याचा वास घमघमला. पुजाऱ्यांचा निरोप आला. बाबाजीराजे उठले. त्यांच्यापाठोपाठ त्यांचे दोन्ही चिरंजीव आतल्या दालनाकडे निघाले.

बाबाजीराजांच्या मातोश्री-थोरल्या आऊसाहेब आतल्या दालनात त्यांची वाट पाहत होत्या. बाबाजीराजे पुढे आले. त्यांनी आऊसाहेबांच्या पायावर मस्तक ठेवले. आऊसाहेबांनी आपला थरथरता हात त्यांच्या मस्तकी ठेवला.

थोरल्या आऊसाहेबांसमोर एक रत्नजडित म्यान आणि बाजूला सुवर्णमुठीची तलवार दिसत होती. नुकतीच उजळल्याने तलवारीचे पाते आणि म्यानावरची रत्ने लखलखत होती. बाबाजीराजांनी पुढे येऊन ती तलवार उचलली, मस्तकी लावली आणि ते बाहेर पडले.

ही तलवार होती बाबाजीराजेंचे पिताजी-थोरले मालोजी ऊर्फ मालकर्णराजे यांची! थोरल्या मालोजीराजेंचा काळ आला तेव्हा बाबाजीराजे अवघे तीन वर्षांचे होते. तेव्हापासून ही तलवार जी म्यान झाली, ती वर्षातून एकदाच केवळ शस्त्रपूजेच्या वेळी बाहेर यायची. थोरल्या आऊसाहेब स्वत:च्या हाताने तिला उजळीत असत. त्यानंतरच ती पूजेला ठेवली जात असे. तेव्हापासून कित्येक वर्षे हा एक रिवाजच झाला होता.

शस्त्रपूजा यथासांग पार पडली. दुसऱ्या दिवशी तीन प्रहरी बाबाजीराजे आपल्या दोन्ही पुत्रांसोबत सजवलेल्या घोड्यावरून सोने लुटण्यासाठी बाहेर पडले. सोन्याच्या माळावर एकच गर्दी उसळली होती. बाबाजीराजांनी सोने लुटल्यावर सर्वांची एकच झुंबड उडाली.

दसऱ्याचे सोने लुटून सारे परतले. बाबाजीराजांच्या वाड्याचा चौक माणसांनी भरून गेला होता. प्रत्येकजण मानाप्रमाणे सदरेवर येत होता, सोने देऊन त्यांच्या पाया पडत होता. प्रथम सारे मानकरी, नंतर गावकरी, शेवटी घरचे नोकर - साऱ्यांना बाबाजीराजांनी शिलंगणाचे दान दिले.

सदरेवरचा रिवाज आटोपला. मंडळी आपापल्या घरी गेली. तिन्हीसांजा झाल्या. मुदपाकातून गोडधोडाच्या थाळ्याची वर्दी आली. घरची मंडळी जेवायला निघाली.

मालोजी मात्र तिकडे न जाता थोरल्या आऊसाहेबांच्या दालनाकडे वळले. थोरल्या आऊसाहेबांजवळ जाऊन बसले. त्यांना पहाताच थोरल्या आऊसाहेबांच्या मुखावर हास्य उमटले. त्यांनी मालोजींच्या पाठीवर मायेने हात ठेवत विचारले,

“खायला नाही गेलात थोरले?”

“नाही आऊसाहेब, आज आमचं मनच नाही लागत कशात.”

“जिवाला बरं वाटत नाही का?”

आऊसाहेबांनी काळजीभरल्या स्वरात विचारले.

“जी, तसं काही नाही.”

“मग काय झालं?”

“आऊसाहेब, खरं तर आता अशा शिलंगणात आमचं मन रमत नाही. आम्हांला वाटतं, बाहेर पडावं, झुंजात लढावं, खरं शिलंगण करावं, खरं सोनं लुटावं.”

मालोजी एका दमात बोलून गेले, क्षणभर थांबून दृढ स्वरात पुढे म्हणाले,

“आज थोरल्या राजांची तलवार पूजेत पाहिली, आम्हांला वाटलं हिची खरी पूजा इथं नाही व्हायची. त्यासाठी आम्हांला बाहेर पडायला हवं, झुंजीत जायला हवं, आमचं मन इथं खरंच रमत नाही आऊसाहेब.”

आऊसाहेब चकित झाल्या. त्यांनी मालोजींकडे पाहिले. सत्तरीच्या आऊसाहेबांच्या जरीकाठच्या लुगड्याच्या पदराआडून पांढरेशुभ्र केस डोकावत होते. उमर झाली असली तरी त्यांची नजर लाडक्या नातवाच्या चेहऱ्यावरची चलबिचल टिपण्याइतकी तेज होती.

त्यांनी मालोजींकडे नीट निरखून पाहिले. उंचापुरा, दणकट बांधा, रुंद छाती, बळकट बाहू, नुकतीच फुटू लागलेली मिसरूड, चमकदार, तेजस्वी डोळे, त्यांच्याकडे अपेक्षेने पाहणारे. कपाळावरचे शिवगंध, सोळा वर्षांच्या मालोजींचे अवघे रूप त्यांना फार-फार जुनी, वेगळीच आठवण करून देणारे...

पाहता पाहता त्या अस्वस्थ झाल्या.

‘खरंच, किती मोठं झालं लेकरू बघता-बघता! आपल्या मांडीवर खेळणारं, हट्ट करणारं नातवंडच वाटतं अजून, आजही हट्ट धरून बसलंय की, पण किती वेगळा...’

आज समोर बसलाय नव्या सळसळणाऱ्या रक्ताचा तरुण. आपला पराक्रम दुनियेला दाखवायला उतावीळ झालेला. त्याच्या उरात उसळतेय जवानीची, मर्दानगीची ऊर्मी. त्याच्या चमकदार नजरेत आहेत स्वप्ने यशाची. हीच नजर... अशीच नजर... पुन्हा फार जुनी आठवण आली त्यांना. त्यांच्या स्वारींची. त्यांना काळाआड जाऊन तीन तपे उलटली, तरी मालोजींच्या चेहऱ्याकडे पाहिले, की नेहमीच त्यांची आठवण यायची. थोरल्या आऊसाहेब अधिकच अस्वस्थ झाल्या. शुभ्र जरीवस्त्राचा काठ मुठीत आवळला गेला.

“आऊसाहेब”,

मालोजींनी हाक मारली.

त्यासरशी त्यांनी स्वत:ला सावरले, त्या स्वत:शीच काहीशा हसल्या. त्यांना जाणवले, शेवटी रक्ताचा गुण कुठे लपणार? आज ना उद्या हे होणारच होते. त्या मालोजीकडे पाहत म्हणाल्या,

"आम्ही तुमच्या आबासाहेबांशी बोलतो. तुमचं म्हणणं ठीक आहे, पण त्यांचाही विचार घ्यायला हवा. मागनं ठरवू सारं. तुम्ही आता निघा बरं. ते पाहा धाकले आलेत तुम्हांला बोलवायला."

मालोजींनी वळून दाराकडे पाहिले.

विठोजी बोलावण्यासाठी आले होते. मालोजी उठले. सारी पंगत खोळंबली होती. बाबाजीराजांच्या बाजूचे दोन्ही पाट रिकामे होते. दोघेही जेवण्यासाठी पाटावर बसले. पंगतीतले सारेजण मालोजींकडे पाहत होते. आपल्यासाठी ताटकळलेल्या मंडळींकडे पाहून मालोजी किंचित वरमले.

बाबाजीराजांनी सगळीकडे पाहत घास घेतला. सारे जेवू लागले. बाबाजीराजांनी हसत मालोजींना विचारले, "आऊसाहेबांकडून सणाची खास भेट मिळालेली दिसतेय. फार लाडके तुम्ही त्यांचे."

मालोजींनी त्यांच्याकडे पाहिले. ते काही बोलणार, तोच पलीकडून विठोजींचा आवाज आला,

"आमचीही त्यात वाटणी आहे बरं का दादासाहेब!"

मालोजी त्यांच्याकडे पाहून नुसतेच हसले. पंगत रंगात आली होती. मालोजींनी साऱ्यांकडे पाहात जेवायला सुरुवात केली, परंतु त्यांचे त्याकडे लक्ष नव्हते. त्यांच्या डोळ्यासमोर वेगळीच स्वप्ने आकार घेत होती.

■

२

दसऱ्याची धामधूम आटोपली. दौलतीच्या कारभाराची गडबड जोरात सुरू झाली. हे सुगीचे दिवस. खंडाची वसुली याच दिवसांत व्हायची. बाबाजीराजांना या दिवसात क्षणाची फुरसत मिळत नसे.

बाबाजीराजेंचे उत्पन्न मोठे. त्यांची जायदाद साऱ्या निजामशाही मुलखात पसरली होती. निजामशाहीची हद्द उत्तरेला बेरार-म्हणजे वऱ्हाडापासून दक्षिणेला कोल्हापूरपर्यंत पसरलेली होती. पश्चिमेला बागलाणापासून वसईपर्यंतची सारी किनारपट्टी निजामशाही अमलाखाली येत होती. पूर्वेला कुतुबशाहीची तर दक्षिणेला आदिलशाहीची हद्द निजामशाहीच्या हद्दीला भिडली होती.

निजामशाहीचे मुख्य चार प्रांत, वऱ्हाड, बीड-मराठवाडा, पुणे-नाशिक प्रांत

आणि कोकणचा चौल, रेवदंडा कल्याण प्रांत.

यातला कोकण प्रांत सोडला तर बाकीच्या तिन्ही प्रांतात बाबाजीराजेंची दौलत पसरलेली होती. पिढीजात उत्पन्नात वेरूळगाव, बाजूची वावी, मुंगी, बनसेंद्रे ही गावे होती. याशिवाय बाबाजीराजांनी बऱ्याच मोकदम्या, पाटीलक्या खरीदल्या होत्या. देऊळगाव, जिंती, हिंगणी, बेरडी ही गावे चांगलीच दूरच्या पल्ल्यावर होती. पुणे, नगर प्रांतात बरीच गावे त्यांनी आपल्या दौलतीत जोडली होती. हा सारा व्याप सांभाळण्यासाठी जागोजागी कारभारी नेमले होते.

वेरूळ भागातील कारभारी त्यांच्या भागातला वसूल घेऊन दाखल झाले होते. हिशेबाची कामे चालू होती. बाबाजीराजांनी यंदा त्यांच्या दोन्ही चिरंजीवांना दौलतीच्या कामाला बरोबर घेतले होते. दोघे रोज नवी कामे पाहत होते, शिकत होते. थोरल्या मालोजींना वेगवेगळ्या गावी वसुलीला जाणे, घोडदौड, शिकार याची अधिक आवड होती. धाकले विठोजी फडावरची कामे, हिशोब, पत्रव्यवहार यात जास्त लक्ष घालत होते. आपल्या दोन्ही मुलांनी कारभारात मन लावलेले पाहून बाबाजीराजे खूश होत होते.

फडावरची कामे संपत आली. दिवस कलू लागला, एवढ्यात पुण्याचे कारभारी आपल्या लवाजम्यासह येऊन पोहोचले.

वाड्यात एकच गडबड उडाली. आलेल्या माणसांची व्यवस्था, घोड्याचे दाणापाणी करण्यात सारे गुंतून गेले. पुण्याचे कारभारी बाबाजीराजांना मुजरा करून सदरेवर बसले. बाबाजीराजांनी मुलखाची हालहवाल पुसण्यास सुरुवात केली. कारभारी सांगू लागले.

''सरकार, मुलखाची हालत फार बिघडून गेली आहे. गेल्या दोन सालांत दरबारी मातब्बरांचा बेबनाव वाढला आहे.''

''आम्ही सारे ऐकून आहोत.'' बाबाजीराजे गंभीर होत म्हणाले. कारभारी पुढे म्हणाले. ''नगरात सर्रास कत्तली चालल्या आहेत. आम्हांला आता इतक्या दूर वसूल घेऊन येण्यात धोका वाटतो, जोखीम वाटते. सरदारांच्या आपसातल्या झगड्यात एखादा छापा आमच्यावर पडायचा अशी भीती वाटते.''

''खरं आहे तुमचं म्हणणं.'' बाबाजीराजे विचार करीत म्हणाले, ''आपण दोन दिवसांत हिशोब उरकून घेऊ. यंदा नगरच्या भरण्याला आम्ही जातीने येणार आहोत. उद्यापासून कामाला लागू. या आता.''

कारभारी मुजरा करून निघून गेले. पुढच्या चार दिवसांत हिशोब आटोपले. बाबाजीराजांनी उशिरापर्यंत बसून कामे उरकली.

बैठक आवरली. तिन्हीसांजा झाल्या. बाबाजीराजे थोरल्या आऊसाहेबांच्या दालनाकडे निघाले.

आऊसाहेब सांजवात लावून केव्हाच आपल्या दालनात येऊन बसल्या होत्या. दसऱ्याच्या दिवशी मालोजींनी त्यांच्याकडे आपले मन मोकळे केले होते. तेव्हापासून त्या बेचैन होत्या. बाबाजीराजांना सुगीमुळे फडावरच्या कामातून म्हणावी तशी फुरसत मिळत नव्हती. मालोजी मात्र संधी मिळेल तेव्हा त्यांना आठवण करून देत होते. बाबाजीराजेंकडे हा विषय कसा काढावा याचा विचार करीत असतानाच खुद्द बाबाजीराजेच आपल्याकडे आलेले पाहताच त्यांचा चेहरा उजळला, त्या म्हणाल्या, ''या बाबा, आज सवड मिळालेली दिसते तुम्हांला.''

बाबाजीराजे जवळ बसत म्हणाले,

''काय करणार आऊसाहेब, कामातनं सवडच मिळाली नाही.''

''पुण्याचे कारभारी आल्याचं समजलं, काय विशेष?''

''दिवाळसण उरकला की, नगरला जावं म्हणतो. तसंच पुण्याच्या दौलतीतून फिरून येऊ.''

बाबाजीराजे नगरला जाणार हे ऐकून आऊसाहेब विचारात पडल्या. त्या काही वेळ बोलल्याच नाहीत. बाबाजीराजे थोडेसे गोंधळले.

''आपला काही वेगळा बेत आहे का, आऊसाहेब?'' त्यांनी विचारले.

''तसं नाही...'' आऊसाहेब थोड्याशा अडखळल्या, क्षणभरातच त्या सावरल्या. कधीतरी मालोजींचा विचार बाबाजीराजांच्या कानी घालणे आवश्यकच होते. त्यांनी सारे सांगताच बाबाजीराजे विचारात पडले.

''आऊसाहेब, दोघं मोठी झाली. आम्ही त्यांना दौलतीच्या कामात घेतलं. आम्हांला वाटलं, इथल्या कारभारात मन लागलंय त्यांचं! पण मुलूखगिरीचं थोरल्यांच्या मनात येईल असं वाटलं नव्हतं.''

''बाबा, तुमच्यासंगं फिरायला लागली, सारं ऐकायला, पाहायला लागली. त्यांना वाटणारच असं.''

''पण आऊसाहेब, आम्हांस तुम्ही याआधी कधी मुलूखगिरीला जाण्यासाठी पाठबळ दिलं नव्हतं.''

''तुमचा काळ वेगळा होता बाबा. स्वारीचा अचानक काळ झाला. दरबाराने सरंजाम जप्त केला. आम्हांला तुम्ही एकले. कसंबसं मोकदम्या, पाटीलक्या सांभाळून तुम्हांला मोठं केलं. तुम्ही सारं पेललंत, दौलत वाढवली, पण आम्हांला तुमचा एकट्याचा आधार, म्हणून मुलूखगिरीवर धाडायचं धाडस नाही झालं. थोरल्याचं सारं वेगळं. त्याच्यामागं तुमचा भक्कम आधार आहे. पाठराखणीला धाकले विठोजी आहेत. थोरले त्यांच्या आजोबांसारखे आहेत. दिसायला तसेच, वागणं तसंच, त्यांचं मन मुलूखगिरीवर रमायचं.''

आऊसाहेबांच्या नकळत एक सुस्कारा तोंडून बाहेर पडला.

बाबाजीराजांना हळूहळू आऊसाहेबांचे म्हणणे समजू लागले, ते विचार करीत म्हणाले,

"आपण थोरल्यांचा मनसुबा उचलून धरला, म्हणजे तो दुरुस्तच असणार, पण सध्या नगरच्या दरबारची हालत फारशी ठीक नाही. वजिरांची बेदिली, सरदारांचा बेबनाव चालू आहे. अशावेळी काळजीपूर्वक, वेळवखत पाहून त्यांना रुजू करावं लागेल. आम्ही नगरला जात आहोत. तिथला सारा अंदाज घेऊन येतो."

"आम्हीही नगरच्या खबरी ऐकून आहोत. आम्हांला वाटतं, जाताच आहात, तर थोरल्यांना संगट घेऊनच जा. दरबारी रुजू करायचं तर ते सोबत असलेले बरे."

थोरल्या आऊसाहेब आग्रहपूर्वक म्हणाल्या.

"जी. ठीक आहे. आम्ही तयारीला लागतो. थोरल्यांना ही खुशीची खबर आपणच दिलेली बरी."

बाबाजीराजांच्या बोलांनी आऊसाहेबांच्या मनावरचा ताण सैल झाला. त्या हसत म्हणाल्या,

"बरं झालं, तुम्ही मानलंत. नाहीतर थोरले नाराज झाले असते."

बाबाजीराजेही खुशीत आले. म्हणाले,

"आपण थोरल्यांचं नाव काढलं, आम्हांला वाटलं, आपल्याला नातसून आणायची घाई झाली. पण ऐकलं ते वेगळंच."

"काय करणार बाबा, आमच्या मनी नाही थोडंच, पण थोरल्यांचा ओढा दुसरीकडं, म्हटलं आधी त्यांच्या मनासारखं करावं."

मायलेकांचे हितगुज कितीतरी वेळ चालू होते, रातीच्या थाळ्याची वेळ उलटून गेली तरी.

■

३

थोरल्या आऊसाहेबांनी बाबाजीराजेंशी झालेले बोलणे मालोजींच्या कानी घातले. आपल्याला अहमदनगरला जायला मिळणार हे समजल्याने मालोजी अगदी हरखून गेले.

दिवाळी झाली. नगरला जायची तयारी सुरू झाली. पुढच्या मुक्कामाची तयारी करणाऱ्या स्वारांची तुकडी पुढे रवाना झाली. वसूल भरणा करायचा होता. त्यासाठी पुढेमागे चालणाऱ्या राखणीच्या स्वारांची जोडणी झाली. मुहूर्त पाहून बाबाजीराजे मालोजीसह वेरूळच्या बाहेर पडले.

अहमदनगर निजामशाहीची राजधानी. तख्ताची जागा. वेरूळपासून जवळजवळ पन्नास कोस अंतरावर असलेली. मालोजी प्रथमच इतक्या लांबच्या दौडीला निघाले

होते. वाटेत नवा मुलूख, वेगळी भाषा, निरनिराळी पिके पाहायला मिळत होती. मालोजींचे उमदे मन सारे साठवून घेत होते.

पैठणला मुक्काम पडला. गोदामाईचे दर्शन घेऊन बाबाजीराजे पुढे निघाले. हवेत चांगलाच गारठा होता. थंडीवारा अंगावर घेत साऱ्यांनी अहमदनगर गाठले.

प्रचंड आकाराच्या कोटाने अहमदनगर वेढले होते. कोटाचा भव्यपणा दुरूनच नजरेत भरत होता. सारा लवाजमा वेशीबाहेर थांबला. वेशीतून नगरात जाण्यासाठी भलामोठा दरवाजा होता. बाबाजीराजेंचे कारभारी पहाऱ्यावरच्या चौकीत गेले. परवाना दाखवल्यावर दरवाजा उघडला. नगरात प्रवेश करताना अचानक मालोजींची नजर वर गेली. हिरवे निजामशाही निशाण मोठ्या दिमाखात फडकत होते. चढत्या सूर्यकिरणात झळाळणारा त्यावरचा चांदतारा कितीतरी वेळ त्याच्या मनात घर करून राहिला.

थोड्याच वेळात सारा लवाजमा एका मोठ्या वाड्यासमोर येऊन थांबला. वाड्याचे मालक निळोपंत कुलकर्णी दरबारी कचेरीत अंमलदार होते. आधीच वर्दी असल्याने ते जातीने बाबाजीराजेंच्या स्वागतासाठी बाहेर आले. त्यांना मानाने वाड्यात घेऊन गेले.

निळोपंत वाडवडिलांपासून अहमदनगरात राहात होते. त्यांच्या घराण्याने कित्येक पिढ्या निजामशाहीच्या दप्तरी सेवा केली होती. निजामशाहीत अनेक हिंदू घराणी जहागिरी, मालमत्ता बाळगून होती. नगरला आल्यावर त्यातले बरेजचण निळोपंतांकडे येत, त्यामुळे निजामशाही राजकारणाची खबरबात समजत असे. एकमेकांचा हालहवालही कळत असे.

बाबाजीराजेंवर निळोपंतांचा भारी लोभ. निजामशाहीत जी सधन मराठा खानदानी घराणी होती, त्यात बाबाजीराजेंचे नाव बरेच वर होते, बाबाजीराजांनी ज्या हुशारीने व कष्टाने आपली दौलत वाढवली होती. त्याला निळोपंत स्वत: साक्षी होते. दरबारी कामात त्यांनी बाबाजीराजांना नेहमी साथ दिली होती.

निळोपंतांनी स्वारांची सोय लावून दिली. स्वत: बाबाजीराजेंबरोबर सदरेवर आले. त्यांच्यासोबत आलेले मालोजी आपल्या चौकस नजरेने सगळीकडे पाहात होते. त्यांच्याकडे पाहात बाबाजीराजे निळोपंतांना म्हणाले,

''हे आमचे थोरले चिरंजीव, मालोजी''

मालोजींनी पुढे येऊन त्यांना मुजरा केला.

निळोपंत मोठ्या कौतुकाने त्यांना न्याहाळात होते.

''राजे, बरेच मोठे झालेत आपले चिरंजीव.''

''होय, आम्ही गेल्या सालापासून त्यांना आमच्याबरोबर कारभारात घेतलं आहे.''

"चांगलं केलंत राजे." निळोपंत मनापासून म्हणाले.

"आम्ही नगरला येणारच होतो. म्हटलं यांना बरोबर आणावं, सारं पाहतील, नवं शिकायला मिळेल."

"खरं आहे तुमचं."

निळोपंतांनी पुन्हा मालोजींकडे पाहिले. मोठ्यांच्या बैठकीत ते अवघडल्यासारखे झाले होते. निळोपंतांनी कारभाऱ्यांना हाक मारली.

"यांना आमच्या चिरंजीवांकडे घेऊन जा. प्रवासानं थकलेत. लवकर जेवून विश्रांती घेऊ द्या म्हणावं."

मालोजी कारभाऱ्यासोबत गेले. नगरातली त्यांची ही पहिली रात्र. विचारात गढलेल्या मालोजींच्या दमलेल्या शरीरावर झोपेने कधी ताबा मिळवला हे त्यांना कळलेच नाही.

■

४

दुसऱ्या दिवशी बाबाजीराजे त्यांचे कारभारी निळोपंतांबरोबर फडावरच्या कामाला लागले. मालोजी तिथेच बसले होते.

त्यांच्याकडे पाहात निळोपंत बाबाजीराजांना म्हणाले,

"राजे, आपली कामं दिवसभर चालणार. यांना कशाला आपल्याबरोबर बसवायचं? पहिल्यांदा नगरला आले आहेत. शहर थोडं पाहून येऊ देत."

"काय, येता फिरून?" बाबाजीराजांनी विचारले.

"आपल्यासोबत कामासाठी थांबावं..." मालोजी संकोचाने म्हणाले.

निळोपंत हसले,

"ते तर आयुष्यभर करायचंच आहे. तुम्ही जाऊन या." असे म्हणत त्यांनी आपल्या कारकुनांना हाक मारली. कारकून तसेच काही गडीमंडळीस सोबत देऊन मालोजींना पाठवून दिले.

वाड्यातून बाहेर पडून सारा लवाजमा अहमदनगरच्या रस्त्यावर आला. प्रशस्त रुंद रस्ते, दुतर्फा झाडे, त्यातून डोकावणारे मिनार, घुमट, सारेच काही मालोजींना अगदी नवीन होते. भिरभिरल्या डोळ्यांनी चारी दिशांना पाहत ते हरवून गेले.

"धाकटे राजे" कारकुनांनी हाक मारली.

"इथून जवळच एक सुंदर बाग आहे. बाग-ई-रहुजा. चला, तिकडं जाऊ."

"ठीक आहे." प्रश्नार्थक चेहऱ्याने मालोजी म्हणाले. सारे तसेच चालत राहिले. काही वेळाने काही काळ्याभोर, तुकतुकीत पत्थरांच्या देखण्या इमारतीसमोर सारे थांबले. इमारतीभोवती मोठी बाग दिसत होती.

"ही बाग-ई-रहुजा. पहिले अहमद निजाम बादशाह यांची कबर. इथल्या भिंतीवर आतल्या बाजूने कुराणातल्या कलमा सोनेरी रंगाने कोरलेल्या आहेत." कारकून माहिती पुरवीत होते. इमारतीचे सौंदर्य, बागेतील रंगीबेरंगी फुलांचे ताटवे पाहात मालोजी पुढे निघाले.

नगरच्या इमारतींना स्वतंत्र असा खास ढंग होता. इमारती मोठ्या पत्थरांनी बांधलेल्या दिसत नव्हत्या. लहान आकाराचे, एकसारखे घडीव दगड घडवून सुबक बांधकाम केलेले होते, त्यामुळे घरे नाजूक व डौलदार दिसत होती.

इथले मिनार उंचीला कमी, चिंचोळे पण नक्षीदार. घुमट आणि कमानीही बुटक्या, त्यामुळे भव्यपणापेक्षा इमारतींची कलात्मक नजाकत नजरेत अधिक भरत होती. एकापेक्षा एक नेटक्या, सुबक वास्तू पाहताना मालोजी वाटेतच थबकत होते. सोबतची मंडळी माहिती सांगत होती.

"धाकटे राजे, या हवेल्या इथल्या पिढीजात मातब्बर सरदारांनी बांधल्या आहेत."

"किती देखण्या!"

"जी"

थोड्याच वेळात सर्वजण एका भव्य बगिचाकडे आले. प्रचंड अष्टकोनी इमारत, आठ भव्य कमानी. प्रत्येक कमानीतून आत आले की, एक बगिचा. बगिच्यात रंगीबेरंगी फुलांचे ताटवे, त्यामध्ये उडणारी कारंजी, कारंजांवरची, कमानीवरची अद्‌भुत सुंदर शिल्पे, आठही बागांच्या मध्यभागी असलेला अष्टकोनी, संगमरवरी, अनेकरंगी कमलपुष्पांनी नटलेला तलाव.

मालोजी मंत्रमुग्ध होऊन गेले.

"खरंच, स्वर्गातलं नंदनवन याहून काय वेगळं असेल?"

"राजे, हा स्वर्गच आहे."

"म्हणजे?"

"याचं नाव हाश्त बहिश्त, म्हणजे आठवा स्वर्ग. इस्लामच्या कल्पनेप्रमाणे स्वर्गाला आठ दरवाजे असतात. म्हणूनच इथे आठ कमानी केल्या आहेत."

"अस्सं?" तलावाच्या काठी बसत मालोजी म्हणाले.

तिथून परत येताना एक वेगळाच विचार मालोजीच्या मनात आला, त्यांनी विचारलं,

"पण या बागांसाठी, तलावांसाठी पाणी कुठून आलं? आम्हांला तर येताना खूपसा मुलूख ओसाडच दिसला."

मालोजींचा सवाल ऐकून कारभाऱ्यांना नवल वाटले. ते म्हणाले,

"आपल्या बादशाहांनी सीना नदीतून पाट काढून इथं पाणी पुरवलंय. आमच्या

बादशाहांना बगीचे, फुले, कारंजे यांची फार आवड. इथून आग्नेयेला दीड कोसांवर आणखी एक मोठी बाग आहे. तिचं नावं फराह बाग. तिचं काम पहिल्या बुऱ्हाणशाहांच्या वेळी चालू झालं. ते आता पाच-सहा वर्षांपूर्वी वजीर सलाबतखानांनी पुरं केलं. अर्ध्या कोसाचा परिसर आहे फराह बागेचा.''

कारकून मोठ्या अभिमानाने मालोजींना सांगत होते. मालोजी आपल्याच विचारात दंग होते.

इतक्यात अचानक जवळच्या मशिदीतून बांग ऐकू आली.

''चला, असरची वेळ झाली, परत फिरू या.''

''असरची?'' न समजून मालोजींनी विचारले.

''जी, तीन प्रहराच्या नमाजाला असर म्हणतात.''

मालोजींच्या ज्ञानात भर पडत होती. सर्वजण माघारी फिरले.

परतीच्या वाटेवर मालोजींनी मशीद पाहिली.

''राजे, या मशिदीचे खांब खुद्द मक्केहून मागवले होते असं म्हणतात. विजापूरची मुलूखमैदान तोफ घडवणाऱ्या रूमीखाननं हिचं बांधकाम केलंय.''

मालोजींनी क्षणभर थबकून वर पाहिलं. मशिदीचे गोल, तुकतुकीत मक्केहून आणलेले खांब उतरत्या उन्हात चमकत होते. चमकणाऱ्या घुमटावर त्यांची नजर खिळली आणि उगीचच त्यांच्या नजरेसमोर घृष्णेश्वराच्या मंदिराचा चमकता कळस उभा ठाकला, त्यांच्याही नकळत!

■

५

रात्रीच्या थाळ्यानंतर सदरेवर बैठक जमली. हवेत चांगलाच गारठा होता. नोकरांनी आगटी पेटवली होती. मालोजी तिथे येताच निळोपंतांनी विचारलं,

''आलात फिरून? कसं वाटलं आमचं नगर?''

''खूपच छान!''

मालोजींच्या नजरेसमोरून अजून रंगीबेरंगी फुलांचे ताटवे, झळाळणारे मिनार, भव्य हवेल्या जात नव्हत्या.

''आम्हांला अतिशय आवडलं.''

''आपली राजधानी आहे ही. अहमद निजामशाहांनी स्थापन केलेल्या तख्ताची जागा.''

''आम्ही आज त्यांची कबर पाहिली. इतके चमकदार काळे पत्थर आम्ही आजच पाहिले.'' मालोजींना आठवले.

''त्याच अहमद निजामशाहांनी ही जागा तख्तासाठी निवडली. त्याची कथा

ऐकली की नाही तुम्ही?''

''कथा? गावाबद्दल?'' मालोजींनी आश्चर्याने विचारले.

''होय तर!''

''नाही ऐकली.''

मालोजींच्या स्वरात उत्सुकता होती.

निळोपंत सांगू लागले.

''ठीक आहे, ऐका तर.''

''इथून जवळच एक खेडे आहे भिंगार. अहमदबादशाहांना शिकारीचा भारी शौक. ते नेहमी सारा लवाजमा घेऊन शिकारीला जात. एकदा असेच शिकारीला गेले असता भिंगार गावी तळ पडला.

बरेच दिवस गेले. रोज रान उठवत होते, पण शिकार काही मनासारखी मिळत नव्हती. कंटाळून शेवटी तळ उठवायचे ठरले. अखेरीचा प्रयत्न म्हणून बादशाह सर्व तयारीनिशी जातीने जंगलात शिरले. बराच वेळ झाला तरी काही जमले नाही. परतणार तोच त्यांना काही अंतरावर एक जंगली कोल्हा दिसला.

कोल्हा एकाकी होता. हाकाऱ्यांच्या आवाजाने घाबरलेला. भीतीने एका जागी खिळून गेलेला. सारे थांबले. बादशाहांनी इशारत केली. चारी बाजूंनी शिकारी कुत्रे कोल्ह्यावर सोडले गेले. बघता बघता कुत्रे त्या कोल्ह्याचा फडशा पाडणार याची सर्वांना खातर झाली होती.

पण एकदम शिकारी कुत्रे अंगावर धावून आलेले पाहताच कोल्ह्याची थिजलेली नजर बदलली. एकाएकी त्याच्या गात्रांत चैतन्य निर्माण झाले. तो असा फुकाफुकी बसल्याजागी कुत्र्यांचं भक्ष्य बनायला तयार नव्हता. कितीही झालं तरी जंगलचा सर्वांत अक्कलवान प्राणी म्हणून मानला गेलेला कोल्हा होता तो. लढता-लढता मरण्याची, मरता-मरता जगण्याची ऊर्मी त्याच्या मनात आली. अचानक उसळी मारून त्याने कुत्र्यांशी सामना करायचा पवित्रा घेतला.

सर्वशक्तीनिशी अचानक झालेल्या प्रतिहल्ल्याने शिकारी कुत्रे बावचळले, दचकून मागे सरकले. ही संधी घेऊन कोल्हा निसटला. जीव घेऊन पळत सुटला. शिकारी कुत्र्यांनी त्याचा पाठलाग केला, पण तो पुन्हा त्यांच्या तावडीत सापडला नाही.

सारे स्तंभित होऊन सारा प्रकार पाहात होते. काही स्वार पाठून जाण्याच्या तयारीत होते, पण बादशाहांनी त्यांना रोखले.

तिथेच.... त्याचक्षणी त्यांनी निर्णय घेतला. आपलं तख्त इथेच करायचं, याच जागी. त्यानंतर त्यांनी तिथं गाव बसवलं, आणि त्याला स्वत:चं नाव दिलं- 'अहमदनगर!'-''

■

६

अहमदनगरची कामे आटोपत आली. मालोजी फडावरच्या कामातही भाग घेत होते. कामे संपल्यावर गप्पा मारताना निळोपंत त्यांना म्हणाले,

"मग काय मालोजी, पुढं काय विचार? त्यादिवशी नगरची कथा सांगितली ती कशी वाटली?"

"काकासाहेब, आम्हांला कथाही आवडली आणि नगरही."

"यापूर्वी आला असता तर अधिक आवडलं असतं. बुऱ्हाण निजामशाहांच्या काळात इराणच्या राजधानीपेक्षा- बगदादपेक्षा देखणं आणि समृद्ध होतं असं म्हणतात. अहमद निजामशाहांच्या पराक्रमाने उभं राहिलेलं. नगरचं वैभव अलीकडे उतरणीला लागलंय. त्यांच्या काळात आला असतात तर परत गेला नसतात. तुम्हांला ठाऊक आहे का तेव्हाचं?"

"जी काकासाहेब, आमच्या उपाध्यांनी सारं सांगितलंय आम्हांला. अहमद बादशाहांचे वडील मलिक हुसेन बाहरी हे पूर्वीच्या बहामनी सुलतानांचे वजीर होते. त्यांचे फर्जंद अहमद यांनी स्वतंत्र सल्तनत उभी केली, तीच ही निजामशाही, होय ना?"

"वा, बरीच माहिती दिसतेय तुम्हांला!" निळोपंत कौतुकाने म्हणाले. मालोजींना हुरूप आला.

"पण काकासाहेब, आम्हांला त्यांनी असंही सांगितलं की मलिक हुसेन बाहरी हे खरे तिम्मा भट्ट बिन भैरो भट्ट होते. पूर्वी दक्षिणेला एक मोठं राज्य होतं- विजयनगरचं. त्याच्या शेवटच्या झुंजात हरलेले जे कैदी इथं आणले त्यात ते होते. त्यांनी मलिक हुसेन बाहरी हे नाव घेतल्यावर त्यांना निजामशाही सैन्यात घेतले, नंतर ते हुशारीने वजीरपदापर्यंत गेले."

निळोपंत व बाबाजीराजे यांनी एकदम परस्परांकडे पाहिले. ते काही बोलणार तोच मालोजी पुढे म्हणाले,

"पण काकासाहेब, हे तिम्मा भट्ट, मलिक कसे झाले? जर ते धर्म न बदलते, तर वजीर झालेच नसते का? की हे सर्व मिळवायलाच त्यांनी असं केलं?"

मालोजींच्या आवाजाला एक वेगळीच धार आली. निळोपंत त्यांना गडबडीने थांबवत म्हणाले.

"सबूर-सबूर! हळू बोला. अहो, ही आहे निजामशाही, त्यातून राजधानी - जपून बोला." त्यांच्या बोलण्याने मालोजी एकदम थांबले. दोघांकडे गोंधळून पाहू लागले. क्षणभर थांबून सुस्कारा सोडत निळोपंत म्हणाले,

"असे सवाल फक्त आपल्याला पडतात, इतरांना पडत नाहीत, असं वाटतं

का तुम्हांला? पण इथं कुणी त्याचा साधा विचारही करू शकत नाही. मालोजी, जेत्यांनी जितांवर जुलूम करायचा हे जगात सगळीकडं घडत असतं. जुलूम सहन करण्यापलीकडे झाला की, माणूस काहीही करायला, पत्करायला तयार होतो; पण लक्षात घ्या, जे यश तो मिळवतो ते मात्र स्वत:च्या कर्तृत्वावर, हुशारीवर. सत्तेची ताकद फार मोठी असते.''

''पण म्हणून दुसऱ्या धर्माच्या लोकांवर असा जुलूम करायचा? अनाचार करायचा?''

''मालोजी, कोणताही धर्म अत्याचार करायची शिकवण देत नाही. यशाची, सत्तेची धुंदी चढली की भान सुटतं; माणूस अविचारी, अविवेकी बनतो; त्यातून असं घडतं आणि तसं वागायला दुसऱ्या धर्माची व्यक्ती पाहिजे असंही नाही. आता इथेच, निजामशाहीतच पाहा ना! एकाच धर्माचे लोक आपापसात हत्या करताना दिसतात. शिया, सुनी, मेहदवी सारे एकाच इस्लामचे पंथ, तरीही त्यांची आपापसात भांडणे होतात. एका पंथाचे लोक दुसऱ्या पंथाच्या लोकांच्या सर्रास कत्तली करतात.''

मालोजीकडे पाहात निळोपंत पुढे म्हणाले,

''आज जमालखान वजीर आहेत. ते देशी मेहदवी पंथाचे, त्यामुळे रोज इथे परदेशी वंशाच्या यवनांवर जुलूम होत आहेत. त्याच्याआधी मिर्झाखान वजीर होते. त्यांना आपल्या परदेशी वंशाचा भारी अभिमान. ते देशी यवनांना काफिर म्हणून हिणवत. त्यांच्या काळात शेकडो देशी यवनांना ठार करण्यात आले. इतकंच नव्हे तर खुद्द निजामशाहांची हत्या करण्यापर्यंत त्यांची मजल गेली. सत्तेची धुंदी वेगळीच असते. आपण अजून लहान आहात, राजकारणात आलात, की सारं समजेलच तुम्हांला.''

गप्पांना इतके गंभीर वळण लागलेले पाहून बाबाजीराजांनी विषय बदलला. ''खूप उशीर झाला. चला, तुमच्या काकासाहेबांबरोबर अजून बऱ्याच गोष्टी बोलायच्या आहेत आम्हांला. तुम्ही निघा बरं.''

मालोजी आत जाताच बाबाजीराजांनी निळोपंतांजवळ मालोजींचा मुलूखगिरीवर जाण्याचा विचार सांगितला. निळोपंत विचार करत म्हणाले,

''राजे, आम्हांला हा काळ त्यासाठी ठीक वाटत नाही. गेली दोन सालं दौलतीला फारच वाईट गेली. दोन बादशाहांची तख्तावर असताना हत्या झाली. आत्ताचे इस्माईल बादशाह उमरीत लहान, त्यामुळे खरी सत्ता वजीरसाहेबांच्या हातात आहे.''

''पंत म्हणूनच आम्ही म्हणतो, आपलं सरकारात चांगलं वजन, ओळख आहे. वजीरसाहेबाशी पहचान आहे. आमचा सरकारात जप्त झालेला सरंजाम परत मिळण्यासाठी...''

मध्येच त्यांचे बोलणे तोडत निळोपंत म्हणाले,

"तसं नाही राजे, आज जमालखान शिरजोर आहेत, पण बाकीचे सरदार गप्प बसतील असं वाटत नाही. विजापूरकरांच्या किंवा गुजरातच्या सुलतानाच्या साथीने ते बगावत करण्याची शक्यता आहे, त्यासाठी सारं स्थिर होईपर्यंत सबूर करावी हे बरं."

राजकारणाचा तिढा जरा कठीणच होता, पण थांबणंही शक्य नव्हतं. मालोजींचे वय पाहता त्यांनी आताच बाहेर पडायला हवं होतं. बाबाजीराजांनी आपली अडचण मांडली.

"आपली अडचण दुरुस्त आहे राजे, पण सध्या हे जमणे कठीण; त्यातून मालोजींना झुंजाचा तजुर्बा नाही. खानदानी असली तरी एवढी मोठी दीड हजारी दिम्मत त्यांच्या हाती द्यायला वजीरसाहेब तयार होतील असं वाटत नाही."

निळोपंत पुन्हा एकवार ठामपणाने म्हणाले. बाबाजीराजे मोठ्या घोरात पडले. एकीकडे निळोपंतांनी सांगितलेली परिस्थिती पटणारीच होती, तर दुसरीकडे मालोजी आपली मर्दानगी दाखवायला आतुर झालेले. त्यांना थांबवणे कठीण होते. निळोपंत विचार करीत म्हणाले.

"राजे, यातून एक मार्ग आम्हांला सुचतो. आपल्याला पटला तर पाहा."

"सांगा तरी."

"मालोजींना कोणाच्यातरी नजरेखाली ठेवावे. आपल्याकडे बरेच मोठे सरदार आहेत. त्यांच्यापैकी कोणाच्यातरी सोबत राहण्यासाठी पाठवावे. त्यांना तजुर्बा मिळेल. नंतर सारं स्थिर झाल्यावर सरंजामाचं पाहू."

"वा, हा मनसुबा बेस काढला पंत." बाबाजीराजे मनापासून म्हणाले.

"पण मालोजींना पाठवायचे तर माणूसही तसा मातब्बर हवा." निळोपंत म्हणाले.

दोघेही पुन्हा विचारात पडले.

निजामशाहीत तसे बरेच मराठा सरदार होते. सिंदखेडचे जाधवराव, मुधोळचे घोरपडे, म्हसवडकर माने, मलवडीचे घाटगे सारे चांगलेच मातब्बर होते. मोठमोठ्या पागा पदरी बाळगलेल्या. सर्वजण आपल्या जहागिरीत स्वतंत्र राजाप्रमाणे वावरत असत. सत्ता, उत्पन्न भोगत असत, त्यातूनच आपल्या सैन्याचा खर्च करत असत. एखादी झुंज सुरू झाली की, बादशाहच्या हुकमाप्रमाणे झुंजाला हजर होत.

त्यात जय झाला की, जहागीर वाढायची, लूट मिळायची, मान वाढायचा; एकेकाच्या पदरी पाच-दहा हजारांची दिम्मत होती.

या साऱ्यांमध्ये अलीकडे एक नाव साऱ्या निजामशाहीत गाजत होते, फलटणकर वणगोजीराजे नाईक निंबाळकर यांचे! सिंहाची छाती असलेल्या, बारा हजाराचे खडे घोडदळ पाठीशी घेऊन सारी दख्खन पालथी घालणाऱ्या वणगोजीराजेंचा निजामशाही

तसेच आदिलशाही मुलखातही दरारा होता.

त्यांचे नाव डोळ्यासमोर येताच बाबाजीराजांना आपल्या पेचाचा एकदम उलगडा झाल्यासारखे वाटले.

"पंत, फलटणकरांविषयी काय वाटतं आपल्याला?"

"वा राजे, काय नाव हुडकलंत!" निळोपंत एखादे कोडे सुटल्याच्या आनंदात म्हणाले.

"फलटणकर आज साऱ्या बादशाहीत गाजताहेत. खुद्द वजीरसाहेबही त्यांना मान देतात. त्यांचा एवढा वचक आहे की, त्यांना 'राव वणंगपाळ, बारा वजिरांचा काळ' असं म्हणतात."

"ठरलं तर!"

बाबाजीराजांनी मालोजींना वणगोजीराजांकडे पाठवायचे असा मनसुबा पक्का झाला. निश्चिंत मनाने बाबाजीराजे वेरूळला परतण्याच्या तयारीला लागले.

■

७

वेरूळला परत येताच बाबाजीराजांनी सारा तपशील थोरल्या आऊसाहेबांच्या कानी घातला. त्यांनी मोठ्या खुशीने बेताला दुजोरा दिला. बाबाजीराजांनी फलटणला वणगोजीराजेंकडे कारभाऱ्यांना धाडले, सोबत खलित्यात मालोजींविषयी कळवले. वणगोजीराजांनी मोठ्या खुशीने बाबाजीराजांना होकार कळवला.

मालोजींना लवकरच फलटणला पाठवायचे ठरले. उपाध्यांनी मुहूर्त काढला. आजवर घरातल्या थोरांमध्ये असलेली मसलत सगळीकडे पसरली. सारे वेरूळ थक्क झाले. रेखाऊ सुन्न झाल्या. विठोजी कासावीस झाले. आपले दादासाहेब दूरदेशी, एकले, आपल्याला सोडून जाणार. नुसत्या विचारानेच त्यांचा जीव घाबरा झाला. त्यांनी ताबडतोब मालोजींना गाठले. त्यांना आपल्या दादासाहेबांना जाब विचारायचा होता. आजवर सारे बेत, खोड्यादेखील दोघांनी मिळून केल्या होत्या. एवढा मोठा बेत ठरवताना मात्र त्यांच्या दादासाहेबांनी त्यांना काही कळू दिले नव्हते. मालोजी बाबाजीराजेंबरोबर नगरला गेले होते, तेव्हा विठोजींना किती एकले वाटले होते. आता तर ते मुलूखगिरीला जाणार, आपल्याला इथं एकट्याला ठेवणार... त्यांना कितीतरी विचारायचे होते.

पण प्रत्यक्षात मालोजींसमोर आल्यावर त्यांच्या तोंडून शब्द फुटला नाही. डोळे भरून आलेले, कंठ दाटलेला, त्यांचा व्याकूळ चेहरा पाहून मालोजींना राहवेना. त्यांनी विठोजींना कवेत घेतले. शांत करायचा प्रयत्न केला, पण विठोजी अनावर झाले होते. त्यांचा आपला एकच ठेका- आम्हीपण दादासाहेबांबरोबर

जाणार. थोरल्या आऊसाहेबांपासून साऱ्यांनी त्यांची समजूत घातली, पण काहीही उपयोग झाला नाही. अखेर त्यांचीसुद्धा मालोजींबरोबर तयारी करावी लागली.

मालोजींच्या मनाची अवस्था मोठी विलक्षण झाली होती. एकीकडे आजवर उरात बाळगलेली स्वप्ने साकार होत असल्याचा आनंद- तर आजवरचे जीवन, अवघे बालपण ज्या परिसरात गेले, त्यापासून दूर जावे लागत असल्याची हुरहुर मनात दाटत होती. वेरूळ सोडून दूर जाणार. बालपणीचे सवंगडी, आयुष्याची बागडती वर्षे ज्याच्या भिंतीआड गेली तो वाडा, दुधावरची साय जपावी अशी मायेची पाखर घालणाऱ्या थोरल्या आऊसाहेब साऱ्यांना आपण दुरावणार.

या सर्वांपेक्षा मोठा दुरावा जाणवणार होता तो घृष्णेश्वराच्या नित्य दर्शनाचा. थोरल्या आऊसाहेब महान शिवभक्त, शिवलिंगाची पूजा केल्याशिवाय त्यांनी कधी आपल्या मुखी पाण्याचा थेंबही घेतला नव्हता. त्यांच्या सावलीत वाढलेल्या मालोजींच्या मनात तशीच तीव्र शिवभक्ती निर्माण झाली होती. थोरल्या आऊसाहेबांसोबत ते घृष्णेश्वरी जाऊन रुद्र घालून आले, तेव्हा आता या नित्य शिवंकर दर्शनाला आपण मुकणार याची जाणीव अधिक बोचरी बनली.

फलटणला जाण्याची तयारी पूर्ण झाली. बाबाजीराजांनी एक पथक खलिता घेऊन पुढे धाडले. सोबत जाणाऱ्या घोडेस्वारांची तयारी झाली.

कूच होण्याची वेळ आली. मालोजी आणि विठोजी देवघरात गेले. शिवगंध रेखून पाया पडले. थोरल्या आऊसाहेबांनी त्यांना मिठीत घेऊन आशीर्वाद दिले. रेखाऊंनी डोळे पुसत दोघांच्या हातावर दह्याची कवडी ठेवली. सर्वांचा निरोप घेत दोघांनी वाड्याबाहेर पाऊल टाकले.

घोडदळ चालू लागले. बाबाजीराजे वेशीपर्यंत निरोप देण्यासाठी आले. वेशीत आल्यावर दोघांनी बाबाजीराजेंची पायधूळ घेतली. त्यांनी दाटल्या गळ्याने आशीर्वाद दिले. घोडदळ पुढे चालू लागले.

वेस ओलांडली. वेरूळ हळूहळू मागे पडू लागले. ओळखीची घरे, शेते, झाडे, माणसे दिसेनाशी होऊ लागली. जुन्या खुणा अस्पष्ट होऊ लागल्या. टापांखाली येऊ लागली नवी वाट, नव्या अनोख्या दिशेला नेणारी.

आता ते फलटणला चालले होते. तेथून वणगोजीबरोबर जेथे जेथे झुंजीसाठी जावे लागते तेथे जाणार होते. यश, पराक्रम यांचा माग घेत जाणाऱ्या पराक्रमी पुरुषाला सारी धरती अपुरी, भाग्य व शौर्य जिथवर घेऊन जाईल तिथवर या वाटेने ते जाणार होते. पण एकटे नाही.

सोबत राहणार होते- घृष्णेश्वराच्या घंटानादातून घुमणारे, थोरल्या आऊसाहेबांच्या शिवस्तोत्राच्या पठणातून झंकारणारे व रेखाऊंच्या अबोल अश्रूंतून हुंकारणारे आशीर्वाद!

■

८

वेरूळहून फलटण म्हणजे बराच दूरचा पल्ला. वेरूळ निजामशाहीच्या उत्तरेला तर फलटण दक्षिणेला. फलटणचे वणगोजीराजे नाईक निंबाळकर म्हणजे निजामशाहीतील तोलदार असामी. वणगोजीराजे यांचे खरं नाव 'अनंगपाळ'- दिल्लीच्या तख्तावरचा शेवटचा हिंदुस्थानी सम्राट- पृथ्वीराज चौहान यांच्या आजोबाचे हे नाव. याच सम्राट अनंगपाळांनी सर्व पंजाबी व राजपूत राजांना एकत्र आणून गझनीच्या महमुदाशी सामना केला होता. त्या थोर, शूर व मुत्सद्दी सम्राटाचे नाव धारण करणारे वणगोजीराजे स्वत:ही तसेच पराक्रमी होते. बारा हजारांची खासगत पागा बाळगणारे वणगोजीराजे निजामशाही तसेच आदिलशाही दौलतीच्या सीमाभागातला मुलूख सांभाळणेचे दुष्कर काम करीत होते, त्यामुळे दोन्हीकडे त्यांचा चांगला वचक होता.

वेरूळहून मालोजी साऱ्या सरंजामासह फलटणला येऊन पोहोचले. दिवस दोन कासरा वर आला होता. बाहेर देवडीवर भालेकरी पहारा देत होते. बाबाजीराजांनी सोबत दिलेला खलिता मालोजींनी त्यांच्याकडे दिला. भालेकरी खलिता घेऊन आत गेले.

वणगोजीराजे फडावर कारभाऱ्यांशी बोलत बसले होते. कारभाऱ्यांनी खलिता वणगोजीराजेंकडे दिला. खलित्यात बाबाजीराजांनी आपले दोन्ही चिरंजीव आपल्या हाती सोपवत आहोत असे लिहिले होते. बाबाजीराजेंचे एक पत्र घेऊन काही स्वार यापूर्वीच आले होते, त्यामुळे मालोजी येणार असल्याची खबर वणगोजीराजांना आधीच मिळालेली होती. त्यांनी हुकूम केला. दोघांना आत येण्यास सांगितले.

मालोजी आणि विठोजी वणगोजीराजांच्या समोर आले, मुजरा करून उभे राहिले.

वणगोजीराजे दोघांना न्याहाळत होते. थोरले मालोजी- उंचेपुरे शरीर, डोक्याला पागोटे, भव्य कपाळ, तरतरीत नाक, निर्भय नजर, सतेज, गव्हाळ वर्ण, दणकट बांधा त्यांच्या बाजूला किंचित लहान प्रतिकृती विठोजींची.

"आम्ही वेरूळकरांविषयी ऐकून होतो. तुम्ही किती फर्जंद त्यांना?"

वणगोजीराजांनी विचारले.

"आम्ही दोघेच"

"मग तुम्हा दोघांना आमच्यावर सोपवून मोठाच भरवसा टाकलाय त्यांनी."

"जी!"

"बसा खाली."

दोघेही खाली बसले.

"तुम्ही पागा आणली असंल."

“जी!”

“मग आमच्यासंगट येणार तर झुंजाला.”

“जी!”

“मोहिमेवर जिवाला धोका. कधी वेळंला जेवणखाण मिळत नाही. अंग धुवायला मिळत नाही.”

त्यांच्या बोलण्याचा रोख मालोजींना जाणवला, ते म्हणाले,

“घर सोडून येवढा पल्ला पार करून आपल्याकडं आलो ते हेच करायला. नुसतं बसून खावं तर आमच्या आबासाहेबांची दौलत कितीतरी थोर. पण आम्हांला ते पटत नाही म्हणून हट्टानं आलोय.”

त्यांच्या बोलानं वणगोजीराजे खूश होऊन गेले. कारभाऱ्यांकडे वळून म्हणाले,

“या दोघांना आमच्या खासगत पागेतून दोन उपलानी घोडी निवडून द्या. दोघांना मानाची वस्त्रे नजर करा. बाबाजीराजांना परतीचा खलिता धाडून द्या. आम्ही दोघांना आमच्याकडे रुजू करून घेतले आहे. त्यांना सालिना बाराबारासेची तैनात जोडून दिली आहे, असे कळवा.”

कारभारी कामाला लागले.

मालोजी आणि विठोजींनी एकमेकांकडे पाहिले. धनीपण करणारं माणूस इतकं दिलदार, राजस असेल असं त्यांना वाटलं नव्हतं. वणगोजीराजांच्या त्या बोलांनी त्याच्या इतक्या दूरच्या धावतीचा शीण क्षणात दूर झाला.

वणगोजीराजे त्यांच्याकडे पाहात म्हणाले,

“लांबच्या पल्ल्यावरून आलात. दमगीर झाला असाल. जावा. सुमार व्हा.” दोघे उठून उभे राहिले. मुजरा करून बाहेर आले.

मालोजींच्या मनात विचार मावत नव्हते. जीवनाच्या अनोळखी वाटेवर पहिले पाऊल टाकताना किती हुरहुर वाटत होती. वाटत होते, तापत्या उन्हातील वैराण वाट मिळते की, निबिड अरण्यात हरवून टाकणारी. पण खरंच, आपण किती भाग्यवान! आपल्याला पहिल्याच मुक्कामावर मिळाली प्रचंड वटवृक्षाची घनदाट सावली!

■

९

मालोजींना फलटणला येऊन आठवडा उलटला. लवकरच मोहीम निघणार असे दिसू लागले. वणगोजीराजांना अहमदनगरहून पाठोपाठ खलिते आले. त्यांना खलबतखान्यातून क्षणाची उसंत मिळेना.

आदिलशाहीबरोबर झुंज उभे राहणार याची अटकळ साऱ्यांना होतीच. वजीर जमालखानांनी मिराण हुसेन निजामशाहाची हत्या केली होती. त्याच्या अल्पवयीन

पुतण्याला गादीवर बसवून सत्ता बळकावली होती. मिराण हुसेनची बेगम खादिजा सुलताना ही आदिलशाहांची शाहजादी होती. जावयाच्या हत्येचा बदला घेण्यासाठी आदिलशाह निजामशाहीवर चालून येणार हे उघड होते.

त्याचवेळी मिराण हुसेन निजामशाहीचा सरनोबत मुहम्म्दखान याने साऱ्या परदेशी वंशाच्या सरदारांना एकत्र केले होते. बंडाच्या पवित्र्यातले हे सरदार अहमदनगरवर चढाई करण्यासाठी आले होते. एकाच वेळी दोन्हीकडून चढाई होणार हे जमालखानांनी ओळखले, त्यांनी सरदारांना मोठमोठी आमिषे दाखवली. बंडातील सरदारांमध्ये फूट पडली. मुहम्मदखानाला खानदेशाला पळून जावे लागले.

आता जमालखान आदिलशाही आक्रमणाला तोंड देण्यासाठी मोकळे झाले; त्यासाठीच त्यांनी वणगोजीराजेंची आठवण केली होती.

विजापूरकरांचे सैन्य निजामशाहीत दोन बाजूंनी येऊ शकते. पूर्वेकडून आणि दक्षिणेकडून. पूर्वेकडची सोलापूर जामखेड मार्गाची आघाडी स्वत: वजीर जमालखान सांभाळणार होते. सोलापूरचा प्रबळ भुईकोट किल्ला आदिलशाहकडे होता. तिथून सैन्याला रसद पुरवणे, कुमक पाठवणे सोयीचे होते. इथून चढाई होण्याची शक्यता जास्त होती.

दुसरा मार्ग दक्षिणेकडून कोल्हापूरमार्गे येण्याचा होता. इथे विजापुरी सैन्याचा समाचार घेण्याची कामगिरी जमालखानांनी वणगोजीराजेंवर सोपवली होती. दरबारी खलिता आल्यापासून वणगोजीराजे त्याच तयारीला लागले होते.

वणगोजीराजांना त्यांच्या वेगवेगळ्या तुकड्यांचे प्रमुख येऊन भेटत होते. सोपवलेली कामगिरी घेऊन जात होते. पुढे गेलेली पथके ठरलेल्या ठिकाणी वणगोजीराजांना मिळणार होती. काही रसद पोहोचवण्याच्या कामी नेमली होती. फलटणची राखण करण्यासाठी काही निवडक स्वारांची नेमणूक केलेली होती.

सारी जुळवाजुळव पूर्ण झाली. वणगोजीराजेंचा कूच करण्याचा दिवस जवळ आला. अद्याप मालोजी व विठोजी यांना काही सांगितले नव्हते. मोहिमेची खबर त्यांच्या कानावर आली होती. तेव्हापासून ते वाट पाहात होते. अखेर वणगोजीराजांनी दोघांना बोलावणे पाठवले. दोघे समोर येताच त्यांच्याकडे निरखून पाहत वणगोजीराजे म्हणाले,

''आम्ही उदईक निघावं म्हणतो, म्हणून तुम्हांला बोलावलं.''

''जी!''

''तुम्ही अजून नवीनच आहात, झुंजाचा तजुर्बा नाही. एवढ्यात एकदम मोहिमेवर येण्यापरीस तुम्ही मागं फलटणात राहावं असं म्हणतो.''

मोठ्या उमेदीने आलेले मालोजी मनातून पार खट्टू होऊन गेले, न राहवून म्हणाले,

''आम्ही इथवर आलो मनगटबाजी करायला. आमच्या आबासाहेबांच्या जागी

आम्ही आपल्याला मानतो. आपण जातीनं लढायला जायचं, आणि आम्ही इथं काय शेणगोळ्याच्या पांडवागत ठाणवायचं...''

आवेगाने त्यांना पुढे शब्द फुटेनात.

वणगोजीराजे प्रसन्नपणे हसले.

''आम्हांला तुमच्याकडून हीच खातर होती. उपाध्यांनी सकाळचा मुहूर्त काढलाय. तुम्ही आमच्या संगट निघायची तयारी करा. काय?''

''जी'' दोघेही एका सुरात म्हणाले.

''लागा तर तयारीला'' म्हणत वणगोजीराजांनी त्यांना निरोप दिला.

बाहेर येताच दोघांनी एकमेकाला कडकडून मिठी मारली. जे करण्यासाठी इतक्या दूर आलो ते आता अगदी नजरेच्या टप्प्यात आले होते.

दुसऱ्या दिवशी उगवतीलाच वणगोजीराजे कुलदेवतेचे दर्शन घेऊन बाहेर पडले. घोड्यावर स्वार होत त्यांनी ''जय भवानी'' अशी बुलंद ललकारी दिली.

साऱ्या पथकाने जयघोष केला. नौबत दुडदुडु लागली. शिंगाची ललकारी घुमली. घोड्याच्या टापांच्या आवाजात मिसळली. साऱ्यांच्याबरोबर मालोजी आणि विठोजींचे घोडेही दौडू लागले.

■

१०

फौजेने फलटण सोडले. मजल, दरमजल करीत कोल्हापूर गाठले. वाटेत त्यांना आणखी स्वार येऊन मिळत होते. कोल्हापूर परिसरात आल्यापासून सारे खुशीत होते. या भागात सगळीकडे कसं हिरवंगार दिसत होतं. रखरखीतपणा नावाला नव्हता. कोल्हापुरात पाणी मुबलक, पंचगंगा नदीला बारा महिने भरपूर पाणी, याशिवाय लक्षतीर्थ, कोटीतीर्थ, नागाळा, पेटाळा, खंबाळा अशी जवळजवळ एकवीस मोठी तळी इथं होती. रंकाळा तलाव जणू या सर्वांचा राजा. दीड-दोन कोसांचा घेरा. त्याच्यापलीकडे पसरलेले विस्तीर्ण मैदान. वणगोजीराजांनी या मैदानातच छावणी टाकण्याचा निर्णय घेतला.

भराभर सारे कामाला लागले. राहुट्या उभारल्या गेल्या. काही बुणगे पाणी भरायच्या कामाला लागले, तर काहींनी घोडी धुवायला घेतली. मोठमोठी दगडी चुलाणे मांडली. पाहता पाहता छावणी स्थिरावली.

वणगोजीराजांनी पहाऱ्याच्या चौक्या बसवल्या. ते खिदमतगारांसोबत छावणीची पाहणी करत निघाले. फिरता फिरता ते रंकाळ्याच्या काठाशी आले. भर घेराचा तलाव, नितळ पाणी, वणगोजीराजे थांबले. त्यांच्या मनात एक विचार चमकून गेला. तीन-चार दिवसांच्या दौडीत धड अंग धुवायला मिळाले नव्हते. मनसोक्त

पोहता येईल. मनात येताच त्यांनी खिदमतगारांना आज्ञा केली. भराभर कनाती उभारल्या गेल्या. वणगोजीराजे इतर खाशा मंडळींबरोबर पाण्यात उतरले.

मालोजी आणि विठोजी आपल्या स्वारांची सोय लावून झाल्यावर छावणीत फिरण्यासाठी बाहेर पडले. त्यांचे घोडे नोकरांनी धुऊन आणले होते, त्यांच्या पाठी उन्हात चमकत होत्या. घोड्यांच्या पाठीवर प्रेमाने थोपटून दोघे पुढे निघाले. एकीकडे मुदपाकाची तयारी जोरात चालली होती. मोठमोठ्या हंड्यांत रस्सा रटरटत होता. सारे पाहात ते निघाले होते.

इतक्यात अचानक एका बाजूला गडबड उडाली. काही स्वार दौडत आलेले दिसले. जिथे वणगोजीराजेंचा डेरा होता. तेथे स्वार थांबले. तळावरच्या लोकांना काहीतरी विचारू लागले. सर्वजण तिकडेच जाऊ लागले. कसली गडबड असावी हे पाहायला मालोजी तिकडे लगबगीने निघाले. विठोजी त्यांच्या पाठोपाठ धावले.

ते स्वार पहाऱ्यावरच्या चौकीतले होते. वणगोजीराजेंची चौकशी करीत होते. वणगोजीराजे रंकाळ्यात पोहायला गेल्याचे समजल्यावर ते तलावाच्या काठाशी गेले. सारेजण त्यांच्या पाठीमागून धावले.

तलावाच्या काठाशी उभे राहून सर्वांनी जोरजोरात हाका मारल्या. वणगोजीराजे बरोबरीच्या मंडळींसह पोहत खूप दूरवर गेले होते. वारा उलट वाहात होता. आवाज पुढे जात नव्हता. पहारेकरी अगदी गडबडून गेले. घोड्यावरून उतरून मटकन खाली बसले. त्यातला एकजण मोठ्या कष्टाने म्हणाला,

‘‘घात झाला. विजापूरकरांच्या सैन्याची एक तुकडी इकडं चालून येतेय. आम्ही सरकारांना वर्दी द्यायला आलो.’’

‘‘सरकार स्वारी तर पाण्यात, आता काय करायचं?’’

दुसरा एकजण उद्गारला.

सारे हताश होऊन गेले. साऱ्या छावणीत खबर पसरली. गोंधळ आणखी वाढला. काय करावं हे कुणालाच सुचत नव्हते. अनेक छोटे-मोठे मनसबदार होते; पण आज्ञेशिवाय कोण काय करणार? हुकूम देणारे तर पाण्यात. त्यांनी हुकूम केल्याखेरीज स्वत:हून चढाईचा निकाल घेण्याची वेळच कधी त्यांच्यावर आलेली नव्हती.

पाहता पाहता दूरवर धूळ उडालेली दिसू लागली. निर्नायक छावणी आयती गनिमांच्या तावडीत सापडणार असे दिसू लागले.

अचानक मालोजींनी स्वत:शीच निर्णय घेतला. विठोजींचा हात पकडून आपल्या राहुटीकडे ओढत नेले. आपल्या घोड्यावर मांड ठोकली, विठोजींना म्हणाले,

‘‘आता विचार करायला वेळ नाही. छावणीत फिरा. साऱ्यांना तयार व्हायला सांगा. सरकार नसले तर काय झालं! इथंच बसून ऱ्हायलो तर फुकट मरू. लढून

मेलो तर नाव तरी राहील.''

विठोजी केव्हाच घोड्यावर स्वार झाले होते. दोघे निघाले. साऱ्या छावणीला तयार व्हायचे आवाहान करू लागले. तोपर्यंत सारेजण आपल्या राहुट्यांमधून बाहेर आले होते. त्यांना दोघांचे पटत होते, पण वणगोजीराजांच्या हुकमाशिवाय चढाई करायचे धाडस होत नव्हते.

मालोजी आणि विठोजींचे स्वार तयार झाले. मालोजी पुन्हा-पुन्हा ओरडून सांगत होते,

''इथं राहून काय होणार? फुकट मरण्यापरास चला लवकर. आम्ही पुढं होतो. तुम्ही पण चला.''

आता मात्र काहीजणांनी निर्णय घेतला. आपल्या स्वारांना आज्ञा दिल्या. तळावर एकच गडबड उडाली.

मालोजी आघाडीवर निशाण, नौबत घेऊन निघाले. त्यांच्यापाठोपाठ तयार होईल तसतसे घोडदळ जमू लागले.

जमलेले सैन्य पाहून मालोजींना हुरूप आला. त्यांनी तलवार उपसून ''जय भवानी'चा घोष केला. घोड्याला टाच दिली. साऱ्या सैनिकांमधून जयघोषाचा प्रतिध्वनी उमटला; शेकडो टापांच्या आवाजात धूळ उडवीत सैन्य निघाले.

■

११

वणगोजीराजे रंकाळ्यात पोहत पोहत दूरवर गेले. कितीतरी दिवसांनी असे मनसोक्त पोहायला मिळाले होते. अलीकडे फुरसतच मिळत नव्हती. सारा शिणवटा दूर झाल्यासारखे वाटले. पोहत असतानाही मनात खोलवर कुठेतरी दरबारी राजकारणाचे विचार मात्र येतच होते. त्यांना दूर सारीत त्यांनी पाण्यात खोलवर डुबकी मारली.

पाण्यातून डोके वर काढले मात्र जोरात कसलातरी आवाज आला. त्यांनी एकदम काठाच्या दिशेने वळून पाहिले. नौबत दणाणत होती. पाठोपाठ शेकडो टापांचा नाद घुमला. धूळ उडालेली दिसू लागली. वणगोजीराजांना काहीच समजेना. ते वेगाने काठाकडे झेपावले.

कोरडी वस्त्रे हातात घेऊन समोर आलेल्या खिदमतगारांना ढकलून ते पुढे आले. त्यांना पाहताच तळावरच्या लोकांनी एकच गलबला केला. ते संतापले. मोठ्याने गरजले.

''खामोश. गडबड बंद करा. गलका तात्काळ थांबवा.''

वणगोजीराजांनी एकाला जवळ बोलावून विचारले.

''काय झालं ते धडपणं सांग.''

“सरकार, अचानक विजापुरी हमला चालून आला. आपण पाण्यात; हाकांच्या पलीकडं हुतासा. सारं येलबडून गेलं.”

“मग?”

“त्या परवाच आल्याल्या वेरूळच्या पोरांनी ठाणलं. फुकट मरण्यापरास सामोरं जावं. कुणीकुणी त्यांच्या पाठनं गेली.” त्याने कसेबसे घाबरत सांगितले.

आता सारा मामला वणगोजीराजांच्या ध्यानी आला. ते तातडीने घोड्यावर स्वार झाले. उरलेली सारी फौज घेऊन निघाले. पुढे काय झाले असेल या विचारांनी त्यांचे काळीज धडकत होते, त्यामुळे बेचैन होऊन ते वेगाने दौडत होते.

कोल्हापूरची वेस ओलांडली. जेमतेम अर्ध्या कोसाची दौड झाली असेल, इतक्यात समोरून काही स्वार दौडत येताना दिसले. वणगोजीराजे चरकले. या मुलांनी केलेले वेडे धाडस, काही विपरीत तर घडले नसेल!

धुळीने माखलेले स्वार वणगोजीराजांना पाहताच थांबले. पायउतार होऊन मुजरा करणाऱ्या स्वाराकडे पाहतच ते खेकसले,

“आधी काय झालं ते सांग.”

स्वाराने वर पाहिले. त्याचा चेहरा आनंदाने फुलून आला होता.

“फत्ते झाली सरकार! पळवून लावलं गनिमाला.”

वणगोजीराजेंचा आपल्या कानांवर विश्वासच बसेना.

ते ताडकन घोड्यावरून खाली उतरले. स्वाराच्या खांद्याला धरून गदागदा हलवत त्यांनी विचारले,

“सांगतोस काय? फत्ते झाली?”

“जी सरकार, आम्हांला खबर द्यायला फुडं धाडलंय. बाकीची मागनं यायला लागलीत.”

वणगोजीराजे सैन्याकडे पाहात म्हणाले.

“चला, आपण त्यांना सामोरं जाऊ या.”

मालोजी जखमी सैनिक, मिळालेली लूट घेऊन इतर सरदारांबरोबर परतत होते. वणगोजीराजांना जातीने सामोरे आलेले पाहून ते थांबले. पायउतार झाले. मुजरा करून वर पाहतात, तो वणगोजीराजांनी पुढे येऊन त्यांना ऊरभेट दिली, भरल्या गळ्याने म्हणाले,

“कमाल केलीस पोरा. बाबाजीचं नाव राखलंत, आमी भरून पावलो.”

जिगरबाज वीराची आणि दिलदार धन्याची ती भेट पाहून विजयी सैन्याला जोष आला. वणगोजीराजे आणि त्यांच्याबरोबर मालोजींचा जयजयकार करीत त्यांनी सारे आसमंत दणाणून सोडले. वणगोजीराजे विजयी वेरूळकरांसह तळावर परत निघाले.

■

१२

छावणीत सगळीकडे खुशीचे वातावरण होते. जखमदरबार भरून उलगडला. सर्वांची विचारपूस करत वणगोजीराजेंबरोबर मालोजी फिरत होते. प्रत्येक स्वाराच्या मनात त्यांच्याबद्दल निर्माण झालेला आदर उघडपणे दिसत होता.

वणगोजीराजांच्या डेऱ्यात सारे प्रमुख सरदार जमले. वणगोजीराजांनी मालोजींना विचारले,

"आम्हांला साऱ्या हातघाईचा करीणा बितपशील ऐकायचा आहे. सांगा बरं!"

मालोजी संकोचले. काहीच बोलले नाहीत.

वणगोजीराजांनी सगळ्यांकडे पाहिले, म्हणाले,

"तुमच्यापैकी सारेजण होता, काय झालं नीट सांगा."

विठोजी पुढे सरसावले.

"आम्ही होतो संगट. आम्हांला माहीत आहे."

"ठीक आहे, तुम्ही सांगा." वणगोजीराजे हसत म्हणाले.

विठोजी सांगू लागले.

"आम्ही हितनं बाहेर पडलो. गनिमाचं सैन्य दोन-तीन कोसांवर आम्हांला सामोरं आलं. त्यांच्या आघाडीवर दोन निशाणाचं हत्ती, मागनं घोडदळ, गजगतीनं सावकाश येत हुतं. आम्ही तळावर बेसावध असणार अचानक हमला करायचा त्यांचा बेत असणार. पर तेच गाफिलपणे सापडले. दादासाहेबांनी निशाणाचे हत्ती पाहिले. झुंजाचा बेत आखून दिला. सैन्याच्या दोन तुकड्या केल्या. त्यांनी हत्ती सोडून त्यांच्या दोन्ही बाजवांवर चाल करायची असं ठरवलं."

"अरे वा, मग पुढं?" वणगोजीराजांनी कौतुकाने विचारले.

"दादासाहेब जातीनं निशाणाच्या हत्तीवर चालून गेले. हौद्यावर हमला करून निशाण पाडलं. माहुताला मारलं. त्यामुळे हत्ती बिथरला, मागं फिरला. तोवर त्यांच्या आघाडीच्या स्वारांनी दुसऱ्या हत्तीवर हल्ला चढवला. त्याचं निशाण पाडलं. दोन्ही हत्ती मागे फिरले.

हत्तींनी मोहरा फिरवला. ते आपलेच सैन्य तुडवत निघाले. माघारा फिरलेल्या हत्तींच्या हल्ल्यामुळे गनिमाच्या सैन्यात गोंधळ माजला. सैनिक सैरावैरा धावत सुटले. पण जाणार कुठं? दोन्ही बाजवा आमच्या सैन्याने अडवल्या होत्या. त्यांना मागं पळण्याशिवाय दुसरी वाटच राहिली नाही. आपले स्वार त्यांच्यामागं धावू लागले. त्यांना दादासाहेबांनी रोखलं, साऱ्यांना परत फिरायला लावलं."

लढतीचा सारा करीणा ऐकून वणगोजीराजे निहाल होऊन गेले. मालोजींच्या खांद्यावर हात ठेवीत म्हणाले,

"एवढ्या लहान उमरीत तुमचं झुंजीचं कसब थोर आहे. कसलेल्या सरलष्करासारखा तुम्ही डाव आखला. आम्हांला वाटलं तुम्ही वेडं धाडस केलंय, पण फत्ते मिळाल्यावर मनाच्या जाहिलीनं तुम्ही पाठलाग केला नाही, माणसं वाचवली. खरंच, आम्हांला अनेक सालांत असा असामी मिळाला नव्हता."

मालोजी कौतुकाच्या बरसातीने भारावून गेले. त्यांच्या तोंडून शब्दही फुटत नव्हता. वणगोजीराजे पुढे म्हणाले,

"आम्ही सारा बितपशील दरबाराला कळवणार आहोत. तुमचा खानदानी सरंजाम तुम्हांला इतमामानं परत मिळावा यासाठी जातीनं शब्द टाकू. तुम्ही मानानं दरबारचे सरदार होण्यात आमचाही मोठेपणा आहे."

क्षणभर थांबून विचार करत ते पुढे म्हणाले,

"दरबारातनं काय मिळायचं ते मिळेलच, पण आम्ही तुमच्यासाठी काय करावं? काही मागा. दिल खोलून मागा. आम्हांला वणगोजीराजे म्हणतात. शब्द पडू देणार नाही, सांगा."

मालोजींना झाल्या प्रकाराने अगदी गुदमरल्यासारखे झाले होते; ते कसेबसे म्हणाले,

"आम्ही टाच दिली तेव्हा मनोमन इथल्या आई अंबाबाईला बोललो होतो. फत्ते झाली तर आपल्यासंगट दर्शन घ्यायला येऊ. बास, तेवढं पार पडलं तर आमची कदर झाली असं वाटंल."

वणगोजीराजे थक्क होऊन गेले. काहीही माग म्हणणाऱ्याकडे केवळ जगदंबेचा आशीर्वाद मागणाऱ्या मालोजींचा निकोप, गावरान, साधाभोळा भाव त्यांना अतिशय भावला. ते उठून उभे राहिले, साऱ्यांना म्हणाले.

"चला, आताच आईच्या दर्शनाला जाऊ. चांगल्या कामाला वेळ नको. अशा वीरांचं धनीपण करायला मिळालं यासाठी आम्हीच आईचे पाय धरायला हवेत. तिच्याच मर्जीनं आम्हांला हे भाग्य लाभलं, चला जाऊ या."

अर्ध्या प्रहरात साऱ्या लवाजम्यासह वणगोजीराजे मालोजींसह जगदंबेच्या राउळाकडे रवाना झाले.

■

१३

वणगोजीराजेंचा मुक्काम अद्याप रंकाळ्याकाठी छावणीत होता. वणगोजीराजांनी कोल्हापूरजवळ झालेल्या झुंजीचा बितपशील वजीर जमालखानांना तसेच दरबारी नगरला कळवला होता. त्याला पंधरवडा उलटून गेला. अद्याप परतीचा खलिता आला नव्हता. पुढची हालचाल ठरत नव्हती. सारे आतुरतेने पुढची मोहीम हाती

घेणार की माघारी वळायचे यासाठी दरबारी हुकमाची वाट पाहात होते.

असेच आणखी चार दिवस उलटले. अचानक शाही खलिता घेऊन स्वार छावणीत आले. वणगोजीराजांनी आपल्या डेऱ्यात साऱ्या प्रमुख मंडळींना बोलावले. खलित्यात काही खास खबर असणार; याची साऱ्यांनी अटकळ बांधली.

खबर चांगली होती. वजीर जमालखान यांनी विजापूरकरांशी सुलुख केला होता. अष्टीला पंधरा दिवस दोन्ही सैन्याचे तळ समोरासमोर पडले होते. हातघाईवर न येता दोन्ही बाजूंनी बोलणी सुरू केली. आदिलशाहांची शाहजादी खदिजा बेगम साहिबा, चांदबिबी साहिबा, खदिजा बेगमची मुले यांना विजापुराकडे सुखरूप पोहोचवणे, तसेच त्यांच्या खर्चासाठी मोठी रक्कम देण्याचे जमालखानांनी कबूल केले. त्याप्रमाणे पूर्तता केली. आता ते सैन्यासह नळदुर्गमार्गे परतीला लागले होते.

मोहीम आटोपली. वणगोजीराजांनी छावणी उठवून परतायचा हुकूम दिला. मोहीम लवकर आवरली. आता घरी आपल्या माणसात जायला मिळणार. सारे खूश होऊन तयारीला लागले.

वणगोजीराजांनी मालोजींना जवळ बोलावले. म्हणाले,

''मोहीम आवरली आहे. आम्ही फलटणला जातो. तुम्ही विठोजींसह वेरूळी जाऊन या. आम्ही बाबाजीराजांना तुमची मर्दुमकी कळवली आहे. तुम्हांला भेटल्यावर त्यांना बरं वाटेल.''

''जी!'' मालोजी आनंदाने म्हणाले.

वणगोजीराजांनी कोल्हापूरहून वेरूळला जायचे असे म्हणताच मालोजींच्या नजरेसमोर सारे वेरूळच उभे राहिले, भवानीच्या टाकागत!

■

१४

बाबाजीराजे आपल्या दालनात कवाडाशी उभे होते. दोन्ही मुले फलटणला गेल्याला दोन महिने उलटले होते. अजून रिकामा वाडा त्यांना खायला येई. पौष, माघ उलटले होते. कडक थंडी, रखरखीतपणा कमी झाला होता. करपलेले तपकिरी रान पोपटी लालसर पालवीने बहरू लागले होते. त्याच्याकडे पाहात ते कितीतरी वेळ उभे होते. त्यांच्या हातात वणगोजीराजांनी पाठवलेला खलिता होता. आपल्या मुलांचा पराक्रम कितीही वेळा वाचला तरी त्यांचे समाधान होत नव्हते. ते सदरेवर जाण्यासाठी वळणार तोच बाहेर टापांचा आवाज आला.

बाबाजीराजे गडबडीने बाहेर आले. दोन स्वार वाड्याच्या दिशेने भरधाव येत होते. वाड्याच्या दाराशी येताच ते पायउतार झाले. त्यांचे सारे अंग धुळीने माखले होते. फार दूरची दौड करून आलेले दिसत होते. आत येऊन बाबाजीराजांना मुजरा

करून दोघे उभे राहिले.

"काय खबर आहे?" बाबाजीराजांनी विचारले.

"धाकले सरकार येत आहेत. एवढ्यात येतील. आम्हांला वर्दी द्यायला पुढं धाडलंय."

बाबाजीराजे खुशीत पुढे आले. त्यांनी स्वारांना बक्षिसी दिली. झटक्यात साऱ्या वाड्यात बातमी पसरली. आरामात काम करणारे सारे नोकर अंग झटकून कामाला लागले. रेखाऊ आरतीच्या तयारीला लागल्या.

अर्ध्या घटकेत सारे घोडदळ वाड्याच्या दाराशी आले. घोड्याच्या टापांनी व धुळीने वेरूळ गाव गजबजून गेले. मालोजी पायउतार झाले. वाड्याच्या कमानीत आले. सवाष्णींनी पायावर पाणी घातले. भाताच्या मुठी उतरून टाकल्या. जरीवस्त्र ल्यायलेल्या रेखाऊ आईसाहेब हातात आरती घेऊन लेकांची वाट पाहात होत्या. मालोजींनी त्यांच्याकडे पाहिले. रेखाऊंनी त्यांच्या मस्तकी टिळा लावण्यासाठी हात उंचावला, हात वर पोहोचेना. उंचेपुरे मालोजी खाली वाकले. रेखाऊंनी त्यांना डोळे भरून पाहात ओवाळले. मालोजींनी खाली वाकत त्यांचे पाय शिवले. विठोजींसह वाड्यात पाऊल ठेवले.

बाबाजीराजे सदरेवर उभे होते. दोघे विजयी वीर तेथे आले, वाकून पाया पडणार तोच बाबाजीराजांनी आपले दोन्ही बाहू पसरले. त्यांना उराशी कवटाळले, त्यांच्याही नकळत त्यांचे डोळे भरून आले. हे अपूर्व दृश्य पाहून वाड्यातल्या साऱ्यांच्या डोळ्यात पाणी उभे राहिले.

मालोजी आत आले. त्यांची नजर सगळीकडे भिरभिरत होती. थोरल्या आऊसाहेब कुठे दिसत नव्हत्या.

बाबाजीराजांनी त्यांना आत नेले. थोरल्या आऊसाहेब त्यांच्या दालनातच होत्या. त्यांच्याकडे नजर जाताच मालोजी मनातून पार चरकले. अवघ्या दोन-तीन महिन्यांच्या कालावधीत थोरल्या आऊसाहेब अगदी थकून गेलेल्या होत्या.

मालोजींनी खाली वाकून त्यांचे पाय धरले. त्यांच्या अगदी निकट जाऊन बसले.

"औक्षवंत व्हा!" कातर स्वरात आशीर्वादाचे बोल उमटले. आऊसाहेबांनी हात पसरून लाडक्या नातवाला जवळ ओढले. त्यांचे थरथरते हात मायेने मालोजींच्या पाठीवरून फिरू लागले.

पहिला आवेग ओसरला. मालोजी सरसे बसते झाले. आऊसाहेबांनी पदराने डोळे कोरडे केले. कौतुकाने हसत मालोजींना त्या म्हणाल्या,

"थोरले, झुंजीला गेलात. पराक्रम केलात. तुमच्या आबासाहेबांनी सारा करिणा आम्हांला ऐकवला. आमचा जीव धन्य झाला, पण..."

बोलता बोलता आऊसाहेब पळभर थांबल्या, त्यांच्या आवाजाला एक धार आली. नजरेत दुखरा भाव उमटला.

"पर थोरले, आम्ही शब्द टाकला, तुमच्या आबासाहेबांनी तुम्हांला मुलूखगिरीवर धाडलं. तुम्ही असलं धाडस करून बसला. जगदंबेची कृपा. सारं ठीक झालं म्हणून बरं. नाहीतर आमच्या माथी केवढा बोल आला असता, सांगा बरं."

मालोजींची नजर खाली झुकली, कसेबसे शब्द निसटले,

"आम्हांला भानच राहिलं नाही. आऊसाहेब."

त्यांचा हात हातात घेत थोरल्या आऊसाहेब भरल्या आवाजात म्हणाल्या,

"तुमच्या आजोबांची याद ठेवा. त्यांच्या अशाच धाडसीपणापायी आमचं काय झालं ते पाहा. धाकल्यांना तुमच्या हाती सोपवलंय त्याचा विचार करा. या वयात आता आणखी सोसायची ताकद नाही राहिली आमच्यात."

थोरल्या आऊसाहेबांचे बोल मालोजींचे काळीज कापत गेले. त्यांना काय बोलावे ते उमजेना. सर्वजण गंभीरपणे शांत बसले होते. इतक्यात अचानक विठोजींचे निरागस बोल उमटले.

"आऊसाहेब, तुम्ही दादासाहेबांची काळजी करू नका. आम्ही दादासाहेबांसंग सावलीसारखं राहू. आम्ही सांभाळू त्यांना."

विठोजींच्या प्रेमळ भाबड्या बोलांनी वातावरणातील ताण अचानक नाहीसा झाला. थोरल्या आऊसाहेबांच्या चेहऱ्यावर सुद्धा हसू झळकले, त्या हसत म्हणाल्या, "म्हणून तर आम्ही तुम्हांला त्यांच्यासोबत धाडलंय. होय की नाही बाबा?"

"होय तर!" बाबाजीराजांनीही हसत दुजोरा दिला.

थोरल्या आऊसाहेब आता खुशीत आल्या.

"पण बाबा, आता थोरल्यांना सांभाळायला धाकले कसे पुरे पडणार? आणखीन कुणीतरी हवं, होय की नाही?"

"जी. आता मात्र तुम्हांला नातसुना आणायला हव्यात."

बाबाजीराजे मनमोकळेपणाने म्हणाले. हसत खेळत गप्पा रंगल्या. सारा वाडा खुशीच्या हिंदोळ्यावर झुलत होता.

■

१५

मालोजींना वेरूळला येऊन आठ दिवस झाले. शुभ दिवस पाहून उगवतीलाच भोसल्यांचा कबिला वेरूळहून घृष्णेश्वरी निघाला. कोवळ्या उन्हात वाट उजळत होती. पक्ष्यांच्या किलबिलाटात पालवीची सळसळ मिसळली होती. त्या नादात गुंगून मालोजी सारं काही नव्यानेच पाहात असल्यासारखे निरखत चालले होते.

आघाडीवर स्वार, मध्यभागी मेणे, मागून घोडदळ असा लवाजमा निघाला होता. थोरल्या आऊसाहेबांनी नातवांसाठी केलेला नवस फेडण्यासाठी त्या स्वत: जातीने चालल्या होत्या.

सारा लवाजमा देवळाजवळ आला. मालोजींनी स्वत: थोरल्या आऊसाहेबांना आधार देऊन मेण्यातून उतरवले. हळुवारपणे देवळात आणले. ओवरीत चाकरांनी हंतरी टाकली होती, तिथे बसवले.

तिमणभट शेडगे-गोसावी आणि त्यांचे वृद्ध वडील दामोदर पंत घृष्णेश्वराचे पिढीजात पुजारी. त्यांना आधीच सांगावा पाठवला होता. त्यांनी पूजेची सारी तयारी केव्हाच केलेली होती.

गाभाऱ्यात नंदादीपाच्या प्रकाशात शिवलिंग उजळून निघाले होते. पिंडीचा माथा बेलफुलांनी सजला होता. कलशातून पिंडीवर थेंबाथेंबाने अभिषेक होत होता. पूजेला सुरुवात झाली. रुद्राचे गंभीर स्वर गाभाऱ्यात घुमू लागले. आरती झाल्यावर साऱ्यांनी भक्तिभावाने हात जोडले. मालोजी व विठोजींनी दंडवत घातले. तीर्थप्रसाद घेऊन सर्वजण गाभाऱ्याबाहेर आले. ओवरीत विसावले.

मालोजींची नजर सगळीकडे भिरभिरू लागली. मंदिर अतिशय पुरातन होते. आता अगदी जीर्ण बनले होते. भिंतीचा रंग उडाला होता. ठायीठायी चिरे ढासळले होते. मालोजी निरखून पाहू लागले. भक्तीने भारलेली त्यांची नजर आज वेगळ्या दृष्टीने देवळाकडे पाहू लागली. पाहता पाहता ते उठून उभे राहिले; बाहेर पडले, त्यांना असे अचानक उठलेले पाहताच विठोजी पाठोपाठ धावले.

देवळाचा परिसर त्यांच्या काळजाला अधिकच भिडला. पायऱ्यांचे फुटलेले दगड, निसटलेले चिरे, त्यातून वाढलेली काटेरी झुडपे, ठायीठायी भंगलेली दीपमाळ, त्यांच्या मनाशी वेगळी भाषा बोलू लागले. त्यांचे डोळे सारे साठवत होते. पाठीमागून आलेल्या विठोजींची चाहूल लागताच ते वळले. काहीही न बोलता त्यांनी विठोजींचा हात हाती घेतला.

दोघे राउळाभोवती फिरू लागले. वाळलेले गवत, अस्ताव्यस्त वाढलेली काटेरी झुडपे, धड चालतही येत नव्हते, त्यातच दीपमाळेचे तुटके, फुटके दगड विखुरलेले होते. मालोजी मध्येच थबकले. त्यांनी खाली वाकून त्यातला एक तुकडा उचलून हातात घेतला. विठोजींकडे पाहिले,

''पाहिलंत विठोजी, कशी दशा झालीय देवळाची. शंभूमहादेवाचे हे राऊळ. आपले कुलदैवत. काय अवकळा झाली आहे.''

विठोजी नुसते पाहात राहिले. त्यांना काहीच समजत नव्हते. मालोजी पुढे म्हणाले,

''आम्ही आबासाहेबांबरोबर अहमदनगरला गेलो होतो. तिथं बघितल्या सुरेख

वास्तू, मशिदी. किती देखण्या, अगदी निर्मळ. तुम्ही नाही पाहिलेलं. आम्हांला आता जाणवतंय. आमच्या देवळांची ही अशी अवस्था. सगळीकडे पडझड झालेली. चहूबाजूंना घाण पसरलेली!

विठोजी, हे घृष्णेश्वराचे देऊळ बारा स्वयंभू ज्योतिर्लिंगांपैकी एक आहे असे थोरल्या आऊसाहेब सांगत होत्या. तुम्हांला माहीत आहे, हे देऊळ प्रभू रामचंद्रांनी वनवासात असताना बांधले होते असे म्हणतात.

खरंच, एकेकाळी किती वैभवसंपन्न असेल हे मंदिर! इथे अहोरात्र दुधातुपाचे अभिषेक झाले असतील. ते सुवर्णदीपांच्या उजेडात कसं लखलखलं असेल. चंदनाच्या, धूपाच्या गंधाने दरवळलं असेल. सारा परिसर मंत्रघोषाने दुमदुमला असेल.''

विठोजींकडे खिन्नपणे पाहात ते बोलत होते. विठोजींना काही सुचत नव्हते. मालोजी कळवळत आपली व्यथा मांडत होते.

''प्रत्यक्ष प्रभू रामचंद्राला वनवासात साथ देणारा घृष्णेश्वर आज स्वत:च वनवासात पडलाय. विठोजी, आम्हांला जय मिळाला, मान मिळाला, दौलत मिळाली. सारं काही यांच्याच आशीर्वादानं लाभलं. आम्हांला आपल्या देवळाची ही अवदसा बघवत नाही, विठोजी.''

मालोजींचा कंठ दाटून आला. त्यांचे बोल विठोजींच्या काळजाला भिडत होते. ते म्हणाले,

''दादासाहेब, इतकं वाटतं, तर आपण काहीच नाही का करू शकणार यांच्यासाठी?''

ते ऐकताच मालोजींचा चेहरा उजळला, त्यांच्या चेहऱ्यावरचे भाव बदलले, निश्चयी स्वरात ते उद्‌गारले,

''खरंच, का नाही विठोजी? आपण जरूर काहीतरी करू. हे राऊळ पुन्हा उभारू. विठोजी, खरंच, कसं दिसेल नवं देऊळ, भव्य, निर्मळ आवार, प्रशस्त ओवऱ्या, उंच घडीव दीपमाळ, सुबक, नक्षीदार खांब, भिंतीवर रेखलेली देखणी चित्रं. उंच शिखरावर सोन्याचा कळस.'' तल्लीन होऊन मालोजी स्वत:शीच बोलत होते. बोलता बोलता दोघांच्या नजरेसमोर मंदिर जणू आताच प्रत्यक्ष घडवल्यासारखे उभे राहिले.

विठोजींनी मालोजींचा हात पकडला. त्यांची तंद्री भंगली. विठोजी त्यांचा हात ओढत म्हणाले,

''चला दादासाहेब, आपण थोरल्या आऊसाहेबांच्या कानी घालू.''

दोघे आत गेले. ओवरीत सारेजण बसले होते. मालोजी थोरल्या आऊसाहेबांजवळ जाऊन बसले.

“चला, आलात फिरून? आता निघू या.” आऊसाहेब म्हणाल्या.

“नाही आऊसाहेब, आम्हांला आमचा एक खास मनसुबा आपल्याला सांगायचा आहे. तुमचे आशीर्वाद हवेत त्यासाठी.”

थोरल्या आऊसाहेब क्षणभर दचकल्या. त्यांना दसऱ्याच्या दिवशीची आठवण झाली. तसाच गंभीर चेहरा, तोच निश्चयी सूर. त्यांनी स्वत:ला सावरले. मालोजींच्या पाठीवर हात ठेवला.

“आम्हीच विचारणार होतो. दोघे उशीर बाहेर गेला होता. काय ठरवलंय?”

“आऊसाहेब, सारं राऊळ फिरून पाहात होतो. आम्हांला वाटतं, खूप जुनं झालं आहे, जागोजाग पडझड झालीय. त्यासाठी काहीतरी करावं असं वाटतंय.”

“बरं मग?”

“आम्हांला आमच्या कुलदैवताचं देऊळ पुन्हा नव्याने उभं करायचं आहे. त्याशिवाय आमच्या जिवाला चैन पडणार नाही.”

“पण थोरले, हे फार मोठं काम.”

“आपल्याला जमेल तसं उभं करू. मिळेल ते मुठीमुठीनं आणून त्याच्यापायी वाहू, पण हे परत उभं करू. आपण आपलं फक्त पाठबळ द्या.”

थोरल्या आऊसाहेबांना आपली आयुष्यभराची शिवभक्ती सार्थकी लागल्याचे समाधान वाटले. त्या अत्यंत प्रसन्न झाल्या. बाबाजीराजेंकडे खुशीत पाहात म्हणाल्या, “पाहिलंत बाबा, मुलं आता कर्ती झाली. सारं आपणच ठरवायला लागली. आपण आता मागितलं की पाठबळ तेवढं द्यायचं.”

मालोजी गडबडून गेले. बाबाजीराजे मोठ्याने हसले.

“आऊसाहेब, अशा सर्व बाबी त्यांच्या त्यांनी ठरवल्या तर आम्हांलाही बरंच आहे. आम्ही लवकर कारभारातून मोकळे होऊ.”

“तसं नाही आबासाहेब.”

दोघे गडबडीने बोलले. ते पार गोंधळून गेले होते. बाबाजीराजे उठले. गाभाऱ्याकडे तोंड करून हात जोडीत म्हणाले,

“तुमचा बेत खरंच फार साजरा आहे. आपण आपल्या दौलतीतून जमेल तशी सुरुवात करू. आपल्या हातून सेवा घडावी अशी शंभूमहादेवाची इच्छा असेल तर तोच हातीचे बळ वाढवील. चला, शुभकार्याला वेळ नको. आजच संकल्प सोडू या.”

तिघेजण पुन्हा गाभाऱ्यात गेले. बाबाजीराजांनी दामोदरपंतांना सारे सांगितले त्यांनी प्रसन्नपणे तिघांनाही हात पुढे करण्यास सांगितले, भोसलाई त्रिदळावरून संकल्पाची मंत्रांजली वाहताना वृद्ध दामोदरपंत शेडग्यांचे हात भावनावेगाने थरथरत होते.

■

१६

वणगोजीराजे कोल्हापूरची फत्ते मिळवून फलटणला परतले. आदिलशाहांशी नुकताच सुलुख झाला होता, त्यामुळे तिथली आता काळजी करण्याचे कारण नव्हते. वजीर जमालखान आष्टीच्या मोहिमेत यशस्वी झाले. निजामशाहीवरची त्यांची पकड चांगलीच पक्की झाली. निजामशाहा इस्माईल वयाने लहान असल्याने वजिरांच्या हातात संपूर्ण सत्ता आली होती. निजामशाहीत नजीकच्या काळात शांतता राहील असेच वाटत होते.

वणगोजीराजांना फलटणला येऊन दोन महिने झाले. अचानक एक खलिता त्यांच्याकडे आला; त्यातील मजकूर वाचून ते पार बेचैन होऊन गेले. साऱ्या दख्खनच्या राजकारणाला धक्का देण्याची ताकद त्या खलित्यात होती. त्यांनी तातडीने आपल्या स्वारांना बोलावणे पाठवले.

वणगोजीराजेंचा खलिता मालोजी आणि विठोजींनादेखील आला. बाबाजीराजांनी दोघांना लागलीच बोलावून घेतले. ते मालोजींना म्हणाले,

"थोरले, तुम्हा दोघांना निघायला हवं,"

"इतकं लागलीच जायचं? आता तर आलीत लेकरं" थोरल्या आऊसाहेब थोड्या नाराजीने म्हणाल्या.

"आऊसाहेब, आता असंच चालायचं. तुम्हीच तर त्यांना मुलूखगिरीवर जायला पाठबळ दिलंत; आता असं म्हणून कसं चालेल?"

"तेही खरंच." आऊसाहेब सुस्कारा सोडत म्हणाल्या.

दोघे दोनच दिवसांत बाहेर पडले. फलटणला पोहोचले, तेव्हा तिथे एकच धामधूम चालली होती. वणगोजीराजे सदरेत बसले होते. दोघे त्यांना भेटले. त्यांच्याकडे पाहात वणगोजीराजे म्हणाले,

"आलात? बरं झालं. कसे आहेत बाबाजीराजे?"

"ठीक आहेत," मालोजी म्हणाले, "सारी गडबड चाललेली दिसते. काही खास घडलंय का?"

"होय" वणगोजीराजे म्हणाले.

"खासच म्हणायचं. निजामशाहीत बरीच मोठी उलथापालथ होणार असं दिसतंय. तुम्ही आताच आला आहात. आज आराम करा. उद्या बोलू."

वणगोजीराजे आपल्या कामात गढून गेले. मालोजी विठोजीबरोबर बाहेर आले. ते विचार करीत विठोजींना म्हणाले,

"विठोजी, आदिलशाहीशी नुकताच सुलुख झालेला आहे, म्हणजे तिकडचं काही नसावं. दुसरंच काही झालं असावं, चला, उद्या कळेलच."

दुसऱ्याच दिवशी सारी आन्हिके आटोपून दोघे वणगोजीराजेंकडे आले. त्यांना पाहताच वणगोजीराजे म्हणाले,

"या. दोघे वेरूळकर अगदी तयारीत आलात."

"जी. पण आपण म्हणाला होता, आज सांगतो, काय घडलंय?" विठोजी उतावीळपणे म्हणाले.

"हो. हो. सबूर. आम्ही सांगणारच आहोत." वणगोजीराजे हसत म्हणाले.

दोघे त्यांच्याकडे मोठ्या उत्सुकतेने पाहात होते. वणगोजीराजे सांगू लागले, "आपले निजामशाहा इस्माईल यांचे वडील बुऱ्हाणशाहा बरीच वर्षे उत्तरेत होते. ते सध्या माळव्यात आले आहेत. आपला मुलगा आज जरी निजामशाहा तख्तावर असला तरी सत्ता वजीर जमालखान यांच्या हातात आहे. त्यांना दूर करावे. आपण खुद्द निजामशाही तख्तावर बसावं, असा इरादा पक्का करून ते दख्खनमध्ये आलेत."

"मग?"

"त्यांनी सर्व सरदारांकडे आपल्याला मदत करण्यासाठी खलिते पाठवले आहेत. वजीर जमालखान शिरजोरीने वागतात, त्यामुळे बरेचजण त्यांच्यावर नाराज आहेत. ते बुऱ्हाणशाहांना मिळतील असं त्यांना वाटतं. शिवाय त्यांना बादशाह अकबराचं पाठबळ आहेच."

"ते कसं?" मालोजींनी विचारले.

"ते इतकी वर्षे त्यांच्याकडेच राहिले होते. तो एक मोठा करिणा आहे. तुम्हांला समजेलच. तर बुऱ्हाणशाहांना मिळायचं की, जमालखानांबरोबर राहायचं असा पेच बहुतेकांच्या समोर पडलेला आहे. आमचं देखील अजून काही पक्कं ठरलेलं नाही, पण काही झालं तरी झुंज होणारच, त्याच्यासाठी तयार राहायला हवं."

"जी." मालोजींना सारे राजकारण हळूहळू ध्यानी येऊ लागले होते.

स्वत: बुऱ्हाणशाहा हे मरहूम मिराण हुसेन निजामशाहांचे भाऊ. त्यांनी दहा वर्षांपूर्वी मिराणहुसेनशाहविरुद्ध बंड केले होते. मिराण हुसेनने बंड मोडून काढले. बुऱ्हाणशाहा साधूचा वेष करून निसटले, ते थेट अकबर बादशाहांकडे गेले.

बादशाह अकबरांचे दख्खनवर लक्ष होतेच, मात्र ते राजपुताना आणि मध्य आशियातल्या मोठ्या आघाड्यांवर गुंतले होते. इतक्या दूरच्या पल्ल्यावर तिसरी आघाडी काढणे त्यांना इतक्यात नको होते. त्यांनी ही आयती चालून आलेली संधी उचलली. बुऱ्हाणशाहांना सारी कुमक जोडून दिली. मोगलांचा माळव्याचा सुभेदार मिर्झा अझिझ कोका याला बुऱ्हाणशाहाला सैन्य पुरवण्यासाठी सांगितले, परंतु दुसऱ्या प्रयत्नातही बुऱ्हाणशाहांचा पाडाव झाला. तेव्हापासून ते गेली नऊ वर्षे

मोगलांच्या आश्रयाने राहिले होते.

वजीर जमालखानाच्या त्रासामुळे परदेशी वंशाच्या मुस्लिमांच्या झुंडीच्या झुंडी माळव्यात जाऊ लागल्या. सुभेदार अझिझ कोका याने बादशाह अकबरांच्या कानी तक्रार घातली. अद्याप बादशाहांना दख्खनमध्ये मोहीम काढण्याइतकी मोकळीक नव्हती. अशावेळी त्यांच्यासारख्या थोर मुत्सद्याने पदरी असलेल्या बुऱ्हाणशाहासारख्या मोहऱ्याचा उपयोग केला नसता तरच नवल.

बादशाहांनी बुऱ्हाणशाहांना निजामशाहीलगतच्या 'हंडिया' परगण्याची सुभेदारी दिली. अझिझ कोकाला त्यांना सैन्याची मदत देण्याचा हुकूम दिला. बुऱ्हाणशाहा आयुष्याच्या उतारवयात लाभलेली तिसरी आणि अखेरची संधी साधण्यासाठी दख्खनमध्ये येऊन दाखल झाले.

बुऱ्हाणपूरला येताच त्यांनी एक एक सरदार हेरून त्याच्याशी संधान बांधायला सुरुवात केली. त्यांनी पाठवलेल्या खलित्यातील मजकूरही नमुनेदार होता. त्यात कळवले होते,

''माझा बेटा इस्माईल आज निजामशाही तख्तावर आहे. तो उमरीत लहान आहे, त्यामुळे जुलमी वजीर जमालखान सत्ता चालवीत आहेत. त्यांच्या कारभारामुळे सारी रयत त्रासून गेली आहे, निजामशाहीची हालत खराब झाली आहे. आमचा फर्जंद इस्माईल निजामशाहा यांना नेक सल्ला देऊन सल्तनत चांगली चालवायला मदत करावी म्हणून आम्ही दख्खनला परत आलो आहोत.

आपल्यासारख्या बुजुर्ग, इमानी सरदारांनी आम्हांला या कामी साथ द्यावी. आम्ही उचित समयी आपली त्यासाठी सर्फराजी करू.''

वणगोजीराजांनाही असाच खलिता आला होता. बुऱ्हाणशाहांना कोणते सरदार पाठबळ देतात, यावर सारे ठरणार होते. दख्खनच्या राजकारणातील बदलत्या वाऱ्याचा अंदाज घेण्यात वणगोजीराजे गढून गेले होते.

■

१७

मालोजींना फलटणला येऊन आठवडा झाला. अद्याप काहीच निश्चित ठरत नव्हते, त्याचवेळी आणखी एक खलिता वणगोजीराजेंकडे आला. त्यातली खबर वाचल्यावर वणगोजीराजांना बरे वाटले. त्यांनी पुन्हा सर्वांना बोलावून घेतले. काहीतरी महत्त्वाचे घडले असावे, ते जाणून घेण्याच्या उत्सुकतेने मालोजी विठोजींसह त्यांच्याकडे गेले. वणगोजीराजे सांगू लागले.

''आमच्या दाजीसाहेबांनी-लखुजीराजांनी खबर पाठवली आहे. त्यांचा मुलूख माळव्यापासून जवळ आहे. त्यांना बुऱ्हाणशाहांनी आधीच कौल दिला होता. त्यांचे

म्हणणे आहे की, बुऱ्हाणशाहा दिवसेंदिवस ताकदवर होत चालले आहेत. आपले कित्येक सरदार त्यांना आतून शामिल झाले आहेत. काहीजण तर उघडपणे घोडदळासह गोंडवनातून जाऊन त्यांच्याकडे दाखल झाले आहेत. बुऱ्हाणशाहांनी बेरारजवळ सैन्याची मोठी जुळवाजुळव केलेली आहे.''

वणगोजीराजे मध्येच थांबले. त्यांनी सर्वांकडे पाहिले. सारेजण ध्यान देऊन ऐकत होते. ते पुढे म्हणाले,

''इतकंच नव्हे, तर बदलत्या वाऱ्याची चाहूल घेऊन खुद्द आदिलशाहांनी त्यांना साथ देऊ केली आहे. आपला वजीर दिलावरखान याला फौजेसह पाठवून देण्याची तयारी दाखवली आहे. हे सारं पाहता, बुऱ्हाणशाहांची सरशी होणार असं दाजीसाहेबांचं म्हणणं आहे.''

वणगोजीराजांनी लखुजीराजांच्या खलित्यातली सारी माहिती सांगितली. खुद्द लखुजीराजे बुऱ्हाणशाहांना साथ देणार हे उघड दिसत होते.

सिंदखेडकर लखुजीराजे जाधवराव हे वणगोजीराजेंचे मेहुणे. त्यांच्या भगिनी गिरजाबाई यांचे पती. निजामशाहीतल्या मोजक्या, मातब्बर सरदारांमध्ये त्यांची गणना होत होती. तब्बल सत्तावीस महालांचे जहागीरदार असलेल्या लखुजीराजांना निजामशाही दरबारात मोठा मान होता. त्यांनी कळवलेल्या खबरीचे मोल त्यामुळेच फार मोठे होते.

वणगोजीराजांनी सर्वांवर नजर फिरवत मालोजींना विचारले,

''आम्हांला वाटतं, आपल्याला काहीतरी ठरवावं लागणार. तुमचा काय खयाल?''

''जी. आम्हांला वाटतं, सारा पट मांडून तयार आहे. खुद्द मोगल बादशाहांच्या पाठबळावर बुऱ्हाणशाहांनी डाव टाकला आहे. एकापाठोपाठ चाली उघड होऊ लागल्या आहेत. यात ते बाजी मारतील हे नक्की. आपल्याला त्यांच्याच बाजूने दान टाकावं लागणार असं दिसतंय.''

मालोजींच्या मार्मिक उत्तराने वणगोजीराजे खूश होऊन गेले, म्हणाले,

''वा. फार छान मांडलंत. आता पुढच्या चाली कशा पडतात ते लवकरच समजेल. तेव्हाच बाहेर पडायचं ठरवू. आम्ही बुऱ्हाणशाहांना आमची रजामंदी कळवून टाकतो.''

सारे काही आठवड्याभरात स्पष्ट झाले. विजापूरकरांकडून दिलावरखानाने निजामशाहीवर चाल करायची. त्याला तोंड देण्यासाठी जमालखान अहमदनगरच्या बाहेर पडले की, बुऱ्हाणशाहांनी बेरारहून कूच करायचे, त्याच्यावर हल्ला चढवायचा असे ठरले.

वणगोजीराजे मालोजींसह बाहेर पडले, दोन्ही सैन्यांची गाठ रोहणखेडच्या

मैदानात पडली. जमालखानाची पुरती कोंडी झाली होती. अगदी थोड्याशा हातघाईनंतर बुऱ्हाणशाहांची फत्ते झाली. जमालखान मारला गेला.

बुऱ्हाणशाहांचा निजामशाही तख्तावर बसण्याचा मार्ग खुला झाला. रोहणखेडच्या छावणीत एकच जल्लोष चालला होता. मालोजींच्या मुलूखगिरीच्या कारकिर्दीच्या सुरुवातीलाच निजामशाहीत सत्तांतर घडले होते. आपल्या भावी जीवनावर त्याचा काय परिणाम होईल याचा विचार त्यांच्यासह सारे सरदार करत होते. निजामशाहीतली गेल्या दोन वर्षांतली यादवी तरी निदान संपून जावी. दख्खनमध्ये शांतता राहावी असा विचार करत सारे भवितव्याचा वेध घ्यायचा प्रयत्न करत होते.

■

१८

बुऱ्हाणशाहा तख्तनशीन होण्यासाठी रोहणखेडहून अहमदनगरला निघाले. संपूर्ण नगर रोशणाईने सजले होते. ऐन वैशाखाच्या तापात सारी रयत नवीन निजामशाहांच्या स्वागतासाठी उत्सुक होती. बुऱ्हाणशाहांच्या लवाजम्याने वाजतगाजत नगरात प्रवेश केला.

आघाडीला निशाण नौबत घेऊन घोडदळ वेशीतून आत शिरले. पाठोपाठ चांदीचा हौदा पाठीवर घेतलेल्या शाही हत्तीने नगरात पाऊल टाकले. चांदीच्या हौद्याचे खांब व कळस सोन्याचे होते. त्यावर निजामशाही हिरवे निशाण फडकत होते. निशाणावरचा जरतारी चांद चढत्या उन्हात चमकत होता. हत्तीवरच्या हौद्यात वृद्ध निजामशाहा डाव्या हातात रेशमी गोंडे पकडून उजव्या हाताने रयतेची सलामी घेत होते. त्यांना उन लागू नये यासाठी रेशमी झालरीची अब्दागीर घेऊन खिदमतगार त्यांच्यामागे बसले होते. मागोमाग शाही खानदानातील माणसांना घेऊन हत्ती चालले होते. हत्तींच्यामागे राखणीचे घोडदळ, सामानांनी लादलेले उंट, बैल असा लवाजमा येत होता. नौबतीच्या आवाजात, बार, उखळ्यांच्या दणक्यात बुऱ्हाणशाहा नगरात दाखल झाले.

सर्वांत आधी ते आपले पणजोबा-अहमद निजामशाहा यांच्या कबरीकडे गेले. बाग-ई-रहुजा इथे त्यांनी चादर अंथरली. मक्का मशिदीत जाऊन 'शुक्राना' नमाज अदा केला. तिथल्या मौलवींना दिलासा दिला आणि अहमदनगरच्या किल्ल्याकडे कूच केले. गेली दोन वर्षे वजिरी बेबनाव आणि धार्मिक झगड्यांनी त्रासलेली रयत मोठ्या अपेक्षेने मिरवणुकीत सामील झाली होती.

सारे सरदार, मानकरी यांनी किल्ल्याबाहेरच्या माळावर तळ ठोकला होता. बुऱ्हाणशाहांनी तख्त हासिल केल्यावर पहिला दरबार बोलावला होता, त्यासाठी सारे किल्ल्यात येऊ लागले.

वणगोजीराजे दोघा भोसले वीरांसह दरबारासाठी अहमदनगरला आले. मालोजी दुसऱ्यांदा तर विठोजी प्रथमच नगरला आले होते. दरबारासाठी सर्वजण छावणीतून निघून किल्ल्याकडे निघाले.

किल्ल्याचा भव्य कोट दुरूनच नजरेत भरत होता. किल्ल्याचा मुख्य दरवाजा पूर्वेकडे होता. तिथेच उंच बुरुजावर निजामशाही निशाण फडकत होते. त्याकडे पाहात वणगोजीराजे मालोजींना म्हणाले,

"मालोजी, हा निशाणाचा बुरूज. याला सोंड बुरूज असंही म्हणतात. त्याचं खरं नाव इलाही बुरूज."

"इथल्या बुरुजांसाठी नावं आहेत?"

"होय. किल्ल्यात सारे चोवीस बुरूज आहेत. प्रत्येकाला नावे आहेत."

मालोजी पुढे बोलणार इतक्यात वणगोजीराजांना आत बोलावले गेले. तटाच्या आत गेल्यावर सारे दरबाराच्या महालाकडे निघाले. उन्हाळा असूनही हिरवळ, बगीचे आणि कारंजी यांनी परिसराला थंडावा आणला होता.

थोडे चालल्यावर काही देखण्या इमारती दिसल्या. मालोजींनी वणगोंजीराजेंकडे पाहिले, ते हलक्या आवाजात सांगू लागले,

"इथं असे बरेच महाल आहेत. त्यातला हा सोन महाल. इथं खुद्द बादशाह राहतात. इथल्या दालनातच दरबार भरतो."

"हं." म्हणत असताना मालोजींची नजर सर्व महालांच्या मध्यभागी दिसणाऱ्या उंच महालाकडे गेली. त्यांच्याकडे पाहात वणगोजीराजे म्हणाले,

"हा गगन महाल. इथला सर्वांत उंच महाल. इथून आजूबाजूच्या दहा कोसांच्या परिसरावर नजर ठेवता येते."

मालोजी सारे निरखीत चालले होते. सोन महालाच्याजवळच एक मशीद होती. बहुतेक शाही मंडळींसाठी असावी असे दिसत होती. सारे पाहात ते दरबारासाठी सोनमहालाजवळ आले.

महाल दरबारासाठी सजवला होता. चारही बाजूंच्या दरवाजांवर वाळ्याचे पडदे सोडले होते. त्यांच्यावर सतत गार पाण्याचा शिडकावा होत होता. सुगंधी गारव्याने वातावरण प्रसन्न झाले होते. दरबारची जमीन बहुमोल इराणी गालिचांनी आच्छादली होती. निजामशाही तख्ताच्या मागच्या बाजूला भरजरी पडदे होते. निशाणावरचा चांदवा अनमोल रत्नांनी आणि मोत्यांनी जडवलेला होता. तख्तावर मखमली लोड मांडलेले होते.

मालोजी आणि विठोजी विस्फारलेल्या नेत्रांनी सारी सजावट पाहात होते, इतक्यात नगाऱ्याचा आवाज घुमला. खड्या आवाजात अल्काबांचा पुकारा झाला. पुढेमागे सशस्त्र रक्षकांच्यामध्ये बुऱ्हाणशाहा दरबारात आले - निजामशाही तख्ते

ताऊसावर विराजमान झाले. त्यांनी अंगात सफेद, तलम, मलमली अंगरखा घातलेला होता. त्याच्यावर हिरव्यागार रेशमाने व जरीने भरतकाम केलेले होते. रेशमी वेलबुट्टीदार कमरबंदात तलवार लटकत होती. मस्तकावर खानदानी किमॉष लखलखत होता. गळ्यात टपोऱ्या मोत्यांचे हार रुळत होते.

बुऱ्हाण निजामशाहांच्या उजव्या हाताला वजीर, सरलष्कर व डावीकडे मुलकी अधिकारी हात बांधून उभे होते. निजामशाहीची पिढ्यान्‌पिढ्या निष्ठेने चाकरी करणारी निवडक सरदार, जहागीरदार मंडळी, दरबारी मानकरी मानाप्रमाणे उभी होती.

दरबाराच्या कामकाजाला सुरुवात झाली. बुऱ्हाणशाहांनी इखलासखानाला वजिरी दिली. मियान मंजू या त्यांच्या मर्जीतल्या सरदाराला मुखत्यारी दिली. आपल्याला तख्तावर येण्यासाठी मदत केलेल्या सर्वांची मानाप्रमाणे सर्फराजी केली. दरबारचे कामकाज आटोपत आले होते, इतक्यात वजीरसाहेब हलकेच बुऱ्हाण निजामशाहांच्या कानाशी लागले.

"हुजूर, फलटणकर वणगोजीराजे नाईक निंबाळकर यांना काही अर्जी पेश करणेची आहे."

बुऱ्हाण निजामशाहांनी दरबारावर नजर फिरवली. वणगोजीराजांना पाहताच त्यांच्या नजरेत ओळखीचे हास्य उमटले. त्यांनी वजिरांना इशारत केली. वणगोजीराजांना अर्जी पेश करण्याची इजाजत मिळाली.

वणगोजीराजे पुढे आले. त्यांनी बुऱ्हाणशाहांना कुर्निसात केला, म्हणाले, "आम्हांला हुजुरांपुढे अर्जी पेश करायला मिळाली याबद्दल आम्ही शुक्रगुजार आहोत. आमच्यासोबत वेरूळच्या बाबाजीराजे भोसले यांचे दोघे फर्जंद आले आहेत. आम्हांला हुजुरात त्यांची शिफारस करायची आहे."

"अच्छा? बताओ!"

"बहुत तेज बच्चे हैं हुजूर. या जंगमध्ये त्यांनी खूब हुनर दाखवला. एका वक्ती त्यांनी आमची जान बचावली, आपल्या जिवाची बाजी लावून सल्तनतची फत्ते केली. उनमें बडा मालोजी तो ऐसा सुरमा है हुजूर, की इतनी कम उमरमे जंगची काफी जानकारी त्यांनी हासिल केली आहे."

बुऱ्हाण निजामशाहांच्या नजरेत कुतूहल निर्माण झाले.

"ऐसा? फिर आपका क्या सुझाव है राजासाब आपही बताइये, हमें क्या करना चाहिये? हम आपका खयाल जानना चाहते हैं!"

"यांचे वालिद-बाबाजीराजे भोसले यांनी सरकारात अर्जी पेश केलेली आहे. त्यांचा खानदानी देड हजाराचा सरंजाम हुजूरकडे जप्त आहे, तो परत मिळण्यासाठी. हुजूरने तो वापस करायची इजाजत दिली तर त्यांच्या हुनरची सर्फराजी होईल.

इतनाही हमें कहना है!''

बुऱ्हाण निजामशाहांनी वजिरांकडे पाहिले. त्यांनी साऱ्या तपशिलाची खातरजमा केली. बुऱ्हाणशाहांनी हुकूम केला,

''उन दोनोंको दरबारमें पेश किया जाय.''

मालोजी आणि विठोजी पुढे आले. मुजरा करून उभे राहिले. दरबारी पोशाखातील रुबाबदार जवान वीरांना पाहून बुऱ्हाण निजामशाहा खूश होऊन गेले. त्यांनी हुकूम केला,

''हम इन दोनोंको अलग अलगसे देढ हजारकी दिम्मत देते हैं! इन्हें उनका खानदानी खिताब 'राजासाहब' और उसका सारा सरंजाम रखनेकी इजाजत देते हैं! बडे फर्जंद मालोजीराजा को शिवनेरी कीला और पूने इलाकेका मुलूख इनाम करते हैं!''

हुकूम केल्यावर बुऱ्हाणशाहांनी वणगोजीराजेकडे पाहात विचारलं,

''क्यूं राजासाब, यही चाहते थे ना आप?''

वणगोजीराजांनी होकार भरत त्यांना पुन्हा एकवार मुजरा केला.

बुऱ्हाण निजामशाहांची दिलदार व कदरदान वृत्ती पाहून सारा दरबार भारावून गेला. दरबार आटोपला. साऱ्यांनी विडे घेतले.

वणगोजीराजे 'मालोजीराजे' व 'विठोजीराजे' यांच्यासोबत आपल्या तळावर परतले.

■

११

वणगोजीराजे दरबार आटोपून घरी फलटणला परत आले. घरात आनंदाची बातमी होती. त्यांच्या धाकट्या भगिनी-गिरिजाबाई-लखुजी जाधवरावांच्या राणीसाहेब यांना पुत्ररत्न झाले होते. सिंदखेडच्या जाधवरावांच्या घराण्यात पहिला नातू झाला. वणगोजीराजांनी ताबडतोब थैली घेऊन स्वार रवाना केले.

पाचवी झाली. सिंदखेडहून निरोप आला की त्याप्रमाणे बारशाची तयारी करायची होती. वणगोजीराजांना बऱ्याच दिवसांनी निवांत घराकडे पाहायला मिळाले होते. सकाळची कामे उरकून ते आपल्या दालनात निघाले होते; तेवढ्यात त्यांचे कारभारी लक्ष्मणभट उपाध्ये लगबगीने त्यांच्याकडे येताना दिसले. उपाध्यांच्या हातात थैली दिसत होती.

''सरकार, सिंदखेडहून थैली आली आहे.''

''अस्सं, बघा बरं काय म्हणतात जाधवराव!''

लक्ष्मणरावांनी खलिता वाचला, त्यांच्या चेहऱ्यावर आनंद उघड दिसत होता.

"सरकार, सिंदखेडहून राजांच्या मातोश्री ठाकराई राणीसाहेब आणि खुद्द सरकार बारशाला येणार आहेत."

वणगोजीराजे खूश होऊन गेले. तसेच गिरिजाबाईकडे निघाले. गिरिजाबाई बाजेवर झोपल्या होत्या. नुकतेच त्यांचे केस उदवल्याने दालनात वास भरून राहिला होता. धुरातून वणगोजीराजांनी पाहिले. पाळण्याजवळ वणगोजीराजांच्या लाडक्या कन्या दीपाबाई उभ्या होत्या. त्यांच्याकडे पाहात त्यांनी विचारले,

"काय दीपाक्का, तुम्ही काय करताय इथं?"

दीपाबाईंनी आपल्या टपोऱ्या डोळ्यांनी एकदा वडिलांकडे पाहिले. काही न बोलता पाळणा हलवत राहिल्या. गिरिजाबाई हसत म्हणाल्या,

"बाळापासून हलत नाहीत अगदी. सारखं मांडीवर द्या म्हणून हट्ट करतात."

"हो का दीपाक्का, बाळ लहान आहेत अजून. बाळाचे आबासाहेब खूप मोठ्ठे सरदार आहेत. बाळाला काही झालं तर तुमचं आणि आमचंही काही खरं नाही. होय की नाही?"

दीपाबाईंनी घाबरून डोळे मोठे केले. पटकन पाळण्यावरचा हात काढून घेतला. गिरिजाबाई लाजल्या. वणगोजीराजे मोठ्याने हसले, गिरजाबाई म्हणाल्या.

"आपलं काहीतरीच दादासाहेब. सिंदखेडच्या सरदारीण असलो तरी आम्ही आपल्यासाठी लहानच."

वणगोजीराजे आज अगदी प्रसन्न होते.

"आम्ही बारसं मोठ्या थाटात करायचं ठरवलंय. आताच थैली आली. खुद्द राजे मातोश्रींबरोबर येणार आहेत, ते सांगायला आलो होतो."

गिरजाबाई आनंदून गेल्या.

"घरात बरीच वर्षे चांगले कार्य घडलं नाही. तुमच्यामुळे योग आला. आम्हांलाही कितीतरी दिवसांनी सवड मिळाली आहे. धडाका उडवून लावू."

वणगोजीराजे रंगात येऊन बेत सजवू लागले. पाहुण्यांच्या स्वागताला आणि बारशाच्या तयारीला सारे फलटण अंग झटकून कामाला लागले.

दोन्ही मातब्बर घराण्यातला पहिला नातू. बारसे अगदी थाटात कुळाच्या इतमामाला शोभेल असे साजरे झाले. जाधवांच्या कुलदीपकाचे नाव 'दत्ताजी' असे ठेवण्यात आले. नातवाच्या आजी ठाकराई राणीसाहेब अतिशय समाधान पावल्या.

बारशाची गडबड आवरली. सारी खाशी मंडळी जेवणाच्या पंगतीला बसली. चांदीच्या फुल्यांचे सागवानी पाट ओळीने मांडले होते. रांगोळ्यांच्या महिरपीत मांडलेली ताटे समयांच्या प्रकाशात चमकत होती. वणगोजीराजे, लखुजीराजे, त्यांचे बंधू जगदेवराव क्रमाने मंडळी बसली होती. स्वत: निंबाळकर राणीसाहेब पंगतीवर लक्ष ठेवून होत्या. ठाकराई राणीसाहेब त्यांच्याजवळच बसल्या होत्या.

जेवता जेवता गप्पा सुरू झाल्या.

"खूप दिवसांनी घरात कार्य झालं, खरंच दाजीसाहेब, तुमच्यामुळे योग आला." वणगोजीराजे म्हणत होते.

"आम्हांलाही खूप बरं वाटलं. दोन-तीन सालांत कुठं ना कुठं गुंतलेले, घराकडे, दौलतीकडे बघायला फुरसतच नव्हती."

"नव्या बादशाहांच्या अमदानीत आराम मिळेल असं वाटतंय. त्यांची साऱ्यांशी दोस्ती आहे. लवकर कुठं झुंज निघणार नाही असं दिसतंय."

"तसं झालं तर बरं. सारी घडी परत बसवायला हवी. दोन वर्षांत बरीच जुनी जाणती माणसं कामी आली. नवीन माणसं हुडकून घ्यायला हवीत. मोठं काम आहे."

"खरंय दाजीसाहेब, तसे बादशाह मोठे कदरदान आहेत. नवीन माणसांना संधी देतील. आमच्या त्या भोसल्यांच्या मुलांचेच पाहा ना. केवढी सर्फराजी केली त्यांची."

"होय, आम्ही त्या दरबारात होतो. खरंच, बाबाजीराजे मोठे भाग्यवान, एवढ्या लहान उमरीत त्यांच्या दोन्ही फर्जदांचा दरबारी मानपान झाला. आमची त्यांच्याशी पहचान आहे. त्यांचे वेरूळ आमच्या दौलतीजवळ आहे. मोठी नेक असामी आहे."

बोलता बोलता कोल्हापूरच्या, रोहणखेडच्या लढायांच्या गोष्टी निघाल्या. गप्पांना रंग चढला. खाणारे हात थंडावले. पुलाव्याचे ताट पुढे आले. खुद्द निंबाळकर राणीसाहेब आग्रह करीत होत्या. पण कुणाचे लक्षच नव्हते. शेवटी ठाकराई राणीसाहेब म्हणाल्या,

"सारख्या राजकारणाच्या गोष्टी. खाण्याकडं ध्यानच न्हाई कुणाचं, खुद्द मालकीणबाई आग्रह करत्यात तरी लक्षच न्हाई."

सारेजण चपापले, पुन्हा जेवणावर ताव मारू लागले.

विडे घेऊन मंडळी परत सदरेवर येऊन बसली. गोडाचे जेवण झाल्याने अंगे जड होऊ लागली होती, एवढ्यात आतून दीपाक्का गडबडीने बाहेर आल्या. वणगोजीराजेंकडे जाऊन तक्रार करून सांगू लागल्या.

"आबासाहेब, बघा ना आत्यासाहेब कशा करताहेत."

वणगोजीराजांनी लाडक्या लेकीला जवळ घेतले. गोऱ्यापान दीपाबाईंचा नाकाचा शेंडा लालबुंद झाला होता. गाल फुगले होते. बारशातल्या जरीच्या खणाच्या परकराने त्या डोळे पुसत होत्या.

"काय झालं दीपाक्का? काय केलं आत्याबाईंनी? बारशाचा लाडू नाही का दिला?"

"आम्हांला नकोत ते लाडू. आमी नाई खाणार."

दीपाबाई आणखीन फुरंगुटल्या.

"लाडू पण नको? एवढं काय झालं ते तर सांगा."

मोठेमोठे डोळे करत दीपाबाई सांगू लागल्या,

"आम्ही बाळासाठी एक लाडू घेऊन गेलो. बाळाला खायला द्यायला लागलो, तर आत्याबाईंनी काढून घेतला. बाळ खात नाई म्हणाल्या. मग आम्हांलापण नको." दीपाबाईंनी तक्रार पुरी केली. सारेजण हसू लागले. हसता हसता लखुजीराजे म्हणाले, "बाळाने त्यांच्याच बारशाचे लाडू खाल्ले नाही म्हणून तुम्ही रुसलात होय? आता तुमच्या लग्नाचे लाडू खायचे, होय की नाही?"

सारे पुन्हा मोठ्याने हसले, दीपाबाई आत पळाल्या. वणगोजीराजे मात्र गंभीर झाले.

"खरंच दाजीसाहेब, दीपाक्कांना आठवं सरलं. त्या लग्नाला आल्या. आम्ही सारखे बाहेर गुंतलेले. ध्यानीच आलं नाही. त्यांच्यासाठी पाहायला पाहिजे आता."

"आम्ही सहज बोललो, रावसाहेब."

"पण दुरुस्त बोललात. आपणसुद्धा लक्ष ठेवा. चांगलं स्थळ पाहिजे. आहे का आपल्या पाहण्यात?"

"आता अचानक नाही सुचायचं. पाहू चौकशी करून. आपल्या तोलामोलाच्या घराण्यात पाहायला हवं."

"आता थोडी सवड मिळाली आहे. तेवढ्यात जमलं तर बरं."

"खरं आहे. आम्ही ध्यानी ठेवू" लखुजीराजे विचार करत म्हणाले. त्यांच्या मातोश्री ठाकराई राणीसाहेब सारं ऐकत होत्या. त्या म्हणाल्या,

"आम्ही काही सुचवू का?"

"जी? काय म्हणता?"

"मघाशी जेवताना त्या वेरूळच्या भोसल्यांच्या मुलांबद्दल बोलताना ऐकलं. ते घर कसं वाटतं आपल्याला दीपाक्कांसाठी?"

"घराणं तर चांगलंच आहे. आपल्या तोलाचं. मुलंही आमच्या पाहण्यातली आहेत. दीड हजारी सरदार, खेरीज खासगीची दौलत पण मोठी."

वणगोजीराजे स्वत:शीच विचार केल्यासारखे बोलत होते,

"पण दाजीसाहेब, थोरले मालोजीराजे दीपाक्कांच्या मानाने मोठे नाही वाटणार?"

"जरा थोराड वाटतात, वय पण मोठं, अंतर फार पडेल त्यापेक्षा धाकले..."

लखुजीराजेंचे बोलणे तोडत ठाकराई राणीसाहेब मध्येच म्हणाल्या, "तुम्हा पुरुषांची डोकी राजकारणात चाललात. बाकीचं घरचं काही कळत नाही."

"म्हणजे?"

दोघांनी चमकून विचारले.

"अहो, लेक थोरल्याला द्यायची. तोच मानकरी, खातेदार घरचा."

त्या हसत म्हणाल्या.

''खरंच की, आम्हांला आधीच सुचायला हवं होतं.''

लखुजीराजे म्हणाले.

पाहता पाहता साऱ्यांनी विचार उचलून धरला. जवळचा चांगला दिवस पाहून मागणीचा खलिता घेऊन लक्ष्मणभट उपाध्ये आणि कारभारी वेरूळची वाट चालू लागले.

■

२०

वणगोजीराजेंचे कारभारी, उपाध्ये वेरूळला गेले. त्यांनी फलटणकरांचा विचार बाबाजीराजांच्या कानी घातला. खाशा निंबाळकर सरदारांची लेक सांगून आली. बाबाजीराजांना सोयरीक पसंत पडली. त्यांनी वणगोजीराजांना तसा निरोप धाडला.

फलटणहून वणगोजीराजे कबिल्यासह वेरूळला आले. पुरोहितांना बोलावणे गेले. मुहूर्त काढला. टिळा लावण्याचा समारंभ झाला. भावी व्याह्यांनी ऊरभेट घेतली. याद्यांना दोन्हीकडची मुख्य माणसे जमली होती. बाबाजीराजांनी विषय काढला.

''लग्न वेरूळी करायचं.''

''असं कसं होईल? रीतीनं आमच्याकडंच कार्य व्हायला हवं.'' वणगोजीराजांना पटत नव्हतं.

''आपलं म्हणणं खरं आहे, पण आमच्या आऊसाहेब अगदी थकल्या आहेत त्यांना फलटणला इतक्या दूर येणं झेपणार नाही.''

''तरी पण....'' वणगोजीराजांना सुचत नव्हते.

''आमच्या आऊसाहेबांचा थोरल्यांवर भारी जीव. आपल्या डोळ्यासमोर त्यांचे चार हात झालेले पाहायचे आहेत, असा हट्टच धरलाय त्यांनी.''

बाबाजीराजे आग्रहपूर्वक म्हणाले. वणगोजीराजांचा निरुपाय झाला. ते फलटणला परतले. वेरूळला मालोजीराजांच्या लग्नाची तयारी जोरात सुरू झाली. वाड्याला रंग लावला. चौकात भव्य मंडप घातला गेला. सारे वेरूळच लग्नघर बनले.

बाबाजीराजांनी रेखाऊंसह वाजतगाजत जाऊन घृष्णेश्वराला अक्षता दिली. गृहदेवता, ग्रामदेवता, कुलदेवता साऱ्यांना आमंत्रणे दिली. बाबाजीराजेंचे चुलत बंधू परसोजीराजे जिंतीला राहात होते. बाबाजीराजे त्यांच्याकडे जातीने अक्षता घेऊन गेले. इतर भाऊबंद, पाहुणे यांच्याकडे स्वार रवाना झाले. परसोजीराजे कुटुंबासह आठ दिवस आधी येऊन दाखल झाले. थोरल्या आऊसाहेबांच्या देखरेखीखाली जथा काढला. नवरीला पैठणी, वरातीसाठी शालू एकेक नग पारखून निवडला. इतरांसाठी

घेतलेल्या बऱ्हाणपुरी, महेश्वरी, शाहपुरी लुगडी, गर्भरेशमी ताग्यांचा ढीगच पडला होता.

थोरल्या आऊसाहेबांनी मोठ्या हौसेने लाडक्या नातसूनबाईसाठी सुबक घडावाचे दागिने बनवून घेतले. पाटल्या, तोडे, बिल्वर, गोठ, बाजूबंद, नथ, कंबरपट्टा एक ना दोन सारे दागिने तयार करून झाले.

लग्न जवळ आले. फलटणहून वऱ्हाड वाजत गाजत आले. तालेवाराघरचे वऱ्हाड, हत्ती, घोडे, पालख्या, मेणे, तट्टाच्या बैलगाड्या सारा लवाजमा वेशीत आला. परसोजीराजे-मालोजीराजेंचे काकासाहेब वाजत-गाजत वऱ्हाडासमोर गेले. व्याह्यांची ऊरभेट झाली. जानोसघरात वऱ्हाड विसावले.

मुहूर्तमेढ रोवली गेली. देवकार्ये झाली. हळद लागली. रुखवत, हळद खेळणे, हौसेच्या रिवाजांनी कार्याला रंगत आली. मुदपाकाचा कारखाना वाड्याबाहेर हलवला गेला. रोज शेकडो पान उठत होते.

लग्नाचा दिवस आला. सारा मांडव माणसांनी फुलून गेला. सीमान्तपूजन झाले. देवक बसले. मुहूर्तपात्र भरू लागले. नवरा-नवरी बोहल्यावर उभी राहिली. दोघांचे मामासाहेब तलवारी परजून त्यांच्यामागून उभे राहिले. करवल्या करे सांभाळीत मिरवत होत्या.

मालोजीराजे जरीसाफ्याचा फेटा, भरजरी किनखापी अचकन, कमरेला तलवार लावून बोहल्यावर उभे राहिले. नवऱ्यामुलाची रुबाबदार मूर्ती पाहून पाहुण्यांचे डोळे निवले. गोऱ्यापान, नाजूक दीपाबाई डाळिंबी रंगाची भरजरी पैठणी आणि भारंभार दागिन्यांनी लवल्या होत्या.

पुरोहितांनी मंगलाष्टके म्हटली. गोरज मुहूर्तावर वधू-वरांवर अक्षता उधळल्या गेल्या. टाळ्यांचा कडकडाट झाला. तुताऱ्या, चौघडा निनादला. उखळ्यांचे बार दणाणले, सनईचे मधुर सूर विवाहवार्ता चारही दिशांना पसरवू लागले.

आपल्या दालनातून थोरल्या आऊसाहेबांनी घृष्णेश्वराला हात जोडले. वणगोजीराजांनी सर्वांच्या नकळत शेल्याच्या शेवाने आपले डोळे टिपले.

लग्नाचे विधी पार पडले. वणगोजीराजांनी कन्यादान केले. तांदूळ भरलेल्या सोन्याच्या ताटात हिऱ्याच्या अंगठीने मालोजीराजांनी आपल्या पत्नीचे नाव रेखले, 'उमा'

वरात निघेपर्यंत रात्र झाली. रंगीबेरंगी तगडाची बाशिंगे बांधलेली नवरानवरी सजवलेल्या घोड्यावर बसली. वरातीपुढे बाबाजीराजे, परसोजीराजे, वणगोजीराजे, लखुजीराजे अशा खाशा स्वाऱ्या चालल्या होत्या. त्यांच्यापुढे वाजंत्री वाजतगाजत निघाली होती. वाजापाच्या मागून दांडपट्टा, विटा, तलवारी, मैदानी खेळ खेळणारे तसेच लेझीमवाले चालले होते.

दिवसभर लग्नाचे विधी करून कंटाळलेली नवरानवरी घोड्यावर पेंगत होती. वरात प्रत्येक घराजवळ थांबायची, घरातली सवाशीण बाहेर यायची. नवरानवरीच्या डोळ्यांना पाणी लावून त्यांना ओवाळायची. हातावर गुळाचा खडा ठेवायची. वरात हळूहळू पुढे सरकायची. प्रत्येक वळणावर, पाराखाली लिंबू कापून फेकले जायचे. नारळ उतरून फोडले जायचे, बार उडायचे, वरात पुन्हा पुढे चालू लागायची.

देवदर्शन करून वरात परतली. वाड्याच्या दाराशी येईतोवर रात्र उलटत आली होती. वाड्याच्या कमानीत दोघांवरून मोहरा उतरून टाकल्या गेल्या. सोन्याच्या पावलांनी धान्याची रास उधळत उमाबाईंनी भोसल्यांच्या घरात पाऊल टाकले.

■

२१

पुढच्या पाच दिवसांत देवकार्ये पार पडली. तुळजाभवानीचा गोंधळ घातला गेला. गळ्यात कवड्यांच्या माळा घातलेले संबळवाले आणि कथेकरी यांचा सुंदर मेळ जमला होता. पोतराज पोत खेळवीत होते. गोंधळाला अशी रंगत आली होती की, रात्र कधी सरली ते कळलंच नाही. बाबाजीराजांनी गोंधळ्यांना पेहरावा देऊन मान केला. नवरानवरी घृष्णेश्वरी जाऊन दर्शन घेऊन आली.

वऱ्हाड परतण्याची वेळ आली. चाकरांची एकच धांदल उडाली. पालख्या, मेणे सजून तयार झाले. उमाबाई विवाहानंतर आता भोसल्यांच्या होऊन फलटणी निघाल्या होत्या. जाण्याची तयारी पूर्ण झाली. त्यापूर्वी दर्शन घेण्यासाठी रेखाऊ त्यांना घेऊन देवघराकडे निघाल्या. थोरल्या आऊसाहेब पूजा करीत होत्या. उमाबाईंना तेथे बसवून रेखाऊ आपल्या कामासाठी निघून गेल्या.

बसल्याबसल्या उमाबाईंनी इकडे तिकडे पाहायला सुरुवात केली. त्यांची चौकस नजर देवघरावर फिरू लागली. इथले देवघर फलटणच्या देवघरासारखेच प्रशस्त होते. मोठ्या शिसवी देव्हाऱ्यात मूर्तींची स्थापना केलेली होती. एकीकडे विघ्नहर्ता गणपती तर दुसरीकडे शिवंकर शंकराची पिंडी मांडलेली होती. त्यांच्या शेजारी त्यांनी नुकतीच लग्नात आणलेली लंगड्या बाळकृष्णाची प्रतिमा ठेवलेली होती. सर्वांच्या अग्रभागी मधोमध तुळजाभवानीची सिंहावर आरूढ झालेली शस्त्रधारी मूर्ती नजरेत भरत होती. तिच्या रूपाने जणू रणदेवताच देव्हाऱ्यात स्थानापन्न झाल्यासारखे वाटत होते. सर्व मूर्ती अलंकारांनी मढलेल्या होत्या. तुळजाभवानीच्या मुकुटावरची तेजस्वी रत्ने लखलखत होती.

देव्हाऱ्यासमोर समई मंदपणे तेवत होती. समोर पाटावर थोरल्या आऊसाहेब बसल्या होत्या. त्यांची पूजा आटोपत आली होती.

छोट्या उमाबाईंचे लक्ष आजूबाजूच्या भिंतींकडे गेले. बाजूच्या भिंतीत एक

छोटेसे कवाड होते. त्यातून सकाळचे कोवळे सूर्यकिरण आत येत होते. किरणे पडल्याने तुळजाभवानीच्या मुकुटावरची रत्ने चमकत होती. त्या रत्नांवरून ते किरण समोरच्या भिंतीवर पडत होते. तिथे कवडसे पडलेले दिसत होते. पूजा करताना थोरल्या आऊसाहेबांचा हात पुढे आला. भिंतीवरचे कवडसे हलले. आऊसाहेबांच्या हातावर आले. त्यांनी हात मागे घेतल्यावर पुन्हा भिंतीवर जाऊन बसले.

असे दोन-तीनदा झाले. उमाबाईंना भारीच गंमत वाटली. आता थोरल्या आऊसाहेबांचा हात परत कधी पुढे येतो ते त्या पाहू लागल्या. परत एकदा कवडसे तसेच हलले. त्यांना वाटू लागले, आऊसाहेब हात पुढे करून कवडसे पकडतात, त्यांनी हात सोडून मागे घेतला की, पुन्हा ते भिंतीवर जाऊन बसतात.

त्यांना आता राहवेना. हळूच त्या आपल्या जागेवरून उठल्या. नेसत्या लुगड्याचा बोंगा सावरीत भिंतीकडे वळल्या. त्यांनी हात पुढे करून कवडसा पकडण्याचा प्रयत्न केला, तर तो हातावरच येऊन बसला. हात बाजूला केला की, पुन्हा भिंतीवर आपल्या जागेवर जाऊन बसला. उमाबाईंना आणखीच गंमत वाटली. त्या मोठ्या उत्साहाने कवडसे पकडू लागल्या.

थोरल्या आऊसाहेबांचे त्यांच्याकडे लक्ष गेले. स्वत:शी हसत त्यांनी पूजा पूर्ण केली. हळूच हाक मारली.

"उमा"

उमाबाई केवढ्याने तरी दचकल्या. एकदम गडबडून गेल्या. थोरल्या आऊसाहेबांनी हात पुढे करून त्यांना जवळ ओढले. मायेने विचारले,

"काय करत होता?" बावरलेल्या उमाबाईंच्या तोंडून शब्दच फुटेना; तेव्हा थोरल्या आऊसाहेबच म्हणाल्या. "ते कवडसे पकडत होता काय?"

आपली चोरी पकडली गेली हे उमाबाईंनी ओळखलं. त्यांनी नुसतीच मान हलवली. आऊसाहेब हसल्या.

"उमा, सूर्याचा तेजाचा किरण आहे तो. असा हातात थोडाच गवसणार आहे? हातात आलासा वाटतो पण मुठीत कधीच पकडता येत नाही."

स्वत:शीच बोलत त्या खिन्नपणे हसल्या,

"पराक्रमी पुरुषाचे देखील असं आहे बघा. त्याच्या शौर्याचे तेज कितीही जवळ असलं तरी मुठीत पकडता येत नाही. पकडायला जावं; संसारात, मुलाबाळात जखडायला जावं, अन अचानक एकाक्षणी मूठ उघडून पहावं तर त्यात काहीच नसतं."

थोरल्या मालोजीराजांच्या आठवणीने त्यांचं काळीज भरून आले. आजूबाजूचे भरलेले घर, सारं वैभव त्या क्षणी मनातून दूर झाले. जाणिवेत राहिली फक्त

स्वत:ची रिती झालेली उघडी मूठ. त्यांचे डोळे भरून आले. उमाबाई अगदी बावरून गेल्या. त्यांच्या अगदी जवळ सरकल्या. थोरल्या आऊसाहेबांनी त्यांना हातांनी घट्ट पकडले. दोघी काही क्षण अबोलपणे बसून राहिल्या.

तेवढ्यात रेखाऊ परत आल्या. त्यांच्या हाकेने उमाबाई आणि थोरल्या आऊसाहेब एकदमच भानावर आल्या. थोरल्या आऊसाहेबांचे मन कातरले. आज थोरली नातसून पहिल्यांदाच आशीर्वाद घ्यायला देवघरात आली. अशावेळी हे काय भलतेच विचार आपल्या मनात आले? त्यांनी झटकन स्वत:ला सावरले.

थोरल्यांना पाहताना नेहमी त्यांना आपल्या स्वारींची याद यायची. कदाचित छोट्या उमाबाईंमध्ये त्यांना आपले बालरूप तर दिसले नसेल!

रेखाऊंना पाहताच उमाबाई उठून उभ्या राहिल्या. आऊसाहेबांच्या पाया पडल्या. पुढ्यात लवलेल्या भाग्यवेलीला त्यांनी तोंडभरून आशीर्वाद दिला.

रेखाऊंचा हात धरून उमाबाई बाहेर पडल्या. त्यांच्या नजरेसमोरून अद्याप ते कवडसे हलत नव्हते. कानात थोरल्या आऊसाहेबांचे बोल घुमत होते. पूर्ण अर्थबोध झाला नाही तरी त्या शब्दांनी एक वेगळेच जाणतेपण त्यांना निश्चितच आणले होते.

■

। भाग दोन ।

१

मालोजीराजे दौडत वेरुळी निघाले होते. संध्याकाळ केव्हाच झाली होती. लांब पसरलेल्या सावल्या शुक्रताऱ्याच्या अस्ताबरोबर दाट काळोखात विरून गेल्या होत्या. बोचऱ्या वाऱ्याच्या झोताने अंगावर काटा उठत होता. घोडी सततच्या दौडीने फेसाटून गेली होती. स्वारही थकून गेले होते. राजांना मात्र कसलेच भान नव्हते. वेरूळ अजून बऱ्याच दूरच्या पल्ल्यावर होते. दमलेले स्वार निमूटपणे त्यांच्यामागून निघाले होते.

थोरल्या आऊसाहेबांचा काळ होऊन महिना उलटला होता. मालोजीराजेंचे चित्त अजून थाऱ्यावर येत नव्हते. पाहुणेमंडळी येऊन भेटून गेली. दिवसकार्य झाले. बाबाजीराजांनी उदंड दानधर्म केला. आपले दु:ख विसरण्यासाठी त्यांनी स्वत:ला दौलतीच्या कामात गुंतवून घेतले. फडावरच्या कामात विठोजीराजे त्यांना मदत करू लागले, पण मालोजीराजे मात्र अद्याप सावरले नव्हते.

त्यांच्या मनाला शांती मिळावी म्हणून बाबाजीराजे त्यांना घृष्णेश्वरी घेऊन गेले. प्रदोषाचा अभिषेक केला, लघुरुद्र घातला, शेकडो लोकांना अन्नदान केले. राउळात गेल्यावर मन:शांती मिळण्याऐवजी मालोजीराजे अधिक विस्कटले. देवळाच्या प्रत्येक चिऱ्यावर त्यांना आऊसाहेबांची एकएक याद कोरलेली दिसू लागली. रुद्रघोषाच्या गंभीर स्वरातून त्यांचाच आवाज कानात घुमू लागला. अनंत आठवणी मनात फेर धरू लागल्या. घरी परत आल्यावर आपले स्वार घेऊन ते तडक घराबाहेर पडले. दिशाहीन अवस्थेत जंगलात फिरत राहिले. शिकार करण्याचे मनाला रुचत नव्हते. अखेर दोन रात्री वस्ती करून परत घराच्या वाटेला लागले होते. धन्याच्या काळजातला सल ठाऊक असल्याने स्वार थकलेले शरीर घेऊन त्यांच्यामागून निमूटपणे निघाले होते.

जंगल पार करून सारे मोकळ्या रस्त्यावर आले. गार वारे अधिकच झोंबू लागले. आता पार अंधारून गेले होते. दौलताबाद जवळ आले होते. स्वारांची गती मंदावली. कुठेतरी थांबावे असे सर्वांना वाटत होते. राजांनी स्वारांच्या मनाची

अवस्था ओळखली, वळून म्हणाले,

"एखादा पाणवठा दिसला की घोडी पाजून घेऊ. थोडं थांबून दौड मारू. अर्ध्या राती जाऊ घरी."

स्वार पुन्हा मुकाट्याने दौडू लागले. थोड्या वेळात दूरवर अंधारात उजेड दिसू लागला. एखाद्या वस्तीवर थंडीसाठी जाळ केला असावा असे दिसत होते. तिथेच पाण्याची सोयदेखील होऊ शकेल या विचाराने राजांनी तिकडे मोहरा वळवला. थोडा विसावा मिळेल या अपेक्षेने स्वार पाठोपाठ निघाले.

उजेड जवळ आला तसे स्पष्ट दिसू लागले. एक बऱ्यापैकी घर, त्यापुढे मोठा बांधीव पार होता. समोरच आगटी पेटवून माणसे बसलेली होती. पारावर एक तरुण, तेजस्वी पुरुष जाड कांबळ्यावर बसलेला होता. तो इतरांना काहीतरी सांगत असावा. मंडळी मनापासून ऐकत असावीत असे दिसत होते.

घोड्यांच्या टापांचा आवाज ऐकून बोलणे थांबले. जवळ येताच राजे थांबले. पायउतार झाले. पारावर बसलेल्या पुरुषाची नजर मागून येणारे स्वार, दमलेली घोडी, यांच्याकडे गेले, त्यांनी विचारले.

"बरीच दौड झालेली दिसते."

"जी. आम्ही वेरूळला निघालो आहोत. वाटेत जाळ दिसला म्हणून आलो."

"मागल्या बावेत पाणी आहे. जनावरं तान्हेली दिसतात. जावा तिकडं."

स्वारांचे पाय आपोआप तिकडे वळले. मालोजीराजे थोडे पाणी पिऊन हात-पाय धुऊन आले. ताजेतवाने झाले, पण थंडी अधिकच बोचू लागली. ते पाराकडे वळले. तोवर लाकडे टाकून जाळ मोठा केलेला होता. तिथे शेकायला बसले. त्या पुरुषाचे बोलणे पुन्हा सुरू झाले होते. ते प्रवचन करीत होते. राजांना नवल वाटले. जवळपास देऊळ दिसत नव्हते. लोक साध्या घराजवळच्या पारावर बसलेले होते. विचार करीत असतानाच त्यांचे लक्ष त्या पुरुषाच्या बोलांनी वेधून घेतले.

बोल असे होते-

'दुःख भ्रमणी उदंड आहे, उघडी डोळे तू तव पाहे ।
चराचर चारी खाणी, यातीत यातना आहे ।
नदीमध्ये वाळू जैसी, खोल, उथळ, रुळत आहे ।
ऐसे फेरे तुजला, सद्‌गुरूचरणी ज्ञान राहे ॥

सुख-दुःखाचे फेरे, जन्म-मरणाच्या यातना सर्वांना भोगाव्या लागतात. अशावेळी मनुष्य भांबावून जातो. त्यावेळी त्याला सद्‌गुरूची गरज भासते. सुख-दुःखाच्या फेऱ्यांना सामोरे जाण्यासाठी, दुःखभारातून सावरण्यासाठी लागणारे ज्ञान मिळवण्यासाठी सद्‌गुरू वाट दाखवतात.'

विवरण पुढे सुरू होते.

'इंद्रपद असंख्य जोडी, देता राज्ये कल्पकोडी ।
न येच घडी या देहाची, व्यर्थ वोढिसी विषयवोढी ।।
अझुनि तरी उघडी डोळे, का रे बुद्धी केली वेडी ।
कां करिसी टाळम् टाळा, अंती यमाची बांदवडी ।।'

'यमाची बांदवडी' हे शब्द कानी पडताच राजे चमकले. त्यांच्या नजरेसमोर नुकत्याच त्याच बांदवडीत गुंतून दुरावलेल्या आऊसाहेब उभ्या ठाकल्या. ते पुढे ऐकू लागले.

'या लागी तू स्वहित करी, साधुचरण दृढ धरी ।
तर्कू नको अणुमात्र, जन्ममरण संहारी ।।
भाव, भक्ति, बोध, शांती, अंग मन भूते आवरी ।
कृपा करतील महाराज, शीर तू तयांचे अंतरी ।।'

मधुर स्वरात, अधिकारी भाषेत खडे ओवीबोल कानी पडले. पाठोपाठ निरूपणाचा ओघ सुरू झाला. भाव, भक्तीच्या मार्गाने वासनांची, दु:खाची, वेदनेची भूते आवरण्याचा बोध साध्या, सोप्या बोलीत मांडला जात होता. सद्गुरूंच्या बोधाने मन:शांती मिळवण्याचा मार्ग दाखवला जात होता. ऐकताना मालोजीराजे स्वत:ला विसरून गेले. त्यांच्या मनावरचा दु:खाचा ताण हळूहळू सैलावू लागला. कोंडून राहिलेल्या भावनांचे त्यांच्या उरावरचे ओझे हलके होऊ लागले.

थोरल्या आऊसाहेबांच्या वियोगाने त्यांच्या मनात साठलेले कढ जिरून जाऊ लागले. रित्या झालेल्या मनात त्यांच्या सहवासातील अनंत आठवणी दाटून आल्या. त्यांना त्या क्षणी अशी विलक्षण जाणीव झाली की, थोरल्या आऊसाहेबांनी त्यांना दिलेले प्रेमाचे, मायेचे, भक्तीचे देणे अतिशय थोर होते, कधीच संपणारे नव्हते. त्यांच्या काळजात त्या जित्याच होत्या. जित्याच राहणार होत्या.

त्यावेळी त्यांना आत्मा, त्याचे अमरत्व वगैरे फारसा काही बोध झाला नाही. इतके मात्र समजले की, मनुष्याचे मृत्यूमुळे नाश न पावणारे, काळालाही गिळता न येणारे असे काहीतरी त्याच्यामागे चिरंतन राहाते. त्याच्यावर अपार प्रेम करणाऱ्यांच्या काळजात त्याला अनंत काळ जिवंत ठेवते.

विलक्षण प्रसन्नतेने राजे उठले. त्या अनोळखी पुरुषाजवळ आले. त्यांनी आपले मस्तक त्यांच्या चरणी ठेवले. निरूपण अचानक थांबले.

राजे उठून उभे राहिले. चार तेजाळ नेत्र एकमेकांना भिडले. एक अनोखा, अबोल संवाद त्यांच्यामध्ये घडून गेला.

राजे तसेच माघारी फिरले. गोंधळून गेलेले स्वार गडबडीने मागून धावले. वाढत्या रात्री नवा उजागर उरात घेऊन राजे वेरूळच्या दिशेने दौडू लागले.

■

२

रेखाऊ पहाटेस उठून वाड्याच्या देखरेखीला लागल्या होत्या. हवेत सुखद गारवा होता, पण रेखाऊंचे मन प्रसन्न नव्हते, थोरल्या आऊसाहेबांच्या मागे सारा भार त्यांच्यावरच पडला होता. शेवटचे कित्येक महिने थोरल्या आऊसाहेब अंथरुणावर पडून होत्या, तरीही त्यांचा आधार वाटत होता. सारा कारभार आपल्यावर आहे असे रेखाऊंना कधीच वाटले नव्हते.

बाबाजीराजे सकाळचे विधी आटोपून स्नान करून देवघरात गेले. थोरल्या आऊसाहेबांशिवाय ते देवघरही उदासवाणे दिसत होते. दर्शन घेऊन ते आपल्या दालनात परत आले. दुधाचा थाळा घेऊन रेखाऊ त्यांची वाट पाहात होत्या. बाबाजीराजांनी दूध संपवले. ते रेखाऊंकडे पाहात म्हणाले,

"थोरले काल रातीच परतले."

"जी!"

"त्यांचं आवरलं की त्यांना इकडंच धाडून द्या. आऊसाहेब गेल्यापासून त्यांचं मन थाऱ्यावर नाही. आम्ही जरा बोलून बघतो."

बाबाजीराजांच्या तोंडून थोरल्या आऊसाहेबांचे नाव येताच रेखाऊंनी डोळ्यांना पदर लावला. बाबाजीराजे समजुतीच्या स्वरात म्हणाले,

"आऊसाहेबांचं दुःख आम्हांला नाही का? त्यांच्यामागे आता तुम्हीच घरात थोर. तुम्हीच असं करायला लागला तर लेकरं कुणाकडं बघणार?"

"पण थोरले तर अगदी..." भावनावेगाने रेखाऊंच्या तोंडून शब्दही फुटेना.

"ते आम्हांलाही ठावं आहे. त्यांनी असं सगळ्यातून दिल टाकून कसं चालेल? दौलतीची काम खोळंबलीत."

अचानक विषय बदलीत ते म्हणाले,

"खरं, आज तुम्ही जातीनिशी इथं कशा?"

"विसरलेच की, धाकट्या सूनबाईच्या माहेरून मूळ आलंय, त्यासाठी आले."

"होय. आमच्या ध्यानीच आले नाही. त्यांची तयारी करा. पण थोरल्या सूनबाईंना राहू दे थोडे दिवस. तुम्हांला पण सोबत होईल. एकटं वाटणार नाही."

उमाबाई अजून काही दिवस राहणार म्हणून रेखाऊंना बरे वाटले.

"जी, सांगते मी." म्हणत त्या वळल्या.

"थोरल्यांना पाठवायचं ध्यानी ठेवा."

"जी" म्हणत त्या बाहेर पडल्या.

मालोजीराजांच्या विवाहानंतर सहाच महिन्यांनी विठोजीराजेंचा विवाह झाला होता. धारूरचे विश्वासराव घराणे- जुने आप्त. त्यांची कन्या आऊबाई धाकट्या

सूनबाई होऊन घरी आल्या. थोरल्या आऊसाहेबांचा काळ झाल्यावर सारे भाऊबंद, पाहुणेमंडळी आली. दोन्ही नातसुनाही माहेरून आल्या होत्या. बाबाजीराजांनी रेखाऊंना बरे वाटावे म्हणून त्यांना थोडे दिवस ठेवून घेतले होते.

बाबाजीराजे विचार करीत बैठकीवर बसले होते. थोड्याच वेळात पावले वाजली, मालोजीराजे आत येत होते. दारातूनच ते म्हणाले,

"आबासाहेब, आपण आम्हांला याद केलं, असं माँसाहेब म्हणाल्या. खरं म्हणजे आम्हीच आपल्याकडे येणार होतो."

बाबाजीराजांनी चमकून वर पाहिले. अलीकडे अगदी अबोल बनलेल्या मालोजीराजेंचा उत्साही स्वर ऐकून त्यांना नवल वाटले. मालोजीची मुद्रा प्रसन्न दिसत होती. अचानक कसा चमत्कार घडला हे बाबाजीराजांना उमगेना. त्यांनी विचारले,

"घृष्णेश्वरी जाऊन आला वाटतं?"

"जी नाही, असेच फिरून आलो."

आता मात्र बाबाजीराजे चक्रावले. अंदाज घेत म्हणाले,

"आम्हांला फार काळजी लागून राहिली होती. आमच्या आऊसाहेब गेल्यापासून तुम्ही साऱ्यातून दिल टाकलं होतं. आज मात्र तुमचा नूर वेगळा दिसतोय."

"जी आबासाहेब, तोच सारा करिणा सांगण्यासाठी आम्ही येणार होतो."

मालोजीराजांनी सारा प्रसंग सविस्तरपणे सांगितला. बाबाजीराजे मोठ्या कुतूहलाने ऐकत होते, राजे सांगत होते.

"आबासाहेब, त्यांचं सारं ऐकल्यावर आम्हांला वाटलं. थोरल्या आऊसाहेब, आम्हांला सोडून गेलेल्याच नाहीत. त्या शरीराने आमच्यापासून दूर गेल्या असल्या तरी आमच्या मनातून त्या कधीच जाणार नाहीत. आम्ही आता शोक करून त्यांच्या आत्म्याला क्लेश होईल असे काही करणार नाही."

मालोजीराजांच्या तोंडचे ते जाणते बोल ऐकून बाबाजीराजेंचे मन भारावून गेले. त्यांच्या मनातील कुतूहल अधिकच वाढले.

"काय नाव म्हणला त्यांचं?"

आता मात्र राजे गोंधळून गेले.

"आम्ही त्यांना काही विचारलंच नाही. त्यांच्या पायावर डोई ठेवली. त्यांनी आमच्याकडे डोळे भरून पाहिलं, काही विचारायचं सुचलंच नाही, तसेच माघारा आलो."

त्यांच्या पाठीवर थोपटत बाबाजीराजे म्हणाले,

"ठीक आहे. आम्हीच त्यांना शोधून काढू. त्यांच्या शब्दांनी आमचा फार मोठा गुंता सोडवलाय."

बाबाजीराजे आज अनेक दिवसांनी इतक्या प्रसन्नपणे हसत होते.

■

३

मालोजीराजांनी दौलतीच्या कामात लक्ष द्यायला सुरुवात केली. जेमतेम आठ दिवस उलटले, तोच एक शाही खलिता त्यांच्या नावे आला. बाबाजीराजेंबरोबर ते खलबतखान्यात विचार करायला बसले.

बुऱ्हाण निजामशाह गादीवर बसून वर्ष होत आले. सल्तनतीत शांतता होती. आता मात्र लवकरच झुंज होणार अशी चिन्हे दिसू लागली होती. ही मोहीम नेहमीपेक्षा वेगळी होती. कोकणात चौल-रेवदंडा इथे, पोर्तुगिजांविरुद्ध! अनेक वर्षांनी पोर्तुगिजांनी निजामशाही विरुद्ध आगळीक केली होती.

खलिता वाचून झाला. बाबाजीराजे सांगत होते,

"दौलतीच्या कामासाठी आम्ही नगर, पुणे, मावळ भाग सगळीकडे जाऊन आलो, पण कोकणात जाण्याचा योग आला नाही. आम्ही ऐकून आहोत. कोकणभाग डोंगराळ, खडकाळ, दौडीसाठी जिकिरीचा. दर्या तर आम्ही अजून पाहिला नाही. तुम्हांला जायला मिळेल असं दिसतंय."

"जी, आम्ही उद्याच धाकल्यांसंगट निघतो. नगरला काकासाहेबांना भेटून घेतो. त्यांच्याकडून सारं समजेल."

"ते ठीक होईल."

बाबाजीराजांनी सांगितले. त्यांनी सारी तयारी करण्यास सांगितले. दुसऱ्याच दिवशी मालोजीराजे विठोजीराजेंसह नगरला गेले. एक एक सरदार येत होते. किल्ल्यापासून दोन कोसांवर छावणी होती. आपल्या डेऱ्याची व्यवस्था लावून राजे निळोपंतांकडे गेले. त्यांना पाहून निळोपंत खूश झाले. त्यांना म्हणाले.

"या राजे, आम्हांला वाटलंच होतं, तुम्ही एक दोन रोजात येणार."

"जी, खलिता मिळाला. लागलीच आलो."

"बाबाजीराजे कसे आहेत?"

"ठीक आहेत. बाबासाहेबांनी आम्हांला आपल्याला भेटण्यासाठी सांगितलं होतं. ते कधी कोकणात गेले नाहीत. आम्हांला तिथं मोहिमेवर जायला मिळत आहे. त्याबद्दल आपल्याकडून सारं काही समजेल असं म्हणाले."

निळोपंत हसले, राजांना म्हणाले,

"तुम्ही आता मुलूखगिरीवर निघालाच आहात. कळेलच सारं. राजे, सारा सागर किनारा, दमणपासून पार गोव्यापर्यंत आपल्या निजामशाहीच्या अखत्यारीत येतो. किनारपट्टीच्या बंदरातून दूरदेशांशी व्यापार चालतो. या बंदरात फिरंग्यांची गलबतं येतात."

"बंदरांचा कारभार फिरंगी बघतात."

राजांना नवल वाटले. निळोपंत त्यांना सांगू लागले.

"होय, हे फिरंगी जवळजवळ शंभर वर्षांपूर्वी आपल्या बंदरात आले. त्याचवेळी आपले पहिले अहमद निजामशाह नुकतीच आपली सल्तनत उभी करत होते. तिचा पाया अद्याप मजबूत व्हायचा होता, म्हणून त्यांनी फिरंग्यांशी सलोख्याचे संबंध ठेवले."

"म्हणजे काकासाहेब, हे फिरंगी तेव्हापासून तिथं आहेत? पण व्यापारउदीम करणारे बंदराचा कारभार कसा पाहतात?"

"राजे, बऱ्याच सालांपूर्वी मुर्तुजा निजामशाहांच्या काळात त्यांच्याशी बराच मोठा झगडा झाला होता. तेव्हा समझोता झाला. त्यावेळी बंदरावरचा व्यापार त्यांनी पाहायचा, मुलकी कारभार आपल्या निजामशाही अंमलदारांच्या अखत्यारीत ठेवायचा, असे ठरले होते. तेव्हापासून असंच चालू आहे."

"मग आता अचानक काय झालं?"

राजांचे कोकणातल्या, खास करून किनारपट्टीवरच्या घटनांबद्दलचे कुतूहल वाढले. त्यांना समजावून सांगत निळोपंत म्हणाले,

"राजे, त्याचं असं आहे. गेल्या दोन सालांत निजामशाहीत गोंधळ चालला होता. फिरंग्यांनी त्यांचा फायदा घेतला. ते आपल्या अंमलदारांना जुमानीतनासे झाले. बुऱ्हाण निजामशाहांकडे काही तक्रारी आल्या. त्यांनी सुरुवातीला थोडा कानाडोळा केला, पण आता ते शक्य नाही. यावेळी त्यांनी मोठीच आगळीक केली आहे."

"कोणती?"

"आपल्या मुलखातले यात्रेकरू नेहमी मक्केला जातात. असंच एक हुसेनी नावाचं गलबत चौल बंदरात आलं. फिरंग्यांनी त्यातला माल लुटला. साऱ्यांना कैद करून ठेवलं."

"एवढी मोठी आगळीक? त्यांची हिंमत कशी झाली?"

राजे मोठ्या त्वेषाने म्हणाले. निळोपंत हसले, म्हणाले,

"म्हणूनच राजे, आपल्या निजामशाहांनी त्यांना चांगलाच धडा शिकवायचं ठरवलं आहे. तिथल्या जवळच्या ठाण्यावरचं सैन्य पुढं धाडलंय. मोठाच झगडा झाला, तर कुमक करायला तुम्हांला त्यांनी बोलावलं असावं."

कोकणातला सारा कथला आता राजांच्या ध्यानी आला, थोडा वेळ थांबून ते आपल्या डेऱ्यात परत आले. रात्री त्यांच्या मनात हेच विचार घोळत होते. विचार करता करता त्यांचे मन केव्हाच शेकडो कोसांचे अंतर पार करून दर्याकिनारी जाऊन पोहोचले होते.

खरंच, कुठे अहमदनगर, कुठे चौल रेवदंडा, मालोजीराजेंचे मन शेकडो

कोसांचे अंतर क्षणात पार करून केव्हाच दर्याकिनारी जाऊन पोहोचले. क्षणात राजांच्या नजरेसमोर कधीही न पाहिलेले कोकण उभे राहिले. हिरवागार डोंगरमाथा, खडकाळ जमीन, डोंगरउतारावरून उड्या मारत जाणाऱ्या नद्या, सारे ओलांडून गेले की, दिसणारा अथांग सागर, नजर फिरेल तिथे पाणीच पाणी, कसे असेल दर्याचे रूप? गर्जत किनाऱ्याकडे झेपावणारे, खडकावर आपटून उसळणारे, फेसाळणारे, कधी किनाऱ्यावरच्या वाळूवर हळुवारपणे पसरणारे! उन्हात सुवर्णरसाप्रमाणे झगमगणारे, चांदण्या रात्री रुप्यासारखे चमचमणारे! कधी गूढ, गंभीर नादामध्ये शांतपणे लवलवणारे, तर कधी वादळी, रौद्र, सैतानी रूप दाखवणारे! अशा अथांग सागराचा ऊर कापीत येणारे हे फिरंगी! केवढी त्यांची हिम्मत! कशी असतील त्यांची गलबते! अनेक कल्पनांच्या लाटांवर मालोजीराजांच्या मनाचा दर्या उचंबळत होता.

■

४

आठ दिवस झाले. राजेंसह सर्व सरदार अहमदनगरजवळ छावणीत थांबले होते. मोहिमेचे ऐलान होण्याची वाट पाहात होते.

वजीर इखलासखानाने एके दिवशी सर्वांना बोलावून घेतले. झुंजीचा तपशील ऐकण्यासाठी सारेजण मोठ्या उत्साहात त्यांच्या डेऱ्यात जमले. वजीर इखलासखान सांगू लागला, ''जंगचा बेत थोडा बदलला आहे. आता दोन आघाड्या करायच्या आहेत. सिंदखेडचे जाधवराव आणि वेरूळकर यांना माळव्याच्या हद्दीवर जायचे आहे. बाकीचे सरदार चौलकडे कूच करतील.''

वजीर इखलासखानाचे बोलणे ऐकून सर्वांनाच मोठे नवल वाटले.

लखुजीराजांनी विचारले,

''वजीरसाहेब, कुछ हुआ है? आम्हांला माळव्याकडे का जायला सांगत आहात?''

इखलासखान म्हणाला,

''हं! आमच्याकडे पक्की खबर आहे. शाहजादा मुराद दख्खनकडे निघाला आहे. बादशाह अकबर यांनी त्याला दख्खनचा सुभेदार मुकर्रर केले आहे. तसेच त्यांचा खास असामी शाहरूख मिर्झा याला माळव्याची सुभेदारी देऊन शाहजाद्याच्या सोबत पाठवले आहे.''

''म्हणून काय झालं? बादशाहांशी आपली दोस्ती आहे. त्यांनीच आपल्या निजामशाहांना तख्तावर येण्यासाठी मदत केली होती.''

वणगोजीराजे विचार करीत म्हणाले.

इखलासखान म्हणाला,

"राजाजी, आप सही फर्मा रहे हैं! त्यांचा आपल्याशी दोस्ताना आहे, तरीही आपल्याला सावध राहायला हवं. त्यासाठीच ह्यांना तिकडे पाठवत आहे. ठीक आहे तर. तैयारीला लागू या."

असे म्हणून इखलासखानाने बैठक आवरती घेतली. वणगोजीराजांना अद्याप काहीतरी खटकत होते. इखलासखान मोकळेपणाने बोलत नव्हता. सर्वांनाच ते जाणवले होते. वणगोजीराजांनी खातरजमा करण्याचे ठरवले.

संध्याकाळी मालोजीराजे वणगोजीराजांना निघण्यापूर्वी भेटण्यासाठी आले होते. ते वणगोजीराजांना म्हणाले, "मामासाहेब, आम्ही उदईक निघावं म्हणतो. आधी वेरूळला जाऊन पुढे निघावं असा बेत आहे. आम्हांला अचानक माळव्याकडे जावं लागतंय. आपण वजीरसाहेबांना विचारले, तेव्हापासून आम्हांलादेखील विचार पडला होता. आपल्याला काही समजलं का?"

"होय, तसं घडले आहे खरं, आम्ही चौकशी केली."

वणगोजीराजे म्हणाले, राजांनी उत्सुकतेने विचारले,

"काय झालंय?"

"राजे, आपल्या बादशाहांचा मोगलांशी दोस्ताना होता. त्यांच्या सरदारांनी, खुद्द बादशाह अकबरांनी आपल्याला मदत केली, पण त्यांची योग्य सर्फराजी झाली नाही, असे त्यांना वाटले, त्यांनी तशी नाराजी त्याच्या बादशाहकडे रुजू केली."

"मग?"

"बादशाह अकबरांनी फैजी आणि अमिनुद्दीन अशा दोघा वकिलांना दख्खनमध्ये पाठवले. ते आधी विजापूर आणि गोवळकोंड्याला गेले. त्यांनी चांगले नजराणे देऊन त्यांची पाठवणी केली, पण आपल्याकडे वेगळंच घडलं."

"काय झालं?" राजांनी आश्चर्याने विचारले.

"आम्हांला समजलं, मोगलांच्या वकिलांसोबत काही मंडळी आली होती. त्यांनी इथल्या बाजारात काही खरेदी केली, पण रक्कम अदा केली नाही. व्यापाऱ्यांनी आपल्या दरबारी तक्रार केली. आपल्या बादशाहांना भेटायला वकील आले तेव्हा त्यांनी भर दरबारात त्यांना जाब विचारला. वकिलांना मोठा अपमान वाटला. ते तडक उत्तरेला निघून गेले."

"हं. आता ध्यानी आलं!" राजे विचार करीत म्हणाले, "वकिलांचे ऐकून बादशाह चिडले असावेत, त्यामुळे त्यांनी तातडीने शाहजाद्याला दख्खनला पाठवलंय. असं आपल्या दरबारात वाटलं असणार. त्यांनी काही गडबड करायची ठरवलं, तर आपलं कोणी हद्दीजवळ असावं म्हणून आम्हांला जायला सांगितलं."

"असं दिसतंय खरं."

मान हलवत वणगोजीराजे म्हणाले.

"ठीक आहे तर, आम्हांला तर जावंच लागेल."

राजे म्हणाले. थोड्या वेळाने निरोप घेऊन ते परतले. दुसऱ्या दिवशी विठोजीराजेंसह वेरूळला निघाले.

वेरूळला येताच त्यांनी सारी हकिकत बाबाजीराजांच्या कानी घातली. मोहिमेचे सारे रूपच बदलले होते. तिघे रात्री उशिरापर्यंत सारा तपशील ठरवत बसले होते.

बैठक सरली. अर्धी रात्र कलली होती. राजे आपल्या दालनात झोपण्यासाठी निघाले. त्यांच्या डोक्यात अजून मोहिमेचे विचार घोळत होते. दालनाच्या दारात जाताच मात्र ते अचानक थबकले. त्यांचे दालन त्यांना आज वेगळेच भासले. नव्याने उजळलेल्या समईच्या झळझळीत प्रकाशात त्यांची नजर सभोवार फिरली. वेगळा जनानी हात साऱ्या वस्तूंवर फिरलेला त्यांना जाणवला. त्यांच्या शिसवी पलंगावर नवी मखमली बिछायत अंथरली होती. तक्क्यावर नक्षीदार खोळ घातलेली होती. राजे अलगद बिछायतीवर बसले. त्यांनी तक्क्यावर हात ठेवला. त्याच्या मुलायम स्पर्शाने त्यांचे लक्ष वेधून घेतले. तक्क्यावरच्या नाजूक नक्षीत रेशीमधागे अतिशय कौशल्याने गुंतवलेले होते. त्या कशिदागारीत राजेंची नजर क्षणभर गुंतून गेली.

हलकेच त्यातून एक अस्पष्ट चेहरा त्यांच्या नजरेसमोर येऊ लागला. त्यांच्या राणीसाहेबांचा - उमाबाईंचा. त्यांच्या मर्दानी मुद्रेवर हळुवार स्मित उमटले. मनातल्या अनोख्या भावनांचे मुखावर उमटलेले गुपित कुणी पाहिले तरी नाही ना! राजांनी दालनात चहूवार पाहिले. तिथे कोणीही नव्हते. नकळत हुंकारत त्यांनी बिछायतीवर अंग टेकले. डोळे मिटून घेतले. मिटल्या डोळ्यासमोर तोच चेहरा पुन्हा पुन्हा येत राहिला. अशातच त्यांना निद्रेने घेरले.

रात्रीच्या शांततेत निसूर झालेल्या वाड्याच्या पलीकडच्या दालनात बारा वर्षांच्या निरागस उमाबाई आपल्या मामीसाहेबांच्या कुशीत केव्हाच गाढ झोपून गेलेल्या होत्या.

■

५

मालोजीराजे व विठोजीराजे माळव्यात मोहिमेवर जाऊन दोन महिने झाले. शाहजादा मुराद गुजरातेत आल्यावर ताबडतोब दक्षिणेत स्वारी करणार ही निजामशाहांची अटकळ खोटी ठरली. शाहजादा गुजरातेत आला खरा, पण तेथेच थांबला. पावसाळा तोंडावर आला, आता शाहजादा मुराद इतक्यात चढाई करणार नाही अशी पक्की खात्री झाली. बुऱ्हाण निजामशाहा यांनी मोगली हद्दीवरचे मोर्चे मागे

घेतले. सारे सरदार आपली फौज घेऊन परतू लागले.

मालोजीराजे विठोजीराजेंसह वेरूळला परतले. त्यांचे स्वार शेतीच्या कामासाठी आपल्या गावाला गेले. साऱ्यातून मोकळे झाल्यावर दोघे बाबाजीराजेंबरोबर सदरेवर बोलत बसले. बाबाजीराजांनी बरेच दिवस आपल्या मनात ठेवलेला मनसुबा त्यांच्यापुढे मांडला.

"आता तुम्हांला सवड मिळाली आहे. आम्हांला तुमच्याशी एका खास विषयाबद्दल बोलायचे आहे."

मालोजीराजांनी विठोजीराजेंकडे पाहिले. न कळून विचारले,

"जी आबासाहेब."

"तुम्ही इथं नव्हता त्या वेळात आम्ही त्या बाबांची खबर काढली."

मालोजीराजांना क्षणात सारे आठवले. ती रात्र, तो पार, त्याखाली बसून प्रवचन करणारे ते बाबा, सर्व काही त्यांच्या नजरेसमोर उभे राहिले. त्यांनी मोठ्या उत्कंठेतेने विचारले,

"आबासाहेब, अगदी आमच्या मनातला विषय काढलात. गेल्या दोन महिन्यांत कितीतरी वेळा आम्हांला त्यांची आठवण झाली. त्यांच्या शब्दांनी आम्हांला मोठा आधार दिला होता. आबासाहेब, कुठं आहेत ते आता?"

"तेच सांगतो, ते दौलताबादेत राहतात. त्यांचं नाव शेख महंमद."

"शेख महंमद?"

अभावितपणे मालोजीराजांनी सवाल केला. बाबाजीराजे म्हणाले,

"होय, शेख महंमद वल्द राजे महंमद घोरी."

मालोजीराजांना चांगलाच धक्का बसलेला होता.

बाबाजीराजे पुढे सांगत होते.

"ते सूफी पंथाचे साधू आहेत. कादिरी परंपरेचे. दौलताबादेच्या कोटाखाली चांद बोधले यांचा मठ आहे. त्यांचे ते शिष्य आहेत. त्या भागात भक्ती मार्गाची प्रवचने करण्यासाठी मशहूर आहेत."

मालोजीराजे आपल्याच विचारात बुडून गेले. आपण तर जातीने बाबांना पाहिले होते. त्यांचे प्रवचन ऐकले होते. ती रसाळ वाणी, त्यातून डोकावणारे उर्दू, फारसी बोल, पण तेव्हा ते मुळीच खटकले नव्हते. तसे बोल दरबारी वावरल्याने आपल्याही तोंडी येतात, त्यामुळे बोलणारी व्यक्ती यवन असावी असे वाटले नव्हते. प्रवचनाची भाषा, त्यातला बोध-बाबांचे नाव शेख महंमद...?

भोवऱ्यात अडकल्यागत मालोजीराजांच्या मनाची अवस्था झाली होती; पण काहीच क्षण! त्यानंतर मात्र अंधाऱ्या वाटेवरून चाचपडत चालत असताना अचानक वीज चमकून लख्ख उजेड पडावा, तसा त्यांच्या मनात विचार आला. ज्या पुरुषाच्या वाणीत काळजाला भिडण्याची ताकद आहे, वेदनेला शांत करण्याची

शक्ती आहे, वासनेला जिंकण्याचे सामर्थ्य आहे, त्या व्यक्तीचा धर्म कोणता हा प्रश्न आपल्याला त्या दिवशीही पडला नव्हता, त्यानंतरही मनात आला नव्हता. मग आज त्याचे उत्तर मिळाले. त्यामुळे नेमके काय बदलले? त्यांनी केलेल्या बोधामुळे झालेलं समाधान, लाभलेली शांती काहीच बदलले नाही. त्यांना भेटण्याची राजेंची इच्छा अधिकच तीव्र बनली. त्यांनी बाबाजीराजेंकडे पाहिले. ते विठोजीराजेंशी बोलत होते. मालोजीराजेंनी त्यांना हाक मारली,

"आबासाहेब"

"तुम्ही तुमच्या खयालात बुडून गेला, काय म्हणता?" बाबाजीराजे म्हणाले.

"आम्हांला लवकर त्या बाबांना भेटायचं आहे."

"तुम्ही असं म्हणणार हे ठावं होतं आम्हांला."

"आजच जाऊ."

"ठीक आहे, दुपारच्या थाळ्यानंतर निघू. रातीपर्यंत परत येऊ."

"जी."

दोन प्रहरी मोजके स्वार संगती घेऊन तिघे बाहेर पडले. सरत्या वैशाखाचे ऊन चटचटत होते. तळपत्या सूर्याला पाठीशी घालत त्यांनी दौलताबाद गाठले.

जेमतेम तीन-चार कोसांचे अंतर, पाहतापाहता ते गावात येऊन थडकले. शेख महंमद बाबांच्या घरची पायवाट लागली, तशी स्वारांची गती मंदावली. हळूहळू त्यांच्या घरासमोरच्या पिंपळपारासमोर सारेजण जमले. त्यातले दोघे स्वार पायउतार झाले. घराकडे जाऊ लागले. इतक्यात घरातून दोन तरुण बाहेर आले. त्यांनी स्वारांना ओळखले. हेच स्वार बाबांची माहिती घेण्यासाठी आले होते.

शेख महंमद बाबा दुपारच्या जेवणानंतर थोडे लवंडले होते. त्यांच्या शिष्यांनी खबर देताच ते उठून बाहेर आले. तीस-बत्तीसची उमर, मध्यम उंची, सडसडीत बांधा, छोटीशी दाढी, अंगावर साधे, जाडे-भरडे कपडे, डोक्याला गडबडीने कसेबसे गुंडाळलेले मुंडासे, बाबाजीराजेंची नजर शेख महंमद बाबांना निरखीत होती. पाहता पाहता त्यांची नजर बाबांच्या चेहऱ्यावर स्थिरावली. किंचित घारे, तेजस्वी नेत्र, त्यातले तेज बाबाजीराजांना जाणवले. त्याचक्षणी ते खाली वाकले. शेख महंमदांनी चटकन त्यांचे खांदे पकडले. म्हणाले,

"आपण बुजुर्ग! आमच्या वालिदांसारखे. आपण आमचे पाय शिवले तर आम्हांला जहन्नममध्येही जागा नाही मिळायची."

दोघेही हसले. त्यांनी एकमेकांची खांदाभेट घेतली. बाबाजीराजेंचा हात धरून शेखसाहेबांनी त्यांना आत नेले. मालोजीराजे व विठोजीराजे त्यांच्या पाठोपाठ आत आले. आत बाबांच्या शिष्यांनी हंतरी पसरली होती, त्यावर टेकले. बाबाजीराजे म्हणाले,

''आपल्याला भेटायची आमची मनशा फार दिवसांची, पण हे दोघं झुंजीसाठी गेले; त्यामुळं जमलं नाही.''

''झुंजीवर जाणं धर्मच आहे त्यांचा. शिवाय आम्ही कोठे जातो?''

''पर आमी आधीच यायला हवं होतं. आमचे थोरले इथं आले होते. दोन-तीन महिने होऊन गेले. आपले बोल त्यांनी ऐकले आणि आमचा फार मोठा कथला सुटला. आपल्याला आता आठवत नसेल.''

बाबा हसले. त्यांनी हात जोडले, तसेच आकाशाच्या दिशेने वर करीत म्हणाले, ''आम्ही कुठे काय करतो? ही तर त्याची करतूत.''

''त्या दिवशी रात्री हे इथं आले. आपले प्रवचन चाललं होतं. यांनी घटकाभर ऐकलं. त्यांचं मन शांत होऊन गेलं.''

बाबांना आता आठवले,

''हां, त्या राती तुमचे हे फर्जंद स्वारांसंगट आले होते. आम्हांला पुरी याद आहे. खूब दमलेले होते. आम्ही मदालसा आख्यान लावलेलं होतं. थोडा वेळ ऐकत बसले. आम्हांला वाटलं, रात्र आहे, मुकाम करतील, तर यकायक उठले आणि चालले गेले.''

''म्हणूनच नंतर आम्हीच माणसं पाठवली. आपली माहिती घेतली, आज आपलं दर्शन घ्यायला आलो.''

''आमचं कसलं दर्शन, आमी तर त्याचे मामुली बंदे.''

पुन्हा आकाशाकडे हात करीत शेख महंमद बाबा म्हणाले.

एवढ्यात बाबांचा एक शिष्य पाणी व फळे घेऊन आला. थाळा बाबाजीराजेंसमोर ठेवून बाजूला उभा राहिला. त्याच्याकडे पाहात बाबा म्हणाले,

''हा आमचा शिष्य बुधा, बुधा पिंगळ त्याचे नाव. हे पाणी त्यानेच भरलेले आहे. आपल्याला घ्यायला हरकत नाही.''

''छे, छे, असा विचारही आमच्या मनी आला नाही.''

पाणी घेत बाबाजीराजे म्हणाले. थोड्या वेळाने ते अचानक म्हणाले,

''आपल्याला काही विचारायचं होतं, आपण नाराज होणार नसाल तर...''

''तोबा, तोबा. आपण आमच्या वालिदांसारखे. आपला हक आहे आमच्यावर. चाहेल ते पुसा.''

''आपण म्लेंछ! तरी पांडुरंगाची भक्ती करता, प्रवचने करता...''

बोलता बोलता बाबाजीराजे अडखळले, शेख महंमद बाबांच्या चेहऱ्यावर स्मित उमटले.

''आपला सवाल आम्हांला समजला. आम्ही भक्तिमार्गातले आहोत. तिथे कसलाही भेद आम्ही मानत नाही. आपण सारे त्या एकाच ईश्वराचे बच्चे! हिन्दू,

म्लेंछ, हा भेद त्याने केला नाही. आम्ही माणसांनी केला. राजे, आम्ही ईश्वर, अल्ला यांना अलग मानीत नाही.''

बोलता बोलता बाबांची मुद्रा बदलली. चेहऱ्यावर गंभीर भाव उमटला. वाणीत एक प्रकारची धार आली, तिच्यातून ओवीबोल झरू लागले.

''अहो, हरी अल्ला जरी दोन असते ।
तरी ते भांडाभांडीच मरते ॥
काही ठाव उरो न देते ।
येरून येराचा पै ॥

त्याची भक्ती कुणी, कशा प्रकारे करायची हे ज्याने त्याने ठरवावे. कुणी त्यास अल्ला म्हणतात, कुणी शिवशंकर, तर कोणी पांडुरंग म्हणतात. नावात काही नाही. दिल साफ असेल तर या नावात काही फरक दिसणार नाही. आम्ही इथे प्रवचन करतो, त्याला सारे भाई येतात. आख्यानाचा आनंद घेतात. एकच बोध त्यातून साऱ्यांना मिळतो.

मुसलमान कहे जिकीर बुखानद ।
मऱ्हाटे म्हणती भाषेचा आनन्द ।
परी दोन्ही भाषांचा भेद ।
ईश्वर अल्ला जाणे ॥''

बाबाजीराजे थक्क होऊन ऐकत होते.

''त्या दिवशी आमचे थोरले आपल्या शब्दांनी कसे बदलून गेले ते आम्हांला आज समजले.''

बाबाजीराजेंच्या तोंडून शब्द उमटले, पण बाबांचे त्यांच्याकडे लक्ष नव्हते. ते आपल्याशी बोलल्याप्रमाणे म्हणाले.

''शब्दमहिमा अपार आहे. त्याचे मोल जाणून त्यातून बोध घ्यावा लागतो.
शब्द वायूहून हळुवट ।
शब्द ध्रुवाहुनि घनवट ॥
शब्द तो शस्त्राहुनि तिखट ।
सत्यार्थ बोलिता वचन ॥

त्यातील भेद जाणण्यासाठी बुद्धी तोकडी पडते, त्यासाठी सद्‌गुरूची गरज लागते. आमचे गुरू चांदजी बोधले.''

गुरूंचे नाव मुखी येताच बाबांनी हात जोडले. पुढे म्हणाले,

''कुणी त्यांना चाँदजी म्हणतात, कुणी चंद्रनाथ म्हणतात. ते जनार्दनस्वामींचे गुरुबंधू. त्यांनी आम्हांला बोध केला तसाच जानोजीपंतांना केला. त्यांनी आमच्यात कधी भेद केला नाही.

सच्चा पीर कहे मुसलमान ।
मऱ्हाटे म्हणती सद्‌गुरू पूर्ण ।।
परी दोन्हीत नाही भिन्नत्वपण ।
आँखे खोल देख भाई ।।

अशी त्यांची शिकवण. त्यांनी आम्हांला भक्तिमार्ग दाखवला. नामस्मरणातील ताकद, शब्दकळेची शक्ती शिकवली.

शब्द चौदा रत्नांचे असे सार ।
शब्द कीर्तनी हरिनाम उच्चार ।।
शब्द हृदयी जिव शिव शंकर ।
ध्याने धरूनिया ।।
शब्द शिकोनी पंडित मुल्ला झाले ।
राव आणिकाते पढवू लागले ।।
शब्दे न सरते ते सरते केले ।
शब्दे भाव मुसाफ गीता ।।
छप्पन्न भाषा शब्दांचा प्रकार ।
अनेक भाषांनी बोले चराचर ।।
सहा राग छत्तीस भार्या ॐकार ।
सप्त स्वरे बोल बोले ।।
सद्‌गुरू सोहं शब्द तारका ।
शब्दे शेख महंमद आला पिका ।।
सांगितली शब्दे शब्दांची टीका ।
श्रोत्यांपाशी आत्मज्ञाने ।।...''

वाणी अखंड झरत होती. सर्वजण मंत्रमुग्ध झाल्याप्रमाणे ऐकत होते. चढता ऊनताप कधी उतरला हे कोणालाही समजले नाही.

■

६

यंदा पाऊस चांगला झाला. पिके चांगली आली. थोरल्या आऊसाहेबांचे वर्षश्राद्ध झाले. जिंतीहून परसोजीराजे, तसेच दोन्ही सुनांच्या घरची माणसे येऊन गेली. बाबाजीराजांनी विधिपूर्वक श्राद्धकर्म केले. उदंड दानधर्म केला. सारी पाहुणे मंडळी परतली. दोन्ही सुना मात्र वेरूळीच राहिल्या.

मालोजीराजेंचा पहिला दिवाळसण थोरल्या आऊसाहेबांच्या दुखवट्यातच गेला होता. रीतीप्रमाणे सासुरवाडीला दिवाळीसाठी जाणे शक्य नव्हते. दोन्हीकडचे

पाहुणे येऊन गेले होते. देणगी, पेहरावा देऊन गेले. जमेल तसे साऱ्यांनी साजरे करून घेतले. हौसमौज करण्याचा प्रश्नच नव्हता, त्यामुळे दोघांची ही तशी पहिलीच साजरी होणारी दिवाळी होती.

अश्विन महिना सरत आला. दिवाळी उंबरठ्याशी येऊन पोहोचली. उमाबाई आणि आऊबाईंच्या माहेरची माणसे आली. फराळाने भरलेल्या दुरड्यांनी घर भरून गेले. सजुऱ्या, करंज्या, लाडू, खस्ता एकेका पक्वान्नाच्या वासाने वाडा दरवळून गेला.

वसूबारस आले. दिवाळीला सुरुवात झाली. गोठ्याच्या भिंती सारवून, रंगवून झाल्या. गाई, वासरांचे कवतिक झाले. धनतेरसीला लेकीसुनांची पहिली आंघोळ झाली. घरोघरी फराळाच्या दुरड्या पोहोचवल्या गेल्या. सांजेला वाड्याच्या कमानीवरून, सदर कट्ट्यावरून दिवल्यांच्या ज्योती वाऱ्यावर फरफरू लागल्या.

नरकचतुर्दशीला भल्या पहाटे परसदारी चुलाण्यावर भला मोठा हंडा तापत ठेवला होता. रेखाऊंनी दोघा लेकांना चोळूनमळून कढत पाण्याने आंघोळ घातली.

लक्ष्मीपूजनाला संध्याकाळी सारे खानदानी डाग, मोहरा सुवर्णतबकात भरून देवघरात मांडले. घरच्या लक्ष्मींनी धनलक्ष्मीची पूजा केली. अमावास्येच्या अंधारी रात्री चारी बाजूंनी रोशन झालेल्या भोसल्यांच्या वाड्यात लक्ष्मी निवांतपणे विसावली.

घरच्या लक्ष्मीचा खास सण म्हणजे पाडवा. उमाबाई आणि आऊबाईंचा हा पहिला पाडवा. रेखाऊंनी दोन्ही सुनांसाठी खास सणसाज घेतले होते. उमाबाई थोरल्या असूनही दिसायला नाजूक, लहानशा. आऊबाई त्यांच्यापेक्षा थोड्याशा लहान होत्या परंतु बांध्याने थोराड आणि उंच होत्या. चटकन पाहिले तर त्याच थोरल्या वाटत. दोघीही उजळ वर्णाच्या, परंतु उमाबाईंचा चेहरा गोल, लालसर गोरा गुलाबाच्या गेंदासारखा तर आऊबाईंचा मुखडा उभट, तजेलदार केवड्याच्या पातीसारखा. दोघींना आपापल्या पतिराजांना ओवाळण्यासाठी रेखाऊंनी बोलावले. लालबुंद पैठणी नेसलेल्या उमाबाई आणि गडद सोनसळी शालू नेसलेल्या आऊबाई रेखाऊंच्या दालनात एकदमच आल्या. रेखाऊंना हळद-कुंकवाच्या पावलाने साक्षात लक्ष्मीच आपल्या दिशेने येत असल्याचा भास झाला.

दालनात मध्यभागी चांदीच्या बुंद्यांचे चंदनी पाट मांडलेले होते. पाटाभोवती रांगोळीची नकसगिरी रंग उधळीत होती, समोर दुसऱ्या पाटावर ओवाळणीचे तबक ठेवलेले होते. पहिल्या पाडव्याची ओवाळणी करण्यासाठी दोघी दालनात आल्या होत्या.

रेखाऊंनी मालोजीराजांना प्रथम पाटावर बसण्यास सांगितले. उमाबाईंच्या हाती आरतीचे तबक दिले. रेखाऊंनी इशारत केली. उमाबाईंनी आपल्या स्वारीला ओवाळण्यासाठी तबकाचे फेरे करायला सुरुवात केली. त्यांची बावरलेली नजर

आरतीतल्या ज्योतीवर खिळलेली होती. मालोजीराजे संकोचून रांगोळीतील रंग निरखीत बसले होते.

"थोरले, ध्यान कुठंय तुमचं?" रेखाऊंनी हाकारले. तेव्हा राजांनी वर पाहिले.

रेखाऊंनी राजेंकडे आधीच देऊन ठेवलेला सोनसळी डाग त्यांनी उचलला. तबकात टाकण्यासाठी हात उंचावला. त्यांची नजर उमाबाईंच्या खाली झुकलेल्या चेहऱ्याकडे गेली. निरांजनातील वातींचे तेज त्यांच्या नाकातल्या नथीतल्या हिरकणीवरून सर्व चेहऱ्यावर फाकले होते. आपल्या पत्नीचे राजस रूप राजांनी प्रथमच इतक्या जवळून पाहिले. त्यांची नजर क्षणभर चेहऱ्यावर खिळून राहिली. चटकन भानावर येत त्यांनी हातातला सोनसर तबकात ठेवला. उमाबाईंनी हातातले तबक समोरच्या स्वस्तिकरेखल्या पाटावर ठेवले. आपल्या सौभाग्याला त्रिवार नमस्कार केला आणि त्या सरशा उभ्या राहिल्या.

त्यांच्यानंतर आऊबाईंची ओवाळणी झाली. चौघांनी रेखाऊंना नमस्कार केला. रेखाऊंनी तोंडभर आशीर्वाद दिले. मुले आपल्या दालनात परतल्यावर रेखाऊंनी थोरल्या आऊसाहेबांच्या आठवणीने डोळे पुसले.

उमाबाई आपल्या दालनात गेल्या. ओवाळणीत मिळालेला सोनसर हाती घेऊन त्या कोपऱ्यातील दर्पणासमोर आल्या. कुणबिणीने गडबडीने झरोका उघडला. लखलखीत प्रकाशझोत पडताच त्यांच्या हातातला सोनसर झळाळला. त्यांनी गळ्यात हार घालताच कुणबिणीने फासा घट्ट करण्यासाठी वर ओढला. त्याचक्षणी चकाकत्या सरावरून असंख्य हलते प्रकाशझोत दालनाच्या भिंतीवर पडले. उमाबाईंनी दचकून त्यांच्याकडे पाहिले.

त्यांच्या आठवणी जाग्या झाल्या. त्यावेळचे देवघरातील भिंतीवरचे कवडसे त्यांच्या नजरेसमोर उभे राहिले. रेखाऊंनी सांगितले होते, हा सोनसर थोरल्या आऊसाहेबांनी खास त्यांच्यासाठी बनवून ठेवलेला होता. सारी याद त्यांच्या मनात जागती झाली. उमाबाई विस्फारल्या डोळ्यांनी ते हलते प्रकाशझोत पाहात राहिल्या. त्यांचा हात नकळत आपल्या गळ्याशी गेला, त्यांची मूठ त्याभोवती घट्ट घट्ट आवळली गेली.

■

७

बुऱ्हाण निजामशाह सत्तेवर येऊन दीड वर्ष लोटले. या काळात मोठी लढाई झाली नाही. पीकपाणी चांगले झाले. रयत सावरत होती. आदिलशाहीतील बखेड्यामुळे मात्र आता सल्तनतीत काही हालचाली होऊ लागल्या होत्या.

इब्राहिम आदिलशाहचा वजीर दिलावरखान याचे त्यांच्याशी बऱ्याच दिवसांपासून

वितुष्ट आले होते. आदिलशाहांनी रूमीखानाला पेशवा-म्हणजे मुख्य कारभारी नेमले. त्यामुळे दिलावरखान नाखूश होता. त्याने अनेक प्रयत्न करूनही आदिलशाहांची मर्जी त्याला मिळवता आली नाही. अखेर नाराज होऊन तो बुऱ्हाण निजामशाहांच्या आश्रयाला आला.

बुऱ्हाण निजामशाहास आदिलशाहांनी सत्तेवर येताना केलेल्या मदतीला विसरून दिलावरखानला जवळ केले. दिलावरखानाने येताना तीनशे हत्ती, हजारो घोडेस्वार व लाखो होनांची दौलत आणली होती. बुऱ्हाण निजामशाहांनी त्याच्यासाठी खास दरबार बोलावला.

दरबारासाठी सारी सरदारमंडळी नगरात येऊन दाखल झाली. गावाबाहेरच्या माळावर डेरे टाकले गेले. मालोजीराजे, विठोजीराजेंसह येऊन दाखल झाले.

दरबारात बुऱ्हाण निजामशाहांनी दिलावरखानाचे जंगी स्वागत केले. त्याला वजिरी दिली, पेशवाईचे अधिकारही दिले. दरबार संपला. विडे, अत्तर-गुलाब घेऊन मंडळी बाहेर पडली. वणगोजीराजांनी लखुजीराजांना इशारत केली. किल्ल्याच्या कोटाबाहेर येताच दोघे एकमेकांना भेटले. खांदाभेट घेऊन वणगोजीराजे म्हणाले,

"फार दिवसांनी भेट झाली, दाजीसाहेब, काय म्हणतायत सारी?"

"सारी खुशाल आहेत. आमचे दत्ताजी लवकरच दादासाहेब होणार आहेत."

"वा! चांगली खबर दिलीत. आज पुढला काय बेत?"

"आमच्याकडे कसला बेत? आपल्याकडची काय खबरबात?"

"आजच जावईबापू भेटले. दीपाक्कांची खुशाली समजली. आता तुम्ही भेटला. समाधान झालं. आज दुसरं काय नसलं तर रातीचं या आमच्या डेऱ्यात थाळ्याला. जावईबापूंनाही सांगतो."

"जरूर येऊ. सारी भेटतील. तीन प्रहर उलटले की येतो."

लखुजीराजे म्हणाले. निरोप घेऊन दोघे आपल्या मुक्कामावर परतले.

सूर्यास्त केव्हाच झाला होता. सांजेच्या थंड वाऱ्याच्या झुळकेने डेऱ्यांच्या कनाती झोके घेत होत्या. नुकतीच पेटवलेली चिरागदाने मंदपणे तेवत होती. डेऱ्यात बिछायतीवर लोडाला टेकून वणगोजीराजे सर्वांची वाट पाहात होते. थोड्याच वेळात लखुजीराजे, त्यांचे बंधू जगदेवराव, मालोजीराजे, विठोजीराजे येऊन दाखल झाले. वणगोजीराजांनी जातीने साऱ्यांची अगवानी केली. सर्वजण बिछायतीवर आरामात टेकले.

"काय म्हणतात बाबाजीराजे?"

वणगोजीराजांनी सुरुवात केली.

"खुशाल आहेत. गेली दीड-दोन वर्षे झुंज झाले नाही, शिवाय पाऊसपाणी चांगलं आहे, त्यामुळे खूश आहेत."

“होय, शाहजादा मुराद गुजरातेत आला. तिथंच मुरून बसला. त्यामुळे बरं झालं.”

“जी.” मालोजीराजे म्हणाले,

लखुजीराजे सारे ऐकत होते. त्यांनी विचार मांडला,

“पण आज नाही तर उद्या मुराद बाहेर पडल्याशिवाय राहणार नाही.”

“दुरुस्त आहे तुमचं म्हणणं. त्यासाठी दुसरीकडे बखेडा उभा राहायला नको. तसं झालं तर कठीण होईल.”

वणगोजीराजेंचा कशावर रोख आहे हे साऱ्यांनी जाणले होते. परंतु मोकळेपणे कोणी बोलत नव्हते. अचानक मालोजीराजे मध्येच म्हणाले,

“मामासाहेब, आम्हांलाही असंच वाटतं, म्हणून आजचा दरबार आम्हांला खटकला. हे तर विजापूरकरांशी झगडा करायला कारण दिल्यासारखं झालं...”

“त्यांचं असं आहे राजे...”

वणगोजीराजांनी मध्येच त्यांना रोखण्याचा प्रयत्न केला. त्यांच्याकडे लक्ष न देता मालोजीराजे पुढे बोलतच राहिले,

“आम्ही म्हणतो तसंच आहे. विजापूरकरांनी बादशाहांना गादीवर येण्यासाठी मदत केली. त्यांच्याशी अदावत करून आलेल्या त्यांच्या वजिराला आपण पनाह दिली. आता तर वजिरी दिली, याचा नतिजा बरा होणार नाही.”

मालोजीराजेंचे नेमके बोल ऐकून अचानक सारे स्तब्ध झाले. अवघी मसलत अवघडून गेली. वणगोजीराजे गंभीर झाले. समजुतीच्या स्वरात हलकेच म्हणाले,

“राजे, हे सारं आम्हांदेखत बोलला हे ठीक, पण इतर कोणाशी खाजगीतही असे बोलू नका.”

“पण...”

“तुमची उमर अजून लहान आहे. जवानीचा जोश आहे, राजे, दरबारी राजकारणाचा काही तजुर्बा आम्ही राखून आहोत. आमचे ऐकून घ्या.”

“जी.”

मालोजीराजेंचा जोश थोडा कमी झाला.

“राजे, तुम्हांला इतक्या लहान उमरीत यश मिळालं, सरंजाम मिळाला, दरबारी मान मिळाला. यासाठी तुम्हांला पाण्यात पाहणारे कमी नाहीत. त्यांपैकी कोणाच्या कानी पडले, एकाचे दोन करून दरबारी रुजू झाले तर बरे होणार नाही. डेऱ्याच्या कनातींनाही कान असतात राजे.”

तावत्या निखाऱ्यावर थंड पाणी पडावे तसे मालोजीराजे शांत झाले. त्यांच्याकडे पाहात लखुजीराजे म्हणाले,

“राजे, आपण बादशाहांचे सरदार म्हणजे चाकरच. आपण फक्त हुकमाची

तामिली करायची. झुंजीला चला म्हटले की, जायचं. तिथं हुनर दाखवला तर तेच सर्फराजी करतात. सिरपाव मिळतो. दौलत वाढते. आणखी काय हवं आपल्याला? बाकी दरबारी कारभाराचं बादशाह बघून घेतील.''

लखुजीराजेंचे बोल ऐकून मालोजीराजे एकदम गंभीर झाले. त्यांचे कपाळ अक्रसले. काही काळ स्वस्थ बसून त्यांनी स्वतःला सावरले. वणगोजीराजेंकडे पाहिले, ''मामासाहेब, आपण आमच्यापेक्षा थोर. आपण आमच्या भल्यासाठीच सल्ला दिला हे आम्ही जाणतो. आम्ही त्याचा जरूर विचार करू.''

वणगोजीराजांनी हलकेच विषय बदलला. मुदपाकखान्याकडे इशारत केली. जेवणाची तयारी झाली होती.

निरोपाचे विडे घेऊन मालोजीराजे आपल्या डेऱ्यात परतले. अद्यापही त्यांच्या कानात आवाज घुमत होते.

''कनातींनाही कान असतात राजे. जरा जपून.''

दुसरीकडून बोल आले.

''आपण बादशाहांचे सरदार म्हणजे चाकरच. आपण केवळ हुकमाची तामिली करायची.''

राजे आपल्याशीच विचार करत होते.

''आपल्याला बादशाहांचे वागणे ठीक वाटले नाही. ज्यांनी त्यांना तख्तावर यायला मदत केली त्या आदिलशाहांचे त्यांनी वैर मागून घेतले, तेसुद्धा त्यांच्याशी बेइमान झालेल्या त्यांच्या चाकरासाठी, हे आम्हांला पटले नाही. आता यातून झुंज झालं की रयतेचे हाल होणार. विनाकारण माणसे मरणार.''

बिछायतीवर पडलेल्या राजांच्या मनात विचार मावत नव्हते. डेऱ्याच्या छतावर कनातींच्या दोऱ्यांची जाळी विणली होती. त्याच्याकडे पाहात कोवळ्या उमरीच्या, सरळ मनाच्या मालोजीराजांच्या मनात जाळे विणले जाऊ लागले. तजुर्बेकार राजकारणी बोल आठवत ते त्यात गुरफटून जात होते.

बाहेर रात्र चढू लागली. डेऱ्यातली चिरागदाने हळूहळू मंद होऊ लागली. राजेंचे शिणलेले शरीर झोपेच्या अधीन झाले, तरीही त्यांच्या कपाळावरील शिवगंधावरील सुरकुत्या कितीतरी वेळ तशाच राहिल्या होत्या.

■

८

दरबारासाठी आलेली सरदारमंडळी अहमदनगरला थांबलेली होती. मालोजीराजांनी अंदाज वर्तवला होता त्याप्रमाणेच घडू लागले. इब्राहिम आदिलशाह फारच नाराज झाले. त्यांनी आपला वकील मुल्ला इनायतउल्ला याला बुऱ्हाण निजामशाहांकडे

पाठवले. दिलावरखानांनी आणलेले तीनशे हत्ती आपल्याकडे परत करावेत अशी मागणी केली. बुऱ्हाण निजामशाहांनी ही मागणी साफ धुडकावून लावली, इतकेच नव्हे तर दिलावरखानाने चिथवल्यामुळे आदिलशाहविरुद्ध जंग पुकारले.

सारे सरदार नगरला आलेले होते. त्यांना घेऊन बुऱ्हाण निजामशाहांनी सरळ आदिलशाही मुलखावर चाल केली. सैन्याने आदिलशाही मुलखात शिरून धुमाकूळ घातला. पार मंगळवेढ्यापर्यंत धडक मारली. निजामशाही सैन्याला कुठेही अटकाव झाला नाही.

आता बुऱ्हाण निजामशाहांना थोडी शंका वाटू लागली. आणखी खोलवर आदिलशाही मुलखात शिरण्यापेक्षा त्यांनी भीमा नदीच्या काठी तळ टाकला. भिवरा नदीच्या काठी एक जुना किल्ला होता. तो बांधायला सुरुवात केली.

एवढे होऊनही आदिलशाहांकडून काही हालचाल झाली नाही. पावसाळा सुरू झाला. छावणी टाकून दोन महिने झाले. फौज कंटाळू लागली. बुऱ्हाण निजामशाहांनी दिलवारखानला शाहा दुर्ग आणि सोलापूर घ्यायची मोहीम दिली. दिलावरखान छावणी सोडून सोलापूरला गेला.

आदिलशाह याच संधीची वाट पाहात होते. त्यांनी दिलावरखान बुऱ्हाण निजामशाहांपासून दूर गेलेले पाहताच आपली खास हुनरबाज माणसे त्याच्याजवळ पेरली.

इब्राहिम आदिलशाहांच्या माणसांनी दिलावरखानला भासवले. ''तू विजापूरहून गेल्यामुळे आदिलशाह अडचणीत आले आहेत. बुऱ्हाण निजामशाहांच्या स्वारीमुळे घाबरून गेले आहेत; यातून निभावून नेणे फक्त तुलाच शक्य आहे. आदिलशाही वाचवणे आता केवळ तुझ्या हातात आहे. ही वेळ निभावून नेली तर आदिलशाह सर्व कारभार तुझ्या हाती देण्यास तयार आहेत.''

दिलावरखान फुशारून गेला. त्याला खरेच वाटले की आदिलशाह अगदी जेरीस आला आहे. आपण त्याच्याकडे जाऊन सारा कारभार हातात घेऊ. सारी सत्ता आपल्याकडे येईल अशी स्वप्ने त्याला पडू लागली. तो लागलीच सारा लवाजमा घेऊन विजापूरला निघाला.

इब्राहिम आदिलशाहांनी त्याची अगदी थाटात अगवानी कली. त्याला आपल्या खास महालात बोलावले. आपल्याच घमेंडीत असलेला दिलावरखान अगदी मोजके स्वार घेऊन आदिलशाहच्या भेटीला गेला. नेमकी हीच वेळ आदिलशाहांनी साधली. दिलावरखानला कैद केले. त्याचे डोळे काढले. त्याला कबिल्यासह साताऱ्याला बंदिवान करून ठेवले. आपल्या अजोड मुत्सद्दीपणाने आदिलशाहांनी आपल्या सल्तनतीतले वजिरी बंड मोडून काढले.

■

९

राजे विठोजीराजेंसह भिवरेच्या काठी छावणीत होते. ऐन पावसाळ्याच्या तोंडावर अडकून बसल्याने कंटाळले होते. बुऱ्हाण निजामशाहांनी किल्ल्याचे बांधकाम पूर्ण करत आणले होते. त्याचवेळी बातमी येऊन थडकली.

''दिलावरखानाला विजापूरकरांनी कैद केले.''

बातमी ऐकून राजे बेचैन झाले, विठोजीराजांना म्हणाले,

''पाहिलंत, आम्ही म्हणत होतो, तसंच घडलं, अखेर विजापूरकरांनी बाजी मारली.''

''पण दादासाहेब, आता विजापूरकर गप्प बसतील?''

''आम्हांला नाही वाटत, आपल्याला तयारीत राहायला हवं. आदिलशाही हमला केव्हाही येऊ शकतो.''

राजांच्या स्वरात काळजी डोकावत होती. त्यांनी आपल्या स्वारांची तयारी करायला सुरुवात केली, तोवर बातमी येऊन थडकली. आदिलशाहांचे सहा हजाराचे सैन्य छावणीवर चालून येण्यासाठी निघाले आहे.

बुऱ्हाण निजामशाहांनी लागलीच सरदार नूरखानला पुढे पाठवून दिले. छावणीत तणाव वाढत होता. दोनच दिवसांत खबर आली. आदिलशाही सैन्याने नूरखानला ठार मारले. सैन्य पळवून लावले.

पाठोपाठ नजरबाजांनी खबर आणली. आदिलशाहांनी सरलष्कर रूमीखान याला मोठे सैन्य देऊन पाठवले आहे. छावणीत घबराट वाढली. बुऱ्हाण निजामशाहांनी तातडीने सारा दारूगोळा, शस्त्रे, सारी माणसं किल्ल्यात हलवण्याचा हुकूम दिला.

राजांनी आपला लवाजमा हलवला. जरा स्थिरस्थावर होतात, तोच खबर आली.

रूमीखानाला कुमक करण्यासाठी आदिलशाहने इलियासखानाला तीन हजार फौजेसह पाठवले होते. निजामशाही सरदार हादरून गेले.

राजे विठोजीराजांना म्हणाले,

''आम्हांला आधीच दिलावरखानाला पाठबळ दिलेलं पटलं नव्हतं, तेव्हा आम्ही बोललेलं कुणाला आवडत नव्हतं, पण आता आपणच इतक्या अडचणीत सापडलो आहोत.''

''दादासाहेब, तुमचं खरं ठरलं. आता वेढ्यात अडकून बसण्याची वेळ आली आहे. काही सरदार फारच नाराज आहेत असं समजलं.''

''आता नाराज होत बसण्याची वेळ नाही. विठोजी, आता यातून पार कसं पडायचं हे पाहायला हवं.''

राजे चिंताग्रस्त होत म्हणाले.

एकापाठोपाठ लाटा आदळाव्यात तसे दणके बसले होते. बरेच जण अतिशय बिथरले होते. बुऱ्हाण निजामशाहांनी मात्र किल्ला लढवायचाच असे ठरवले होते.

दोन महिने उलटले. मोहीम सुरू होऊन सहा महिने झाले होते. लोक कंटाळले होते. यंदा पाऊस चांगला झाला नव्हता. आता दाणागोट्याची दिक्कत होऊ लागली. काही सरदार बगावत करण्यापर्यंतच्या मन:स्थितीत आले होते. अचानक राजेंकडे खबरी आला. त्याने घाबरत सांगितले.

"सरकार, सरदार कामिलखानाने काहीजणांना साथीला घेऊन बगावत करायचं ठरवलं होतं. खुद्द निजामशाहांनाच मारण्याचा कट चालला होता."

"मग?"

"त्यांच्यातल्याच एकाने कट फोडला. आता त्यांना पकडलं आहे."

राजांना काही सुचेना. त्यांनी वणगोजीराजेंकडे धाव घेतली. वणगोजीराजांनी त्यांना मिळालेल्या खबरीची खातरजमा केली.

किल्ल्यातले सारे वातावरण ढवळून गेले होते. खुद्द बुऱ्हाण निजामशाहाच हादरून गेले. कुठून या दिलावरखानाच्या भानगडीत पडलो असे त्यांना वाटले. त्यांनी विजापूरकरांशी बोलणी सुरू केली.

आदिलशाहांनी महिनाभर दाद दिली नाही. बुऱ्हाणशाहांना हे प्रकरण लवकर मिटवायचे होते. त्यांनी कुतुबशाहा तसेच खानदेशाचा राजा आलीखान यांना मध्यस्थ घातले. अखेर आदिलशाहांनी सुलुख कबूल केला. निजामशाहांनी आपल्या हद्दीवर बांधलेला नवा किल्ला पाडावा. आदिलशाहीचा जिंकलेला भाग परत द्यावा आणि नगरला परत जावे, अशी अट घातली.

वेढा उठला. बुऱ्हाण निजामशाहांनी स्वत: उभा केलेला किल्ला पाडावा लागला. राजेंसह सारे सरदार मोठ्या निराशेने परतले.

अखेर सतत सहा महिने लढून पदरचे लाखो होन वाया घालवून अतोनात नुकसान सोसून निजामशाहा नगरला परतले. आपल्या सल्तनतीचा लौकिक वाढवण्याचे त्यांचे स्वप्न अधुरेच राहिले.

■

१०

राजे सहा महिन्यांनी घरी परतले. पावसाळा संपत आला होता, पण यंदा पाऊस मनासारखा झाला नव्हता. बाबाजीराजे म्हणाले,

"तुम्ही तिथं होता, पण इथं आम्हांला काही सुचत नव्हतं."

"आबासाहेब, यंदा इकडं पाऊस झाला नाही, असं दिसतंय."

“तर काय! आषाढ रिता गेला. श्रावण, भाद्रपद उलटला, तरी पावसाचा पत्ता नाही. तुम्ही आता आला आहात. अजून महिनाभर अशीच ओढ पडली तर मोठा दुष्काळ पडेल.”

बाबाजीराजांना काळजी वाटत होती. राजे विठोजीराजेंसह जहागिरीत फेरफटका मारून आले. सगळीकडे थोडीफार अशीच हालत होती. मालोजीराजे बेचैन होत म्हणाले,

“आबासाहेब, आम्ही आमच्या जहागिरीवर जाऊन येतो. बरेच दिवसांत गेलो नाही.”

“नगरला थांबून जाणार?”

“जी. तिथं निळोपंत काकासाहेबांना भेटतो, म्हणजे सगळीकडची खबरबात मिळेल.”

“ठीक आहे,” बाबाजीराजे म्हणाले.

राजे खाशा स्वारांच्या तुकडीसह निघाले. नगरला निळोपंतांकडे उतरले. एकमेकांची खुशाली विचारून झाल्यावर निळोपंत राजांना म्हणाले,

“राजे, आपले निजामशाह बुजुर्ग. त्यांच्या सल्तनतीत रयतेला सावरायला सवड मिळेल असं वाटलं होतं. गेल्या साली झुंजीत, तर आता दुष्काळानं सारं पुन्हा उजाड व्हायला लागलंय.”

निळोपंतांच्या स्वरात उदासपणा जाणवत होता. राजे म्हणाले,

“वेरूळच्या भागात पावसानं दडी मारली. आम्ही इकडच्या जहागिरीवर जाण्यापूर्वी आपल्याकडे आलो. इकडे तसंच दिसतंय. काकासाहेब, खेडी, गावं वैराण व्हायला लागलीत, काही सुचत नाही.”

जमालखानांच्या काळात झालेल्या यादवीतून अजून पुरते सावरले नसताना दिलावरखानाच्या नादी लागून बुऱ्हाणशाहांनी मोहीम काढली; त्यातून निजामशाहीचा काहीच फायदा झाला नाही. शाहजादा मुराद गुजरातेत बसून संधीची वाट पाहात आहे. अशावेळी विजापूरकरांची कुरापत काढायला नको होती, यात दोघांचे एकमत होते.

अहमदनगरला चार दिवस मुक्काम करून राजे जहागिरीच्या भागाकडे निघाले. नगरपासून वीस कोसांवर श्रीगोंद्याला शेषाप्पाकडे राजे थांबले. शेषाप्पा नाईक श्रीगोंद्याचे मशहूर सावकार. निजामशाहीतील मातब्बर सावकारांपैकी एक. त्यांचा बाबाजीराजेंशी खास घरोबा होता.

शेषाप्पांनी मालोजीराजेंची वाड्याच्या दाराशीच अगवानी केली. राजे जहागीर मिळाल्यानंतर प्रथमच श्रीगोंद्याला आले होते. राजांच्या सोबत तिथले कारभारी गोमाजी नाईक आले होते.

“राजे, आपण दरबारचे मोठे मानकरी बनलात. आमचा दिल खूश होऊन गेला. आमचा मुलूख आपल्या अखत्यारीखाली आला. आम्ही आपल्याला भेटण्यासाठी येणार होतो. तोवर आपण मोहिमेवर निघाल्याचे समजले. आपण जातीने आला ते बरं झालं.”

“नाईक, तसा हा मुलूख आमच्या भागालगतचा, आम्हांला काही नवखा नाही, यंदा थोडी फुरसत मिळाली, म्हटलं यावं. आपण भेटलात की, आपल्याकडून मुलखाची हालत कशी आहे ते कळेल.”

“आलात ते ठीकच झालं राजे, पण मुलखाची हालत म्हणाल तर बिलकूल ठीक नाही. त्यातून आमचा मुलूख नगरपासून जवळ. सारखा लष्कराचा जाच. उभ्या पिकावर धाडी घालत्यात. सालाआड दुष्काळाची भर पडती ते वेगळंच. गावंच्या गावं उठून परदेसी होत्यात. काय सांगायचं?”

मालोजीराजे सारे ऐकून बेचैन होत होते. त्यांनी शेषाप्पांना मुद्दाम सवाल केला,

“मग तुमच्या सावकारीचं काय?”

“आम्ही पिढीजात सावकार राजे! आहे ते उत्पन्न आणखी चार पिढ्या बसून खाल्लं तरी सरायचं नाही. निजामशाही अंमलदारापासून साऱ्यांची नड आम्ही राखत आलोय, पण गेल्या पाच-सहा वर्षांत दौलतीची रया पार निघून गेली. काही पहिल्यासारखं राहिलं नाही. आता शेतकऱ्यांची देणी म्हणाल तर कशी वसूल करायची? रानं, घरदार सोडून माणसं वनवासी झालीत, मग आम्ही जप्ती तर कुणावर अन कशावर आणायची?”

दोघे बराच वेळ बोलत होते. सुलतानीच्या हातात हात घालून अस्मानी आपला हिसका दाखवत होती. राजे अधिकच अस्वस्थ होऊन गेले. शेषाप्पांकडे मुक्काम पडला.

■

११

दुसऱ्या दिवशी सकाळीच शेषाप्पांचा निरोप घेऊन राजे निघाले. आठ-दहा कोसांची सलग दौड मारून दौंड गाठायचं, भीमेच्या काठी घोडी पाजून घ्यायची. तिन्हीसांजेला सुप्याला पोहोचायचं असा बेत ठरला.

राजे सगळीकडे पाहात दौडत होते. श्रीगोंदे गावठाणाची वस्ती सोडल्यावर माणसेच काय पण जनावरेही दिसत नव्हती. सारे कसे उजाड झालेले होते. हिरवळ नावालाही कोठे दिसत नव्हती.

एखादा कोसभर अशीच दौड मारल्यावर एक वेगळाच ठाव त्यांच्या भिरभिरल्या नजरेला मिळाला. त्यांना आश्चर्य वाटले. त्यांच्या नकळत घोडी तिकडे वळवली गेली.

उजव्या बाजूला एक चांगलं लांबरुंद पठार होतं. दूरवर एक हिरवळीचा पट्टा दिसत होता. तिथंच बाजूला एक लहानसा ओढा वाहात होता. ओढ्याच्या कडेने गुरं फिरताना दिसत होती. एका बाजूला काही पालं टाकलेली दिसत होती. म्हशींची रेडकं आणि दोन-तीन पोरं पाण्यात डुंबत होती.

राजे जवळ आले. घोड्यांच्या टापांचा आवाज ऐकताच गुरे कान टवकारून हंबरू लागली. वासरं शेपटीचा पिळा घालून टणाटण उड्या मारत आपल्या आयांच्या आडाला लपण्यासाठी धावली. पाण्यात डुंबणारी पोरं पाण्याबाहेर येऊन पालांच्या दिशेने पळत सुटली.

अगदी नजीक आल्यावर राजांनी लगाम खेचले. सर्वजण थांबले. काठावरची गुरे अचानक स्तब्ध झाली. पालातून काहीच हालचाल होत नव्हती. काही क्षण साऱ्या माळावर विलक्षण शांतता पसरली. राजे खाली उतरले. त्यांनी घोड्यांचे लगाम सोडून रेना त्यांच्याच गळ्यात अडकवल्या. घोडी दड्डावर चरायला सोडली. ओढ्यात उतरून हातपाय धुतले. एका झाडाखाली जाऊन निवांत बसले.

स्वारांनी पाण्यात हातपाय धुतले. पाणी गढूळ होऊन गेले होते. त्यांनी काठावर हातहातभर खोलीचे चारपाच खड्डे काढून ठेवले.

राजे झाडाखाली बसून विचार करत होते. इतका चांगला ओढा, नितळ पाणी, विस्तीर्ण पठार, इथं वस्ती कशी नाही? चांगलं भलंमोठं गावठाण असायला हवे होते. कदाचित आधी असेलही. लढाईच्या दंग्यात उठून गेले असेल. कदाचित एखादी नदी असावी; आटून ओढा राहिला असावा. चौकशी करायला पाहिजे.

त्यांनी गोमाजींना हाक मारली.

"गोमाजी, आपलाच भाग आहे हा, इतकीच वस्ती कशी?"

"सरकार, परवाच्या झुंजीत परागंदा झाली असणार, नवीनच..."

गोमाजी पुढं बोलणार इतक्यात पालांमध्ये थोडी हालचाल झाली. राजेंचे तिकडे लक्ष गेले. एक म्हातारा आणि दोन बारकी पोरं बाहेर आली. म्हाताऱ्याच्या अंगावर नुसती लंगोटी आणि एक फाटके, विरलेले चिरगूट होते. पोरं तर नागडीच होती. म्हातारा हळूहळू बिचकत पुढे आला. राजांना मुजरा करून मागे सरकला. खाली मान घालून उभा राहिला.

राजांनी गोमाजींकडे पाहून इशारत केली. गोमाजींनी म्हाताऱ्याला पुसलं, "तुम्ही इथलंच का बाबा?"

म्हाताऱ्याने एकवार वर बघितले; पुन्हा खाली मान घालून थरथरत्या आवाजात म्हणाला,

"न्हाई जी. आमी तितलं. खाल्ल्या बाजूचं. एकुलता एक लेक-त्यो झुंजात गमावला. त्यातनं दुष्काळानं गांजलं. सारी गाव सोडून गेली. आमीबी निगालो. हिथं

पानी गावलं, म्हणताना पालं टाकली. आता तुम्ही म्हनला तर हितनंबी जाया लागणार.''

बोलता बोलता म्हाताऱ्याचा गळा दाटून आला. दोन्ही पोरांना जवळ ओढत म्हणाला,

''पर या लेकरांना घेऊन आनी कुटं कुटं फिरायचं?''

मालोजीराजे बसल्या जागेवरून उठले. म्हाताऱ्याजवळ जाऊ लागले. पोरं घाबरून त्याला अगदी घट्ट बिलगली. भीतीने त्यांच्या तोंडून रडूदेखील फुटत नव्हते. राजे जवळ येऊन म्हणाले,

''घाबरू नका बाबा. तुम्हांला पाठवून द्यायला आलो नाही. तुमच्या लेकरांना घेऊन खुशाल ऱ्हावा इथं.''

म्हातारा राजांच्या पायावर कोसळला. पोरांनी न समजून घाबरून गळा काढला. राजांनी म्हाताऱ्याला उठवले, त्याला शब्द सापडत नव्हते. इतक्या सालातले साचलेले दुःख चाचपडत बाहेर पडू लागले.

''लई उपकार झालं तुमचं. सारं ग्येलं. लई भोगलं. कवाबी स्वार येत्यात. काय असंल नसंल ते न्येत्यात. काय बी सोडीत न्हाईत, म्हणताना लेकरं घाबरून रडली. राग मानू नगासा. त्यांच्या अंगावर तर चिंधुकबी ऱ्हायल्यालं न्हाई. आबरू तरी कुटं ऱ्हायली म्हणायला बाबा, तवा राखायची. माझ्या डोळ्यादेखत यांच्या आईला...''

म्हाताऱ्याच्या तोंडून शब्द फुटेना. राजे समजून गेले. इतक्यात पालातून आणखी दोन-तीन माणसं बाहेर आली. दुरूनच पाहू लागली. राजांनी त्यांना जवळ बोलावले. त्यात एक सडसडीत, गोरागोमटा तरुण त्यांच्या नजरेत भरला. राजांनी त्याला विचारले,

''नाव काय तुमचं?''

''जी. बाळाजी.''

''गाव कुठलं.''

''इथून दहा कोसावरलं.''

त्या तरुणाच्या बोलीभाषेवरून तो शिकलेला वाटत होता.

''लिहायला येतं वाटतं.''

''जी, घरी पिढीजात कुळकरण होतं. वडील सरकारात चाकरी करीत होते. त्यांचा काळ झाला. लढाईत साऱ्या गावाची वाताहत झाली. मातोश्री आणि धाकट्या बंधूंना घेऊन गाव सोडलं. चार दिवस झालं इथे आलो. श्रीगोंद्यात काही काम पाहणार म्हणतो.''

''हं.''

इतकेच म्हणून राजे गप्प झाले. आपल्याच तंद्रीत घोडी उभी होती तिथे चालू लागले. ऊन हळूहळू चढू लागले होते. वाळूत काढलेल्या खड्ड्यात स्वच्छ नितळ पाणी साठले होते. राजांनी ओंजळ भरून घेतली. पाणी चवदार होते. राजे तिथेच थबकून उभे राहिले. स्वारांनी पाणी पिऊन घेतले. घोडी फिरवून तयार केली. राजे मात्र आपल्याच विचारात गढून अजून तिथेच उभे होते.

अचानक राजांनी गोमाजींना हाक मारली.

''गोमाजी, आम्ही इथं आल्यापासून पाहतो आहोत. इथं ओढ्याला पाणी आहे पण माणसं नाहीत. कुठं जिवाला घाबरून दऱ्याखोऱ्यांत दडून बसली असतील. आम्हांला वाटतं, इथं शेती करता येईल. पाण्याच्या आधारानं माणसं पुन्हा वसवता येतील. एक गावच उभं राहील.''

गोमाजींना काहीच उमगत नव्हते. ते राजांकडे पाहू लागले. राजांच्या चेहऱ्यावर निश्चयी भाव होते. वाणीत धार होती. ते भराभरा सांगू लागले,

''तुम्ही कामाला लागा. माणसं गोळा करा. आम्ही घराचं, शेतीचं सामान लावून द्यायचं बघतो.''

''पण सरकार, येवढं मोठं काम...!''

गोमाजी चाचरत म्हणाले.

''गोमाजी, तुम्ही काळजी करू नका. आता आम्ही आमच्या खासगीतनं देतो. मागनं सरकारातनं काय मिळल ते बघू. मुलूख उजाड झाला. रयत वाऱ्यावर पडली, तर आम्ही राजे तरी कुणाचे? रयतेमुळेच आमचं राजेपण टिकतं. आम्ही त्यांच्या जिवावर जहागिरी मिळवतो. वसुलीवर कारभार सांभाळतो, पण त्यासाठी रयत तरी थाऱ्यावर असायला हवी.''

मालोजीराजे अचानक थबकले. बाळाजींकडे पाहात म्हणाले,

''या बाळाजींना दप्तरी कामकाजाची जानकारी आहे. त्यांना संगट घ्या. काय बाळाजी, येणार ना आमच्या चाकरीत?''

बाळाजींचा आपल्या कानांवर विश्वास बसेना. त्यांनी क्षणभर राजांच्याकडे पाहिले. पुढे येऊन आपल्या धन्याला मुजरा केला.

म्हातारा जवळ उभा राहून सारं आकरित पाहात होता. त्याच्या सुरकुतल्या चेहऱ्यावर कितीतरी दिवसांनी समाधानाचे हसू उमटले. त्याने हात जोडून आभाळाकडे पाहिले.

''देवासारका आलास बाबा. त्यो तुला काय बी कमी पडू देणार न्हाई.''

नकळत त्यांच्या तोंडून बोल उमटले.

मालोजीराजेंचे त्याच्याकडे लक्षच नव्हते. ते घोड्यावर स्वार झाले. मोहरा बदलून पुन्हा श्रीगोंद्याकडे निघाले. त्यांच्या मनात बेत मावत नव्हते. सारे शेषाप्पांच्या

कानावर घालायला हवे. विठोजीराजांना दप्तरी कामाची चांगली जानकारी आहे. सारे उभारायचे म्हणजे केवढा मोठा व्याप. तो सांभाळायला धाकले संगट हवे. घोडी दौडत होती. त्यापेक्षा कितीतरी वेगाने राजांचे बेत पुढे धावत होते.

■

१२

श्रीगोंद्याला आठ दिवस राहून राजे वेरूळला परतले. त्यांनी आपला सारा विचार बाबाजीराजांच्या कानी घातला. मालोजीराजांच्या मनातला रयतेविषयी असलेला जिव्हाळा पाहून बाबाजीराजे सुखावले. राजे विठोजीराजेंबरोबर पुढचा तपशील ठरवण्यात गुंतून गेले.

दुष्काळामुळे असेल, पण बुऱ्हाण निजामशाहांनी नवीन मोहीम काढली नाही. दिलावरखान प्रकरणात झालेला पराभव ते विसरले नव्हते. संधी मिळताच विजापूरकरांवर प्रहार करायचा त्यांचा मनसुबा होता. त्यांच्या सुदैवाने आदिलशाहीतच मोठा बखेडा उभा राहिला. इब्राहिम आदिलशाहचा भाऊ इस्माईल याने बंड पुकारले.

बुऱ्हाण निजामशाहांनी इस्माईलला सर्व मदत करायचे ठरवले. त्याच्यासाठी सैन्य पाठवण्याचे ठरले. मालोजीराजांना त्यात सामील होण्यासाठी हुकूम आला. राजे छावणीत पोहोचले, तेव्हा वणगोजीराजे आधीच आलेले होते.

राजे वणगोजीराजांना भेटले. म्हणाले,

"मामासाहेब, यंदा नवी मोहीम निघेल असं वाटलं नव्हतं. एक तर दुष्काळ पडलाय."

"होय राजे, त्यातून निजामशाहांची तबियत ठीक नाही, असं ऐकतो. त्यांचं वयदेखील झालंय."

"त्यातच ही मोहीम निघाली. आपण साऱ्या मसलतीत होता असं समजलं. मोठीच बंडाळी झालेली दिसते आदिलशाहीत."

"होय. इस्माईल मुस्तफाबाद बेळगावच्या किल्ल्यात कैद होते. तिथल्या शिबंदीचा सरदार सावंतराव नायकवडी याने आपली लेक इस्माईलला दिली. किल्ला ताब्यात घेतला. बंडाला सुरुवात झाली."

"मग?"

"आदिलशाहांनी आपले तीन सरदार त्याच्यावर पाठवले. त्यातले दोघेजण ऐनुलमुल्क आणि आंकुसखान फितूर झाले. त्यांनी सरळ इस्माईललाच नवा आदिलशाह म्हणून जाहीर केले."

"म्हणजे मोठीच फितुरी झाली म्हणायची!" राजे उद्गारले.

"तर काय? एकटा इलिखासखान तेवढा विजापूरकरांच्या बाजूने लढला.

आपलं बळ कमी पडतंय म्हणून तो परत गेला. राजे, मिरजेतले सारे अमीर, इतकंच नव्हे तर खुद्द विजापुरातल्या देवनाईकांसारख्या मातब्बरांनी इस्माईलला साथ द्यायचं ठरवलं आहे.''

''हे सारं बघता इस्माईल आदिलशाही तख्तावर बसणार असं वाटतंय.''

''म्हणूनच राजे, आपल्या बादशाहांनी त्यांना सारी मदत करायचं ठरवलं आहे. गेल्या खेपी झालेल्या अपमानाचा त्यांना बदल घ्यायचा आहे.''

बऱ्याच दिवसांनी मोहीम निघाली होती. राजे वणगोजीराजेंशी बोलत होते, त्याचवेळी खबर आली, इस्माईलने ऐनुलमुल्क, आंकुसखान यांच्यासह विजापूरवर चाल केली आहे. ते रायबागमार्गे विजापूरकडे निघाले होते. वणगोजीराजे, मालोजीराजे यांना त्यांना कुमक करायची होती. दोघे आपल्या स्वारांसह सज्ज झाले.

ऐन थंडीत दख्खनचे राजकारण तापले होते. विजापुरात यादवीची आग पेटली होती. निजामशाहांनी त्यात हात घातल्याने धग अधिकच वाढली होती. आदिलशाह ती विझवतात की, त्यात भस्मसात होतात याकडे सर्वांचे लक्ष लागले होते.

राजे दोन मजला पुढे गेले. खुद्द बुऱ्हाण निजामशाह नगरहून निघून परिंड्यापर्यंत आले होते असे समजल्याने सारे जोरात होते.

इब्राहिम आदिलशाहांनी संकट ओळखले. त्यांनी आपला खास भरवशाचा हमीदखान नावाचा सरदार निवडला. आपली सारी तीस हजाराची खाशी दिम्मत त्याच्या हाती दिली. इस्माईलला इतर साथ मिळण्यापूर्वी शक्य तितक्या लवकर गाठून संपवायचे असा हुकूम दिला.

राजे आपल्या छावणीत थांबले होते. पुढची खबर मिळाली की, चढाई करायची होती. इतक्यात अचानक बंडाचा मोड झाल्याची खबर आली. सारे हादरून गेले.

आदिलशाहांच्या सेनेने इस्माईलला रायबागजवळ गाठले होते. जोरदार हातघाईत इस्माईलचा पाडाव झाला. त्याला कैद करून विजापूरला नेले होते. सारे समजताच राजांनी दोन मजला पुन्हा मागे येऊन आपल्या मुलखात मुक्काम ठोकला. बुऱ्हाण निजामशाह मोठ्या उत्साहात परिंड्यापर्यंत आले होते. त्यांची पंचाईत झाली. ऐन थंडीत उघड्या माळावर छावणीत राहिल्याने त्यांची तब्येत आणखी बिघडली. बुऱ्हाण निजामशाहांचा आदिलशाहांशी दोन हात करून विजय मिळवण्याचा बेत पुन्हा एकदा वाया गेला. त्यांनी सैन्याला परत फिरण्याचा हुकूम दिला.

मालोजीराजांना बंड मोडल्याची खबर मिळताच ते दोन मजला मागे आले होते. बुऱ्हाण निजामशाहांकडून परत फिरण्याचा खलिता आल्यावर राजे वेरूळला परतले.

■

१३

मालोजीराजे वेरूळला येऊन दोन-तीन महिने झाले. यंदा पावसाला बरी सुरुवात झाली. थोडी उसंत मिळाल्याने जहागिरीची घडी नीट बसवता आली. घृष्णेश्वराच्या मंदिराचे काम चालू होते. आता विठोजीराजेंसोबत श्रीगोंद्याकडे जाण्याचे बेत राजांच्या मनात येत होते.

बुऱ्हाण निजामशाहांची तबियत ठीक नाही अशी खबर होती. सत्तरी उलटलेले निजामशाहा दोन अपेशी मोहिमांमुळे थोडे हबकले होते. ते यंदा नवीन मोहीम हाती घेतील असे वाटत नव्हते. निजामशाहांच्या तबियतीबद्दल समजल्यापासून मालोजीराजे थोडे बेचैन होते. विठोजीराजेंची वाट पाहात आपल्या दालनाच्या कवाडाशी उभे राहिले होते.

राजेंची नजर कवाडातून बाहेर गेली. वाड्याच्या मागचे हिरवेगार परसदार ताजेतवाने झालेले दिसत होते. पाने दव पडल्याने चमकत होती. पहाटेच स्नान करून तजेलदार झाल्यासारखी दिसत होती. वातावरण प्रसन्न होते. बाहेर पाहताना मालोजीराजेंची बेचैनी कधीच दूर झाली. अचानक हाक ऐकू आली. राजांनी वळून पाहिले.

''थोरले धनी आपल्याला बोलावत आहेत.''

चाकराने सांगितले. येवढ्या सकाळी बाबाजीराजांनी काय काम काढले असावे असा विचार करीत राजे बाहेर पडले.

बाबाजीराजांच्या दालनात रेखाऊ आईसाहेबांना पाहून राजांना नवल वाटले. दोघांचे चेहरे प्रसन्न होते. बाबाजीराजेंच्या हातात थैली होती, ती दाखवीत ते म्हणाले,

''व्याह्यांची थैली आहे. खुशीची खबर आहे.''

राजांनी पुढे येऊन थैली हाती घेतली. खबर खरेच नामी होती. वणगोजीराजांना पुत्र झाल्याची. राजे आनंदून गेले.

''खरंच, मामासाहेबांची मोठी खंत दूर झाली.''

''पाहुण्यांनी बारशाला बोलवलं आहे.''

''जी.''

''तुम्ही सूनबाईसंगं जावा.''

''पण आम्ही धाकल्यासोबत श्रीगोंद्याला जाणार आहोत.''

''थोरले, दौलतीची कामं रोजची आहेत. तुम्ही यावेळी जायला हवं.''

रेखाऊ आग्रहाने म्हणाल्या.

''मासाहेब, बारशात आम्हा पुरुषांचं काय काम? तुम्हीच जावा.'' राजे पुन्हा म्हणाले,

“आम्ही धाकल्यांसोबत...”

त्यांचे बोलणे तोडत बाबाजीराजे म्हणाले,

“हे पाहा, त्यांची तबियत अलीकडे बरी नसते. त्यांना एवढा लांबचा पल्ला झेपणार नाही. तुम्हीच सूनबाईसंगं गेलात तर आमालाबी बिनघोर झालं. जावा, तयारीला लागा.”

“जी.” म्हणत राजे उठले.

बाबाजीराजे कारभाऱ्यांना फलटणला धाडायच्या थैलीचा मजकूर सांगू लागले.

उमाबाई अगदी हरखून गेल्या होत्या. कधी माहेरी जातो, बाळ पाहतो असं त्यांना होऊन गेले. त्यांनी रेखाऊंना विचारून बाळंतविड्याची एक एक वस्तू जमवायला सुरुवात केली.

भरजरी खणाची, लाल लाल गोंड्याची कुंची, पाच रेशमी झबली, रजया, दुपटी, एक-एक वस्तू मनासारख्या सजवण्यात उमाबाई रंगून गेल्या. त्यांच्या कशिदागारीला बहर आला होता. हिरवीगार पिंपळपाने, रंगीत वेलबुट्ट्या, सोनेरी बुंदके, फुले लेवून सारा साज त्यांनी सजवला. सोनारांकडून रेखाऊंनी कडी, अंगठी, वाळे, पोहोची सारी बाळलेणी घडवून घेतली. उमाबाईंच्या मातोश्री निंबाळकर राणीसाहेबांसाठी भरजरी शालू तर वणगोजीराजेंसाठी मंदिल व शेल्याचा आहेर घेतला. सारी तयारी करून मालोजीराजे उमाबाईसह फलटणला गेले.

बारशासाठी लेक जावई जातीने आले. वणगोजीराजे खूश होऊन गेले. दोन दिवसांनी सिंदखेडहून लखुजीराजे गिरजाबाईसह येऊन दाखल झाले.

लखुजीराजेंशी खांदाभेट झाल्यावर वणगोजीराजे म्हणाले,

“आम्हांला वाटलं येता की नाही?”

“न, येऊन कसं चालंल? बारशात खरा मान बाळाच्या आत्याबाईचा. त्या बरा सोडतील!”

लखुजीराजे हसत म्हणाले, त्यांची मालोजीराजेंशी भेट झाली. राजे लखुजीराजांना म्हणाले,

“आपण लवकर नाही आला. आम्ही वाट पाहात होतो.”

“राजे, आमचा कबिला मोठा. दत्ताजी, रघूजी दोन लेकरं घेऊन जायचं. तुमच्यासारखं सडं थोडंच यायचंय. तुमचा पसारा वाढला की बघू कसं येताय, काय रावसाहेब?” त्यांनी वणगोजीराजेंकडे पाहात सवाल केला. आधीच खुशीत असलेले वणगोजीराजे जोरात हसले, राजे संकोचून गेले.

बारसे मोठ्या दणक्यात पार पडले. सनई-चौघड्याच्या आवाजात गिरजाबाईंनी बाळाला सजवलेल्या पाळण्यात घातले. बाळाच्या कानात नाव सांगितले, “मुधोजी.” उमाबाईंनी साऱ्या बायकांबरोबर आत्याबाईच्या पाठीवर धपाटे मारून घेतले. सारी

पंचक्रोशी बारशासाठी फलटणला लोटली होती. रात्र उलटेपर्यंत पंगती सुरू होत्या.

चार दिवस उलटले. वणगोजीराजे कितीतरी दिवसांनी सारे पाहुणे घरी आल्यामुळे आनंदात होते. अखेर मालोजीराजांनी परत जायचा विषय काढला.

''मामासाहेब, आम्ही निघावं म्हणतो आता.''

''किती दिवसांनी आलाय. ऱ्हावा थोडे दिवस.''

वणगोजीराजे आग्रह करीत होते, पण लखुजीराजांनीही त्यांच्याकडे स्वत: परतण्याविषयी बोलणं काढले.

''आम्हीपण तसंच म्हणतो. आपल्याला नगरच्या खबरी ठाऊक आहेतच. बादशाह बीमार आहेत, त्यांची उमर पण झाली आहे.''

''होय, आम्हीपण ऐकून आहोत.''

''अचानक काही विपरीत घडले तर आपण तयारीत असायला हवं. त्याआधी आमचे कबिले आपल्या ठिकाणी गेलेले बरे.''

वणगोजीराजांना सारे समजत होते. बुऱ्हाण निजामशाह गादीवर आल्यापासून विजापूरकरांशी दोनदा तंटे झाले. एखादे साल दुष्काळात गेले, पण आपसातली यादवी मात्र पूर्णपणे थांबली होती. त्यांच्या आजारपणामुळे पुन्हा आपसात गादीसाठी तंटे होण्याची शक्यता होती. अशावेळी आपली दिम्मत तयार ठेवून सज्ज राहणे आवश्यक होते. वणगोजीराजांनी थोड्याशा नाराजीनेच लखुजीराजेंचे म्हणणे मान्य केले.

पाहुण्यांची निघण्याची तयारी सुरू झाली. घरच्या माहेरवाशिणी परत निघाल्या. कासारांना बोलावून दोघींचे चुडे भरले. गिरजाबाईंसाठी मोरपंखी रंगाचा, कोयऱ्यांचा अखंड पदराचा, वेलबुट्टी किनारीचा शालू घेतला. उमाबाईंनी गर्भरेशमी जरी चौकड्याचा फरासपेटी काठाचा बऱ्हाणपुरी नग पसंत केला. गिरिजाबाईंच्या दोन्ही चिरंजीवांना रेशमी अंगरखे व मंदिल घेतले. दोन्ही जावईबापूंना पेहरावा केला.

दोघींच्या शिदोरीसाठी नऊ-नऊ दुरड्या भरून तयार झाल्या. निघायची वेळ झाली. सवाष्णींनी दोघींची हळदकुंकू लावून खणानारळाने ओटी भरली. सर्वांचा जड मनाने निरोप घेऊन दोघीजणी मेण्यात बसल्या. पाठीवर शिदोरी बांधलेल्या भोयांनी झटकन मेणे उचलले. घोडदळ दुडक्या चालीने पुढे निघाले. स्वत: वणगोजीराजे वेशीपर्यंत निरोप देण्यासाठी गेले.

घोडदळाच्या आघाडीवर दोघे कर्ते पुरुष पुढच्या दरबारी राजकारणाच्या धावणीचा बेत आखत पुढे निघाले होते. मेण्यातल्या माहेरवाशिणी माहेरची सरती वाट भरल्या डोळ्यात साठवत अजून मागेच पाहात होत्या.

■

१४

मालोजीराजे उमाबाईंसह वेरूळला परत आले. अहमदनगरला तातडीने जाणे जरुरीचे होते. बुऱ्हाण निजामशाहांचा आजार बळावला होता. त्यांनी दरबारात येणे बंद केले होते. त्यांना अतिशय अशक्तपणा आला होता. आपल्या जिवाची खातरी वाटेनाशी झाली. निजामशाहीचा वारस कोणाला नेमणार हे अजून त्यांनी सांगितले नव्हते, त्यामुळे तंटा उभा राहणार असा बोलबाला सल्तनतीत होऊ लागला होता. अशा मोक्याच्या वेळी आपण जातीनिशी नगरला असायला हवं हे जाणून राजे लागलीच आपल्या फौजेसह नगरला आले.

बुऱ्हाण निजामशाहांना दोन शाहजादे. एक इस्माईल व दुसरा इब्राहिम. त्यातला इस्माईल पूर्वी तख्तावर होता- त्याचाच पाडाव करून बुऱ्हाणशाहा गादीवर आले होते. काही निजामशाही सरदार त्याच्या बाजूने होते. इस्माईल पूर्वी एकदा तख्तावर बसलेला होता, म्हणून त्याच्याचकडे वलिहादी द्यावी असे त्यांचे म्हणणे होते. बुऱ्हाण निजामशाहांना ते पटत नव्हते. इस्माईलने मेहदवी पंथाचा स्वीकार केला होता, त्यामुळे त्याचा 'पाक' निजामशाही तख्तावर अधिकार राहिलेला नाही असे त्यांचे म्हणणे होते.

बुऱ्हाण निजामशाहांचा दुसरा शाहजादा इब्राहिम लोहगडावर कैदेत होता. त्यालाच वलिहादी देण्याचे बुऱ्हाणशाहांनी ठरवले. त्याला नगरला आणण्यासाठी वजिरांना पाठवून दिले.

इस्माईलच्या पाठीराख्यांनी बंड केले. वजीर इखलासखान दहा हजाराचे घोडदळ घेऊन भाकरच्या किल्ल्याकडे इस्माईलला आणण्यासाठी निघाला. बुऱ्हाणशाहांना समजताच ते संतापले. जातीने इखलासखानावर चालून गेले. अनेक सरदारांनी त्यांची समजूत घालण्याचा प्रयत्न केला. बुऱ्हाणशाह आजार आणि अशक्तपणा यांनी इतके चिडचिडे झाले होते की कोणाचेच ऐकत नव्हते. त्यांनी जातीने दहा हजाराचे घोडदळ घेऊन भाकरच्या किल्ल्याकडे कूच केले. खुद्द निजामशाहा आघाडी घेऊन निघाल्याने सारे सरदार पाठोपाठ निघाले. शाही सैन्याने इखलासखानाचा पाडाव केला. इस्माईलला कैद केले. बुऱ्हाण निजामशाहा परिंड्यावर थांबले. त्यांनी इस्माईलला ठार करण्याचा हुकूम दिला. इब्राहिमला लोहगडावरून आणण्यासाठी सैन्य पाठवून दिले.

मोहिमेत बुऱ्हाणशाहांना अतिशय दगदग झाली. त्यांची तबियत पूर्णपणे ढासळली. त्यांना नगरला हलवणे शक्य नव्हते. नगरहून शाही हकीम आले. त्यांनी प्रयत्नांची शिकस्त केली. औषधांचा काही उपयोग होईनासा झाला. बुऱ्हाण निजामशाहांनी आपल्या जिवाची आशा सोडली. फकिरांना, गोरगरिबांना खैरात वाटायला सुरुवात

केली. साऱ्या निजामशाहीत खबर पसरली. सारे सरदार, अमीर चिंतेत पडले.

पंधरा दिवस उलटले. बुऱ्हाणशाहा शाहजादा इब्राहिमला आणायला गेलेल्या सैन्याची डोळ्यात जीव आणून वाट पाहात होते. त्यांची तबियत ढासळतच गेली. मध्यरात्र उलटल्यावर मावळत्या चंद्रकोरीला साक्ष ठेवून सत्तरी उलटलेला क्षीण बुऱ्हाणशाह, निजामशाही तख्ताचा धनी, आपल्या राजधानीपासून दूर परिंड्यावर हे जग सोडून निघून गेला.

बुऱ्हाण निजामशाहांच्या निधनामुळे मालोजीराजेंचे मोठे नुकसान झाले. राजांच्या कारकिर्दीचा खरा आरंभ बुऱ्हाणशाह तख्तावर बसले तेव्हापासून झाला. कोल्हापूरच्या झुंजीतल्या त्यांच्या पराक्रमाची दखल घेऊन बुऱ्हाणशाहांनी त्यांचा खानदानी सरंजाम परत बहाल केला. शिवनेरी किल्ला व पुणे, सुपे इथली जहागिरी दिली. बुऱ्हाणशाहांची कारकीर्द अवघी चार वर्षे चार महिन्यांची. याच काळात मालोजीराजांचे कर्तृत्व बहरले. त्यांचे नाव दरबारच्या मातब्बर सरदारांत घेतले जाऊ लागले. अंगी पराक्रम असला तरी त्याची कदर करणारा धनी असावा लागतो. राजे या बाबतीत भाग्यवान ठरले. आता त्यांचा मोठा आधार गेला. घरचे वडीलधारे माणूस जावे असे दुःख राजांना झाले.

■

१५

बुऱ्हाण निजामशाहांचा जनाजा परिंड्याहून अहमदनगरला आला. शाही इतमामात त्यांचे दफन झाले. त्यांच्या मातमचा काळ संपेपर्यंत सर्व नगरला थांबले होते.

शाहजादा इब्राहिम लोहगडहून नगरला आले होते. नगरमधल्या मौलवींनी आणि काझींनी शाहजादा इब्राहिमना तख्तावर बसण्यासाठी मुहूर्त काढला. तरुण निजामशाहाच्या तख्तारोहणाच्या सोहळ्याच्या तयारीत मोठ्या उमेदीने रयत सामील झाली. सरदार व अमीर नव्या राजवटीचा अंदाज घेण्याचा प्रयत्न करत होते.

दरबाराला अजून काही दिवस अवधी होता. तयारी जोरात सुरू होती. मालोजीराजे नगरलाच सर्वांप्रमाणे मुक्काम करून होते. ते निळोपंतांकडे भेटायला गेले असता वणगोजीराजे तिथेच भेटले. एकमेकांची खबर घेतल्यावर राजांनी मूळ विषयाला हात घातला.

"काकासाहेब, आपण दरबारी राजकारण जाणता. आपल्याला काय वाटतं?"

राजांनी निळोपंतांना विचारले. निळोपंत म्हणाले,

"राजे, शाहजादे इतके साल लोहगडला कैदेत होते. त्यांचे कोणाशी कसे खास संबंध आहेत हे अजून समजले नाही. त्यांचा स्वभाव, त्यांचे विचार याबद्दल कोणालाच फारशी माहिती नाही. निंबाळकर सरकार अनुभवी आहेत, आपला काय खयाल?"

"पंत, आम्हांला वाटतं शाहजादे जुन्या वजिरांनाच कायम ठेवतील. येखलासखानांनी मरहूम इस्माईल शाहजाद्यांना मदत केली हे खरं, पण ते बुजुर्ग आणि गादीशी इमानी आहेत."

वणगोजीराजांनी आपले मत मांडले. राजांनी त्याला दुजोरा दिला.

"आम्हांला असंच वाटतं, वजीर येखलासखानांनी बगावत केली खरी पण त्यांना दूर करून चालणार नाही. सारे देशी सरदार त्यांच्यामागे आहेत. त्यांना दुखावून चालायचं नाही."

"आम्हांला खबर आहे, काही दरबारी मंडळी वजीरसाहेबांशी संधान बांधून आहेत. बहुतेक दो-चार रोजात समझोता होऊन ते शाहजाद्यांकडे वापस रुजू होतील असा अंदाज आहे."

निळोपंतांनी खबर पुरवली. राजांना दिलासा मिळाला, ते म्हणाले.

"असं झालं तर ठीकच होईल. शाहजादे तरुण आहेत. दरबारी राजकारणाचा तजुर्बा नाही, त्यामुळे सबुरीने घेतील असे वाटते. गेल्या सालच्या दुष्काळातून अजून रयत सावरली नाही. थोडी फुरसत मिळायला हवी."

"फुरसत कसली मिळतेय राजे, आमचंच बघा." वणगोजीराजे म्हणाले, "आम्हांला चिरंजीव झाले. इथे सारे भेटले. दावत द्यावी असा बेत होता. तोवर बादशाहांची तबियत बिघडली. त्यातच इखलासखानांनी गडबड केली. त्यात बादशाहांचा काळ झाला. आम्हांला आमची खुशी जाहीर करायला पण फुरसत मिळाली नाही. आम्ही आता त्याच्यासाठीच आलो होतो, शाहजादे तख्तावर बसले की, दोन रोजांनी सर्वांना खुशीची मेजवानी द्यावी असं म्हणतो."

"वा राजे, चांगली बातमी दिलीत. त्यावेळी सर्वांच्या भेटी होतील. सर्वांचा अंदाजही येईल."

निळोपंत मनापासून म्हणाले. वणगोजीराजे खुशीत आले. पुढचा बेत ठरवण्यात सारे गुंतून गेले.

■

१६

तख्तारोहणाचा दिवस उजाडला. शाही दरबारात तुताऱ्यांच्या ललकाऱ्यांत आणि चौघड्यांच्या दणक्यात शाहजादे इब्राहिम निजामशाही तख्तावर विराजमान झाले. तोफांची सलामी झाली. नवा धनी राज्यावर आल्याची खबर साऱ्या दख्खनला मिळाली. नाच, गाणी झाल्यावर वजीर, सरदार यांचे मानमरातब पार पडले.

इब्राहिम निजामशाहांनी त्यांचे मरहूम वालिद बुऱ्हाणशाहा यांचे मर्जीतील मियान मंजू यांना मुख्य वजीर नेमले. मधल्या काळात दरबारी मुत्सद्यांनी त्यांचा

इखलासखानाशी समझोता घडवून आणला होता. त्यांनाही इब्राहिम निजामशाहांनी दरबारात मानाने वागवले. दरबारी मंडळींना बरे वाटले.

नव्या निजामशाहांना सर्वांकडून राज्यारोहणाच्या निमित्ताने नजराणे आले होते. कुतुबशाहा व आदिलशाह त्यांचे जवळचे आप्तही होते. इब्राहिम आदिलशाहांच्या सावत्र आई- चांदबिबी या इब्राहिम निजामशाहांच्या सख्ख्या आत्या होत्या. त्या या निमित्ताने मीर सफावी या आपल्या वकिलासोबत आल्या होत्या. आदिलशाहांनी रिवाजाप्रमाणे नजराणा पाठवला होता.

मधल्या काळात इब्राहिम निजामशाहांना त्यांच्या जवळच्या मंडळींनी आदिलशाहांविरुद्ध बरेच भडकवले होते. बुऱ्हाण निजामशाहांच्या काळात ज्या दोन मोहिमा विजापूरकरांच्या विरुद्ध झाल्या, त्या दोन्हीमध्ये बुऱ्हाणशाहांना थोडी मानहानी पत्करावी लागली होती. त्याबद्दल सांगितल्यामुळे त्यांच्या मनातली अढी पक्की झाली होती. आदिलशाहांचा वकील मीर सफावी नजराणा घेऊन इब्राहिम निजामशाहापुढे आला. त्याला पाहताच निजामशाहांचा राग उफाळून आला. त्यांनी सरळ मान फिरवली. नजराण्याचा स्वीकार केला नाही.

नजराणा नाकारणे हा फारच मोठा दरबारी अपमान समजला जातो. हा तर मोठाच शिष्टाचाराचा भंग झाला होता. मीर सफावी सरळ दरबारातून बाहेर पडला. सारा दरबार थक्क होऊन गेला. झाला प्रकार सर्वांनाच अगदी अनपेक्षित होता. नवा निजामशाहा तरुण रक्ताचा असला तरी इतक्या भडक माथ्याचा असेल असे कोणालाही वाटले नव्हते. दरबारी राजकारणात मुरलेल्या बुजुर्ग जाणकारांना तर हा अविचार वाटला. दरबार संपला. सारे आपल्या मुक्कामावर आले.

दुसऱ्या दिवशी वणगोजीराजांनी चिरंजीव झाल्याबद्दल सर्व सरदारांना खुशीचा खाना दिला. त्यावेळी जमलेल्या मंडळींत याच विषयावर बोलणे चालले होते. सारे दरबारात घडलेल्या प्रकारामुळे अस्वस्थ झाले होते.

मीर सफावी दरबारातून फणफणत बाहेर पडला तो सरळ विजापूरला पोहोचला. तीर तर सुटलेला होता, आता आदिलशाह कशा प्रकारे त्यांची दखल घेतात याचा विचार सर्वजण करीत होते. दरबारातील प्रकार समजल्याने इब्राहिम आदिलशाह चिडून गेले. ते जातीने बाहेर पडले. त्यांनी फौजेसह बहमनहळ्ळीला मुक्काम ठोकला. पुढची जुळवाजुळव करायला सुरुवात केली.

दरबारातल्या सर्वच प्रकाराला फारच गंभीर वळण लागले होते. निजामशाहीची परिस्थिती अगदी विलक्षण बनली होती. एक बादशाह नुकता गुजरलेला, दुसरा अजून पुरता राज्यकारभार हातात न घेतलेला; दोन्ही वजीर एकमेकांचे कट्टर दुश्मन आणि पावसाळा तोंडावर आलेला, अशा स्थितीत विजापुरी हमला दाराशी आलेला होता.

■

१७

नव्या निजामशाहाच्या तख्तपोशीचा जश्न साजरा करण्यासाठी सारे सरदार जमले होते. असे काही विपरीत घडेल, महिन्याभरात तिथेच झुंजीसाठी उभं राहावं लागेल असं कोणालाही वाटले नव्हते. दोघे वजीर वेगळ्या वाटांनी चालले होते. कोणाचे बरोबर आहे हे ठरवणेही कठीण झाले होते.

राजांना राहवले नाही, ते वणगोजीराजेंकडे मशवरा करण्यासाठी गेले. त्यांना वणगोजीराजेसुद्धा गोंधळलेले दिसले, ते राजांना म्हणाले,

"राजे, काय होणार आहे, समजत नाही. आत्ताच खबर आली, विजापूरकर आणखी दोन मजला पुढे आले आहेत. ते बहमनहळ्ळीच्या पुढे शाह दुर्गापर्यंत आलेत."

"मामासाहेब, हे काही ठीक नाही चाललेलं."

"राजे, यावेळी दरबाराला मोठ्या उमेदीने आलो होतो. बुऱ्हाण निजामशाहा गेल्याचे मागे टाकून आलो. चिरंजीव झाल्याची खुशी घेऊन आलो होतो. नवे निजामशाह तरुण आहेत. सारे समजून घेऊन हुकमत चालवतील असं वाटलं होतं, पण ते जरा भडक माथ्याचे असावेत. त्यातच वजीर येखलासखान त्यांना डिवचत आहेत. आदिलशाह चालून येत आहेत हे समजताच त्यांनी आपल्या काही सरदारांना आदिलशाही मुलखात छापे घालायला पाठवलं. त्यावरून हा मसला चिघळणार असं वाटतं."

वणगोजीराजे तळमळीने बोलत होते. तेवढ्यात खुद्द लखुजीराजे तिथे आले. त्यांच्या चेहऱ्यावर प्रचंड खळबळ दिसत होती.

वणगोजीराजांनी विचारले,

"काय झालं, दाजीसाहेब?"

"काय होणार? आदिलशाहांनी आपला वकील पाठवला होता. आम्ही तुमच्यावर स्वारी करण्यासाठी आलो नाही. केवळ समज देण्यासाठी आलो होतो असं कळवलं."

"अरे वा, हे तर चांगलं झालं."

"वजीर मंजूखानने सुद्धा निजामशाहांची समजूत घालायचा प्रयत्न केला. आपण जुने रिश्तेदार आहात. दरबारातल्या वाकिया विसरून जाऊ या असे सांगितले."

"मग?"

"आपल्या निजामशाहांनी उलटाच मतलब घेतला. असा निरोप पाठवण्यामागे आदिलशाहांचा काहीतरी डाव आहे असं त्यांना वाटलं, त्यामुळे त्यांनी आणखी काही सरदारांना विजापुरी मुलखात आणखी धुमाकूळ घालण्यासाठी पाठवले."

"हे काही वेगळंच घडतंय."

वणगोजीराजे अस्वस्थपणे बोलले.

“होय. वकील अपमानी होऊन परत गेला, त्यामुळे विजापूरकर अधिक चिडले असावेत. त्यांचा सरदार सादतखान चिडून मोठी फौज घेऊन निघाला आहे असं समजलं, म्हणून लागलीच तुमच्याकडे आलो.”

लखुजीराजेंकडून सारे ऐकताच दोघेही विचारात पडले. आता युद्ध अटळ झाले. तिघे आपल्या छावणीत तातडीने निघाले.

सादतखान निघाला होता खरा, पण मियानमंजूने त्याला थांबवले.

“हा अतिशय पाक असा जिल्हेज महिना आहे यात लढणे धर्माविरुद्ध होते.”

असा पवित्र कुराणातील दाखला देऊन त्याने सादतखानाला परत पाठवले. निजामशाही गोटात साऱ्यांनी सुटकेचा नि:श्वास सोडला.

खुद्द इब्राहिम निजामशाहांना उलटेच वाटले. सरदार सादतखान परत फिरला, कारण तो आपल्याला घाबरला आहे, त्याची फौज दुबळी आहे. आपल्यासमोर हार मानावी लागेल म्हणून पळून गेली असा त्यांचा समज झाला.

त्यांनी ऐलान केले. आपणच आता विजापूरकरांवर चालून जायचे. खुद्द निजामशाह आघाडीवर निघाले. सर्वांना नाइलाजाने त्यांच्या पाठोपाठ जावे लागले. दोन्ही सैन्ये एकमेकांना भिडली. स्वत: निजामशाह लढत होते, त्यामुळे सैन्यही जोशात होते. आदिलशाही सैन्य मागे रेटले जाऊ लागले. निजामशाही सैन्याची फत्ते होण्याची लक्षणे दिसू लागली. इब्राहिम निजामशाह त्यामुळे इतके उत्तेजित झाले की, त्यांनी हत्तीवरून उतरून घोड्यावर मांड ठोकली, आघाडीकडे दौड मारली.

आदिलशाही पिलखान्याचा सरदार मकसूदखान याने इब्राहिम निजामशाहांना बरोबर टिपले. त्याने सोडलेला तीर त्यांच्या खांद्यातून आरपार गेला. इब्राहिम जखमी होऊन खाली कोसळले. निजामशाही स्वारांनी त्यांना जवळच्या परिंडा किल्ल्यावर हलवले, पण रक्तस्त्राव होऊन वाटेतच इब्राहिम निजामशाहांचा प्राण गेला.

निजामशाही सैन्य सैरावैरा पळू लागले. इब्राहिम आदिलशाहांना निजामशाहांचा मृत्यू झाल्याचे समजताच त्यांनी लढाई थांबवली. सैन्य मागे फिरवले.

निजामशाही गोटात सारे सुन्न होऊन गेले. साऱ्या निजामशाहीवर सुतकी कळा आली. इब्राहिम निजामशाहांचा देह नगरला आणला, तरणाबांड ईब्राहीम अवघे दोन महिने निजामशाही तख्त भोगून निघून गेला. अहमदनगरच्या किल्ल्यातील नौबत तीन महिन्यांत दुसऱ्यांदा बंद पडली.

अवघ्या बावीस वर्षे उमरीतले मालोजीराजे उघड्या डोळ्यांनी सारे पाहात होते. जवळजवळ त्यांच्याच उमरीचा इब्राहिम. बुऱ्हाण निजामशाहांचा फर्जंद! कालपरवापर्यंत लोहगडच्या किल्ल्यात कैदी होता. आपल्या बापाच्या मृत्यूनंतर अचानक एके दिवशी कैद्याचा तख्तनशीन बादशाह बनला. जेमतेम दोन महिने तख्त-ताज भोगले

नाही तोवर एका क्षुल्लक हाणामारीत एका साध्या शिपायाच्या तीराने निजधामास गेला.

निजामशाही खानदानात जन्माला आलेला इब्राहिम खुद्द निजामशहांचा शाहजादा असूनही भोगावी लागलेली कैद, ध्यानीमनी नसताना अचानक लाभलेले औटघटकेचे का असेना राजपद, त्याहूनही अकस्मात आलेली अकाली मौत- मालोजीराजे विचार करीत होते, खरंच, नियतीच्या लहरीने माणूस कुठल्याकुठे जातो! आपल्या तकदिरात असलेले कर्तव्य, मगदुराप्रमाणे पार पाडणे या पलीकडे त्याच्या हातात खरंच काय बरे असते?

■

१८

मालोजीराजे व विठोजीराजे यांना वेरूळहून बाहेर पडून चार महिने होऊन गेले होते. बुऱ्हाणशाहांच्या आजारपणामुळे आलेले दोघे इथेच अडकले. इब्राहिम निजामशाहांच्या जनाजाबरोबर दोघे पुन्हा नगरला आले होते. ऐन आषाढात साऱ्यांना लढाईला जावे लागले होते. एरव्ही पावसाळ्यात शेतीसाठी आपल्या घरी जाणारे बारगीर, बुणगे अगदी कंटाळून गेले होते.

राजे आपल्या छावणीत बसले होते. साऱ्या घटनांचा क्रम पुन्हा पुन्हा त्यांच्या मनात येत होता. सल्तनतीचे पुढचे चित्र अद्याप साफ दिसत नव्हते. तरुण निजामशाहांच्या आकस्मिक मृत्यूमुळे निजामशाहीत अराजक येण्याची चिन्हे दिसत होती. इब्राहिम निजामशाहांचे भाऊ इस्माईल आधीच मारले गेले होते. शाही घराण्यात कोणी कर्ता पुरुष तख्त सांभाळण्यासाठी राहिला नव्हता.

मरहूम इब्राहिम निजामशाहांचा एकुलता एक शाहजादा बहादूर अगदी बालवयाचा होता. त्याला गादीवर बसवून कारभार पाहणे हा एकच उपाय दिसत होता. आदिलशाहांनी त्यांच्या सावत्र मातोश्री व बुऱ्हाण निजामशाहांच्या बहीण चांदबिबी यांना दुखवटा घेऊन अहमदनगरला पाठवले होते. तीनच महिन्यांत आधी सख्खा भाऊ व त्यानंतर भाच्याच्या मृत्यूचे दुःख पचवून निजामशाही सावरण्याचे योजूनच त्या नगरला आल्या होत्या. निजामशाहीतील सरदार त्यांना किती पाठबळ देतील त्यावर पुढचे सारे ठरणार होते.

दिवस सरत आला होता. मालोजीराजे विठोजीराजेंची वाट पाहात आपल्या डेऱ्यात बसले होते. विचार करताना त्यांची बेचैनी अधिक वाढली. एवढ्यात विठोजीराजे गडबडीने आत आले. त्यांच्या चेहऱ्यावरून काही विशेष घडले असल्याचे राजांनी ताडले, त्यांना काही विचारण्यापूर्वीच विठोजीराजे म्हणाले,

"दादासाहेब, अगदी विलक्षण झालंय."

“काय म्हणता?”

“वजीर मंजूखानांनी दौलताबादेहून कुणी ‘अहमद’ नावाचा शाहजादा आणून, त्याला तख्तावर बसवलंदेखील. सारा गड त्यांनी ताब्यात घेतलाय.”

मालोजीराजे थक्क होऊन ऐकत होते. सोहळा नाही, दरबार नाही. नवा निजामशाह तख्तावर बसलादेखील!

विठोजीराजे सांगत होते,

“वजीर मंजूखानांनी आपली खास माणसं घेऊन पुऱ्या किल्ल्याची नाकेबंदी केली आहे. सगळीकडे चौक्या बसवल्या आहेत. गडाबरोबर शाही तिजोरी, सारी सत्ताच त्यांनी आपल्या कब्जात घेतली आहे अशीपण खबर आहे.”

सारी परिस्थिती हळूहळू मालोजीराजांच्या ध्यानी येऊ लागली. ते बैठकीवरून उठले. बेचैन होऊन येरझाऱ्या घालू लागले. मध्येच थबकून म्हणाले,

“विठोजी, मरहूम इब्राहिम बादशाहांचे चिरंजीव बहादूर हयात असताना मंजूखान असे करतील हे आमच्या मनीदेखील आलं नव्हतं. हे ठीक नाही झालं. आता इतर वजीर, सरदार दुसरी बाजू घेऊन उठतील. दौलतीत फार मोठा बखेडा उभा राहणार असं वाटतंय आम्हांला.”

“पण, दादासाहेब, मंजूखानांनी सारा गड, खजिना, सारं हातात घेतलंय. गडाचे दरवाजे बंद आहेत. वजीरसाहेबांचे ढालाईत साऱ्या नगरात फिरत आहेत. हत्यारी घोडदळाची दहशत आहे. शिवाय निजामशाह त्यांच्याच मुठीत, अशावेळी त्यांच्याशी दुश्मनी करायचं धाडस कोण करणार?” विठोजीराजांनी आपले विचार मांडले.

“नाही, विठोजी, काही झालं तरी बहादूर खुद्द शाहजादे आहेत. त्यांच्या वालिदांचा तख्तावर असताना, लढताना काळ झाला. ही त्यांची बाजू घेऊन कोणी खंबीरपणे उभं ठाकलं तर खूप मोठं पाठबळ जमा होईल. आपल्याला हा रियासतीतला मामला सावधपणं पाहायला हवा.”

दोघांची मसलत बराच वेळ चालली होती. इतक्यात एक खबरी तातडीने त्यांच्या डेऱ्यात शिरला. राजांना मुजरा करीत म्हणाला, “किल्ल्यावरची खबर आहे सरकार. वजीरसाहेबांना चांदबिबीसाहेबांनी विरोध केला, त्यामुळे त्यांना वजीरसाहेबांनी गडावर कैद करून ठेवलं आहे. शाहजादे बहादूरना चावंडच्या किल्ल्यात कैदेत पाठवलं आहे.”

साऱ्या नगरात बातमी पसरली. सगळीकडे एकच कल्लोळ माजला.

निजामशाहीची अवस्था वादळात सापडलेल्या नावेसारखी झाली होती. एकापाठोपाठ भीषण लाटा येऊन आदळाव्यात तशा घटना घडत होत्या. अहमदनगरच्या गादीच्या वारशाच्या राजकारणाचा तिढा जास्तच गुंतत चालला होता. अहमदनगरमध्ये थांबून

पुढे काय होते हे पाहून मगच कोणताही निर्णय घ्यायचा असे मालोजीराजांनी ठरवले.

■

११

अहमदनगरचा गोंधळ वाढतच चालला होता. आता दोघा वजिरांमध्ये बेबनाव सुरू झाला. खरे म्हणजे मियान मंजू आणि इखलासखान दोघांनी एकत्र येऊन 'अहमद'ला निजामशाह बनवण्याची खेळी केली होती. हळूहळू इखलासखानाला आपण डावलले जात आहोत असे जाणवू लागले, त्यामुळे तो बिथरला. त्याने 'अहमद' तोतया असल्याचे सर्वांसमोर उघड केले.

सारा डाव मियान मंजूवर उलटला. त्याने किल्ल्यातून पळ काढला. इखलासखानाने त्याचा पाठलाग केला. दोघांचे सैन्य किल्ल्यातून एकापाठोपाठ बाहेर पडले. बाहेर छावणीत थांबलेल्या सरदारांना काही कळेनासे झाले.

राजे गडबडीने वणगोजीराजांच्या डेऱ्याकडे गेले. तेथे लखुजीराजे, जगदेवराव बरीच मंडळी जमली होती. किल्ल्यातील गोंधळाची चर्चा चालली होती. राजांना पाहताच लखुजीराजे म्हणाले,

"या राजे, काय खबर आणलीत?"

"कसली खबर! काय चाललंय तेच समजत नाही."

राजे पुढे बोलणार इतक्यात खबरी आला. वणगोजीराजांनी त्यांना सारे सांगताच त्यांनी कपाळावर हात मारला. सर्वजण त्यांच्याकडे पाहू लागले. वणगोजीराजे म्हणाले,

"अगदी कहर झाला. मियान मंजूनी तोतया आणला हे सर्वांना समजले. ते किल्ल्यातून पळून निघाले होते. इखलासखानांनी त्याचा पाठलाग केला. पण मियान मंजू परत किल्ल्याकडे आले. इखलासखानांच्या सैन्याने किल्ल्याला वेढा दिला आहे. आपण स्वत: चावंडला शाहजादा बहादूरना आणायला गेले."

"मग बरंच झालं. आता शाहजाद्यांना आणल्यावर मंजूखानांना माघार घ्यावीच लागेल. आपण सारे त्यांनाच पाठबळ देऊ."

लखुजीराजे मोठ्या उत्साहात म्हणाले, पण वणगोजीराजेंचा चेहरा उतरलेलाच होता. राजांनी त्यांच्याकडे पाहात विचारले,

"मामासाहेब, आणखी काही घडलंय का? काय झालंय?"

"खबर आहे की, चावंडच्या गडकऱ्यांनी शाहजादेसाहेबांना इखलासखानांच्या ताब्यात दिलं नाही."

"मग?"

"त्यांनी सरळ एक दुसराच त्यांच्या उमरीचा बच्चा आणला. त्याला 'मोती शाह' किताब दिला. तोच शाहजादा आहे असं सांगितलं."

वणगोजीराजेंचे बोलणे ऐकून सारे सुन्न होऊन गेले. एकएक जण उठून आपल्या डेऱ्याकडे गेले. राजांना काही सुचत नव्हते. काही वेळ गेल्यावर ते वणगोजीराजांना म्हणाले.

"मामासाहेब, हे सारं काय चाललंय? दोघं वजीर दोन तोतया वारसांना घेऊन भांडायला लागलेत. गादीवर कोण येणार कळत नाही. सहा महिन्यांत सारं होत्याचं नव्हतं झालंय."

"खरं आहे राजे, हा गुंता लवकर सुटायचा नाही असं वाटतं."

"आम्ही घर सोडल्याला सहा महिने होत आले. आबासाहेब काळजीत असतील. असेच तंटे वाढले तर काय होईल सांगता येत नाही. आपल्या दौलती नीट सांभाळायला हव्या. आम्ही धाकल्यासोबत वेरूळला जातो."

"तेच ठीक होईल. राजे, बाबाजीराजेंशी सला करून पुढचं ठरवलेलं बरं. आम्ही फलटणला निघतो."

वणगोजीराजेंचा निरोप घेऊन राजे विठोजीराजेंसह वेरूळला निघाले. राजांच्या मनात सल्तनतीच्या भवितव्याचे विचार घोळत होते.

निजामशाही अराजकाच्या गर्तेत रुतू लागली होती. किल्ल्यात मियान मंजूने 'अहमद'ला 'निजामशाह' घोषित केले होते. बाहेर इखलासखान 'मोतीशाह'ला गादीवर बसवण्याची तयारी करत होते. शाहाजादा बहादूर चांदबिबींसह कैदेत होते.

अवघ्या सहा महिन्यांत दोन निजामशाहांचा काळ झाला. दोन झुंजी झाल्या. दोन्ही वजीर दोन वेगळ्या वारसांना पुढे करून लढू लागले होते. रयतेला काहीच कळत नव्हते. नगरला काय चाललंय, कोण तख्तावर आहे, कोण कारभार करतंय काहीच कळत नव्हते. निजामशाहीत सारेच अराजक माजले होते. पुढे काय घडणार याचा विचार करत राजे वेरूळला पोहोचले.

■

२०

बाबाजीराजे वेरूळला होते. त्यांना नगरहून उलटसुलट बातम्या समजत होत्या. त्यामुळे फार चिंता लागून राहिली होती. दोघा चिरंजीवांना सुखरूप आल्याचे पाहून त्यांना आनंद झाला.

मालोजीराजांनी बाबाजीराजांना नगरची सारी हकिकत सांगितली. बाबाजीराजे गंभीर होऊन गेले.

"थोरले, हे सारं काही ठीक दिसत नाही. दोन्ही वजिरांनी शाहजादा बहादूर

आणि चांदबिबीसाहिबांना डावलले, त्यांना कैदेत टाकले, हे बरं नाही झालं. आपसात लढून काय फायदा? त्यातून रयतेचं नुकसान होणार.''

''आम्हांलाही तीच काळजी लागून राहिली आहे. वजिरांच्या सल्तनतीच्या तंट्यात दौलतीचं नुकसान होणार आहे. अशा वेळेला आपला मुलूख सांभाळणं कठीण. शिवाय आत्ताचा तंटा मिटला तरी निजामशाह उमरीत लहान असल्याने वजीर शिरजोर होत राहणार. आम्हांला सारखं सावध राहून पुढचं ठरवावं लागणार आहे.''

''खरंय राजे; दरबारी राजकारणावर नीट नजर ठेवायला हवी. तुम्हांला अजून बराच मोठा पल्ला गाठायचाय.''

राजे विचार करत म्हणाले,

''आबासाहेब, आमच्या मनात एक विचार आला आहे. आम्हांला नगरजवळ राहून तिथल्या हालचालींवर नजर ठेवायला हवी. आमची दौलत त्या बाजूलाच वाढली. तिथेच जवळपास कायमची मुक्कामाची सोय झाली तर बरं होईल.''

मालोजीराजेंचे बोलणे ऐकून विठोजीराजेंचे डोळे चमकले.

''म्हणजे, दादासाहेब, नगरजवळ कोठी बांधणार?'' त्यांनी विचारले.

बाबाजीराजेही राजांच्या बोलण्याने चमकले; ते काही बोलणार तोच राजे म्हणाले,

''नगरजवळ नाही. आपल्या जहागिरीत. श्रीगोंद्याजवळ. नाहीतरी तिथे आपण नवीन पुरे उठवत आहोत. तिथेच एक वाडा बांधावा असं वाटतंय.''

मालोजीराजांनी आपला मनसुबा खुला केला. ते बाबाजीराजेंकडे मोठी उमेद ठेवून पाहात होते. बाबाजीराजांनी मोठ्या आनंदाने कौल दिला.

''राजे, चांगली तोड काढलीत. तुमची दौलत तिकडंच वाढली. तुमचा नगरचा राबताही वाढला. तिथंच वाडा बांधून मुक्कामाची सोय केली तर मुलूख सांभाळायला सोयीचं होईल. पावसाळा संपत आलाय. लागलीच मुहूर्त करा. चांगल्या कामाला लांबड नको लागायला.''

पुढचे बेत आखण्यात तिघे गढून गेले. केवळ पाचसहा वर्षांपूर्वी हेच मालोजीराजे आपल्या आबासाहेबांसोबत प्रथमच वेरूळ सोडून बाहेर पडले होते. मोठे, महत्त्वाचे निर्णय घेऊ लागले होते. जातिवंत गरुडाला पंखात बळ आल्यावर उंच उंच जायला शिकवावे लागत नाही हेच खरे.

■

२१

अहमदनगरला सगळ्या गोष्टींना वेगळेच वळण मिळाले. वजीर मियान मंजू नगरला किल्ल्यात अडकले होते. इखलासखानांनी वेढा पक्का केला. साऱ्या

निजामशाहीतून त्यांना पाठबळ मिळू लागले. त्यांची वाढती ताकद पाहून मियान मंजू बिथरून गेले. त्यांनी पुढचा मागचा विचार न करता स्वत:च्या वजिरी सहीशिक्यानिशी मोगल शाहजादा मुरादला आणि माळव्याचा सुभेदार अब्दुर रहीम खानखानन यांना मदतीला येण्याची पत्रे पाठवली.

मालोजीराजांना निळोपंतांकडून वेरूळला ही खबर मिळाली तेव्हा ते विठोजीराजेंबरोबर श्रीगोंद्याला जायची तयारी करत होते, त्यातच हे सारे समजले. बाबाजीराजे काळजीत पडले. राजे कळवळून म्हणाले,

"शाहजादे मुराद गेली दोन वर्षे गुजरातेत येऊन बसले आहेत. त्यांच्याकडे वजीरसाहेबांनी आपणहून मदत मागितली. त्यांना आयती संधी मिळाली. हे बरं नाही झालं."

"खरंय, आता साऱ्या निजामशाहीला मोगली धाडीला तोंड द्यावे लागणार. शाहजादा मुरादला कारणच मिळालं स्वारी करायला. आज ना उद्या मोगलांशी लढावं लागणारच होतं, पण कोणाचा पायपोस कोणाच्या पायात नाही अशावेळी हे संकट यायला नको होतं."

विठोजीराजे म्हणाले.

मालोजीराजे विचारात पडले. ही झुंज मोठी होणार. किती दिवस चालेल सांगता येत नाही. पुढची सारी व्यवस्था करायला हवी. भोसल्यांच्या जहागिरीचा पसारा आधीच मोठा. अलीकडे त्यांच्या तलवारबाजीने अधिकच पसरला होता. पुणे, सुपे प्रांतात आता कुठे बस्तान बसू लागले होते. नव्या जहागिरीचा कारभार गोमाजी नाईक पाहात होते. तिथे नवीन गाव बसवणे, रयतेची देखभाल करणे सारे तेच सांभाळत होते. बाळाजी कुलकर्णीसारखी माणसं त्यांच्या हाताशी दिली होती. शेषाप्पा नाइकांसारखा मातब्बर सावकार पाठीशी होता, राजेंचा त्यांच्याशी चांगला दोस्ताना जमला होता. राजांनी आपल्या रयतेसाठी कितीतरी बेत आपल्या मनात योजले होते. सारे गेल्या सहा महिन्यांत झालेल्या घटनांच्या सावटाखाली झाकून गेले होते. आधी बुऱ्हाणशाह, मागून इब्राहिम निजामशाहांचा मृत्यू आणि आता मोगलांच्या स्वारीचे संकट- राजे उदास झाले.

"कसल्या विचारात गढलात, थोरले राजे?" बाबाजीराजांनी हाकारले.

"आजवर कितीतरी लढ्यांना आम्ही गेलो, पण यावेळी दिल्लीकर मोगलांना तोंड द्यायचंय. रयतेचे हाल होणार. ऐन पिकं हातात यायच्या वक्ताला हे संकट उभं राहिलंय. मुलूख कसा राखायचा, हा घोर आम्हांला पडलाय."

राजांच्या स्वरात काळजी दाटून आली होती. बाबाजीराजांनी एकवार राजेंकडे पाहिले. त्यांच्या पाठीवर थोपटत म्हणाले,

"हे बघा, तुम्ही बिनघोर व्हावा. धाकले जातीने श्रीगोंद्याला जातील. त्यांची

खाशी दिम्मत घेऊन हुशार राहतील. तिथे त्यांच्यासोबत कारभारी मंडळी आहेत. काही लागलं तर शेषाप्पा आहेत. इथला कारभार आम्ही जातीने पाहू. दोघांचे कबिले इथंच राहतील आमच्याजवळ. आम्ही आमची खुशाली धाडत राहू.''

मालोजीराजांच्या मनावरचा ताण ओसरला. बाबाजीराजेंचे आधाराचे बोल ऐकून त्यांचे समाधान झाले. विठोजीराजेंसोबत ते तातडीने नगरला निघाले.

मालोजीराजे नगरला थांबले. विठोजीराजे पुढे श्रीगोंद्याला गेले. नगरला पुन्हा एकदा सारे विपरीत घडू लागले. इखलासखान आणि त्यांच्या पाठीराख्या सरदारात झगडे होऊ लागले. बरेच सरदार त्यांना सोडून मियान मंजूकडे येऊ लागले. मियान मंजूनी इखलासखानाच्या अडचणीचा फायदा उठवायचे ठरवले. त्यांनी अचानक हमला चढवून इखलासखानाच्या हबशी सैन्याचा धुव्वा उठवला. त्यांनी आणलेल्या मोती शाहाला कैद केले. सारी सत्ता पुन्हा एकवार मियान मंजूच्या हाती आली.

आता वजीर मियान मंजूंना आपण गडबडीने मोगल शाहजाद्याला बोलावल्याचा पश्चात्ताप झाला. त्यांनी स्वतः मोगलांना तोंड देण्यासाठी तयारी करायला सुरुवात केली. सर्व सरदारांना दरबारासाठी बोलावणे पाठवले. स्वतःच ओढवून आणलेल्या संकटाला सामोरे जाण्याची त्यांच्यावर वेळ आली होती.

■

२२

दुसऱ्या दिवशी दरबार होता. विठोजीराजांना श्रीगोंद्याला जाऊन महिना होत आला होता. तिकडचा विचार करायलाही राजांना फुरसत मिळाली नव्हती. इतक्यात अचानक कारभारी गोमाजी नाईक भेटायला आल्याची वर्दी मिळाली. राजांना नवल वाटले. कारभारी अचानक आले म्हणजे काहीतरी खास असणार हे त्यांनी ताडले. त्यांनी गोमाजींना बोलावले. गोमाजी मुजरा करून उभे राहिले. तोच राजांनी विचारले,

''काय कारभारी, अवचित आला! काय विशेष?''

गोमाजींच्या चेहऱ्याकडे पाहून राजांना काही बोध होईना. ते म्हणाले,

''धाकल्या राजांनी धाडलं. दोन प्रहरी निघालो, टाकोटाक आलो.''

विठोजीराजेंचे नाव घेताच राजेंचा चेहरा प्रसन्न झाला.

''काय म्हणतात धाकले? सारं खुशाल?''

''जी.''

गोमाजी इकडे तिकडे पाहात होते, मोकळेपणाने बोलत नव्हते. राजांना उलगडा होईना. काहीतरी खासगीत सांगायची बाब असावी हे राजांच्या ध्यानी आले. त्यांनी वर्दीवरच्या नोकरांना बोलावून सांगितले,

''कोणाला आत सोडू नकोस.''

त्यांनी गोमाजींना जवळ बसवले. आता राजांना राहवेना.

"बोला नाईक. एवढी काय खास मसलत?"

राजांनी विचारले. गोमाजींचा चेहरा आनंदाने लखलखू लागला.

"खबर फार खुशीची आहे धनी, भुईतला खजिना सापडलाय."

राजांना क्षणभर काही सुचेना. ते उद्गारले,

"काय म्हणता?"

"जी. सोन्याच्या नाण्यांनी भरलेले हंडे सापडलेत."

राजे थक्क होऊन ऐकत होते. गोमाजी सारा कथला सांगू लागले.

विठोजीराजे श्रीगोंद्याला गेल्यावर त्यांनी ठरल्याप्रमाणे वाडा बांधायला जागा शोधायला सुरुवात केली. दोन-तीन कोसांवर एक जुनी गढी होती. पुरी जमीनदोस्त झालेली होती, पण जागा अगदी मोक्याची होती. तिथेच विठोजीराजांनी वाडा बांधायचे ठरवले. आश्विन शुद्ध प्रतिपदेला मुहूर्त पाहून जागेची शांत करून घेतली. पाया खणायला सुरुवात केली.

काम जोरात सुरू झाले. पहिले आठ दिवस नुसती भुसभुशीत माती निघत होती. पुरुषभर खणले तरी दगड लागत नव्हता.

अष्टमीला मंगळवार होता. विठोजीराजांनी देवीची पूजा करून नेवैद्य दाखवून पुन्हा कामाला सुरुवात केली. माणसे खणू लागली. दिवस दोन कासरा वर आला. उन्हं चढू लागली. विठोजीराजे एका बाजूला झाडाच्या सावलीत जाऊन बसले. गोमाजी पुन्हा कामाजवळ जाऊन उभे राहिले. दुपारच्या जेवणाची वेळ झाली. माणसांना जेवण्यासाठी सोडायला सांगून गोमाजी मागे वळले. इतक्यात एकाने कुदळीचा घाव घातला. अचानक जोरात ठण्ण असा आवाज आला. गोमाजी मागे फिरले. पुन्हा तिथेच कुदळ मारायला सांगितले. पुन्हा तसाच आवाज आला. त्यांनी बाकीचे काम थांबवले. सर्वांना आवाज आलेल्या ठिकाणी उकरायला सांगितले. माती बाजूला काढल्यावर जाड लोखंडी साखळ्यांसारखे दिसू लागले. त्यांनी एका मजुराला धावतच विठोजीराजांना बोलाविण्यासाठी पाठवले.

विठोजीराजांनी सारे नीट पाहून सभोवार खणायला सांगितले. एक चांगले बांधीव तळघर असावे असे दिसू लागले. थोड्याच वेळात जाड जाड लोखंडी साखळ्या मोठ्या कड्यांमधून अडकवलेल्या दिसू लागल्या. जाड लोखंडी थाळ्यांच्या वरची माती दूर केल्यावर तांब्याचे प्रचंड आकाराचे हंडे दिसू लागले. हंडे लोखंडी थाळ्यांनी झाकलेले दिसत होते.

हंडे पहाताच विठोजीराजांनी काम थांबवले. सर्व जागा साफ करून घेतली. हंड्यांची यथासांग पूजा केली. गारव्यासाठी दही, दूध, नारळ, विडे मांडले. हंडे उघडण्यास सांगितले.

जाड लाकडी अडणे आणले गेले. साखळ्यांमध्ये अडणे अडकवले. 'जय भवानी'च्या घोषात माणसांनी अडणे खेचायला सुरुवात केली. साखळ्या ताणल्या गेल्या. हळूहळू झाकणे हलू लागली. आणखी जोर लावताच हंड्यावरले झाकण हलले. आत पिवळीजर्द सोन्याची नाणी भरलेली दिसली. त्यांच्यावर मध्यान्हीच्या सूर्याचे किरण पाडताच ती झळाळून उठली. सगळ्यांचे डोळे दिपून गेले. विठोजीराजे पुढे आले. त्यांनी दोन्ही मुठी भरून देवीच्या नावाने सतका उधळला. सारेजण आनंदाने बेहोश होऊन गेले.

विठोजीराजांनी ताबडतोब सगळीकडे पहारा बसवला. स्वत: जातीने तिथे थांबून राहिले. गोमाजींना राजेंकडे धाडून दिले.

गोमाजी सारा करीणा सांगत होते. राजे श्वास रोखून ऐकत होते. अगदी अकल्पित घडले होते. ऐकून होताच त्यांनी हातचे सोन्याचे कडे उतरून गोमाजींना दिले.

"फार दिवसांनी गोमटी खबर ऐकवलीत गोमाजी, आमच्या कामाला जगदंबेने कौल दिला. आता आम्ही बिनघोर झालो, पण इथं तुमचं तोंड कशानं गोड करावं कळत नाही."

गोमाजी खुशीत येऊन हसत म्हणाले.

"धनी, तोंड सवडीनं गोड करू. धाकले राजे वाटेकडं डोळे लावून बसले असतील. पुढचं सगळं कसं करायचं हे विचारायला त्यांनी मला धाडून दिलंय."

मालोजीराजे विचारात पडले. खजिन्याची निसगत नीट, निगुतीने व्हायला हवी. दिवस कठीण आहेत. मोगलांची स्वारी केव्हाही येऊ शकते. त्यांना शेषाप्पाची आठवण झाली. ते गोमाजींना म्हणाले,

"गोमाजी, आम्हांला इथून हलता येत नाही. मोगल शाहजादे मुराद गुजरातेहून कूच झाल्याचं पक्कं समजतंय. वेळ कठीण आहे. धाकल्यांना म्हणावं, श्रीगोंद्याचे सावकार शेषाप्पा नाईक आपल्या खास घरोब्याचे आहेत. भरवशाचे आहेत. त्यांचा वाडा जवळ आहे. भक्कम आहे. धन उघड्यावर ठेवणं धोक्याचं आहे. ताबडतोब शेषाप्पाकडं हलवावं. आपली खाशी निवडक माणसं पहाऱ्यावर ठेवावीत. सारं निवळलं की मागनं बघू कसं काय करायचं ते."

"जी. आम्ही सांगतो तसं." गोमाजी म्हणाले.

"आबासाहेबांना तुम्ही जातीनं जाऊन सांगा. पुढलं सारं त्यांच्या सल्यानं करा."

"जी. ठीक आहे."

गोमाजी सारा तपशील समजावून घेत होते. गोमाजींनी रात्रीचा थाळा घेतला. राजेंचा निरोप घेऊन ते अर्ध्या रात्रीच परतीच्या वाटेला लागले.

■

२३

दुसऱ्या दिवशी दरबार होता. त्यापूर्वीच गडावर बऱ्याच घडामोडी झाल्या. किल्ल्यातील सारे सरदार व अमीर मियान मंजूवर चिडले होते. मियान मंजूने स्वत:च पत्रे पाठवून मोगल शाहजाद्याला बोलावले होते. आता तेच पुन्हा मोगल आक्रमणाला तोंड देण्यासाठी एकत्र येण्यासाठी आवाहन करत होते- हे कोणालाही पटेना. सर्वच हबशी, दक्षिणी तसेच परदेशी वंशाचे सरदार एकत्र होऊन त्यांच्यावर उलटले. त्यांच्या नाराजीला मियान मंजूकडे काही उत्तर सापडेना. अखेर आदिलशाह आणि कुतुबशाह यांची काही मदत मिळवण्याचा प्रयत्न करतो असे सांगून अहमद निजामशाहासह मियान मंजूंनी अहमदनगरहून काढता पाय घेतला. ते आपल्या जहागिरीतील औसा किल्ल्यावर निघून गेले.

अहमदनगरच्या किल्ल्यात एकच गोंधळ माजला. दोन्ही वजीर आपले निजामशाहीचे वारस घेऊन परागंदा झालेले, तख्तावर कोणीही नसताना मोगली आक्रमण दाराशी येऊन ठेपलेले, अशा परिस्थितीत काय करावे हे कोणालाही कळत नव्हते. आता निजामशाही वाचवण्याचा एकच मार्ग दिसत होता. सर्वांनी एकत्र येऊन चांदबिबीसाहिबांना नजरकैदेतून सोडवणे. साऱ्या पेचातून बाहेर पडण्यासाठी त्यांच्या हाती कारभार सोपवणे. किल्ल्यातील बुजुर्गांनी त्यांना सोडवले. सल्तनतीवर आलेल्या मोगली संकटाची त्यांना कल्पना दिली.

चांदबिबीसाहिबा-निजामशाही खानदानातील एक अलौकिक स्त्रीरत्न! अत्यंत रूपवान, तितक्याच बुद्धिमान, धोरणी, मुत्सद्दी आणि कर्तबगार. हुसेन निजामशाह यांची ही लाडकी शाहजादी. बुऱ्हाण निजामशाहांची बहीण. दक्षिणेतील विजयनगरच्या साम्राज्याविरुद्ध तीन इस्लामी शाह्या एकत्र आल्या. त्यावेळी एकजूट टिकवण्यासाठी नातेसंबंध जोडले गेले होते. हुसेन निजामशाहांनी आपल्या दोन शाहजाद्यांचा विवाह आदिलशाह व कुतुबशाहांशी करून दिला. त्या दोघांच्या बहिणी आपल्या दोन शाहजाद्यांशी निकाह करून आणल्या. त्योवळी चांदबिबींचा निकाह विजापूरच्या अलि आदिलशाह यांच्याशी झाला. त्या विजापूर सल्तनतीच्या मलिका बनल्या होत्या.

विजापूरला असताना त्या अलि आदिलशाह यांच्याबरोबर दरबारी कामकाजात भाग घेत असत. अलि अदिलशाहांची अचानक हत्या झाली तेव्हा त्यांचा वारस इब्राहिम अवघा नऊ वर्षांचा होता. त्याला गादीवर बसवून चांदबिबीसाहिबांनी काही काळ कारभार सांभाळला होता. निजामशाही घराण्याची शाहजादी आणि विजापूरची मलिका या दोन्ही नात्यांनी त्यांनी आजवर दोन्ही कुळांचा मान वाढवला होता. आता मात्र त्यांच्या जीवनातली सर्वाधिक कसोटीची वेळ आली होती. दिल्लीकर मोगल पातशाहांच्या आक्रमणातून दखखनी सत्ता वाचवण्याचे अत्यंत अवघड काम नियतीने

त्यांच्या हाती सोपवले होते.

चांदबिबींनी ताबडतोब दरबार भरवला. सर्व निष्ठावान सरदारांना जवळ केले. मुजाहिदुद्दीन व समशीरखान या हबशी सरदारांना सरलष्करी दिली. अफजलखान बरीचशी आणि मुहम्मद झमन या परदेशी वंशाच्या सरदारांना खुद्द राजधानी अहमदनगरची जिम्मेदारी व बंदोबस्त सोपवला. मुहम्मदखान याला वजिरी देऊन 'अमीर-उल-उमरा' हा किताब दिला. सारा मुलकी कारभार या देशी वंशाच्या काबील वजिरांच्या हातात दिला. सर्व पंथांच्या लोकांना विविध जबाबदाऱ्या देऊन त्यांनी सत्तेचा समतोल राखला.

चांदबिबीसाहिबांनी अमीर अंसारखान याला बोलावून घेतले. तो अलीकडे मियान मंजूशी जास्त दोस्ती करून राहिला होता, असे त्यांना समजले होते, म्हणून त्यांनी त्याला आपल्याजवळ बोलावून घेतले. अहमदनगरचा मुलकी कारभार त्याच्याकडे सोपवला. बाकीच्या सर्व सरदारांना आपला मुलूख राखण्यासाठी आपल्या जहागिरीत हुशार राहण्यास सांगितले गेले.

कारभाराची सारी घडी नीट बसल्यावर चांदबिबींनी बहादूरला आणवून घेतले, त्याला निजामशाही तख्ताचा वारस घोषित केले. अखेर सहा महिन्यांच्या वारशांच्या संघर्षानंतर निजामशाहीला नवा बादशाह मिळाला.

■

२४

राजे आपल्या जहागिरीवर श्रीगोंद्याला जायला निघाले. विठोजीराजे दरबारासाठी अहमदनगरला आले होते. त्यांना वेरूळला जाणे भाग होते. मोगल सैन्य केव्हाही येऊन पोहोचेल अशी स्थिती होती. विठोजीराजेंची तयारी झाल्यावर ते राजांना म्हणाले,

"दादासाहेब, आम्हांला आता निघायला हवं."

"होय, आम्हांला तिथं येणं शक्य नाही. आम्हांला जलदीनं आमच्या जहागिरीवर जायला हवं. तुम्ही आबासाहेबांना तसं सांगा. जमलं तर मधनंच येऊन जाऊ."

"जी. आम्ही सगळी तिथं एकत्र आहोत. तुमचीच फिकीर लागून राहणार."

"तुम्ही बिनघोर राहा. आम्ही जाण्यापूर्वी निळोपंत काकासाहेबांना भेटून जाऊ. त्यांच्याकडून इकडची खबर मिळत राहील."

"जी. आम्ही येतो तर."

असे म्हणत विठोजीराजे वेरूळला गेले. राजे निळोपंताना भेटून श्रीगोंद्याला गेले. शेषाप्पांना भेटून खजिन्याची व्यवस्था पाहिली. पुढच्या तयारीला लागले. जेमतेम पंधरवडा होतो तोच शाहजादा मुराद निजामशाही मुलखात शिरला. नासिक-त्रिंबक भागात सरदार सादतखान याने थोडासा प्रतिकार करण्याचा प्रयत्न केला.

शाहजाद्याच्या मोगल सैन्याच्या ताकदीपुढे तो अगदीच दुबळा ठरला. सादतखानाने माघार घेतली. शाहजाद्याचे सैन्य अहमदनगरच्या दिशेने विनाअटकाव निघाले.

शाहजादा मुरादला वाटेत माळव्याचा सुभेदार खानखानन आणि खानदेशचा राजा अलिखान येऊन मिळाले. कडवे रजपूत घोडदळ व तीस हजार खडे सैन्य घेऊन शाहजादा अहमदनगरजवळ येऊन थडकला.

चांदबिबीसाहिबांना त्याला अडवण्यासाठी फौज पाठवण्याइतकी सवडच मिळाली नव्हती, त्यामुळे शाहजाद्याच्या सैन्याला कुठेही अडथळा झाला नाही. पाहता पाहता अहमदनगरच्या उत्तरेकडील सीमेवर खुद्द शाहजादा मुराद येऊन दाखल झाला.

अहमदनगरच्या दर्ग्याच्या आसपास सैन्य आल्यावर मात्र अचानक किल्ल्यातून प्रतिकार झाला. थोडावेळ गोळागोळी झाली. मोगल सैन्य थोडे मागे सरकले. हाश्त बहिश्त बागेजवळ तळ पडला. शाहजाद्याने सैन्याच्या तुकड्या पाडून त्यांच्या चौक्या बसवल्या.

निजामशाही सरलष्कर समशीरखान आणि अहमदनगरचा कारभारी मीर मुहम्मद झमन यांनी मोगल सैन्यावर अचानक हमला चढवला. मोगल सैन्य काळ्या चबुतऱ्यापर्यंत मागे रेटले. मोगल सरदार मिर्झा शाहरूख, शाहबाजखान, सादिक महम्मदखान आणि सय्यद मुर्तजा यांना हल्ल्याबद्दल समजले; त्यांनी तातडीने तेथे धाव घेतली. निजामशाही सैन्य किल्ल्यात परतले.

शाहजाद्याने आता किल्ल्याला वेढा घालण्याचे ठरविले. चारही बाजूंनी पक्का बंदोबस्त करण्यास सुरुवात केली. पश्चिमेला किल्ल्याचे मुख्य प्रवेशद्वार होते; तेथे शाहबाजखान आणि मिर्झा शाहरूख हे मातब्बर सरदार नेमले. दक्षिणेला शैतानपुरापासून फराहबागपर्यंतच्या परिसरात माळव्याचा सरदार खानखानन याने तळ टाकला. उत्तरेला बुऱ्हाणबाद, निजामगढपर्यंतचा भाग खानदेशाचा राजा अलिखान याच्या सैन्याने ताब्यात घेतला. उरलेली पूर्व बाजू खुद्द शाहजादा मुराद आपल्या रजपूत सैन्यासह अडवून बसला.

वेढा चारी बाजूंनी पूर्ण झाला. राजधानी अहमदनगर आणि बाहेरच्या मुलखाचा एकमेकांपासून संबंध तुटला.

निळोपंतांच्या माणसांनी सारी खबर सविस्तर राजांना कळवली. शाहजादा मुरादने दख्खनची राजधानी अहमदनगरला वेढा घातला होता. दख्खनमध्ये आपली हुकमत आणण्याच्या मोगलांच्या प्रयत्नातले पहिले पाऊल रोवले गेले होते.

■

२५

अहमदनगरच्या किल्ल्याला वेढा पडल्याला महिना झाला. मार्गशीर्ष महिना उलटला. राजांना कुठचे काही कळत नव्हते, त्यामुळे ते अतिशय बेचैन झालेले होते. त्याचवेळी विठोजीराजे वेरूळहून आले. राजांना त्यांना भेटून अतिशय बरे वाटले.

''धाकले, अवचित आला, खूप बरं वाटलं.''

''जी. आबासाहेबांना चैन पडेना. त्यातनं दौलताबाद, पैठणच्या खबरी ऐकून ते काळजीत पडले.''

''काय झालं? आम्हांला तिकडल्या मुलखाचं काहीच कळलं नाही.''

''म्हणूनच आम्ही आलो.''

विठोजीराजे सांगत होते.

वजीर इखलासखान त्याच्या 'मोतीशाहा' या वारसाला घेऊन नगरहून निघाला, तो थेट दौलताबादला पोहोचला. त्याने किल्ला ताब्यात घेऊन 'मोतीशाहा'ला निजामशाह घोषित करून बंड पुकारले. बारा हजार खडे सैन्य घेऊन अहमदनगरवर चाल केली. चांदबिबींच्या हातून सत्ता काढून घेण्याची स्वप्ने पाहणाऱ्या इखलासखानाला शाहजादा मुरादचा वेढा पडल्याची खबर नव्हती. शाहजादा मुरादला वाटले, इखलासखान चांदबिबींना मदत करण्यासाठी येत आहे. त्याने दौलतखान लोदी आणि शेरख्वाजा यांना त्याला अडवण्यासाठी पाठवून दिले. त्यांनी पैठणजवळ इखलासखानाला अडवले. त्याचा दणदणीत पराभव केला.

सारे ऐकून राजे म्हणाले,

''चला,परस्पर निकाल लागला. चांदबिबीसाहिबांना नकळत राहत मिळाली.''

''पण दादासाहेब, इखलासखानाने सारा राग पैठणवर काढला. इतकी लुटालूट केली की, आम्ही ऐकलं, लोकांच्या अंगावर साधा कपडादेखील शिल्लक ठेवला नाही.''

विठोजीराजांच्या स्वरात चीड होती. राजांना राहवले नाही. ते संतापाने म्हणाले,

''खरंच विठोजी, आपल्याच रयतेला लुटायचं, परक्यांनी हरवलं म्हणून? कमाल आहे. सत्तेच्या लोभानं माणूस कुठल्या टोकाला जाईल सांगता येत नाही.''

''आम्हांला आता समजलंय की, सरदार अभंगखान इखलासखानांना मिळालेत. त्यांनी एक दुसराच वारस विजापूरहून आणलाय. इखलासखानाचे हबशी घोडदळ घेऊन तो नगरकडे जाणार आहे.''

''आमच्या वजिरांना आणि सरदारांना काय झालंय समजत नाही. रसद तोडून चांदबिबीसाहिबांना मदत करायची राहिलं बाजूला. नवे नवे वारस हुडकून सत्ता ताब्यात घ्यायचे कसले बेत करत आहेत? मोगलांच्या स्वारीचं यांना काहीच वाटत

नाही? ही वेळ एकसाथ मोगलांशी लढायची आहे की, वारस उभे करून आपसात लढायची?''

राजे उद्विग्न होऊन म्हणाले. विठोजीराजे दोन दिवस त्यांच्यासोबत राहिले. त्याचवेळी नगरहून खबर आली. अभंगखानने नगरवर चाल केली होती. दक्षिणेला खानखाननचा तळ होता. मध्यरात्री सर्व झोपले असताना अभंगखान पहारा तोडून किल्ल्यात पोहोचले, पण चांदबिबीसाहिबांनी किल्ल्याचे दरवाजे बंद करून घेतले. अभंगखानाला भेटायला नकार दिला. अभंगखान नाइलाजाने परतला, तोवर छावणीत गनीम आल्याचे समजले. दौलतखान लोदीने अभंगखानाचा पाठलाग केला. त्याचे बरेचसे सैनिक कापून काढले. एकटा अभंगखान कसाबसा निसटला.

सारे समजल्यावर राजे निळोपंतांच्या माणसांना म्हणाले,

''आता शाहजादा सावध झाला असणार. वेढा अधिकच घट्ट करणार. काकासाहेबांना म्हणावं, जपून राहा.''

एकापाठोपाठ येणाऱ्या बातम्यांनी राजे काळजीत पडले होते. चांदबिबी किल्ल्यात एकट्या पडल्या होत्या. त्यांचे वजीर त्यांना मदत करण्याऐवजी वारसांचे तंटे करीत बसले होते.

राजे विठोजीराजांना म्हणाले,

''आता किल्ला किती लढतोय कोण जाणे. दुसरीकडून काही मदत मिळाली तरच यातून बाहेर पडता येईल. पाहू या काय होतंय ते. तुम्ही आता निघा. आबासाहेब वाट पाहात असतील.''

''जी'' म्हणत विठोजीराजे उठले.

दुसऱ्याच दिवशी वेरूळला गेले.

■

२६

आणखी एक महिना उलटला. मालोजीराजे श्रीगोंद्याजवळ आपल्या स्वारांसह छावणी टाकून राहिले होते. पौषाची कडक थंडी पडू लागली. शाहजादा मुरादने वेढा घातलेल्याला दोन महिने झाले होते. सकाळची आन्हिके उरकून राजे गोमाजी नाईकांशी बोलत बसले होते, इतक्यात वणगोजीराजे भेटीला आल्याची वर्दी मिळाली. राजे जातीने डेऱ्याबाहेर आले. वणगोजीराजांना आत घेऊन गेले. महिन्याभराने घरचे, जवळचे माणूस भेटले होते. राजांचा आनंद त्यांच्या चेहऱ्यावर स्पष्टपणे दिसत होता.

''अवचित आला मामासाहेब, काय विशेष?''

''खास काही नाही. बरेच दिवस झाले. तुम्ही इथे परमुलखात एकले, म्हणून

भेटायला आलो.''

''आपण आलात. महिन्यापूर्वी धाकले येऊन गेले. खूप दिवसांनी घरचं माणूस भेटलं. आम्हांला पण बरं वाटलं.''

मालोजीराजे मनापासून म्हणाले.

''वेरूळची काय खबरबात? बाबाजीराजे काय म्हणतात? आमच्या दीपाक्का तिथे आहेत असं समजलं.''

''जी.'' आबासाहेब म्हणाले, ''कबिले त्यांच्याजवळ खुशाल राहतील. त्यांना आमच्यासोबत दगदगीत राहण्यापेक्षा तिकडेच ठेवलं.''

''ते ठीकच केलं. अशा काळात खबरदार राहायला हवं.''

वणगोजीराजे म्हणाले. घरच्या चौकश्या झाल्यावर सल्तनतीचा विषय निघाला.

''मंजूखानांनी सत्तेच्या लोभानं मोगलांना बोलावलं, आता आपण औशाला दडून बसलेत.''

''तर काय? हे तर चूड दाखवून वाघ घरात घेतल्यासारखं झालंय. आता घाबरून पळून कसे होईल? त्याला बाहेर काढायला हवं.''

राजांच्या बोलण्यात चीड व्यक्त होत होती.

''राजे, दिल्लीकरांना तोंड देणे सोपे नाही. बेगमसाहिबांना तर तयारीला सवडच नाही मिळाली, पण किल्ला जोरात लढतोय असं समजतं. बघता बघता नगरचा पाडाव करू असं शाहजाद्यांना वाटत होतं, पण बेगमसाहिबा लवकर दाद देतील असं दिसत नाही. त्या मोठ्या हिमतीनं किल्ला लढवत आहेत. किल्ल्यात शिबंदी भरपूर आहे, कोठारं भरलेली आहेत. अजून दोन-चार महिने सहज लढेल.''

''मग मामासाहेब, अशावेळी आमच्या सरदारांनी मोगलांची रसद मारली तर वेढा अडचणीत येईल.''

''म्हणूनच आम्हांला काळजी वाटतेय! किल्ला पडत नाही म्हटल्यावर शाहजादा बाकीच्या मुलखात शिरणार. तुमचा मुलूख नगरपासून जवळ आहे, शिवाय आम्हांला खजिना मिळाल्याची वार्ता बाबाजीराजेंकडून समजली, त्यामुळे काळजी आणखीच वाढली.''

मालोजीराजांनी खजिना मिळाल्याचा बितपशील वणगोजीराजांना सांगितला. श्रीगोंद्याला शेषाप्पांच्या वाड्यात चौकीपहारे बसवले आहेत; तिथे खजिना सुरक्षित आहे, असेही वणगोजीराजांना सांगितले, पण त्यांचे समाधान होत नव्हते.

''राजे, शाहजादा आपल्या मुलखात खूप आत आलेला आहे. लांबून येणारी रसद आपले सरदार मारत आहेत अशी खबर आहे. दाणागोटा कमी पडला की, शाहजाद्याच्या फौजा छापे घालू लागणार. आम्हांला वाटतं, तुम्ही श्रीगोंद्याला शेषाप्पांच्या वाड्यात राहायला जावं.''

"पण मामासाहेब,"

राजे पुढे काही बोलणार तोच वणगोजीराजे ठासून म्हणाले,

"हे पाहा, आता थंडीसुद्धा वाढती आहे. इथं उघड्यावर थांबणं बरं नाही. तुम्ही तिथंच गेलेलं चांगलं."

वणगोजीराजेंचे अनुभवी बोल राजांना पटू लागले, त्यांनी श्रीगोंद्याला जायचा विचार पक्का केला.

■

२७

शाहजाद्याने वेढा घालून अडीच महिने होऊन गेले. मनासारखे काही घडत नव्हते. एकीकडे किल्ला मजबुतीने लढत होता. दुसरीकडे निजामशाहाचे सरदार रसद मारू लागले होते.

चांदबिबीसाहिबा किल्ला शर्थीने लढवीत आहेत हे पाहिल्यावर निजामशाही सरदारांना हुरूप आला. कोळी राजा व्यंकोजी याने छापे घालून गुजरातकडून येणारी रसद तोडली. सुरुवातीला नासिक प्रांताचा सरदार सादतखान याने मार खाल्ला होता, तो देखील थोडा सावरला. त्याने नंदूरबार, सुलतानपूरकडून सामान घेऊन येणारे मोगलांचे उंट, घोडे मालासकट पळवले. आधीच थंडीत काकडणाऱ्या मोगल सैन्याला अन्नधान्याची चणचण भासू लागली. त्यातच मियान मंजू आदिलशाह आणि कुतुबशाहाची मदत मिळवण्यासाठी जोरदार प्रयत्न करत होता. सारा विचार करून शाहजादाने फैसला करण्यासाठी साऱ्या प्रमुख सरदारांची मसलत बोलावली. शाहजाद्याच्या डेऱ्यात बैठक बसली. शाहजादा स्वत: मलमलीच्या सफेद बैठकीवर बसला होता. त्याच्या उजव्या हाताला शाहबाजखान आणि खानखानन बसले होते. त्यांच्यापलीकडे खानदेशाचा राजा अलिखान, मिर्झा शाहरूख याच्यासोबत बसला होता. शाहजाद्याच्या डाव्या हाताला सादिक महम्मदखान, सय्यद मुर्तजा, राजा जगन्नाथ, दौलतखान लोदी असे त्याच्या विश्वासातले सरदार बैठकीसाठी आलेले होते.

अहमदनगरवर स्वारी केल्यापासून अशा अनेक बैठका शाहजाद्याने घेतल्या होत्या. आजच्या मसलतीचा नूर मात्र नेहमीपेक्षा वेगळा दिसत होता. चाळिशीच्या उमरीचा, गोरापान, देखणा, मजबूत बांध्याचा शाहजादा प्रत्येकाला विचारपूर्वक न्याहाळत होता. एक एक सरदार डेऱ्यात येऊन दाखल होत होते.

सर्वजण आल्यावर शाहजाद्याने स्वत:च बोलायला सुरुवात केली.

"आज जुम्म्याचा दिवस. आजच्या पाक दिवशी आम्ही खास मसलत मुद्दाम बोलावली आहे. आपल्याला इथे येऊन तीन महिने होत आले. अजून आपल्या मनासारखं काही होत नाही. गनिमाचा किल्ला दाद देत नाही. आता पुढचे बेत

ठरवण्याआधी तुमचे सर्वांचे खयाल आम्हांला जाणून घ्यायचे आहेत.''

शाहजाद्याने सगळ्यांकडे पाहिले. कोणी बोलत नव्हते. त्यानेच सादिक महम्मदखानाला विचारले,

''खानसाहेब, आपला काय सला?''

''आम्ही कसला सला देणार? आम्ही आपल्या हुकमाप्रमाणे खंदक खणायचे काम जारी ठेवलं आहे.''

त्याने असे म्हणताच शाहजाद्याचा आवाज चढला.

''ते आम्ही पाहतोच आहोत. असेच काम चालू राहील तर आणखी सहा महिने आम्हांला इथंच वेढा घालून बसावं लागेल. आजपासून जादा माणसं लावा. आठ दिवसांत सारे खंदक बांधून पुरे व्हायला हवेत.''

''जी.''

सादिक महम्मदखान मान खाली घालत म्हणाला. अद्याप कोणी काही बोलत नव्हते. शाहजाद्याच्या कपाळावर सूक्ष्म आठ्या जमू लागल्या. तोच पुढे म्हणाला,

''आमच्या नजरबाजांनी पक्की खबर आणली आहे. मियान मंजूसह विजापूरकर आणि कुतुबशाहांच्या फौजा आपल्यावर येण्यासाठी तयार झाल्या आहेत. आठ एक दिवसांत शाहदुर्गावर सर्व जमणार आहेत. त्यानंतर त्या इकडे कूच करतील. त्याच्याआत आपल्याला इथे निकाल लावावा लागणार आहे, असं दिसतंय.''

माळव्याचा सरदार खानखानन शाहजाद्याच्या उजव्या बाजूला बसला होता. त्याच्याकडे पाहात शाहजादा म्हणाला,

''खानसाहेब, आपल्याला दख्खनचा मोठा तजुर्बा आहे. इथला मुलूख डोंगराळ. इथे जंगचे डावपेच कसे आखायचे? तुम्ही सांगा तुमचा खयाल काय आहे?''

खानखानन पक्का मुरलेला राजकारणी. त्याने शांतपणे सांगायला सुरुवात केली,

''हुजूर, इथे परमुलखात येऊन आपल्याला इतके दिवस झाले. इथले डोंगरी किल्ले जिंकणे सोपे नाही; त्यातच आपण इथल्या मुलखात एकदम आत आलो आहोत. मागच्या चौक्या पक्क्या नसल्याने रसद सारखी मारली जात आहे. लोकांना फाके पडत आहेत. इथला भाग दुष्काळी, त्यामुळे दाणागोटा मिळत नाही. आपली फौज कंटाळली आहे; पण आता आपण दिलेली खबर खरी असेल तर आपल्याला लवकर काहीतरी ठरवावे लागेल.''

खानखानन आणि शाहबाजखान शाहजाद्याला मनासारखी साथ देत नव्हते. शाहजाद्याला त्याची जाणीव होती. केवळ बादशाह अकबराची आज्ञा झाल्यामुळे ते शाहजाद्याला सामील झाले होते. हे दोघेजण बादशाहचा मोठा शाहजादा सलीम याला मानणारे होते. शाहजादा मुरादने अहमदनगरचा पुरा पाडाव केला तर त्याचे

दिल्लीच्या दरबारात वजन वाढेल म्हणून ते अंग राखून साऱ्या मोहिमांत भाग घेत होते. शाहजाद्याला याचा थोडाफार अंदाज होता.

"आपले म्हणणे आम्हांला नीट सांगा. दिल खोलून बोला, खानसाहेब."

"हुजूर, आम्हांला वाटतं, इतक्या लवकर काही चांदबिबीसाहिबा हार मानतील असे दिसत नाही. त्यांचे हौसले अजून बुलंद आहेत. अशावेळी इतक्या कमी दिवसांत आपण त्यांचा पाडाव कसा करणार? किल्ल्यावर हल्ला केला तर फुकट आपली माणसं मरतील, इतके करूनही फत्ते मिळेल याची खात्री नाही."

"मग?"

"आम्हांला वाटतं, आपण आपले वकील पाठवून बेगमसाहिबांशी बोलणी सुरू करावी."

"खानसाहेबांचे म्हणणे दुरुस्त आहे, आम्ही त्यांच्या खयालाशी इत्तेफाक ठेवतो."

शाहबाजखान म्हणाला. शाहजाचा मुराद यावर काही बोलणार तोच दौलतखान लोदी मध्येच उसळला,

"आम्ही नाही असे समजत, हुजूर, दिल्लीकर बादशाहांच्या फौजेला निजामशाही बुडवणं जमणार नाही असं खानसाहेब म्हणत आहेत, पण आम्हांला कोणताच गनीम मोगल फौजेपुढे अजीम वाटत नाही. आपण नुसता हुकूम करा. आम्ही आजच हमला करू."

त्याचे जोशपूर्ण भाषण ऐकून शाहजाद्याला थोडेसे बरे वाटले. त्याने अखेर आपला पुढचा जंगचा सारा बेत बोलून दाखवला.

"आजपासून मिळतील तेवढी माणसं, तटाभोवती सुरुंग भरायच्या कामाला लावा. बरोबर आठ दिवसांत सारं काम पुरं व्हायला हवं. पुढच्या जुमेरातला ईषाचा नमाज पढून झाला की, सुरुंग उडवायचे. रात्री किल्ला झोपेत असताना हमला करायचा. सुलतानढवा करून गनिमाला मारून काढायचे. किल्ल्यावर कब्जा करायचा. निजामशाही पुरी बुडवूनच आता आम्ही आमच्या वालिदसाहेबांना तोंड दाखवणार आहोत."

शाहजाद्याच्या आवेशपूर्ण भाषणाने साऱ्यांच्या मनात उत्साह संचारला. साऱ्या सैन्यात शाहजाद्याच्या इराद्याचे पडसाद उमटले. मोगल सैनिकांत नवा जोम संचारला.

पुढचे आठ दिवस शाहजाद्याने क्षणाची उसंत घेतली नाही. तो आपल्या घोड्यावरून किल्ल्याभोवती सतत फिरत होता. सुरुंगाच्या कामावर त्याने कडी निगराणी ठेवली होती. आपल्या सैन्यातील फितुरांवर लक्ष ठेवण्यासाठी खास नजरबाज नेमले. सुरुंगांच्या अलीकडे खंदकाजवळ धमधमे रचले गेले. सारी जय्यत तयारी झाली.

आठ दिवसांत सुरुंगात सगळीकडे दारू ठासण्याचे काम पूर्ण होत आले. पाच ठिकाणी सुरुंगाची वात काढून ठेवली होती. दुसरे टोक पार किल्ल्याच्या तटाच्या भिंतीच्या खाली गेले होते. पाचही ठिकाणी सैन्य सुलतानढवा करण्यासाठी सज्ज झालेले होते. शाहजादा मुराद जुमेरातची वाट पाहात होता. चार महिने चाललेल्या मोहिमेचा अखेरचा घाव त्यांना घालायचा होता.

■

२८

अहमदनगरच्या किल्ल्यात एकच धामधूम होती. शाहजादा मुरादच्या बेताची बित्तंबातमी त्याचाच एक सरदार ख्वाजा महम्मदखान शिराझी याने किल्ल्यात बिनबोभाट पोहोचती केली होती. दिवसरात्र राबून सुरुंगातली दारू काढून घ्यायचे काम चाललेले होते.

चार सुरुंगातली दारू पुरती काढली गेली. चांदबिबीसाहिबा जातीने कामावर देखरेख करत होत्या. थकलेल्या लोकांचा हौसला वाढवत होत्या. पाचव्या सुरुंगातली दारू काढायचे काम सुरू झाले. आता शाहजाद्याचा डाव पुरता नाकामयाब होणार याची खात्री झाली. समाधानाने चांदबिबीसाहिबा आपल्या महालाकडे परतल्या.

जुमेरातची संध्याकाळ झाली. मोगल सैन्य सज्ज झाले. शाहजादा मुरादने नमाज अदा केला. फत्ते होण्यासाठी दुवा मागितली. आपल्या डेऱ्याबाहेर येऊन घोड्यावर मांड ठोकली. सारी मोगल छावणी पेटत्या पलित्यांनी उजळली होती. शाहजाद्याने इशारत केली. सुरुंगांच्या वाती पेटवल्या गेल्या. पश्चिमेकडचा एक सुरुंग उडाला. पन्नास हात भिंतीच्या ठिकऱ्या ठिकऱ्या झाल्या. धुरळ्याचे लोट आभाळाला भिडले. धूळ खाली बसताच मोगलांचे सैन्य आत घुसणार होते.

पण मोगल सैन्य पुढे सरकलेच नाही. शाहजादा मुराद इतर चारही सुरुंग उडण्याची वाट पाहात होता. त्याने दुसऱ्या बाजूला धाव घेतली. दुसरा एकही सुरुंग उडाला नाही. शाहजादा गोंधळून गेला. किल्ल्याभोवती फिरत राहिला. एवढी सवड पुरेशी होती. चांदबिबींसह किल्ल्यातली शिबंदी दारूगोळ्यासह भगदाडाजवळ जमा झाली. शाहजाद्याने सैनिकांना चाल करायला सांगितली. किल्ल्यातून दगडांचा, गोळ्यांचा एवढा जबरदस्त मारा झाला की, सारे सैनिक पिटाळले गेले.

ती रात्र दोन्ही बाजूंनी फारच बिकट गेली. किल्ल्यात दुःखी वातावरण होते. सुरुंगातली दारू काढणारी शेकडो माणसे दगडाखाली गाडली गेली होती. सतत रात्रंदिवस खपून सुरुंग निकामी केले होते. माणसं झोपेशिवाय थकून गेली होती. त्यातच कालच्या धमाक्यामुळे त्यांचा धीर खचू लागला होता.

चांदबिबीसाहिबा मात्र अद्यापही मोगलांना हार जाण्यास तयार नव्हत्या. त्यांनी

सैन्याचा ढासळता नूर ओळखला. एक आगळेच धाडस केले. संपूर्ण लष्करी पोशाखात हातात शस्त्र घेऊन हत्तीवर बसून त्या प्रत्यक्ष हातघाईच्या ठिकाणी आल्या. अर्ध्या रात्री आपल्या शाही मलिकेला लढण्यासाठी बाहेर आलेले पाहून निजामशाही सैन्याला नवा दिलासा मिळाला. रात्रभर जागून संपूर्ण तट पुन्हा बांधून काढण्यात आला. पहाटे दुरुस्ती पूर्ण होईपर्यंत चांदबिबीसाहिबा जातीने थांबल्या होत्या.

शाहजादा मुराद सुरुंग न उडाल्याने चिडून गेला. अतिशय निराश झाला. त्याने सर्व सरदारांना एकत्र केले. पहाट होताच किल्ल्यावर चढाई करायचे ठरवले. पहाटे सारे सैन्य गोळा होऊन पडलेल्या भिंतीजवळ गेले. एका रात्रीत भिंत पूर्वीसारखी बांधून काढलेली होती. शाहजादा चकित होऊन गेला. त्याने त्याच परिस्थितीत चढाईचा हुकूम दिला. सरदार खानखाननने विरोध केला, पण शाहजादा ईर्षेने पेटून निघाला होता. त्याने इतर सरदारांना मोठमोठी आमिषे दाखवली. जंग सुरू झाले.

दोन्ही बाजूंनी आग ओकली जाऊ लागली. दिवसभर घमासान लढाई झाली. सारा दिवस मोगल सैन्य किल्ल्याजवळ जायचा प्रयत्न करीत होते. तोफा आग ओकत होत्या. सूर्यास्त झाला तरी, मोगली सैन्याचे बोटही आत शिरू शकले नाही. लोखंडी भिंतीशी टक्कर घेऊन आपणच डोके बडवून घ्यावे अशी मोगल सैन्याची हालत झाली होती. त्यांची अपार हानी झाली. अखेर शाहजाद्याने जंग थांबवले.

■

२९

दोन दिवस व दोन रात्री घमासान लढाई चालू होती. अचानक काही नजरबाज शाहजादा मुरादला भेटले. त्यांनी आणलेल्या खबरीने शाहजादा चिंतेत पडला. त्याने प्रमुख सरदारांना तातडीने बोलावून घेतले. दोन रात्री जागरण झालेल्या शाहजाद्याचा चेहरा अधिक गंभीर दिसत होता. त्यानेच सांगायला सुरुवात केली.

“खबर वाकई बुरी आहे. मियान मंजूने अखेर कुतुबशाह आणि विजापूरकरांना मदतीसाठी राजी केलं आहं. दोघांचं सैन्य शाहदुर्गाजवळ जमा झालेलं आहे.”

“दोघांचं सैन्य म्हणजे बरंच असणार!”

खानखानन काळजीने म्हणाला.

“होय खानसाहेब, दोघांचं सैन्य आणि मियान मंजू, इखलासखान यांचे सैन्य म्हणजे जवळजवळ सत्तर हजारावर फौज गोळा झाली आहे असं समजतं.”

शाहाजाद्याने असे सांगताच सारे सुन्न झाले. कोणाला काही सुचत नव्हते.

दिल्लीकर मोगल आणि दख्खनची निजामशाही यांच्यातील संघर्ष आता वेगळ्या टप्प्यावर आला. सतत तीन-चार महिने चाललेल्या लढ्यात दोन्ही बाजू हैराण होऊन गेल्या होत्या.

शाहजादा मुरादचे सैन्य परमुलखातले हवामान, उपासमारी, सततची हातघाई याला कंटाळले होते. त्यातच खानखानन, शाहबाजखान यासारख्या खंद्या सरदारांचा असहकार, काही अमिरांची फितुरी यामुळे खुद्द शाहजादा त्रासून गेला होता. चांदबिबीसाहिबा नेटाने प्रतिकार करत होत्या, त्यामुळे अहमदनगरचा किल्ला दोन-चार दिवसांत पडेल असे लक्षण दिसत नव्हते. शाहजाद्याने मोठ्या उमेदीने आखलेला सुरुंग उडवून किल्ल्यात घुसण्याचा बेत पूर्णपणे फसला होता, त्यातच आता साऱ्या दखनी सल्तनती शाह दुर्गाजवळ एकत्र आल्याची खबर आली.

शाहजादाच अखेर म्हणाला,

"शाहदुर्गाहून फौजा निघाल्या तर लागलीच येऊन पोहोचतील. त्याच्याआधी हे जंग निकाली काढलं पाहिजे."

"आम्हांला तरी हे नामुमकीन वाटतं. शिवाय त्यांचं सैन्य ताज्या दमाचं असणार. आपली दमलेली फौज त्याच्याशी कशी टिकेल?"

दौलतखान लोदीसारख्या हिंमतबाज लढवय्यांच्या तोंडून असे उद्‌गार बाहेर पडले, त्यामुळे शाहजादा अधिक बेचैन झाला.

शाहजाद्याने सुलुख करायचे ठरवले. आपला अत्यंत विश्वासू अमीर सय्यद मुर्तुझा यांच्याकडे सारी जिम्मेदारी सोपवली. त्यांच्याबरोबर सरदार खानखानन, मीर मुहम्मद झमन, मशाहदी रिझवी, शाहबाजखान, शाह बेराम असराबादी यांच्यासारख्या मुरलेल्या मंडळींना पाठवून दिले.

■

३०

राजे श्रीगोंद्याला शेषाप्पांच्या वाड्यात होते. त्यांच्याकडे निळोपंतांची माणसे आली. त्यांनी सांगितलेल्या खबरीवर राजेंचा विश्वास बसेना, ते शेषाप्पांना म्हणाले, "सावकार, काकासाहेबांनी कळवलंय. जंग थांबलंय. मोगल आणि चांदबिबीसाहिबा सुलुख करायला तयार झालेत."

"राजे, खरंच अगदी नामी खबर आहे."

"पण समजत नाही, हे सारं कसं झालं? आम्ही लागलीच नगरला जातो. तिथंच सारं कळेल."

"होय, तेच बरं होईल."

शेषाप्पांना सांगून राजे नगरला निघून गेले. वाटेत लढाईच्या खुणा जागोजाग दिसत होत्या. नगर जवळ आलं तशी पडझड दिसू लागली. एखाद्या भयानक चक्रीवादळात वाताहत व्हावी तसं झालं होतं. राजे सरळ निळोपंतांकडे गेले.

त्यांच्याशी बोलताना तेच सारे राजांच्या नजरेसमोर येत होते. ते पंतांना म्हणाले,

"काकासाहेब, अवघ्या सात-आठ सालांमागं आम्ही पहिल्यांदा नगरात आलो होतो. तेव्हा आपणच इथली पहेचान करून दिली होती. त्यावेळी आपण म्हणाला होता, आपसातल्या झगड्यांनी इथलं वैभव उतरणीला लागलंय. पण आता तर पार रया निघून गेली."

राजे कळवळून बोलत होते, पण निळोपंत मात्र चांदबिबींची स्तुती करताना थांबत नव्हते.

"राजे, खरंच अगदी अद्‌भुत स्त्रीरत्न आहेत आपल्या चांदबिबी. मोगल सैन्य दाराशी आलेलं, दोन्ही वजीर भांडून गेलेले. अशावेळी आपली सल्तनत वाचेल असं आम्हांला तरी वाटलं नव्हतं."

"आम्हांलादेखील तुमच्याकडून सुलुख होतो असं समजलं तेव्हा मोठं नवल वाटलं."

"राजे, पाहा आता त्या यातदेखील बाजी मारून जातील."

निळोपंत आत्मविश्वासाने बोलत होते.

तहाचा मसुदा तयार होत होता. निजामशाहीचे एकूण चार इलाखे, त्यातील मोगल हद्दीलगतचे वऱ्हाड, दौलताबादेसह बीड मराठवाड्याचा भाग हे दोन मोठे इलाखे शाहजाद्याने मागितले.

इकडे अहमदनगरच्या किल्ल्यातली परिस्थिती फारशी चांगली नव्हती. किल्ल्यातली कोठारे झपाट्याने रिती होऊ लागली होती. नुकत्याच झालेल्या हातघाईत सुरुंगात शेकडो माणसांचे तुकडे तुकडे डोळ्यासमोर झाल्याने उरलेले सैन्य खचले होते. तटावरून दिसणाऱ्या मोगल सेनासागराला आपण कसे पुरे पडणार या भावनेने धास्तावले होते. सारा माहौल अतिशय तणावाचा झाला होता.

शाह दुर्गावरून दख्खनी सैन्य मदतीला निघाल्याचे समजले; त्यामुळे थोडा आधार वाटू लागला होता, पण फत्ते मिळाल्यावर अहमदला निजामशाह बनवण्याचे मियान मंजूने कबूल करवले होते. हे समजल्यावर चांदबिबीसाहेबांना अतिशय संताप आला. अशावेळी शाहजाद्याकडून तहाची बोलणी करण्यासाठी आलेला सांगावा त्यांनी स्वीकारला. अधिक खळखळ न करता सुलुख मान्य करण्याचे ठरवले. निजामशाहीचा वकील म्हणून पेशवा अफजल ऊर्फ चंगेजखान याला पाठवून दिले.

चांदबिबीसाहिबांनी फक्त वऱ्हाड प्रांत देऊ केला. त्यांची महत्त्वाची अट बहादूरशाहाच्या नावे सुलुख करावा अशी होती. शाहजाद्याला दख्खनी फौजांना टाळण्याची गडबड होती. त्यांनी चांदबिबीसाहेबाचा मान राखला. त्यांना 'चांद सुलताना' अशा किताबाने मुखत्यारी दिली. बहादूरशाहाला निजामशाही वारस मानून त्यांच्या नावे तह पुरा केला.

■

३१

जवळजवळ चार महिन्यांपूर्वी शाहजादा मुरादने गुजरातेतून दख्खनमध्ये पाऊल टाकले होते. पडझड झालेली निजामशाही पाहता पाहता संपवून टाकायची, मोगल सत्तेचा पाया दख्खनमध्ये रुजवायचा या ईर्षेने तो आला होता. चांद सुलतानांच्या झुंजार प्रतिकारामुळे त्याला केवळ वऱ्हाड प्रांतावर समाधान मानावे लागले.

चांद सुलतानांनी त्याला दावत देऊन निरोप दिला. दोन प्रहरी शाहजाद्यांनी नगर सोडले. किल्ल्यातील सर्वांत उंच असलेल्या गगनमहालाच्या कवाडातून चांद सुलताना परतीच्या वाटेवर निघालेल्या मोगल सैन्याकडे पाहात होत्या. परतीच्या वाटेवर निघालेल्या शाहजाद्याच्या मनाची अवस्था कशी झाली असेल? साऱ्या हिंदुस्थानावर हुकमत गाजवणाऱ्या दिल्लीच्या पातशाहाचे सैन्य एका एकाकी मलिकेला जिंकू शकले नाही. याबद्दल तो किती निराश झाला असेल...! सुलतानांच्या मनात अनेक प्रकारच्या भावनांचे तरंग उमटत होते.

शाहजाद्याचा हत्ती आघाडीवर निघाला होता. उतरत्या उन्हात पाठमोऱ्या अंबाऱ्या, निशाणे, दूरदूर निघाली होती. त्यांची चकाकी हळूहळू कमी होऊ लागली. दख्खनच्या सरजमींवर आलेले संकटाचे सावट हलकेच बाजूला हटत आहे असे सुलतानांना वाटले. मावळत्या सूर्याच्या किरणांत नव्या आव्हानाला पेलण्याचे डावपेच मनात घोळवत त्या सारे नजरेआड होईपर्यंत तशाच उभ्या राहिल्या होत्या.

■

३२

मोगली संकट परत गेले. सर्व निजामशाही सरदार नगरला आले. वणगोजीराजे राजांना भेटले. दोघांचा आनंद उघड दिसत होता. राजे वणगोजीराजांना म्हणाले,

"आम्हांला निळोपंत काकासाहेबांनी कळवलं. आम्ही आधीच आलो. अखेर सुलतानासाहिबांनी बाजी मारली."

"खरंच राजे, आम्ही फलटणहून येत होतो. वाटेत रयत परत आपल्या गावी परतताना दिसत होती. साऱ्यांच्या तोंडी एकच नाव होतं - सुलतानासाहिबांचं. साऱ्या दख्खनमध्ये त्यांचं नाव गाजतंय."

"म्हणूनच इखलासखानांसारखे वजीरदेखील त्यांच्याकडे परत आले. अभंगखानानी साऱ्या हबशी सरदारांचे बळ त्यांच्यामागे उभे केले आहे. त्या दोघांनी आपल्या वारसाचे दावे परत घेतले. सुलतानांना त्यामुळे चांगला आधार झाला आहे. फक्त मंजूखान तेवढे काही ऐकत नाहीत असं दिसतं. ते पाथर्डीला फौजा घेऊन थांबलेत असं ऐकलं. मोठं सैन्य मागं असल्यानं ते फार जोरात आहेत."

"राजे, फौजा गोळा झाल्यात त्या मोगलांशी लढायला! आता मोगल परत गेल्यावर कोणाशी लढणार? शिवाय सुलताना यातून काहीतरी मार्ग नक्कीच काढतील."

पाथर्डीला आलेल्या सैन्याची खरंच अवघड परिस्थिती झाली होती. एवढे मोठे सैन्य नगरला येण्यात चांद सुलतानांना धोका वाटत होता. त्यांनी थेट विजापूरला इब्राहिम आदिलशाहकडे आपला खास माणूस पाठवून दिला. मियान मंजूशी कोणत्याही परिस्थितीत समझोता करणे सुलतानांना कबूल नव्हते. आदिलशाहांनी त्यांचे म्हणणे मान्य केले. मियान मंजूला विजापूर दरबारच्या चाकरीत रुजू करून घेतले. फौजा पाथर्डीहून परत गेल्या.

चांद सुलतानांनी सारे अडथळे मोठ्या हुशारीने व धाडसाने दूर केले. त्यांनी बहादूरशाहच्या तख्तारोहणाचा समारंभ मोठ्या धूमधडाक्याने करायचे ठरवले. आपला भाचा इब्राहिम याच्या जनाजासाठी सहा महिन्यांपूर्वी त्या नगरला आल्या होत्या. त्यानंतर आपले वजीर व मोगल यांच्याशी सतत संघर्ष करून त्यांनी निजामशाही वाचवण्यात यश मिळवले. आता बहादूरशाहला तख्तावर बसवले की त्यांच्या यशात मानाचा तुरा झळकणार होता.

■

३३

विठोजीराजे दरबारासाठी नगरला येऊन दाखल झाले. जवळजवळ तीन महिन्यांनी ते राजांना भेटत होते. दोघे भाऊ इतके दिवस प्रथमच एकमेकांपासून दूर राहिले होते. राजांनी मोठ्या प्रेमाने त्यांची ऊरभेट घेतली. घरच्या आठवणीने राजेंचा ऊर भरून आला होता.

"दादासाहेब, सारी आपल्या वाटेकडे डोळे लावून बसली आहेत. तुम्ही इकडं आल्यापासून आईसाहेबांनी फारच जिवाला लावून घेतलंय. सारखा आपल्या नावाचा धोसरा घेतलाय."

"आम्हांलाही कधी आपल्या माणसात जाऊ असं झालंय. दरबार आटोपला की जाऊ परत."

मालोजीराजे अधीरपणे म्हणाले. कधी एकदा घरी जाऊ असे त्यांना वाटत होते.

तख्तारोहणाचा दिवस उजाडला. चांद सुलतानांनी थाटामाटात कोणतीही कसूर ठेवली नव्हती. सारे अहमदनगर शहर नव्या निजामशाहच्या राज्याभिषेकासाठी सजून सज्ज झाले होते. मालोजीराजे विठोजीराजेंसोबत दरबारासाठी किल्ल्यात गेले. सजावटीने लखलखणाऱ्या सोनमहालात खुद्द चांद सुलताना छोट्या बहादूरशाहला मांडीवर घेऊन मसनदीवर बसल्या होत्या. पांढऱ्या शुभ्र पोषाखात पन्नाशीच्या उमरीतील सुलताना चांद अतिशय तेजस्वी दिसत होत्या. त्या अलौकिक स्त्रीच्या

तेजापुढे सारेच नतमस्तक झाले होते.

तोफांचे बार उडाले. नौबत दणाणली. अल्काबांच्या पुकारांच्या गजरात बहादूरशाहांच्या मस्तकावर निजामशाही किमॉष विराजमान झाला.

साऱ्या सरदारांनी, मानकऱ्यांनी त्यांना नजराणे दिले. दखखनच्या सर्व सत्ताधाऱ्यांनी आपले वकील नजराण्यासह पाठवले होते. सुलतानांनी साऱ्या वकिलांचा योग्य मान ठेवला. युद्धात लढलेल्या सर्व सरदारांची सर्फराजी केली. नासिकचा सरदार सादतखान, कोळी राजा व्यंकोजी, सिंदखेडचे लखुजीराजे, अभंगखानाचा साथीदार मलिक अंबर, फलटणचे वणगोजीराजे, सादतखानाचा अमीर राजू दखनी, पुणे-सुप्याचे मालोजीराजे साऱ्यांचा मोठा मान-सन्मान केला.

अभंगखानाला वजिरी दिली. मुहम्मदखानाला पेशवा आणि वकिलीची वस्त्रे दिली. सारा रिवाज आटोपल्यावर खुद्द चांद सुलतानांनी सर्वांजवळ आपले दिल खुले केले.

"तुम्हा सर्वांच्या बहादुरीमुळे सल्तनतीची फत्ते झाली. कठीण काळात तुमच्या नेकीमुळे आम्ही मोगलांशी टक्कर देऊ शकलो. या साऱ्या काळात आमच्या रयतेला फार सोसावं लागलं. आता आम्हांला साऱ्या कारभाराची नीट घडी बसवावी लागणार आहे. शाहजाद्यांनी आज सुलूख केला आहे. पण ते नाराज आहेत. आज ना उद्या मौका मिळाला की ते यावेळच्या शिकस्तीचा बदला घेण्यासाठी येणार. त्यासाठी आपण पुऱ्या ताकदीने तयार व्हायला लागणार आहे. तुम्हा सर्वांच्या इमानावर, हुन्नरवर आमचा पुरा भरोसा आहे. त्याच्या बळावरच आम्ही बहादुरशाहांना मांडीवर घेऊन आमच्या वालिदांच्या तख्तावर आज बसलो आहोत, त्याची शान वाढवण्याची उम्मीद दिलात बाळगली आहे."

सर्व दरबाराकडे नजर फिरवित चांद सुलताना पुढे म्हणाल्या,

"आता तुम्ही सर्वांनी आपल्या जहागिरीवर परत जाऊन कारभार नीट पाहावा. हुजुराला तुमच्या सर्वांच्या काबिलीयतवर पुरा भरोसा आहे. आपण सारे मिळून निजामशाही तख्ताला पुन्हा एकदा पूर्वीचे वैभव मिळवून देऊ."

चांद सुलतानांचे जोशपूर्ण, बोलणे ऐकून सारा दरबार भारावून गेला. सर्वांनी मनापासून त्यांचा जयजयकार केला. त्यांच्या कारकिर्दीत निजामशाहीला चांगले दिवस येतील, रयतेला सुख लाभेल अशी सर्वांना खातर वाटू लागली.

दावत, पानसुपारी होऊन दरबार आटोपला. सारे सरदार आपल्या जहागिरीवर परतू लागले. मालोजीराजे विठोजीराजेंसोबत सारा सरंजाम घेऊन वेरूळला परतले.

■

। भाग तीन ।

१

मालोजीराजे जवळजवळ पाच महिन्यांनी वेरूळला घरी परतले. त्यांनी पहाटे अहमदनगर सोडले. सारा सरंजाम घेऊन वेरूळला पोहोचेपर्यंत दुपार उलटली. चैत्र महिना असल्याने ऊन अगदी कडक नव्हते. घरच्या ओढीने निघालेल्या स्वारांना दौडीचा शीणही जाणवला नाही.

राजांनी वाड्यात पाऊल टाकले. सुवासिनींनी भाकरतुकडा उतरून टाकला. बाबाजीराजे सदरेवर त्यांची वाट पाहात होते. इतक्या दिवसांनी सुखरूप परतलेल्या चिरंजीवांची ऊरभेट घेतल्यावर बाबाजीराजेंचा जीव शांत झाला. मालोजीराजे श्रीगोंद्याला गेल्यापासून रेखाऊंनी अंथरूण धरले होते. सारेजण त्यांच्या दालनात गेले.

राजांनी जवळ जाऊन रेखाऊंचे पाय शिवले. त्यांच्याजवळ अंथरुणावर टेकले. कपाळावर मोठे कुंकू रेखलेल्या रेखाऊंचा गोरापान रसरशीत चेहरा पांढराफटक पडला होता. गालाची हाडे वर आली होती. सारे शरीर रोडावले होते. राजेंचा जीव गलबलून गेला. त्यांनी रेखाऊंचा हात हातात घेऊन विचारले, ‘‘किती उतरली तुमची तबियत, आईसाहेब, काय हे?’’

राजांच्या चेहऱ्यावरून आपला हात फिरवत रेखाऊ हसल्या,

‘‘आम्हांला काय झालंय? तुमचा चेहरा बघा कसा रापून गेलाय. किती वाळला तुम्ही?’’

रेखाऊ आज अगदी प्रसन्न दिसत होत्या. त्यांच्याकडे पाहत बाबाजीराजे म्हणाले,

‘‘पाहिलंत राजे, सारखी तुमचीच फिकीर करीत असतात. आता तुम्हांला पाहिलं. मग पाहा, यांच्या तबियतीला कसा आपसूक उतार पडेल.’’

एकमेकांची विचारपूस होईतोवर संध्याकाळ झाली. रात्रीच्या थाळ्याला कितीतरी दिवसांनी घरची मंडळी एकत्र बसली होती. राजांना खूप दिवसांनी घरचे अन्न निवांतपणे खायला मिळाले. उमाबाई जातीने पंगतीला वाढत होत्या. नुकते सोळावे

सरलेल्या उमाबाईंचे साजरे रूप राजे घरी आल्याच्या आनंदाने अधिकच उजळलेले दिसत होते.

जेवणानंतर विडा घेऊन राजे आपल्या दालनात आले. समईच्या मंद प्रकाशात दालन उजळून निघाले होते. उमाबाईच्या रसिकतेची छाप सर्वत्र उमटलेली दिसत होती. राजांनी प्रवासाने शिणलेले अंग अंथरुणावर टाकले. उशीवर मस्तक टेकले. तिथला मंद सुगंध त्यांना चकित करून गेला. डोळे मिटून त्यांनी दीर्घ श्वास घेतला. अंग सैल सोडले. मोहक वातावरणात त्यांचा शीण केव्हाच नाहीसा झाला.

बराच वेळ झाला. राजे अधीरपणे उमाबाईची वाट पाहात होते. अद्याप काहीच चाहूल लागत नव्हती.

असाच आणखी कितीतरी वेळ गेला. अचानक दाराशी पावले वाजली. जोडव्यांचा, बांगड्यांचा आवाज ऐकू येऊ लागला. राजांनी मुद्दाम डोळे उघडले नाहीत.

उमाबाईंनी पाहिले. राजेंचा डोळा लागला असे त्यांना वाटले. त्या हलकेच मंचकाजवळ आल्या. काही क्षण राजेंकडे पाहिले त्या समई शांत करण्यासाठी हळुवारपणे वळल्या, तोच राजेंची हाक कानी आली.

"उमा!"

कित्येक दिवसांनी पतीची कानावर पडलेली साद ऐकून उमाबाईचे अंग मोहरून गेले, त्या थबकल्या, वळून राजेंकडे पाहत म्हणाल्या,

"आम्हांला वाटलं, इकडचा डोळा लागला."

"किती वेळ वाट पाहायची, आम्हांला वाटलं इतक्या दिवसांनी आलो म्हणून आमच्या राणीसाहेब रुसल्या की काय?"

"आपलं काहीतरीच."

उमाबाई लटक्या रागानेच म्हणाल्या.

"मग इतका वेळ लावायचा?"

"आम्ही एकल्याच घरातलं सारं पाहणार म्हणून..."

"म्हणजे?"

"आपल्याला काहीच खबर नाही असं दिसतंय."

मिस्कील हसत उमाबाई म्हणाल्या.

"कसली?" राजांनी न उमजून विचारले.

उमाबाई मंचकावर टेकल्या. राजांच्या गोंधळलेल्या मुद्रेकडे पाहात म्हणाल्या, "अहो, धाकल्या बाई आठ रोजांपासून अगदी झोपून आहेत. उलट्यांनी बेजार झाल्यात."

"मग?"

राजांच्या चेहऱ्यावरचे प्रश्नचिन्ह तसेच होते. उमाबाई तोंडाला पदर लावून हसत म्हणाल्या,

"आपण काकासाहेब होणार आहात."

आता कुठे राजांच्या मस्तकात प्रकाश पडला. त्यांना आठवले, तरीच आपण आल्यापासून आऊबाई कुठे दिसल्या नव्हत्या.

राजांनी भानावर येऊन वर पाहिले, तोवर उमाबाई समई शांत करायला वळल्या देखील.

राजांच्या चेहऱ्यावर स्मित उमटले. सर्व बाबतीत आपल्यामागे सावलीसारखे असणाऱ्या विठोजीराजांनी इथे मात्र आघाडी घेतली होती.

■

२

दुसऱ्या दिवशी सकाळची आन्हिके आटोपून सारे सदरेवर जमले. बाबाजीराजे खूप दिवसांनी मोकळेपणे हसत होते. गावातली माणसे राजांना भेटायला येत होती. साऱ्यांची खबरबात घेत राजे मोठ्या प्रेमाने प्रत्येकाशी बोलत होते. लोकांची वर्दळ थोडी कमी झाल्यावर राजांनी बाबाजीराजांना विचारले.

"आबासाहेब, आम्ही एक दोन रोजात धाकल्यासोबत बाहेर पडावं म्हणतो..."

त्यांचे बोलणे तोडत बाबाजीराजे म्हणाले,

"आता तर आलाय तुम्ही. थोडा आराम करा. आम्हांला धाकल्यांनी सांगितलं. आपल्याला मिळालेलं धन श्रीगोंद्याला ठेवलंय. त्याचं पण ठरवावं लागेल."

खजिन्याचा विषय निघाल्यावर राजे सांगू लागले,

"आबासाहेब, गोमाजी आम्हांला छावणीत सांगायला आले. आम्ही तिथं एकले. झुंज तोंडावर आलेली. मनातली खुशी कुणाला दाखवता पण आली नाही."

राजांच्या स्वरात नकळत खंत व्यक्त होत होती. ते पुढे म्हणाले,

"आम्ही ऐकलं, त्याचक्षणी ठरवलं, यातलं पहिलं नाणं घृष्णेश्वराच्या चरणी वाहायचं. थोरल्या आऊसाहेब असतानाच आपण संकल्प केला होता. या राजकारणाच्या धबडग्यात जमलंच नव्हतं. आता त्यांची इच्छा पूर्ण करायला हवी."

थोरल्या आऊसाहेबांच्या आठवणीने राजेंचे मन भरून आले. बाबाजीराजांनी त्यांच्या पाठीवर थोपटले.

"तुम्ही असं म्हणणार हे आम्हांला ठावं होतं. तुमच्या मनी राऊळ बांधायचे आले. आपण संकल्प केला. सालाभरातच खजिना मिळाला. तुमच्या बेताला

शंभूमहादेवाचा आशीर्वाद आहे. उद्या सूनबाईसह दर्शनाला जाऊन या. मागनं धाकल्यांसोबत बसून सारं ठरवून घेऊ.''

''जी,'' म्हणत राजे उठले.

राजे दुसऱ्या दिवशी घृष्णेश्वरी जाऊन रुद्र घालून आले. थोरल्या आऊसाहेब हयात असताना त्यांनी राऊळ बांधायचा संकल्प केला होता. त्यांची त्यांना तीव्र आठवण झाली. विठोजीराजांनी कामाची जोडणी करायला सुरुवात केली. मालोजीराजे उत्साहाने सळसळत होते. आठवड्याभरात घृष्णेश्वराच्या मंदिराचा परिसर मजूर, कारागिरांनी गजबजून गेला. देवळाच्या कामाला सुरुवात झाली.

रेखाऊंची तबियत सुधारू लागली. त्या हिंडू फिरू लागल्या. पंधरा दिवस झाले. राजांनी बाबाजीराजेंजवळ विषय काढला.

''आबासाहेब, देवळाचं काम सुरळीत लागलंय. आम्ही दोघं आता दौलतीत फिरून यावं म्हणतो.''

''एवढ्यात कशाला जाता राजे, तुम्हांला येऊन महिनादेखील नाही झाला.''

मुलांच्या सहवासाने बाबाजीराजेंचे मन अजून भरले नव्हते.

''आम्हांलाही कुठे जावसं वाटतंय? पण आता महिन्याभरानं पाऊस सुरू होईल. त्याआधी सगळीकडं जाऊन यायला हवं.''

''खरं आहे तुमचं.''

''शिवाय आबासाहेब, श्रीगोंद्याला शेषाप्पा वाट पाहात असतील. त्यांच्यावर जोखीम आहे.''

''होय राजे. ते मोठंच काम आहे. तुम्ही दोघं निवडक हत्यारबंद माणसं घेऊन जावा. राऊळाच्या कामाला पैका लागणार. लवकर जाऊन या.''

वैशाख चालू झाला होता. उन्हाळा कडक पडला होता. राजे विठोजीराजेंसोबत श्रीगोंद्याला जायला निघाले. घोडदळासह खजिना आणण्याच्या तयारीनिशी बाहेर पडले.

■

३

सारा लवाजमा खजिन्यासह विठोजीराजेंसोबत वेरूळला पाठवून राजे नगरमध्ये थांबले. अहमदनगर हळूहळू सावरत होते. तख्तावर बहादूरशाह असले तरी खरी सत्ता चांद सुलतानांच्या हातात होती. त्यांनी राज्याची घडी नीट बसवायला सुरुवात केली. निजामशाहीतल्या रयतेला मोगलांच्या धाडीला तोंड द्यावे लागले होते. तिला थोडा दिलासा मिळावा असे सुलतानांना वाटत होते.

राजे निळोपंतांकडे उतरले. निळोपंत अजूनही चांद सुलतानांच्या पराक्रमाने

भारावलेले होते. यावेळी त्याचा स्वर थोडा काळजीचा वाटत होता.

"राजे, सुलतानांना इतकी कळकळ आहे, सल्तनतीची, लोकांची, पण आमच्या कारभाऱ्यांना काय होतं, समजत नाही."

"म्हणजे, सरलष्कर समशीरखान?"

"नाही राजे, ते मोठ्या जोमानं कामाला लागलेत. आपलं बरंचसं सैन्य मागच्या झुंजीत कामाला आलं. त्याची नव्यानं उभारणी करण्याच्या जोडणीला लागलेत."

"मग?"

"मुहम्मदखान. सुलतानांनी आपला खास भरवशाचा माणूस म्हणून त्यांना वकील आणि पेशवा नेमलं, सारा मुलकी कारभार त्यांच्याकडे सोपवला,"

"त्यांनी काय केलं?" राजांनी मोठ्या अधीरपणे विचारले,

"राजे आम्हांला वाटतं, दख्खनच्या भाग्याला लागलेलं ग्रहण पुरतं सुटलेलं नसावं." निळोपंत निःश्वास सोडत म्हणाले, "राजे, सत्ता आली की, काही माणसं बदलून जातात. तसंच त्यांचं झालेलं दिसतंय. त्यांनी साऱ्या मोक्याच्या ठिकाणची जुनी, जाणती माणसं काढायचा सपाटा लावलाय. त्यांच्याजागी आपले सगेसोयरे, खूशमस्करे भरायला सुरुवात केली आहे. सल्तनतीच्या इमानी अंमलदारांचा पदोपदी अपमान होऊ लागला आहे. राजे, आम्हांला ही लक्षणे बरी वाटत नाहीत."

"काकासाहेब, आपण सांगता आहात, हे अगदीच चुकीचं घडत आहे. सुलतानांच्या कानावर गेलं तर त्या नक्कीच काहीतरी बंदोबस्त करतील असं वाटतं."

"आम्हांलादेखील तीच आशा आहे. पाहूया काय होतं."

असं म्हणत निळोपंतांनी विषय बदलला. घरच्या, खजिन्याच्या गोष्टी निघाल्या. थोडा वेळ थांबून राजे वेरूळला गेले.

नगरला वजीर मुहम्मदखानांची मनमानी वाढू लागली. काही मातब्बर सरदारांनी चांद सुलतानाच्या कानी आपल्या तक्रारी घातल्या. खुद्द सुलतानांना साऱ्या मामल्याची जाणीव झाली होती, परंतु त्यांनी थोडे सबुरीने घ्यायचे ठरवले. मुहम्मदखानाला नुकतीच पेशवाई दिली आहे. त्याला आपल्या पद्धतीने कारभार करून निजामशाहीची हालत सुधारायचा मोका दिला पाहिजे असे त्यांना वाटत होते.

सुलतानांच्या समजुतीच्या वागण्याचा उलटाच परिणाम झाला. मुहम्मदखान अधिकच शेफारून गेला. त्याने सारी सत्ता हातात घ्यायला सुरुवात केली. खुद्द वजीर अभंगखान आणि सरलष्कर समशीरखान यांना कैद केले. निजामशाही तख्त काबीज करण्याचा कट शिजू लागला. चांद सुलताना गडावर एकट्या पडल्या. त्यांना काय करावे सुचेना.

राजांना वेरूळला सारे समजले. ते विठोजीराजांना म्हणाले, "विठोजी, मोगलांना जाऊन सहा महिने झाले नाहीत तोवर हा काय गोंधळ झाला? एवढी मोठी झुंज झाली. रयतेला किती सोसावं लागलं ते पाहायचं सोडून वजीर आणि पेशव्यांनी भांडण सुरू केलं. आपल्याला नगरला जायला हवं."

दोघे नगरला पोहोचले तेव्हा बहुतेक सारे सरदार आलेले होते. चांद सुलतानांनी आदिलशाहकडे मदत मागितली होती. वजीर अभंगखानाला आणि सरलष्कर समशीरखानाला मानणारे सरदार एकत्र येऊ लागले. चांद सुलतानांना साथ देण्यासाठी सारे सज्ज झाले होते. त्यांची बैठक सुरू असतानाच खबर आली. चांदसुलतानांच्या मदतीला आलेल्या विजापुरी सैन्याने नगरपासून दहा कोसांवर छावणी टाकली. वजीर अभंगखानाचा एकनिष्ठ सेवक मलिक अंबर याने किल्ल्यातील हबशी सरदारशी संधान बांधले होते. त्यांच्याकडे अशी खबर आल्यामुळे की सगळे हादरून गेले.

"मुहम्मदखानाने मोगलांकडे मदत मागितली आहे. सुभेदार खानखाननला बोलावले आहे."

वणगोजीराजेंसह सारे सरदार चिडले. वणगोजीराजे म्हणाले,

"मुहम्मदखानची पण कमाल आहे. आपसात वाद मिटवण्याचे राहिलं. आपण नुकतंच ज्यांना तोंड दिलं त्या मोगलांनाच त्यांनी बोलावलं."

ते मलिक अंबरांना म्हणाले,

"तुम्ही गडावर संधान बांधलेले आहेच. त्यांच्याकडूनच ही खबर पोहोचवायला हवी. मुहम्मदखानाने आपल्या स्वार्थासाठी मोगलांना बोलावलं आहे हे तिथल्या मंडळींना समजायला हवं."

"राजाजी, आपण अगदी सही बोलतात. गडावरच्या आपल्या लोकांना कळलं तर ते मुहम्मदखानाची साथ सोडतील. मोंगलांशी नुकतीच लढलेली माणसं पुन्हा त्याची मदत घ्यायला तयार नाही होणार. आम्ही लागलीच त्यांना कळवण्याचा बंदोबस्त करतो."

मलिक अंबर लागलीच कामाला लागला. सोहेलखान आधीच येऊन थांबलेला होता. आता मोगलांनी पुन्हा दख्खनमध्ये हात घातला तर मोठीच लढाई उभी राहिली असती. सर्वजण चिंताग्रस्त होऊन पुढे काय घडतंय याचा विचार करीत होते.

राजांना वणगोजीराजे, लखुजीराजेंसह सर्व जवळची माणसं भेटली होती. मुहम्मदखानाविरुद्ध टाकलेला डाव फत्ते होण्यावर सारं अवलंबून होतं.

नगरच्या किल्ल्यात एकच गोंधळ माजला. मुहम्मदखानाने मोगलांना बोलावल्याचे समजल्याने किल्ल्यातील मंडळी मुहम्मदखानावर चिडली. त्यांनी गडाचे दरवाजे खोलले.

सोहेलखानाच्या सैन्याबरोबर राजेंसह निजामशाही सरदार आत घुसले. मुहम्मदखानची अशी दिम्मतच तेवढी त्याच्या बाजूने लढली. त्याचा एवढासा प्रतिकार मोडून काढणे जड नव्हते. अखेर मुहम्मदखान कैद झाला. वजीर अभंगखान आणि समशेरखान मुक्त झाले.

चांद सुलतानांचा अंमल पुन्हा जारी झाला. सल्तनतीतले बंड मोडून काढण्यासाठी विजापूरकरांची मोठी मदत झाली होती. सुलतानांनी सोहेलखानासाठी खास शुक्राना दरबार भरवला.

राजे विठोजीराजेंसह दरबारासाठी किल्ल्यात गेले. चांद सुलतानांनी सर्व सरदारांची सर्फराजी केली. अभंगखानाकडे आधीपासून वजिरी होतीच. आता त्यांना पेशवाईची वस्त्रे बहाल करण्यात आली. चांद सुलतानांनी सोहेलखानाला मानाची वस्त्रे आणि नजराणा देऊन निरोप दिला.

राजे विठोजीराजेंसह श्रीगोंद्याला परतले. वाड्याचे काम पुरे होत आले होते. त्यासाठी दोघे तेथेच थांबून राहिले.

■

४

वेरूळला वाड्यात बाबाजीराजे, रेखाऊ आणि उमाबाई असे तिघेच होते. आऊबाई सातव्यातच माहेरी धारूरला बाळंतपणासाठी गेल्या होत्या. दोघेही राजे श्रीगोंद्याला होते.

यंदा थंडी कडाक्याची पडली होती. मध्यंतरी सावरलेल्या रेखाऊंना चांगलीच बाधली होती. त्यांनी पुन्हा अंथरूण पकडले. उमाबाईवर साऱ्या वाड्याच्या कारभाराचा भार पडला होता.

मार्गशीर्ष महिन्यातली सकाळ. पहाटे उठून सारी कामे उरकून उमाबाईंनी देवपूजा केली. पूजा उरकून त्या रेखाऊंच्या दालनात गेल्या. त्यांचे सारे उमाबाई जातीने पाहात होत्या.

बाबाजीराजे फडावर कारभाऱ्यांसह बोलत बसले होते. एवढ्यात धारूरहून वर्दी घेऊन स्वार आले. त्यांनी मुजरा करून थैली बाबाजीराजांच्या हाती दिली. बाबाजीराजांनी थैली उघडली. आत खुशखबर होती. सौभाग्यवती आऊबाई सुखरूप बाळंत होऊन त्यांना कन्यारत्न झाले होते. व्याह्यांनी निरोपाची साखरथैली पाठवली होती. बाबाजीराजे आनंदाने उठले. थैली तशीच हातात घेऊन रेखाऊंच्या दालनाकडे निघाले.

आपल्या स्वारीला असे अवेळी अचानक आलेले पाहून रेखाऊंना नवल वाटले. त्यांच्याजवळ बसलेल्या उमाबाई गडबडीने पदर सावरत उठून उभ्या राहिल्या. थांबावे की बाहेर जावे नकळून तशाच थबकल्या.

बाबाजीराजे सरळ आत येऊन रेखाऊंजवळ येऊन बसले, रेखाऊ धडपडत उठू लागल्या. उमाबाईनी त्यांना आधार देऊन गिरदीला टेकून बसवले. बाबाजीराजांनी थैली रेखाऊंसमोर ठेवली. हसत विचारले,

"ओळखा बघू, काय आहे याच्यात?"

रेखाऊंना आपल्या स्वारीचा नूर काही वेगळाच वाटला.त्यांच्या चेहऱ्यावर स्मित उमटले.

"आपण एवढं विचारताय म्हणजे काहीतरी चांगलं असणार, होय ना?"

"अहो, व्याह्यांचा सांगावा आलाय धारूरहून."

"काय म्हणतात?"

"आजी झालात तुम्ही. लेक झाली धाकल्यांना."

रेखाऊंचा चेहरा आनंदाने उजळून गेला. त्यांनी हात जोडले.

"जगदंबेची कृपा." त्यांच्या तोंडून शब्द उमटले.

रेखाऊंनी उमाबाईंना जवळ बोलावले. आपल्या हातातली थैली त्यांच्या हातात दिली.

"जावा. देवाजवळ ठेवा."

"जी." म्हणत उमाबाई बाहेर पडल्या.

त्यांनी साखरथैली देवासमोर ठेवली. हात जोडले. त्याचक्षणी त्यांनी नुकतेच पुजलेले देव जवळजवळ दोन तपांनी सोयरात पडले.

बाबाजीराजांनी साऱ्या भाऊबंदांकडे, पाहुण्यांकडे साखरथैल्या घेऊन स्वार धाडून दिले. व्याह्यांनी कळवले होते, लागलीच पौष महिना लागणार असल्याने बाराव्या दिवशीच बारसे करायचे होते. लागलीच निघावे लागणार होते. त्यांनी मालोजीराजांना विठोजीराजेंसह तातडीने येण्यासाठी निरोप पाठवला.

मालोजीराजांनी थैली उघडली. बातमी वाचताच विठोजीराजांना जवळ बोलावले. त्यांच्या तोंडात साखर टाकून मिठी मारली. बाळाजीपंतांना बोलावून घेतले. "बाळाजी. आम्हांला टाकोटाक निघायला हवं."

बाळाजीपंतांनी थैलीकडे पाहात विचारले,

"काय झालं, सरकार?"

राजांनी विठोजीराजेंकडे बोट करत म्हटले,

"यांच्यामुळे आम्ही काकासाहेब झालो. बाळाजी, खजिना मिळाल्यानंतर कितीतरी दिवसांनी पुन्हा गोमटी खबर ऐकायला मिळाली." विठोजीराजे संकोचून उभे होते. राजे पुढे बोलत होते,

"सकाळी आमच्या जहागिरीतल्या पांडे-पेडगावचे पुजारी आले होते. त्यांनी आमच्यासाठी देवाचा नारळ, प्रसाद आणला होता. त्यांना बोलावून घ्या."

“जी. ते आहेतच इथं,” बाळाजीपंत म्हणाले.

“त्यांना हररोज पूजा, तेलवात करण्यासाठी आमच्या खाजगीतल्या एक चाहूर जमिनीचे दानपत्र आजच करून द्या. बाळाजी,आम्ही आज फार खूश आहोत.”

बाळाजीपंतांनी विठोबा देवळाचे पुजारी आकोबा-बिन-गोदोबा गोसावी-बडवे यांच्या नावे इनाम पत्र करून दिले.

दोघे तातडीने वेरूळला गेले. परसोजीराजे जिंतीहून आलेले होते. रेखाऊंची तबियत ठीक नव्हती, त्यामुळे परसोजीराजेंसोबत दोघे चिरंजीव व उमाबाईंना पाठवून देण्याचे बाबाजीराजांनी ठरवले.

दहाव्या दिवशी सोयर सुटले. देवपूजा करून राजे घृष्णेश्वरी दर्शन घेऊन आले. सारी तयारी करून मंडळी धारूरला बारशासाठी निघाली.

भोसल्यांच्या घराण्यात तीन पिढ्यांना मुलगी नव्हती. बाबाजीराजेंचे पिताजी ‘मालोजी ऊर्फ मालकर्णराजे’ यांना एकच बंधू होते, खेळोजी ऊर्फ खेळकर्णराजे, बाबाजीराजे एकटेच होते. त्यांनाही दोघे चिरंजीवच. चौथ्या पिढीला मात्र पहिलेच कन्यारत्न जन्माला आले होते. भोसले घराण्याच्या पुण्याईत कोणतीही कमतरता राहू नये असे बहुतेक नियतीने ठरवले असावे, आता कन्यादानाचे पुण्य मिळवण्याचे भाग्यही त्यांना लाभले होते.

बाळाचे नाव ठेवण्यासाठी कळवले होते. ‘अंबा’ तीन पिढ्यांनंतर जन्माला आलेल्या लेकीला जगदंबेच्या नावाखेरीज दुसरे कोणते नाव शोभले असते बरे?

वेरूळचा वाडा कित्येक दिवसांनी आनंदाच्या सरींनी न्हाऊन निघाला होता. तीन महिन्यांनी आपल्या घरी येणाऱ्या इवल्याशा अंबेची बाबाजीराजे व रेखाऊ यांच्या नजरा आतुरतेने वाट पाहणार होत्या.

■

५

मालोजीराजे, विठोजीराजे, उमाबाई यांच्यासह परसोजीराजे धारूरला गेले. विश्वासरावांच्या वाड्यात अगदी खुशी पसरली होती. आऊबाईंच्या लेकीच्या बारशाला सारी खाशी मंडळी जातीने आली होती. त्यामुळे धारूरकरांचा आनंद अधिक वाढला.

बारसे थाटात पार पडले. चार दिवस झाले. उमाबाईंना रेखाऊंच्या तब्येतीची काळजी वाटत होती. त्या आऊबाईंच्या मातोश्रींना म्हणाल्या,

“आम्ही परत निघावं म्हणतो.”

आऊबाई जवळच बाळाला मांडीवर घेऊन बसल्या होत्या. त्या म्हणाल्या,

“थोरल्या बाई, लगेच निघालात! एवढी कसली गडबड, ऱ्हावा अजून चार दिवस.”

"तुम्हांला ठाऊक आहे. आत्यासाहेबांची तबियत बरी नाही. त्या एकट्याच आहेत. म्हणून लवकर निघावं म्हणते." उमाबाईच्या स्वरात रेखाऊंबद्दल काळजी जाणवत होती.

"त्ये बी खरंच."

आऊबाईंच्या आईसाहेबांनी मान हलवली. सवाष्णींनी उमाबाईंची ओटी भरली.

"आता पुढली खेप तुमच्याकडे! होय की नाही?" त्यांनी चिडवले. उमाबाई लाजून गेल्या.

दुसऱ्याच दिवशी सारी वेरूळला परतली. महिनाभर वेरूळला मुक्काम होता. थंडी वाढत होती. रेखाऊंची तबियत अधिकच बिघडत होती, त्यामुळे श्रीगोंद्याला न जाता राजे तिथंच थांबून राहिले. बाळाजीपंत श्रीगोंद्याच्या कारभाराबरोबर नगरच्या राजकारणावर नजर ठेवीत असत. राजांना वेळोवेळी कळवत असत. त्यांच्याकडून पत्रे आल्यापासून राजे बेचैन झाले. सदरेवरच्या बैठकीत त्यांना गंभीरपणे विचारात गढलेले पाहून बाबाजीराजांनी त्यांना विचारले.

"थोरले, कालपासून कशात लक्ष नाही तुमचं."

"जी, आबासाहेब नगरच्या खबरी काही ठीक नाहीत."

"आता काय झालं?"

"सुलतानासाहिबांनी सोहेलखानाला बोलावून वजीर मुहम्मदखानाचा तंटा सोडवला. आम्हांला वाटलं, आता सारं शांत राहील. रयत सावरायला फुरसत मिळेल."

"बरं मग! काही विपरीत झालंय का? वजीर अभंगखान तसे तजुर्बेकार आहेत. त्यांच्याच हातात कारभार आहे. तुमची त्यांच्याशी चांगली पेहचान आहे."

बाबाजीराजांनी विचारले.

"आम्ही त्यांना चांगले ओळखतो, आबासाहेब, शाहजादा मुरादशी सुलुख करावा लागला. वऱ्हाड प्रांत द्यायला लागला. याचा सल त्यांच्या मनी सारखा बोचत आहे, त्यामुळे त्यांनी पुन्हा एकदा शाहजाद्याविरुद्ध मोहीम काढायचं ठरवलं आहे अशी खबर आहे."

"मग?"

"वजीरसाहेबांना सोहेलखानाचं बळ मिळालंय. बहुतेक महिन्याभरातच पुन्हा एकदा मोगलांशी सामना होणार असं दिसतंय."

मालोजीराजेंचे बोलणे ऐकून बाबाजीराजे गंभीर बनले, त्यांच्याकडे पाहात राजे पुढे म्हणाले.

"आम्हांला तातडीने निघून नगरात जायला हवं."

राजे अहमदनगरला गेले. तेथे मामला जास्तच पुढे गेलेला होता. शाहजादा

मुरादशी झालेल्या तहाप्रमाणे वऱ्हाड प्रांत मोगलांना द्यायचे ठरले होते, पण तिथले अंमलदार व किल्लेदार मोगल अंमलदारांच्या ताब्यात आपला मुलुख द्यायला खळखळ करू लागले. बहुतेकांना आतून अभंगखानाचे पाठबळ होते. अभंगखानांचा विचार सर्व सरदारांना, विशेषत: तरुण रक्ताच्या सहकाऱ्यांना भावला होता. दिवसरात्र खलबते चालू होती.

विजापूरचा सरदार सोहेलखान याला आदिलशाहांनी वजीर मुहम्मदखानाचे बंड मोडून काढण्यासाठी पाठवले होते. आपली कामगिरी पार पाडल्यावर त्याला चांद सुलतानांनी दरबार भरवून निरोप दिला होता, पण परत न जाता सोहेलखान निजामशाही मुलखातच घोटाळत राहिला होता. वजीर अभंगखानाला कैदेतून सुटून पुन्हा वजिरी मिळवण्यासाठी त्याने मदत केली होती, त्यामुळे त्यांची चांगली दोस्ती जमली होती. अभंगखानाच्या मनातल्या सुडाच्या भावनेला त्याने भरपूर खतपाणी घातले. एकमेकांची साथ मिळाल्याने त्यांचा हौसला वाढला. त्यांनी परस्पर कुतुबशाहांशी संधान बांधले. कुतुबशाहसुद्धा त्यांच्याबरोबर सामील व्हायला तयार झाला.

चांद सुलतानांना सारे समजले. त्या अतिशय अस्वस्थ झाल्या. त्यांनी वजीर अभंगखानांना ताबडतोब बोलावणे पाठवले. सुलताना आपल्या महालात बहादूरशाहांना घेऊन बसल्या होत्या. अभंगखान भेटीला आल्याची वर्दी आली. सुलतानांनी त्यांना आत बोलावले. अभंगखानांनी दोघांना वाकून कुर्निसात केला. हात बांधून बाजूला उभे राहिले. सुलतानांनी बाल निजामशाहला तेथून घेऊन जाण्याची खूण केली. ते जाताच अभंगखानांना सवाल केला,

"खानसाहेब, काय ऐकतो आहोत आम्ही?"

अभंगखानांनी काही उत्तर दिले नाही. सुलतानांच्या कपाळावर आठी चढली. त्याच पुढे म्हणाल्या,

"तुम्ही त्या सोहेलखानाच्या जोडीने कसले बेत ठरवताय?"

"सरकार, मी खुद्द एकट्याने काहीच ठरवले नाही. आपले सारे सरदार खूब बेचैन आहेत. आपली सारी ताकद एकत्र करून मोगलांना वऱ्हाडातून हाकलून लावावं असं त्यांना वाटतं,"

"त्यांचं ठीक आहे, पण तुम्ही तर जाणते आहात. मागल्या झुंजीला जेमतेम एक साल झालं. आपल्याला अजून सावरायला मिळालेलं नाही. एवढ्यात नवीन मोहीम काढणे झेपणार आहे का? आम्हांला तरी हे दुरुस्त वाटत नाही."

"सरकार, पण आता आपले सारे सरदार एकदिलाने तयार झालेले आहेत. सोहेलखानाची दहा हजाराची दिम्मत आपल्यासोबत आहे. शिवाय खुद्द कुतुबशाह कुमक करायला राजी झाले आहेत. अशावेळी माघार घेणे ठीक होणार नाही."

आता मात्र सुलताना चांगल्याच चिडल्या.

"आमच्याशी सला न करता तुम्ही सारं ठरवलं. आता हे सारं सांगता, पण आम्हांला अजूनही वाटतं आपण सबुरीने घ्यावं. पूरी तैयारी करून शाहजाद्यावर चाल करून जावं."

"जी. जसा आपला हुकूम." असे वरकरणी बोलून अभंगखान तिथून बाहेर पडला.

आपण केलेली सारी तयारी पाहून चांद सुलताना खूश होतील असे अभंगखानाला वाटले होते. त्याउलट त्यांनी विरोध केल्याने तो खूपच नाराज झाला. त्याने साऱ्या प्रमुख सरदारांना तातडीने आपल्या महालात बोलावले. सोहेलखानाला बोलावून घेतले. सुलतानांशी झालेली बातचीत सांगितली.

"आम्ही सुलतानांना पटवून सांगण्याची बहुत कोशिश केली, पण नाकामयाब राहिलो. त्यांनी अजून सबुरीने घ्या असे सांगितलंय. आता एवढी तैयारी झाल्यावर माघार कशी घ्यायची?"

सारे सरदार गोंधळून गेले. वणगोजीराजे, लखुजीराजे, मालोजीराजे, मलिक अंबर, राजू दखनी, इतर अनेक हबशी सरदार सारे गप्प होते. सोहेलखानलाही चांद सुलताना असा पवित्रा घेतील असे वाटले नव्हते. त्याला धक्काच बसला. चटकन सावरत त्याने अभंगखानाला समजुतीच्या स्वरात सांगितले,

"वजीरसाहेब, तुम्ही सुलतानांची बात इतकी मनाला लावून घेऊ नका. त्यांची गोष्ट वेगळी आहे. पन्नाशीची उमर, त्यातून औरत जात. नुकतंच एक जंग त्यांनी सोसलं. त्या असेच म्हणणार. आता आपणच पुढे होऊन फैसला करायला हवा. आता माघार घेतली तर कुतुबशाह पुन्हा आपल्यावर भरोसा ठेवणार नाहीत. हा आपल्या इभ्रतीचा प्रश्न बनलेला आहे."

सर्वांनी सोहेलखानाच्या म्हणण्याला दुजोरा दिला.

सैन्य एकत्र आले. तीस हजारांवर फौज घेऊन अभंगखानांनी अहमदनगरपासून दहा कोसांवर आष्टी इथे तळ टाकला.

बाल निजामशाह बहादूर याला जवळ घेऊन काय होईल ते पाहणे इतकेच चांद सुलतानांच्या हाती राहिले होते.

■

६

शाहजादा मुराद गुजरातेत होता. वर्षापूर्वी अहमदनगरला तह केल्यापासून शाहजादा बादशाहांकडे आग्र्याला गेला नव्हता. निजामशाहीचा पूर्ण पाडाव केल्याखेरीज आपल्या वालिदांसमोर जायचे नाही असे त्याने ठरवले होते. अचानक दख्खनमधले आपले सारे दुश्मन एकत्र येत आहेत असे त्याला समजले. त्याने तातडीने आपल्या

सरदारांना बोलावून घेतले.

शाहजादा सर्वांना सांगू लागला,

"विजापूरकरांचा सरदार सोहेलखान आणि निजामशाही वजीर अभंगखान एकत्र आलेत. कुतुबशाह त्यांना कुमक करणार आहे अशी पक्की खबर आहे. आपल्याला तातडीने हालचाल करायला हवी."

शाहाजाद्याचे बोलणे ऐकून मोगल सरदार अस्वस्थ झाले. अगदी थोड्या वेळातही बरेच सरदार जमा करण्यात शाहजाद्याला यश मिळाले होते. मुमताज अली बेग, दौलतखान लोदी, इतिबारखान, वफादारखान, अफजल तोलाकी, शेर अफगाण, मीर शरीफ, मीर आझम गिलानी असे एकएक नामजद लढवय्ये शाहजाद्यासमोर बसले होते.

"खरं तर, गेल्या वेळेसच त्यांचे नामोनिशाण मिटवायला हवे होते. त्यावेळी वऱ्हाड प्रांत आपल्याला द्यायचे ठरले होते, पण त्यांच्या अंमलदारांनी, किल्लेदारांनी कितीतरी त्रास दिला. अजून बराच मुलूख त्यांच्याकडेच आहे, त्यांना यावेळी चांगलाच धडा शिकवला पाहिजे." दौलतखान लोदी त्वेषाने म्हणाला.

"आम्ही खानखाननला जालन्याहून टाकोटाक निघायला कळवले आहे. राजा अलिखानला बीडहून शिबंदी तातडीने गोळा करून आपल्याला येऊन मिळायचा हुकूम दिला आहे. ते आपल्याला वाटेत मिळतील. आपण लगेच कूच करणार आहोत. गनिमाला त्याच्या मुलखात गाठून मारायला हवं."

शाहजादा मुरादचा इरादा निजामशाही मुलखात शिरून दख्खनच्या दुश्मनाला शिकस्त करण्याचा होता. त्याने ताबडतोब कूच केले. तीस हजारावर खडा शिपाई घेऊन त्याने सोनपतला गोदावरीच्या काठी तळ टाकला.

पंधरा दिवस दोन्ही सैन्ये एकमेकांसमोर उभी ठाकली होती. थंडीचा कडाका वाढत होता. संक्रांत उलटली. अद्याप लढाईला तोंड लागत नव्हते. मधूनच छोट्या छोट्या चकमकी झडत होत्या. दोन्ही बाजू एकमेकांचा अंदाज घेत होत्या.

कुतुबशाहाची कुमक येऊन पोहोचली. अभंगखानांचे हौसले अधिक बुलंद झाले. एक-दोन दिवसांत पूर्ण तयारीने हमला करायचे त्याने ठरवले.

दुसऱ्या दिवशी अचानक झुंजीला तोंड फुटले. पहिली चाल मोगलांकडूनच झाली. हल्ला अचानक झाला तरी निजामशाही सैन्य पुऱ्या तयारीत होते. मोगलांनाच जबरदस्त मार खावा लागला. त्यांचा आघाडीवरचा राजा अलिखान गंभीररीत्या जखमी झाला.

रात्री दोन्हीकडचे सैनिक आपल्या तळावर परतले. सोहेलखानने अर्ध्या रात्रीतच मोगलांच्या तळावर हल्ला चढवला. मोगल सैन्याची डावी फळी कापत त्यांना पार शाहपूरपर्यंत रेटत नेले.

या दणक्याने मोगल सैन्य पार हादरून गेले. शाहजादा मुरादने तातडीने साऱ्या प्रमुख सरदारांना आपल्या डेऱ्यात बोलावले. सादिक मुहम्मदखानासारख्या बुजुर्ग सरदाराला राहवले नाही.

"राजाजींची तबियत बिघडत आहे. त्यांचा भरोसा नाही. आज गनीम जोरात आहे. आम्हांला वाटतं, शाहजादासाहेबांनी तळापासून दूर, एखाद्या महफूज ठिकाणी मुक्काम हलवावा."

खानदेशचा राजा अलिखानची प्रकृती फारच बिघडली होती, त्यातच सोहेलखानने केलेल्या हल्ल्याने मोगल तळावर एकच धांदल उडाली होती. सादिक मुहम्मदखानाने अनेक लढाया पाहिल्या होत्या. निजामशाही सैन्याचा वाढता जोर पाहून त्याने सूचना केली होती. सरदार खानखाननला मात्र त्याचे म्हणणे पटले नाही.

"नाही खानसाहेब, आम्हांला तुमचा खयाल बिलकूल पसंद नाही. दुश्मनाला एखादी फत्ते मिळाली म्हणजे जंग जिंकले असं होत नाही. पातशाही फौजेने असे कितीतरी गनीम परास्त केलेले आहेत." खानखानन जोरात म्हणाला.

"मग तुमचा काय सला आहे?" शाहजाद्याने विचारले.

"आपण आता रात्रीची सारी तयारी करू, पहाटेच एकसाथ जोरदार हल्ला चढवू. त्यांचे सारे सैन्य लढून दमगीर झाले आहे. आपण उगवतीला साऱ्या तैयारीने हमला करू."

चाळिशीतल्या तरुण शाहजाद्याला खानखाननचा सल्ला पटला.

"उद्या पहाटे साऱ्यांनी तैयार राहा. आम्ही जातीने यल्गार करणार आहोत." त्यांनी हुकूम दिला.

सकाळी दाट धुके चिरून सूर्यकिरण युद्धभूमीवर उतरत होते. खानखानन मोठ्या उत्साहात मोगल सैन्याला तयार करून निघाला. आघाडीवर राहून त्याने निजामशाही तळाकडे नजर टाकली, त्याला धक्काच बसला. उगवतीच्या किरणात उत्तर दिशेकडे पहाताच खानखाननचे डोळे विस्फारले. रात्रभर लढूनही निजामशाही सैन्य जय्यत तयारीने उभे ठाकले होते. ज्या बाजूने मोगल सैन्य मागे रेटले होते त्या डाव्या बगलेला निजामशाही सैन्याच्या तुकड्या रातोरात येऊन उभ्या राहिल्या होत्या.

जवळजवळ दुप्पट सैन्य समोर पाहताच खानखाननने विचार बदलला. तो सरळ शाहजाद्याकडे गेला.

"खाविंद, आमचा अन्देसा चुकला. गनीम आज फारच जोरात आहे. अशा वक्ताला सबूर करणेच बेहेतर."

"आम्ही हेच सांगत होतो. आता जवळजवळ आपल्या दुप्पट फौज समोर ठाकली आहे. यावेळी हातघाईला सुरुवात झाली तर शाहजादासाहेबांची जान

देखील जोखीममध्ये येऊ शकते. आताच जंग थांबवलेलं बरं.''

सादिक मुहम्मदखान तळमळीने बोलत होता.

सारी परिस्थिती शाहजादा मुरादच्या डोळ्यासमोर दिसत होती. त्याने दौलतखान, इतिबारखान, मीर तोलाकी साऱ्यांकडे पाहिले. सर्वांच्या नजरा खाली झुकल्या होत्या. शाहजाद्याने विचार पक्का केला. म्हणाला,

''ठीक आहे. आपण अभंगखानाकडे सुलुख करायला पाठवू.''

मोगलांनी आपला वकील अभंगखानाकडे पाठवला.

आता निजामशाही सैन्य जोरात होते. वजीर अभंगखान आणि सोहेलखान दोघांनी सुलुख करायची मागणी धुडकावून लावली.

''आज आपल्याला मागच्या जंगमधल्या पराभवाचा बदला घेण्याची संधी आली आहे. आता सुलुख नाही. फक्त फत्ते मिळवायची.'' अभंगखान आवेशात येऊन म्हणाला.

त्यांनी मोगलांच्या वकिलाला परत पाठवले, चढाईचा हुकूम दिला. लढाईला तोंड लागले. निजामशाही सैन्य जोरात होते. मोगलांची फौज वेगाने मागे हटत होती. जोरात हातघाई झाली. दख्खनी सैन्याची फत्ते होणार यात कोणालाही जरासुद्धा शंका वाटत नव्हती.

पण... पुन्हा एकवार नियतीने दख्खनला आपला हात दाखवला. हातातोंडाशी आलेला विजय हिरावला गेला.

आघाडीवर असलेला खासा सोहेलखान एका तोफेच्या गोळ्याच्या टप्प्यात आला. जबर जखमी होऊन खाली कोसळला. त्याच्या स्वारांनी त्याला घेरून बाजूला घेतले. तातडीने नळदुर्गाकडे हलवले.

दख्खनी सैन्यात एकच गोंधळ माजला. आघाडीवरचा सेनापती सोहेलखान दिसेनासा झाला. सारे बिथरून गेले.

अभंगखानाचे कोणी ऐकेना. काही समजेनासे झाले. सैनिक घाबरून वाट फुटेल तसे पळत सुटले.

एवढ्या जोशात लढणारे, निजामशाही सैन्य अचानक कशामुळे पळत सुटले हे मोगलांना कळेना. खानखानन अचंब्यात पडला, पण रात्रंदिवस हातघाई झाल्यामुळे मोगल सैनिक इतके दमले होते की, त्यांनी पळणाऱ्या दखनी सैन्याचा पाठलागही केला नाही.

खानखाननने सारी फौज नळर्नाला आणि गोविलगढ या वऱ्हाडातल्या आपल्या किल्ल्यांवर पाठवली. स्वत: जालन्याला मुक्काम ठोकला. शाहजादा मुराद केवळ बलवत्तर नशिबामुळे वाचला. अल्लाचा शुक्रिया मानून आपल्या जहागिरीवर गुजरातला आला.

दख्खनी सैन्याचा हाताशी आलेला विजय हिरावला गेला. एक छोटासा हादसा साऱ्या मेहनतीवर पाणी फिरवून गेला. मोगल सैन्य दमले होते, त्यामुळे सरसकट कत्तल झाली नाही एवढाच त्यातून दिलासा मिळाला होता.

■

७

मालोजीराजे तळावर आपल्या सरंजामासह मुक्काम करून राहिले होते. वजीर अभंगखानांनी नळदुर्गाजवळ तळ टाकला होता. सोहेलखानाची तबियत सुधारत होती. जखम दरबार झाला. शरीराला झालेल्या जखमांपेक्षा मोगलांवर सूड उगवण्याची संधी हातून गेली याचेच मोठे दु:ख सर्वांना वाटत होते.

अभंगखानांनी सारा बितपशील चांद सुलतानांना कळवला. त्यांचा आधीच या मोहिमेला विरोध होता, त्यातून साऱ्या धडपडीतून हाती काहीच लागले नाही, उलट नुकसानच झाले, त्यामुळे चिडलेल्या सुलतानांच्याकडून काहीच निरोप येत नव्हता, परंतु तोपर्यंत मुक्काम टाकणे भाग होते.

राजांनी वेरूळला बाबाजीराजांना सारे कळवले. स्वत: छावणीत थांबून राहिले. महिना उलटला. सोहेलखानाची तब्येत चांगली सुधारली. अभंगखानांनी पुन्हा चांद सुलतानांना विचारणा केली. सुलताना अभंगखानावर फारच चिडल्या होत्या. त्यांनी अभंगखानांना कळवून टाकले-

"तुम्ही आमच्या मर्जीखेरीज जंग पुकारले. त्यात सल्तनतीची हार झाली. बदनामी झाली. आता तुम्ही आमच्यासमोर येऊ नये."

अभंगखान नाराज झाला. त्यांनी साऱ्यांना आपल्या मुक्कामी परतण्यास सांगितले. स्वत: जुन्नरला आपल्या जहागिरीवर निघून गेले.

मालोजीराजे वेरुळी परतले. जवळजवळ चार महिन्यांनी घरी आल्यामुळे राजे आनंदात होते. बाबाजीराजेंजवळ नगरच्या राजकारणाविषयी म्हणाले,

"आबासाहेब, सुलताना आणि वजीरसाहेबांचे पुन्हा जमणे कठीण वाटते. आता पावसाळा तोंडावर आहे, त्यामुळे इतक्यात काही घडेल असं नाही, पण नंतर काहीतरी खुसपट काढून बखेडा वाढेल असं वाटतं."

"राजे, वजीरसाहेबांना ईर्षा आहे, त्यांना साऱ्यांनी बळ दिलं होतं. आता नशिबानेच धोका दिला, त्याला काय करणार?"

"ते खरं, पण सुलतानासाहिबा फार नाराज आहेत. वजीरसाहेबांनी त्यांच्या सल्ल्याशिवाय मोहीम काढली. अपेश पदरी आलं, त्यामुळे त्या चिडल्या आहेत. आता साऱ्यांनाच सबुरीने घ्यावे लागेल. आम्हांलाही सारखं लक्ष ठेवावं लागणार. थोडे दिवस इथं थांबून श्रीगोंद्याला जावं असं म्हणतो."

"आताच आलाय, पुढचं मागनं पाहू." बाबाजीराजे म्हणाले.

थोड्या वेळाने राजे आपल्या दालनात गेले. कपडे बदलून लवंडणार तोच उमाबाई मुसमुसणाऱ्या अंबेला कडेवर घेऊन आत आल्या.

राजांनी छोट्या अंबेला अजून पाहिलेच नव्हते. गोऱ्यापान, गुटगुटीत अंबेने चांगलेच बाळसे धरले होते. आपल्या काजळभरल्या टपोऱ्या डोळ्यांनी त्यांनी राजेंकडे रोखून पाहिले. त्यांच्या अनोळखी चेहऱ्याकडे क्षणभर पाहून मान वळवली. उमाबाईच्या गळ्याला घट्ट मिठी मारली. राजे हसले.

"तुमच्या चांगल्याच लाडक्या झालेल्या दिसतात."

"तर काय!"

"आमच्याकडे बघतही नाहीत."

"ओळखच नाही तुमची तर कशा बघतील? किती दिवस झाले त्यांना इथं येऊन! आपला पत्ताच नाही."

उमाबाईच्या आवाजातला रुसवा चांगलाच जाणवत होता. राजांनाही त्याची जाणीव झाली.

"आमच्या माणसात राहावं असं आम्हांलाही वाटतं उमा! पण दौलतीची कामं..."

"आम्ही कुठं काय म्हणतो?"

मान वेळावत उमाबाई म्हणाल्या. त्यांच्या कडेवरच्या छोट्या अंबा पण कंटाळून चुळबुळ करू लागल्या. त्यांना थोपटत उमाबाई परत जाण्यासाठी वळल्या.

"लागलीच निघालात. बसा की जरा." राजे म्हणाले.

"बसून कसं चालेल? किती कामं खोळंबलीत."

"आजच्या दिवस धाकल्या बाई बघतील की. आम्ही कुठं रोज असतो इथं? इतक्या दिवसांनी आलोय."

आऊबाईंचे नाव निघताच उमाबाई हसल्या.

"धाकल्या बाई? त्या काय बघणार?"

"म्हणजे?"

"अहो, त्यांना पुन्हा चार रोजांपासून उलट्या..."

"काय?"

"तर! त्यांना इथं येऊन दोन महिने होऊन गेले की."

सूचकतेने उमाबाई म्हणाल्या. राजांनी उमाबाईकडे पाहिले. त्यांनी नजर फिरवली.

उमाबाई थोरल्या, तरी आऊबाईंना पहिल्यांदा दिवस गेले. अंबांचा जन्म झाला. आऊबाईचे डोहाळे जेवण, वाडी भरणे, बारसे उमाबाईंनी सारे अगदी हौशीने केले. अंबांच्या बारशात "आता पुढची खेप तुमच्याकडं बरं का!" असं सर्वांनी चिडवले

होते, तेव्हा त्या मनापासून लाजल्या होत्या.

आऊबाईच्या महालात आता दुसऱ्यांदा 'हवं नको' सुरू झाले. पुन्हा एकदा बाळाची चाहूल लागली. उमाबाईच्या नकळत त्यांच्या मनात कुठेतरी खोलवर उणेपणाची भावना निर्माण होऊ लागली. राजांनाही त्याची जाणीव झाली. चेहरा हसरा असला तरी उमाबाईच्या काळजातला सल डोळ्यात उमटला आहे असं त्यांना वाटले.

काही क्षण असेच गेले. छोट्या अंबांना आता फारच कंटाळा आला. त्यांनी सूर धरताच उमाबाई भानावर आल्या. त्यांना थोपटत म्हणाल्या.

"येते मी. सारी कामं वाट पाहात असतील."

राजांनी काही म्हणण्याआधी त्या दालनाबाहेर पडल्यादेखील!

■

८

मालोजीराजांना वेरूळला येऊन महिना झाला. चैत्रपाडवा झाला. वैशाख सुरू झाला. उष्णता वाढू लागली. वळिवाचा पत्ता नव्हता. गेल्या वर्षी दुष्काळ पडला होता. यंदा पाऊस चांगला व्हावा याची फार गरज होती.

राजेंची अलीकडे बऱ्याच दिवसांत शेख महंमद बाबांची भेट झाली नव्हती. राजे वेरूळला आले की, त्यांची चौकशी करीत, पण बाबा बहुतेक वेळा बाहेर गेलेले असत.

विठोजीराजांनी बाबांची माहिती काढली. त्यांना समजले, अलीकडे बाबा दौलताबादेबाहेरच जास्त वेळ घालवीत होते. बाबांचे मूळचे गाव धारूर. त्यांचे गुरू चांदनाथ बोधले दौलताबादेत राहत होते. त्यांच्या सहवासात, सेवेत कित्येक वर्षे निघून गेली. गेल्या साली बोधले बाबांचा काळ झाला. शेख महंमद बाबांचा जीव तेथे लागेनासा झाला. त्यांचा शिष्यपरिवार आता खूप वाढला होता. सर्वदूर पसरला होता. बाबा त्यांच्याकडे जात. बहुतेक काळ बाहेर फिरत घालवत असत.

मालोजीराजांनी आल्यापासून बाबांना यंदा भेटायचेच असे ठरवले होते. बाबा दौलताबादेत आल्याचा निरोप मिळताच ते त्यांना भेटण्यासाठी गेले.

फार दिवसांनी भेट झाल्यामुळे दोघेही आनंदून गेले होते. खांदाभेट घेतल्यावर राजे म्हणाले,

"आज किती दिसांनी गाठ पडली! आम्ही हरएक वेळी आपली चौकशी करतो. आपण अलीकडे इथे नसता असं समजलं."

"आमच्या गुरुदेवांचा-चांदसाहेबांचा काळ झाला. तेव्हापासून इथं आम्हांला चैन पडत नाही."

सुस्कारा सोडीत शेख महंमद बाबा म्हणाले.

''आम्हांला समजलं. आपला फार जीव होता त्यांच्यावर!''

''होय. त्यांचाही आमच्यावर फार लोभ. आम्हांला ते आमच्या गुरूपेक्षा वालिदांच्या जागी होते. त्यांच्या सेवेसाठी आम्ही इथे राहत होतो. शेवटी काय, त्याची मर्जी.''

बाबा आभाळाकडे हात दाखवत खिन्नपणे म्हणाले. आपल्या गुरूंची चांद बोधलेबाबांची आठवण आल्याने त्यांना दाटून आले. काही क्षण स्तब्धतेत गेले. बाबांनी स्वत:ला सावरलं. विषय बदलत म्हणाले,

''आपणदेखील अलीकडे इथे नसता असं समजलं.''

''जी. आमची दौलत तिथे पुणे प्रांताकडं वाढली. पुणं, सुपं, शिवनेरी गड, सगळीकडे कारभार पाहायचा. दरबारी कामांसाठी हमेशा नगरला जावं लागतं. दर साल एकादी झुंज निघती. त्यामुळे बाहेरच फार जावं लागतं.''

''आम्ही तुमचा पराक्रम ऐकून आहोत. एवढ्या उमरीत तुम्ही मोठी मजल मारली.''

''आपले आशीर्वाद आहेत.'' मालोजीराजे भावपूर्ण स्वरात म्हणाले.

बोलता बोलता राजांनी आपल्याला मिळालेल्या धनाचा विषय काढला. श्रीगोंद्याजवळ गाव वसवले. वाडा बांधला. सारे बाबांना सांगितले.

''आम्ही आता तिथेच एक कोठी बांधत आहोत. आपल्या जहागिरीत गेल्यावर मुक्काम करायला आपली जागा हवी.''

''खरं आहे!''

बाबांनी मान डोलवली. त्यांच्याशी बोलताना एक विचार अचानक राजांच्या मनात चमकून गेला.

''बाबा, आपण सगळीकडे फिरत असता. आपला शिष्यपरिवार दूरवर पसरला आहे, पण आता आपण कुठेतरी स्थिर राहावं, एखादा आपला मठ असावा, असं आम्हांला वाटतं. आपल्या साऱ्या शिष्यांना तिथं एकाजागी येणं सोयीचं होईल.''

''छे. छे. आम्हांला कशाला हवा मठ बीठ? आम्ही तर हे असे फिरस्ते.''

बाबांनी एकदम विचार झटकून टाकला, पण राजांनी ऐकले नाही.

ते निग्रहाने म्हणाले, ''बाबा आम्हांला वाटतं, आपण आता जरा आपल्या वाढत्या उमरीचा खयाल करायला हवा. आमच्या श्रीगोंद्याच्या वाड्याजवळ आम्ही चांगली जागा पहिली आहे. आपल्या मठाला हवी तशी आहे.''

राजेंचे बोलणे ऐकून बाबा क्षणभर चकित झाले. राजेंकडे पाहात म्हणाले, ''राजे, आम्ही फकीर! आम्हांला काय करायची जागा, जायदाद! ध्यानधारणा करायला, प्रवचनाला मठ कशाला हवा? अहो, तो हरी तर सगळीकडे भरून

राहिला आहे.

चराचरी अवीट। गुप्त ना प्रकट ।

ओळखावा निकट । ज्ञानचक्षे

आम्ही झाडाखाली बसून त्यांचे भजन करतो. आम्हांला अगदी समाधान मिळतं.''

बाबांचे बोलणे ऐकून राजे थोडे नाराज झाले. तरीही म्हणाले,

''आपण असं बोलणार हे आम्हांला वाटलंच होतं. पण बाबा, आम्ही आपले शिष्य आहो, आपण आमचे गुरू आहात.'' बोलता बोलता राजेंचा स्वर निश्चयी बनला.

''आपल्याला गुरुदक्षिणा देण्याचा हक आहे आमचा. आम्ही आपल्याला जागा देण्याचे मनी पक्के आणले आहे. आपण नाही म्हणू नका. आमची आपल्याला दरखास्त आहे.''

राजेंचा सूर आर्जवी बनला. त्यांनी आपले हात जोडले. शेख महंमद बाबांना काय बोलावे, हे समजेना. त्यांनी राजेंचे हात हाती घेतले. राजांच्या निर्मळ भावापुढे बाबांनी माघार घेतली.

''ठीक आहे. पाहू नंतर.'' बाबांनी राजेंची समजूत घालत म्हटले.

राजे समाधानाने वेरूळला परतले. त्यांनी बाळाजी पंत आणि गोमाजी नाईक यांना बोलावून घेतले.

श्रीगोंदा-चांभारगोंदा येथील पाच चाहूर खासगीतील जमिनीतील बारा बिघे जमीन त्यांनी बाबांना मठासाठी देण्याचे नक्की केले. दानपत्र पुरे करून मठ बांधण्याची व्यवस्था केली, तेव्हाच राजेंचे समाधान झाले.

■

९

आषाढ उलटला, पावसाचा पत्ता नव्हता. सारेजण आभाळाकडे डोळे लावून बसले होते. लागोपाठ दुसऱ्या वर्षी दुष्काळ पडणार अशी लक्षणे दिसत होती. सततची झुंजे आणि सलग दोन वर्षे दुष्काळ यामुळे निजामशाहीतील रयत हैराण होऊन गेली होती.

शाहजादा मुरादला या संधीचा फायदा घ्यावा असे वाटत होते. तो सरदार खानखाननला बोलावून घेऊन म्हणाला,

''खानसाहेब, आज दख्खनची हालत बिघडलेली आहे. चांद सुलताना आणि वजीर अभंगखानांचे पटत नाही. आपण याचा फायदा घ्यावा असे आम्हांला वाटते.''

“नाही शाहजादे, आम्हांला तसे वाटत नाही. गेल्यावेळी नशीब बलवत्तर म्हणून आपण वाचलो. हा डोंगरी मुलूख काढायला जिकिरीचा आहे. आपल्याला त्याचा चांगला तजुर्बा आला आहे.”

“होय. दोनवेळा आम्हांला जीत समोर दिसत असताना परत यावं लागलं. त्याचाच बदला घ्यायची तमन्ना आहे आमच्या मनात.”

“आम्हांला वाटतं, आपण आधी वऱ्हाड प्रांत पुरता ताब्यात घेऊ या. तिथे नीट बस्तान बसवायला हवं. त्यानंतर दख्खनवर मोहीम काढणे ठीक होईल.”

खानखानने आपला विचार मांडला. शाहजादा मुराद समजला. खानखाननला मोहीम नको होती. त्याने बादशाह अकबरला सारे कळवले. बादशाहांनी खानखाननला बोलावून घेतले.

दुसरा दख्खनमधला मोठा सरदार सादिक महम्मद खान याचा थोड्याच दिवसांत मृत्यू झाला. खानदेशचा राजा अलिखान सोनपतच्या लढाईत कामी आला होता. शाहजादा मुरादला या परिस्थितीत चढाई करणे शक्य नव्हते.

मोगलांची दख्खनची आघाडी थंडावली.

निजामशाहीला सावरण्याची उत्तम संधी होती. राज्यात सलग दुसऱ्या वर्षी दुष्काळ पडला होता. लागोपाठ लढाया झाल्याने खूप नुकसान झाले होते. चांद सुलताना आणि त्यांचे कारभारी यांनी रयतेला सावरायला हवे होते. शाहजादा मुरादला दोनवेळा शिकस्त खावी लागलेली होती. पुन्हा सर्व शक्तीनिशी तो स्वारी करणार हे निश्चितच होते. त्यापूर्वी मोठ्या झुंजीची तयारी करायला हवी होती.

निजामशाहीत मात्र सारेच विपरीत घडत होते. बाहेरचे शत्रू स्वस्थ बसले तर आपसातली भांडणे वाढू लागली. दुष्काळ पडला होता. त्यासाठी काही करावे, असे मात्र कोणाला वाटत नव्हते.

मालोजीराजे श्रीगोंद्याला होते. शेख महंमद बाबांना मठासाठी जागा आखून देणे, बाळाजीबरोबर पुढची आखणी करण्यात ते गढून गेले होते. अचानक नगरहून खबरी आले. खबर वाचून राजांनी खलिता बाळाजीपंतांकडे दिला. त्यांची मुद्रा चिंताग्रस्त बनली होती. चांद सुलतानांचा वजीर अभंगखानाशी संघर्ष अगदी विकोपाला गेला होता. अखेर अभंगखानानी आपले सैन्य घेऊन नगरच्या किल्ल्याला वेढा घातला होता. सुलतानाशी जंग पुकारले होते.

राजे गंभीर बनले. बाळाजींना म्हणाले,

“आम्हांला लगोलग नगरला कूच करावे लागणार.”

“जी, अशावेळी आपण तिथं असायला हवं.”

बाळाजींनी राजांच्या विचाराला दुजोरा दिला. राजे अद्याप विचारात गढले होते. ते म्हणाले,

"आम्हांला वजीरसाहेब असे काही करतील असं वाटलं नव्हतं. आम्ही नगरला गेल्यावर निळोपंत काकासाहेबांना भेटून घेतो म्हणजे तपशील कळेल."

राजे दुसऱ्याच दिवशी नगरला गेले. निळोपंत त्यांना अगदी व्यथित स्वरात म्हणाले,

"राजे, मोगलांना तोंड देऊन झालं, आता घरचेच शत्रू झालेत. खुद्द वजिरांनी बगावत केल्यावर काय करायचं? अभंगखानानी त्यांचा 'अहमद'हा निजामशाही वारस पुन्हा हाताशी धरलेला आहे. किल्ल्याला गेले आठ दिवस वेढा घालून बसलेत."

"पंत, ऐन रमजानच्या महिन्यात त्यांनी हे ठीक नाही केलं."

"तर काय! गडाच्या साऱ्या वाटा रोखल्या आहेत. रसद, सारा पुरवठा बंद झालाय. गडावरच्या लोकांना फाके पडायला लागले आहेत. अभंगखानाने सारी खाशी वीस हजाराची दिम्मत वेढ्यात घातलीय."

"पंत, सुलताना यातून काहीतरी मार्ग काढतीलच, पण हे आपसातले झगडे आता मिटायला हवेत." राजे कळवळून म्हणाले.

चांद सुलतानांनी पाहिले. परिस्थिती अवघड झाली होती. त्यातून मार्ग काढण्यासाठी त्यांनी पुन्हा एकदा इब्राहिम आदिलशाहांकडे मदत मागितली.

इब्राहिम आदिलशाह निजामशाहीतल्या वारंवार होणाऱ्या झगड्यांना कंटाळले होते. त्यांनी यावेळी अगदी हुकमी मोहरा पाठवून दिला. अत्यंत विश्वासू आणि कर्तबगार असा आपला वजीर रफिउद्दीन शिराजी याला अहमदनगरला जाण्याचा हुकूम दिला.

रफिउद्दीन शिराजी इब्राहिम आदिलशाहच्या दरबारातील अत्यंत तोलदार असामी. विजापूरच्या सल्तनतीची वजिरी आदिलशाहचा शाहजादा फतेहखान याच्या नावे होती, परंतु प्रत्यक्षात सही-शिक्क्यासह सारा कारभार रफिउद्दीन शिराजीच पाहात होता. खुद्द राजधानी विजापूरच्या बंदोबस्ताची पूर्ण जबाबदारी त्याच्यावर होती. रफिउद्दीनकडे दोनशे हत्ती, सातशे उंट आणि दीड हजार घोडे एवढा लवाजमा नेमणुकीस होता. सारा कारभार पाहण्यासाठी आदिलशाहांनी त्याला एक लक्ष होनाचा मुलूख इनाम दिलेला होता.

आदिलशाहांनी हुकूम देताच रफिउद्दीनने आपला कारभार इतरांवर सोपवला. आदिलशाहने नेमून दिलेल्या कामगिरीसाठी बाहेर पडला. मालोजीराजे नगरजवळ आपल्या छावणीत होते. निजामशाहीत साराच गोंधळ माजलेला होता. रफिउद्दीन शिराजी बखेडा सोडवण्यासाठी निघाल्याची खबर होती.

■

१०

रफिउद्दीनने सारा विचार केला. वजीर अभंगखानाला विजापुरी सरदार सोहेलखानाची जोड आहे, त्यासाठी सोहेलखानाला दूर केले की, अभंगखानाची ताकद कमी होईल. शिवाय सोहेलखान सारखा चांगला सरदार पुन्हा आदिलशाहीत रुजू व्हायला हवा. सोहेलखान शाह दुर्गात राहून अभंगखानाला सारी मदत पुरवत होता. त्याला तेथेच गाठणे जरुरीचे होते, त्यामुळे प्रथम रफिउद्दीन सोहेलखानाकडे शाह दुर्गात गेला. सोहेलखानाला हे समजले. त्याने जातीने अडीच कोस पुढे येऊन त्याची भेट घेतली. रफिउद्दीनला मानाने आपल्या वाड्यात नेले. वाड्याच्या भोवताली सजवलेले मंडप, कनाती उभारल्या होत्या. मौल्यवान बिछायती अंथरलेल्या होत्या. एखाद्या मोठ्या सुभेदाराप्रमाणे सुसज्ज अशी कचेरी, शागीर्द, खिदमतगार, अमीरदेखील कामात गुंतलेले दिसत होते. रफिउद्दीनला मोठे आश्चर्य वाटले. खडी ताजीम, तवाजू सारे दरबारी रीतीरिवाजात पार पडले.

अगवानीचा कचेरीतील समारंभ आटोपला. खासगीत बसल्यावर सोहेलखानने रफिउद्दीनची विचारपूस केली. रफिउद्दीन साऱ्या स्वागताने खूश होता, तो म्हणाला,

"खानसाहेब, तुमचा सारा कारखाना खूब जरबदार आहे. तुम्ही इथे येऊन मोगलांशी चार हात केले. तुमची कचेरी, कारभार पाहून आम्ही खूश झालो, पण तुम्ही दरबारी रुजू झाला नाही."

"वजीरसाहेब, आम्ही येथे येऊन मोठा काळ लोटला. आम्ही कृपावंत आदिलशाहांच्या हुकमाशिवाय मसलत लढवली. त्यात जखमी झालो. मनासारखे यश लाभले नाही. अशावेळी बादशाह काय म्हणतील असे भय आमच्या मनात आले. आपण आता जातीने आला आहात म्हणून आमच्या दिलातील बात आपल्याला तपशिलात सांगत आहोत."

रफिउद्दीनला त्याच्या बोलण्यामुळे बरे वाटले. त्याच्यावर सोपवलेली कामगिरी पार पाडण्यासाठी योग्य माहौल तयार झालेला होता. त्याने सोहेलखानाची समजूत काढली.

"सोहेलखान, तुमचा काही गैरसमज झाला आहे. खाविंदांची तुमच्यावर मेहेरनजर आहे. तुमच्या येथील कामगिरीविषयी त्यांच्या मनात संतोष आहे. ते तुमची तारीफ करतात. तुम्हांला फार चाहतात. तुम्ही तुमच्या मनातील अँदेशा काढून टाका."

सोहेलखानाने सारे ऐकताच त्याच्या मनावरचा भार उतरला. तो रफिउद्दीनला म्हणाला,

“वजीरसाहेब, आपल्या बोलांनी आम्हांला बहुत संतोष झाला, मी बादशाहचा मामुली चाकर आहे. त्याची सेवाचाकरी करण्यासाठी पुन्हा रुजू होण्याची माझी मनशा आहे.”

“ठीक आहे. आम्ही तसे बादशाहांना कळवतो.”

रफिउद्दीनने तातडीने सारा वृत्तांत आदिलशाहांकडे कळवला. इब्राहिम आदिलशाहांनी उत्तराचे आज्ञापत्र पाठवले.

अत्यंत कृपायुक्त अशा पत्रात खातरदारीचा मजकूर लिहून त्यासोबत पोशाख व जडजवाहीरही पाठवले.

सोहेलखान आदिलशाहने केलेल्या खातरदारीने खूश झाला. विजापूरला परत गेला. त्याला विजापूरला रवाना करून रफिउद्दीनने अभंगखानाची बरीच ताकद कमी केली होती. एक मोठी कामगिरी चांगली पार पाडली होती. आता नगरचा बखेडा सोडवण्यात यश मिळवायचे असे त्याने ठरवले होते.

मालोजीराजांना सारा बितपशील समजला. रफिउद्दीन नगरला येऊन सख्य घडवतील याची त्यांना खात्री वाटत होती. राजांनी श्रीगोंद्याला व नंतर नगरला येऊन दोन महिने झाले होते. बाबाजीराजांना साऱ्या खबरी ऐकून घोर पडला होता. त्यांनी विठोजीराजांना राजेंच्या भेटीस पाठवून दिले. विठोजीराजे सांगत होते,

“दादासाहेब, नगरच्या साऱ्या उलटसुलट खबरी येत असतात. सारे आपल्या काळजीने हैराण आहेत.”

“विठोजी, आम्हांला त्याचा अंदाज आहे, पण इथून हलणे शक्य नाही. रफिउद्दीनने नगरला कूच केले आहे. ते काहीतरी मसलत घडवतील अशी आम्हांला खातर वाटते. त्यांनी सोहेलखानाला जसे समजावले, पुन्हा विजापूरला रुजू करून घेतले त्यावरून सर्वांनाच मोठी आशा वाटते आहे. आपसातील जंग होऊ नये असे साऱ्यांनाच वाटते, म्हणूनच आमची काळजी करू नका असे आबासाहेबांना सांगा. मासाहेबांच्या तबियतीची आम्हांला सारखी फिकीर वाटत राहते. तुम्ही त्यांना सांभाळायला हवे.”

“जी.” असे म्हणून विठोजीराजे परत निघाले.

रेखाऊंची तबियत बिघडलेली होती. आऊबाई दिवसात होत्या. त्यामुळे उमाबाईंना वेरूळला राहणे भाग होते. सारा कारभार अलीकडे विठोजीराजे पाहात असत. मालोजीराजेंचा निरोप घेऊन ते वेरूळला परतले.

■

११

रफिउद्दीन शाह दुर्गाहून निघाला. मालोजीराजेंसह सारे सरदार पुढे काय होते

या फिकिरीत होते. वजीर अभंगखानाने सर्वांना रफिऊद्दीन शिराजीला भेटून पुढचा बेत ठरवू असे सांगितले. सारेजण रफिउद्दीनच्या येण्याकडे लक्ष देऊन बसले होते.

रफिउद्दीनच्या अगवानीसाठी अभंगखान सारे प्रमुख अमीर, सरदार यांच्यासोबत कोसभर पुढे गेला. त्याला घेऊन आपल्या डेऱ्यात आला. सर्व सुसज्ज लष्कराच्या मध्यभागी अभंगखानाचा डेरा उभारलेला होता. रफिउद्दीनने शरबत घेऊन झाल्यावर बोलायला सुरुवात केली.

"खानसाहेब, आपण निजामशाही सल्तनतीचे वजीर. आम्ही येताना पाहिलं. आम्हांला आपल्या मुलखाची हालत फारच खराब झालेली दिसली."

"आपली नाराजी दुरुस्त आहे, पण आम्ही झुंजीत शिकस्त खाल्ली म्हणून सुलतानासाहिबा आम्हांला किल्ल्यात येऊन कारभार पाहू देत नाहीत. आम्ही काय करणार?"

"खानसाहेब, झुंज खेळण्यापेक्षा रयतेकडे पाहणं जास्त जरुरीचे आहे. आम्ही येताना पाहिला तुमचा मुलूख. सारे ओसाड झाले आहे. रयत निघून गेलेली. सारी मनुष्ये घाबरलेली, हवालदिल झालेली. खेडी खराब झालेली. गावात, खेड्यात नुसतं गावकुसं, भिंती, घरावर वासे, कौले उरले आहेत. शेते उजाड झाली आहेत. दुष्काळ पडला आहे. आम्हांला सारं पाहवत नव्हतं."

अभंगखान खजील झाला, तरीही त्याने आपली बाजू मांडली.

"आम्हांकडून कारभार पाहण्यात कसूर झाली हे खरं पण सुलतानासाहिबांनी पुन्हा आम्हांला मुखत्यारी दिली तर आम्ही सारे ठीक करू."

"आम्ही सुलतानासाहिबांशी बोलू. तुमचे सारे अमीर आपल्या धन्याशी आदावत करतात, मनात वाकडेपणा धरून राहतात. बखेडा माजवतात. अशामुळे रयतेचे हाल होतात. तुम्ही त्यांना आवरले पाहिजे. आपल्या धन्याच्या किल्ल्यावर हल्ला करणं, त्यांना खाण्यापिण्याला मोताद करणे तुम्हांसारख्या थोर चाकरास शोभत नाही. तुम्ही धनी आणि दौलत दोन्ही राखली पाहिजे. तुम्ही तुमच्या अमिरांना सांभाळा. आम्ही सुलतानासहिबांशी बोलणी करून मार्ग काढू."

अभंगखानाने रफिउद्दीनसाठी रात्री मोठी मेजवानी ठेवली. लष्कराच्या तळावरच त्यांचे खाणेपिणे झाले. सारे पुढच्या घटनांबद्दल विचार करीत होते.

दुसऱ्या दिवशी पहाट होताच चांद सुलतानांकडून सरनोबत आणि सैद अली तारिखी हे बुजुर्ग सरदार रफिउद्दीनला भेटण्यासाठी आले. त्याला किल्ल्यात घेऊन गेले. रफिउद्दीनने दिवसभर किल्ल्यातल्या लोकांच्या तक्रारी ऐकल्या. त्याने तातडीने हालचाली केल्या.

खुद्द बहादुरशाहला किल्ल्याच्या बुरुजावर बसवले. वेढ्यातले सारे अमीर बुरुजाच्या तळाशी जमा झाले. त्यांनी आदाब बजावली. सलाम, कुर्निसात केले. रात्र

पडल्यावर रफिउद्दीनने बहादुरशाहला आपल्या महालात परत नेले.

सकाळी रफिउद्दीन तळावर गेला. तेथे खास डेरा उभारला गेला. त्यात खासे निमतख्ती तख्त ठेवले. त्याच्यावर बहादुरशाहचा कमरबंद, ताज आणून ठेवले. लष्करातील एकएक अमीर व सरदारांना त्यांच्यापुढे सलाम करायला लावले. प्रत्येकाला बक्षीस आणि पोशाख दिले. मंगलवाद्ये, चौघडा डेऱ्याच्या दाराशी वाजत होता. लढाईचे सारे वातावरण बदलून गेले. किल्ल्यातील लोकांचा धीर वाढला. त्यांनी दरवाजे खोलले. अभंगखानांनी वेढा उठवला. किल्ल्यातली माणसे बाहेर आली. आपले सोयरे धायरे, जिवलग माणसांना भेटली.

चांद सुलतानांनी रफिउद्दीनसोबत दरबार भरवला. लष्करातले लोक बहादुरशाहकडे रुजू झाले. सारा तणाव संपला. सर्वांनी ईद मोठ्या उत्साहात साजरी केली.

मालोजीराजे दरबारी पेश झाले. साऱ्यांबरोबर त्यांचाही पोशाख बक्षीस देऊन सत्कार झाला. आणखी एक दरबारी तंटा फारसा झगडा न होता सोडवला गेला. त्या खुशीत राजे चार महिन्यांनी वेरूळला परतले.

■

१२

नगरहून परतल्यावर राजांनी घृष्णेश्वराच्या कामावर सारे लक्ष केंद्रित केले. रेखाऊंची तबियत तशीच होती. आऊबाईंना सातवा महिना लागला होता. त्यांचे बाळंतपण, रेखाऊंचे आजारपण यामुळे उमाबाईच वेरूळला वाड्यातला कारभार पाहात होत्या. राजांना चांगली उसंत मिळाली होती. महिन्याभरात मंदिराचे काम पूर्ण होत आले. मनासारखे घडत असल्याने राजे खूश होते. काम पूर्ण झाल्यावर मोठा उत्सव करावा असे त्यांच्या मनात आले. त्यांनी बाबाजीराजेंजवळ विषय काढला.

''आबासाहेब, राऊळाचं काम पुरं होत आलंय. आमच्या मनात होतं, एखादा उत्सव करून महाप्रसाद करावा.''

''आम्ही परवाच जाऊन आलो. अजून महिन्याभराने रंगरंगोटी करायला सुरुवात होईल. बांधकाम मात्र सुरेख झालंय. आमच्याही मनात तुमच्यासारखाच विचार आला होता. आपण उपाध्यांना विचारून दिवस ठरवून घेऊ.''

बाबाजीराजांनी होकार दिल्याने राजांना आनंद झाला. त्यांनी उपाध्यांना बोलावले. उपाध्ये म्हणाले,

''राजे, देवळाच्या नवीन इमारतीची उदकशांत करावी लागेल; त्यासाठी होमहवन, ग्रहशांती करून रुद्राची आवर्तने करावी लागतील. त्यानंतर महापूजा व महाप्रसाद करता येईल. सारे विधी, उपचार पूर्ण होण्यास आठ दिवस लागतील.''

''आपण मुहूर्त काढा. आम्ही आत्तापासून तयारीला लागतो.'' राजे मोठ्या

उत्साहात म्हणाले.

"तीन महिन्यांनी महाशिवरात्र आहे. त्यासारखा शंभूमहादेवाच्या पूजेला चांगला मुहूर्त शोधूनही मिळावयाचा नाही."

उपाध्यांनी पंचांग पाहात सांगितले. बाबाजीराजांना महाशिवरात्रीला पूजन करायचा बेत पसंत पडला.

"राजे, धाकट्या सूनबाईचे दिवस भरत आले आहेत. त्यानंतर कार्य करायला सर्वांनाच मोकळीक मिळेल."

सर्वांच्या विचाराने घृष्णेश्वराच्या मंदिराची उदकशांत महाशिवरात्रीला करण्याचे ठरले.

मार्गशीर्ष महिन्यात आऊबाई बाळंत झाल्या. मुलगा जन्माला आला. विठोजीराजेंचा पुत्र. या पिढीतला पहिला मुलगा. भोसले वंशाचा दिवा जन्मला. साऱ्या वाड्यात आनंद पसरला.

बाळाचे बारसे मोठ्या दणक्यात पार पडले. कुलाचार पार पाडण्यासाठी साताऱ्याहून भोसल्यांचे पिढीजात कुलोपाध्याय राजोपाध्ये यांना बाबाजीराजांनी बोलावून घेतले. पूजा, विधी पार पाडल्यावर नामकरण झाले. विठोजीराजांच्या चिरंजीवांना आपल्या कुलदैवताचे शंभूमहादेवाचे नाव 'संभाजी' असे ठेवले.

मालोजीराजांनी पांडे-पेडगावला दीपोत्सव करण्यासाठी माणसे धाडून दिली. बाबाजीराजांनी राजोपाध्यांना सव्वा चाहूर जमिनीचे इनामपत्र दिले. पोशाख, मानपान देऊन संतुष्ट केले.

महिना उलटला. संक्रांत झाली. दिवस तिळातिळाने वाढू लागला. हवेतला गारठा कमी होऊ लागला. रेखाऊंच्या प्रकृतीला उतार पडला. त्या हळूहळू उठून बसू लागल्या.

छोट्या संभाजींना तिसरा महिना लागला. आऊबाई हाताशी आल्या. उमाबाईंना थोडी उसंत मिळाली.

घृष्णेश्वराच्या मंदिराच्या उदकशांतीची तयारी पूर्ण झाली. महाशिवरात्रीच्या आधी गावागावांतून ब्रम्हवृंद येऊन दाखल झाला. तिमनभट शेडगे यांच्यासह विद्वत्जनांनी विधिपूर्वक उदकशांत, होमहवन, नवग्रहशांती सारे धार्मिक विधी पार पाडले. महाप्रसादाला सारी पंचक्रोशी लोटली. बाबाजीराजे, परसोजीराजे सारी देखरेख करीत होते. मालोजीराजे, विठोजीराजे, एकोजीराजे धावपळीत गुंतले होते.

कार्य उरकले. सर्व नातेवाईक, पाहुणे परतू लागले. फलटणहून खुद्द वणगोजीराजे कुटुंबासह आले होते. त्यांनी बाबाजीराजेंशी बोलताना शिखर शिंगणापूरचा विषय काढला.

"आम्ही आता निघावं म्हणतो. जाण्यापूर्वी आपल्याला काही सांगणं आहे."

"काय म्हणता?"

"आपलं कार्य अतिशय चांगलं झालं. आमच्याकडे शिखर शिंगणापूरला चैत्रात मोठी जत्रा भरते. शंभूमहादेव आपलं सर्वांचे कुलदैवत. आपण सर्वांनी त्यावेळी यावं असं आम्हांला वाटतं."

"आम्हांलाही येणं आवडलं असतं, पण आमच्या राणीसाहेबांची तबियत ठीक नाही. त्यामुळे येणं कठीण वाटतं. आम्ही थोरल्यांना सूनबाईसह पाठवून देऊ."

"दीपाक्का खूप दिवसात माहेरी आल्या नाहीत. फलटणला सारी त्यांची आठवण काढतात. त्या आल्या तर साऱ्यांना फार बरं वाटेल. पण आपण आला असता तर..."

वणगोजीराजे आग्रह करत होते. त्यांना थांबवत बाबाजीराजे म्हणाले,

"आमच्या सूनबाईंना बऱ्याच दिवसांत फलटणला जायला सवडच झाली नाही. आमच्या राणीसाहेब आजारी, धाकल्या सूनबाईचे बाळंतपण, त्यामुळे त्यांच्यावर फार भार पडला. त्यांना थोडी आरामाची गरज आहे. आम्ही थोरल्यांना सांगून जरूर पाठवून देतो. पण आम्हांला मात्र झेपणार नाही."

"ठीक आहे. जशी आपली इच्छा."

वणगोजीराजे फलटणला निघून गेले. महिन्याभराने शिखरशिंगणापूरच्या जत्रेसाठी मालोजीराजांना उमाबाईंसह येण्याचे आग्रहाचे आमंत्रण देऊन गेले.

■

१३

मालोजीराजे घरच्या कार्यात गुंतले होते. अहमदनगरला मात्र अद्याप वातावरण ठीक होत नव्हते. दक्षिणेत कोणी नामजद मोगल सरदार नाही. शाहजादा मुराद स्वस्थ बसलेला आहे, याचा आपण काहीच फायदा उठवू शकत नाही याची अभंगखानाला मोठी खंत वाटत होती. त्यानी चांद सुलतानांजवळ मोहिमेचा विषय काढला. सुलतानांनी त्याचा विचार उडवून लावला. अभंगखान नाराज होऊन जुन्नरला परतला, परंतु त्याला स्वस्थ बसवेना. त्यांनी स्वत:च्या ताकदीवर बीडची मोहीम हाती घेण्याचे ठरवले.

बीड हे मराठवाड्यातील मोगलांचे मोठे अव्वल ठाणे. तिथला मोगल सरदार शेर ख्वाजा अतिशय शूर होता. त्याच्यावर यावेळी हल्ला चढवला तर कोणी मातब्बर मोगल सरदार मदतीला येऊ शकणार नाही. या परिस्थितीचा फायदा उठवावा असे अभंगखानाने ठरवले. त्याने जुन्नरला फौजेची जुळवाजुळव सुरू केली.

शेर ख्वाजाला हल्ल्याची खबर मिळाली. त्याने आपल्या फौजेसह बीडपासून

सहा कोसावर अभंगखानाला गाठले. जोराची लढाई झाली. खासा मीर ख्वाजा जखमी झाला. त्याच्या सैनिकांनी त्याला तेथून कसेबसे हलवले. बीडच्या किल्ल्यात नेले. दख्खनी सैन्याने सारा मुलूख व्यापून टाकला. अभंगखानाला खूप दिवसांनी मनासारखी मोहीम पार पाडल्याचे समाधान मिळाले.

एवढ्याशा विजयाने अभंगखान शेफारून गेला. त्याने पुन्हा नगरवर हल्ला करायचा बेत केला. चढाईची तयारी जोरात सुरू झाली. त्यांच्या काही अमिरांना हा प्रकार पसंत नव्हता. रफिउद्दीन शिराजी अद्याप निजामशाही मुलखात होता. त्याला सर्वांनी समेट करायचे साकडे घातले. रफिउद्दीनने चांद सुलतानांची भेट घेतली. त्यांना सांगून दरबार बोलावला. तंटा सोडवण्याचा प्रयत्न सुरू केला. रफिउद्दीन कळकळीने सांगत होता,

"शाहजादा मुराद दख्खन बुडवण्यासाठी येऊन बसलेला आहे. बादशाह अकबर सैन्य पाठवून कधी हुकूम देतो याची वाट पाहात आहे. अशावेळी आपसात भांडणे अगदी गैर आहे. इतकी बेशिस्त, बेमानीपणा चाललेला आहे, की माझी अक्कलच तुम्हांपुढे चालत नाही. मला वाटते, अशामुळे शाहजादा मुरादला त्याचे इरादे पुरे करून तुमचा मुलूख घेण्यात यश येईल."

अभंगखानाची समजूत पटत नव्हती. सुलताना आपल्याला विचारीत नाहीत याचा सल त्याच्या मनात होता. वरचेवर बंड केल्याने सुलताना त्याच्यावर विश्वास ठेवायला राजी नव्हत्या. रफिउद्दीनने अभंगखानांना पुन्हा समजावण्याचा प्रयत्न केला.

"खानसाहेब, थोड्याच दिवसात मोगल निजामशाही बुडवण्यासाठी येतील. तुम्ही यावेळी पडते घ्या. धन्याचे घर व्यर्थ बुडवू नका. आपल्या पायावर आपणच कुऱ्हाड मारून का घेता? अशाने व्यर्थ बेमानपणाचा डाग तुमच्या कपाळी बसेल. तुम्ही अपकीर्तीचे धनी व्हाल. अपेश आले तर त्याचा बोल तुमच्यावर येईल."

रफिउद्दीनने परोपरीने सांगितल्यावर अभंगखानाला त्याचे पटू लागले. त्याने चांद सुलतानांशी जमवून घ्यायचे मान्य केले. सुलतानांशी अभंगखानाचा समेट घडवून आणण्यासाठी दरबार भरवला गेला. मालोजीराजे सारा वाद ऐकून होते. ते दरबारासाठी नगरला आले. रफिउद्दीनने सुलतानांकडे आपला विचार मांडला. आता खुद्द सुलताना सख्य करायला तयार होईनात. रफिउद्दीनने त्यांच्याजवळ अभंगखानाचा विषय काढताच त्या खवळल्या. संतापाने म्हणाल्या,

"रफिउद्दीन, तुम्ही आम्हांला कोणाशी सख्य करायला सांगत आहात? हा अभंगखान हापसी. आमच्या वालिदांनी पैका देऊन विकत घेतलेला चाकर! त्यांच्या कारकिर्दीत हा आपल्या बदचालीमुळे कैदेत पडला होता. आमचा धाकटा भाऊ अचानक गुजरल्यावर आम्हीच याला कैदेतून सोडवले. मोठ्या योग्यतेला चढवले.

त्या उपकाराचे फळ त्याने आम्हांला काय दिलं? ऐन रमजानच्या महिन्यात आमच्यावर हल्ला केला. खाण्यापिण्याचे रास्ते बंद केले. रोजा खोलण्यासाठी किल्ल्यातल्या जुन्या पेवातले कुजके दाणे खाण्याची वेळ आली. मांस कसं ते डोळ्याला दिसलंही नाही. विहिरीतले खारं पाणी पिऊन आम्ही कित्येकवेळा रोजा खोलला. तुम्हीच सांगा, अशा माणसाशी जुळवून घ्यायला आमचं मन कसं राजी होईल?''

रफिउद्दीनला चांद सुलतानांना काय बोलावे सुचत नव्हते. त्यांनी फार सोसले होते. सुलताना संतापाने म्हणत होत्या,

''आम्ही तशीच हालत आली तर मोगलांच्या एखाद्या बटकीच्या हुकमात राहू पण या बेमान नोकराचे धनीपण करणार नाही.''

चांद सुलताना रागाने फणफणत होत्या. अत्यंत चिडीने त्यांचा चेहरा लालेलाल झाला होता. झालेल्या अपमानाच्या आठवणीने डोळे भरून येत होते. मोठ्या निग्रहाने त्यांनी आपले अश्रू आवरले. साऱ्या सरदारांची, अमिरांची नजर खाली झुकली होती. दरबारात सन्नाटा पसरला होता. थोड्या वेळात सुलतानाच्या रागाचा भर थोडा ओसरला. रफिउद्दीनने पुन्हा एकदा सुलतानांची समजूत काढण्याचा प्रयत्न केला.

''आपल्याला खूब तकलीफ झाली, सुलतानासाहेब, आम्हांला त्याचा फार अफसोस आहे, पण दख्खनला मोगलांपासून वाचवणे फक्त आपल्याच हातात आहे. आपल्या वतनाच्या भल्यासाठी आपण मोठं मन करून सारं विसरावं अशी आमची तुम्हांला बरखास्त आहे.''

चांद सुलतानांनी अखेर रफिउद्दीनचे म्हणणे मानले. त्यांना राजी करण्यात रफिउद्दीनला यश आले. त्यांनी निवडक अमिरांना किल्ल्याबाहेर पाठवले. त्यांच्याबरोबर मानाचे पोशाख पाठवले. सर्वांनी एकत्र येऊन शाहजादा मुरादला दख्खनमधून घालवून लावूया असे सांगितले.

मोठ्या प्रयत्नाने रफिउद्दीनने एकदाची आपली मध्यस्थी पार पाडली. बंडाळी तात्पुरती का असेना थांबली. आधीच दुबळ्या झालेल्या निजामशाहीचा आपसातल्या झगड्याने शेवटच झाला असता, इतकी परिस्थिती वाईट बनली होती. रफिउद्दीनच्या मुत्सद्दीपणाने मोठे संकट दूर झाले.

■

१४

चैत्रपाडवा झाला. अष्टमीला शिखर-शिंगणापूरची जत्रा. मालोजीराजे गडबडीने नगरहून परतले. उमाबाई खूप दिवसांनी माहेरी जायला मिळणार म्हणून खुशीत

होत्या. सकाळची सारी कामे आटोपून त्या आपल्या दालनात गेल्या. आऊबाईंनी मुलांना जेवून झोपायला नेले होते. उमाबाईंना जरा निवांत वेळ मिळाला. त्यांनी आपल्या आवडीचे कशिद्याचे काम हातात घेतले. विविध रंगांच्या रेशमाची गुंफण करण्यात त्या गुंतून गेल्या.

इतक्यात रेखाऊंची देखभाल करणारी कुणबीण त्यांना बोलावण्यासाठी आली. रेखाऊंनी उमाबाईंना बोलावले होते. त्या लगबगीने रेखाऊंच्या दालनाकडे निघाल्या.

रेखाऊ अंथरुणावर झोपल्या होत्या. गेल्या दोन वर्षांतल्या आजारपणाने त्या अगदी खंगून गेल्या होत्या. उठून चालण्याचे त्राण अंगी राहिले नव्हते. उमाबाईंनी हलकेच दालनात प्रवेश केला. त्या रेखाऊंच्या अंथरुणाजवळ येऊन बसल्या.

त्यांची चाहूल लागताच रेखाऊंनी डोळे उघडले. त्यांच्या चेहऱ्यावर मंद हास्य उमटले. त्यांनी आपला सुरकुतलेला हात अंथरुणाबाहेर काढला. उमाबाईंनी त्यांचा हात हातात घेतला. बांगड्या कोपरापर्यंत सरकल्या होत्या. रेखाऊंनी त्यांना खूण करून बसवण्यास सांगितले. उमाबाईंनी त्यांना आधार देऊन गिरद्यांना टेकून बसवले.

"काय करत होता?" रेखाऊंनी विचारले.

"जी. असंच बसले होते. थोडं कशिद्याचं बघत होते."

आपल्या हातातल्या उमाबाईंच्या हाताकडे पाहात रेखाऊ म्हणाल्या,

"खरंच, किती कसब आहे तुमच्या हातात. कशिदा, रांगोळी सारं किती छान काढता तुम्ही. तुमचा हौशीपणा आम्हांला खूप आवडतो. गौरी गणपतीच्या खेळात, गाण्यात, उखाण्यात कुणी हात धरत नाही तुमचा. तुम्ही आमच्या लाडक्या सूनबाई. तुमच्या पायगुणानं थोरल्यांना सरंजाम मिळाला. त्यांचा मानपान वाढला."

बोलता बोलता रेखाऊंना दम लागला. उमाबाईंनी त्यांना थोडे पाणी दिले. थोडा वेळ थांबून त्या पुढे बोलू लागल्या.

"हे सारं बेस झालं, पण..."

त्या थोड्या अडखळल्या. उमाबाई गोंधळल्या. रेखाऊंना नेमके काय सांगायचे आहे हे त्यांना उमजेना. रेखाऊंनी स्वत:ला सावरून आपले मन उघड केले.

"उमा, तुमच्या मांडीवर आमच्या नातवाला खेळताना पाहायचंय. तेवढं झालं की, आमचा जीव सुखानं जाईल."

उमाबाईंना एकदम गलबलून आले. दुखऱ्या नसेवर बोट ठेवल्यावर काळजात कळ उठावी असे त्यांना झाले. त्यांची मान खाली गेली. स्वत:लाही नकळत त्यांच्या डोळ्यातून आसवे घळघळत आली.

रेखाऊंनी त्यांना जवळ घेतले. पाठीवर थोपटत म्हणाल्या, "इतकं रडायला काय झालं? वय झालं का तुमचं? शंभूमहादेवाच्या कृपेनं सारं मनासारखं होईल."

त्यांच्या मायेच्या स्पर्शाने उमाबाईंना आणखीच भरून आले. रेखाऊ तशाच हलकेच त्यांना थोपटत म्हणाल्या. काही वेळात उमाबाईंचा उमाळा ओसरला. पदराने डोळे पुसत त्यांनी स्वत:ला सावरले. रेखाऊंपासून थोड्या दूर सरकल्या.

रेखाऊंनी हलकेच गादीखाली हात घातला. एक छोटीशी चांदीची डबी बाहेर काढली.

"हे तुमच्याकडं देण्यासाठी आज बोलावलं. तुम्ही उद्या शिखर-शिंगणापूरला जाताय. ते आपलं कुलदैवत."

रेखाऊंनी डबी उघडली. त्यात एक सोन्याची पुतळी होती. रेखाऊंनी पुतळी काढून हातात घेतली.

"परवा छोट्या शंभूची पाचवी पुजली तेव्हा बनवून घेतली. तुम्ही शंभूमहादेवाच्या पायाशी ठेवून मागणं करा. आम्हांला पुरा भरवसा आहे. त्याच्या आशीर्वादाने तुम्हांला मुलगा होईल. तुमच्यासारखा देखणा, हौशी, थोरल्यासारखा शूर, पराक्रमी."

रेखाऊंच्या डोळ्यात आशेची चमक होती. त्यांनी पुतळी उमाबाईंच्या हाती दिली. उमाबाईंनी पुतळी पुन्हा डबीत ठेवली. डबी मस्तकाला लावली.

रेखाऊंना धाप लागली होती. उमाबाईंनी गिरद्या सरकवून त्यांना कुशीवर झोपवले. रेखाऊंनी डोळे मिटून घेतले. त्यांचा डोळा लागला. उमाबाई आपले डोळे पुसत कितीतरी वेळ त्यांच्या उशाशी बसून होत्या.

■

१५

दुसऱ्या दिवशी सकाळी मालोजीराजे उमाबाईसह फलटणला जाण्यासाठी बाहेर पडले. राजेंचा लवाजमा मोठा होता. मुक्काम करीत धिमेपणाने प्रवास चालला होता.

उमाबाई अनेक सालांनी अशा बाहेर पडल्या होत्या. वाटेत निजामशाही मुलखातून जाताना त्याची दुर्दशा नजरेत येत होती. सारा मुलूख ओसाड झाला होता. शेते उजाड झाली होती. सारे पाहून उमाबाईंचे डोळे भरून आले. न राहवून त्यांनी मालोजीराजांना विचारले.

"आपण नेहमी मुलूखगिरीवर जाता. हे असंच असतं सगळीकडे?"

"नाही उमा. पूर्वी असं नव्हतं. अलीकडे दोन वर्षांत दुष्काळ पडला त्यामुळे असं झालंय."

"मग त्यासाठी कुणी काही करत का नाही?"

उमाबाईंचा सवाल राजेंचे काळीज कापत गेला.

"कोण करणार? ज्यांनी करायचं ते सत्तेच्या वादात आपसात लढत आहेत.

रयतेकडे पाहायला त्यांना फुरसत कुठे आहे?''

''हे बादशाह नेहमीच असं रयतेच्या हालाकडे बघीत नाहीत?''

उमाबाईनी निरागसपणे विचारले. त्यांच्या मनात कितीतरी भावना दाटून येत होत्या. सुस्कारा सोडीत मालोजीराजे म्हणाले,

''तसं नाही उमा, आता निजामशाहा वयानं लहान आहेत. चांद सुलतानांशी वजीर वरचढपणे वागतात, त्यामुळं दौलतीकडे दुर्लक्ष झालंय. याच निजामशाहीत एके काळी केवढं वैभव नांदत होतं. पूर्वीच्या निजामशाहांनी कितीतरी सोयी केल्या होत्या.''

''होय?''

''तर काय, पहिल्या बुऱ्हाण निजामशाहांनी नागाबाई कालवा तसंच तिथनं एकाच कोसावर कापूरबावडी कालवा काढला होता. त्यांचे वजीर सलाबतखान यांनी नहर काढून गोरगरिबांसाठी सराया बांधल्या होत्या. हुसेन निजामशाहांनी वारूळवाडीचा मोठा कालवा बांधून पुरा केला. त्यातनं शेतीला पाणी पुरवलं, सलाबतखानांनी त्यांच्या काळात शेंडी कालव्यावर शेती पिकवली. भिंगार कालव्याच्या पाण्यावर अहमदनगरमधल्या बागा फुलवल्या होत्या.''

मालोजीराजांच्या नजरेसमोर अहमदनगरमधल्या बाग-ई-रहुजा, फराहबाग आणि हाश्त-बहिश्तमधील रंगीबेरंगी फुलांचे ताटवे उभे राहिले. ते उमाबाईंना सांगू लागले,

''उमा, तुम्ही त्यावेळचे वैभव पाहिलं नाही, पण त्यावेळच्या फुललेल्या बागा आता सुकून गेल्या आहेत. शेतं वाळून गेलीत, गावं उजाड, भकास झालीत. अहमदनगरची मंगळवार वेस निमतशाहा समनानीनं बांधली. त्यानंच कितीतरी कारवा, सराया बांधल्या. त्यात गोरगरीब वाटसरूंची राहायची सोय व्हायची. आता साऱ्या सराया मोकळ्या, उजाड झाल्यात. निमतशाहानंच पंचसंबा हमाम बांधून आंघोळीसाठी पाणी पुरवलं होतं. आता तिथं आंघोळीला काय, प्यायला पण पुरेसं पाणी राहिलेलं नाही. अवघ्या दहा वर्षांत आपसातल्या यादवीमुळं आणि मुरादच्या चढायांमुळं सारं होत्याचं नव्हतं झालंय. त्यातच गेली दोन सालं दुष्काळाची भर पडली. उमा, अस्मानी, सुलतानी हातात हात घालून साऱ्या मुलखाचा घास घ्यायला लागलीय. आम्हांलासुद्धा तुमच्यासारखं हे बघवत नाही, पण आपण तरी किती काय करणार?''

बोलता बोलता राजे अस्वस्थ होऊन गेले. उमाबाईचे डोळे पुन्हा-पुन्हा भरून येत होते.

असा वैराण मुलूख पायाखाली घालत राजे उमाबाईसह फलटणला येऊन पोहोचले.

■

१६

वणगोजीराजांनी मालोजीराजेंचे मोठ्या प्रेमाने स्वागत केले. उमाबाई कितीतरी वर्षांनी माहेरी आल्या होत्या. छोटे मुधोजीराजे चार वर्षांचे झाले होते. त्यांच्या वडिलांबरोबर तेदेखील राजांच्या स्वागताला उभे होते. राजांनी त्यांना उचलून घेतले. वणगोजीराजे हसत म्हणाले,

''उतरा आता खाली. तुमचे दाजीसाहेब लांबच्या धावणीहून आलेत. त्यांना जरा सुमार होऊ दे.''

''राहू देत त्यांना आमच्याकडे.''

राजे कौतुकाने म्हणाले. मुधोजीराजे त्यांना अधिक बिलगले. पुढचे दोन दिवस जावईबापूंची सरबराई करण्यात कसे सरले हे वणगोजीराजांना समजलेच नाही.

चैत्र शुद्ध अष्टमीचा दिवस उजाडला. वणगोजीराजे, मालोजीराजे साऱ्या लवाजम्यासह शिखर शिंगणापूरला निघाले.

फलटणपासून दहा कोसांचा परिसर भाविकांच्या गर्दीने फुलला होता. पायथ्याशी अमृतेश्वराचे मंदिर लागले. दर्शन घेऊन सारी डोंगरावर पोहोचली.

देवळात पूजा, रुद्र, अभिषेक सारा विधी राजांनी उभयता पार पाडले. उमाबाईची ओटी भरली तेव्हा त्यांनी आपल्याजवळची चांदीची डबी बाहेर काढली. त्यातली सोन्याची पुतळी पुजाऱ्यांकडे दिली. शंभूमहादेवाच्या पायाशी ठेवून परत घेतली. मनोभावे नवस केला.

''आम्हांला बाळ झाले की, त्याचे जावळ काढण्यापूर्वी त्याला आपल्या पायावर आणून घालू. शंभूमहादेवा, तुमच्या कृपेनं आम्हांला दुसरं काही कमी नाही, आमची एवढी इच्छा पूर्ण करा. आमची कूस एकदा उजवू दे.''

रेखाऊंच्या इच्छेनुसार उमाबाईनी देवाला साकडे घातले. सारे विधी आटोपून मंडळी ओवरीत विसावली. मालोजीराजे वणगोजीराजेंसोबत आजूबाजूचा परिसर पाहात फिरत होते.

दिवस चढेल तसा जत्रेचा जोर वाढत होता. लोक रिवाजाप्रमणे कावडींनी पाणी आणून अभिषेक घालत होते. दुष्काळामुळे यंदा पाणी अगदी कमी होते, पण भाविक दूरवरून कावडी खांद्यांवर वाहून पाणी आणत होते. शंभूमहादेवाच्या गजराने डोंगर दुमदुमून गेला होता. मालोजीराजांनी आजूबाजूला पाहिजे. भाविकांची गर्दी वाढत होती. म्हातारी कोतारी पाण्याविना कासावीस झाली होती. पोरं कावडी मागून सांडणाऱ्या पाण्यासाठी पळत होती.

राजांना राहून राहून तहानेल्या भक्तांसाठी काहीतरी करावे असं वाटत होते. पण काय करावे हे उमजत नव्हते. वणगोजीराजेंबरोबर फिरत फिरत ते डोंगराच्या

दक्षिणेकडे आले. तिथून खाली काही अंतरावर एक छोटे टाके दिसत होते. बरेच लोक त्यातून कावडी भरताना दिसत होते. राजांनी वणगोजीराजांना विचारले,

"मामासाहेब, ते टाकं कसलं दिसतंय? लोक तिथनंच पाणी आणताहेत."

"राजे, हे देऊळ राजा सिंघणानं बांधलं. दक्षिण दिग्विजय करून परत जाताना त्यांना हा परिसर अतिशय आवडला. त्यांनी साऱ्या सैन्यासह इथं दोन साल मुक्काम ठोकला. त्यावेळी त्यांनी हे देऊळ उभारले. पुष्करिणी बांधल्या, पण पाणी पुरेना म्हणून इथे एक मोठा तलाव खोदला. जुनी माणसं म्हणतात, पूर्वी तलावात बारा महिने भरपूर पाणी होतं. आता दोन सालं पाऊस कमी पडतोय. गाळ भरलाय. त्यानं मोठ्या तलावाचं बारकं टाकं झालंय."

मालोजीराजांच्या मनात सतत एकच विचार घोळत होता. त्याचं उत्तर त्यांना ते टाकं पाहताच मिळाले. ते वणगोजीराजांना म्हणाले,

"मामासाहेब, पाण्याविना लोकांचे इतके हाल चाललेत. आम्हांला वाटतं, इथं मोठा तलाव परत बांधला, तर भरपूर पाणी मिळेल."

"होय."

"आम्हांला इथे तलावाचं काम करावं अशी इच्छा आहे."

वणगोजीराजे राजेंचे बोल ऐकून चकित होत म्हणाले,

"राजे, आपला इरादा नेक आहे, पण हे मोठं काम."

"मामासाहेब, घृष्णेश्वराच्या राउळाचं काम पुरं झालं. आमचा वाडा पण तयार झाला आहे. आता आम्हांला हे काम करावं असं वाटतंय. आम्हांला आमच्या नशिबानं धन लाभलं. लोकांना प्यायला पाणी मिळत नाही, त्यासाठी खर्चावं असं वाटतं. रयतेला सुख नसलं तर आम्हांला दौलत काय कामाची?"

राजेंचा विचार ऐकून वणगोजीराजांना धन्य वाटले,

"राजे, शंभूमहादेवाच्या चरणी येऊन आपल्याला असे विचार सुचले, हे मोठं भाग्याचं. हे तर मोठं पुण्याईचं काम. आम्ही आम्हांला जमेल तसे तुमच्याबरोबर राहू."

वणगोजीराजांनी कौल दिला. तलाव खोदण्याचा विचार पक्का झाला. एकदा मनावर घेतल्यावर राजांनी क्षणाची उसंत घेतली नाही. सारे कारभारी भराभर कामाला लागले. साऱ्या पंचक्रोशीतून माणसे गोळा केली. गवंडी, खुदाई कामाला लोणारी, ओतारी, पाथरवट सारी कसबी मंडळी निवडून घेतली. हत्यारांची जोडणी झाली. सारी तयारी झाली. राजांनी वेरूळला सारी हकिकत कळवली. खुद्द विठोजीराजे बाबाजीराजेंचे आशीर्वाद घेऊन आले.

शुभमुहूर्तावर राजांनी उभयता भूमिपूजन केले. नेवैद्य दाखवला. गारवा केला. उपाध्यांनी चौक आखून दिला. राजांनी त्याच्या मधोमध पहिली पहार मारली.

त्यांच्यापाठोपाठ विठोजीराजे, वणगोजीराजांनी पहारी मारून कामाला सुरुवात केली.

रोज शेकडो पहारी काम करू लागल्या. घावांखाली खडक फुटू लागले. कातळावर ठिणग्या पडू लागल्या. दिवस जाऊ लागले. राजे जातीनिशी रोज कामावर नजर ठेवून होते.

अखेर घणांच्या अखंड घावांखाली धरतीचे कवच भंगले. पाण्याच्या साठ्यावरचे सावट दूर झाले. खळखळत प्रवाह उसळून बाहेर आला.

राजांनी गंगापूजन विधी केला. आता पुढच्या कामाची जोडणी करायची होती.

"मामासाहेब, तलाव चांगला लांबरुंद घ्यावा असं आम्हांला वाटतं."

"राजे, पूर्वी चाळीस एकराचा घेरा होता. तेवढा घातला तरच एवढं केल्याचा फायदा होईल."

"जी. तसाच आखून घ्यायला हवा."

भलामोठा घेर आखून घ्यायचे काम सुरू झाले. एके दिवशी कारभारी म्हणाले.

"सरकार पाण्याला पूर्वेला ढाळ आहे. तिथं ताल बांधायला हवी."

"ठीक आहे. त्यांची तयारी करा."

राजे काही कमी पडू देत नव्हते. वणगोजीराजे डोंगरासारखे मागे उभे होते. पाहता पाहता शिखर-शिंगणापूरचे तळे आकार घेऊ लागले.

■

१७

मालोजीराजे शिखर-शिंगणापूरला गुंतले होते. त्याच काळात अहमदनगरमध्ये अचानक वजीर अभंगखान आणि चांद सुलताना यांच्यात पुन्हा एकवार जोरदार संघर्ष उसळला. राजांना खबर मिळताच त्यांनी उमाबाईंना वेरूळला पाठवून दिले. ते तातडीने वणगोजीराजेंसह नगरला निघून गेले. नगरची सारी हकिकत निळोपंतांकडून समजताच दोघेही सुन्न होऊन गेले.

अभंगखानास नगरच्या किल्ल्यातील पूर्ण सत्ता मिळवावयाची होती. अनेकवेळा चढाया करून, वेढा घालून त्यांनी प्रयत्न केला होता. प्रत्येकवळी त्यांना अपयश येत होते. रफिउद्दीन शिराजीने त्यांची समजूत घालून त्यांचे चांद सुलतानांशी सख्य करण्याचा प्रयत्न केला होता. वरकरणी सख्य झाल्याचे दाखवून त्यांचे बगावतीचे डावपेच चालूच राहिले होते.

नगरच्या किल्ल्यातील काही शिपायांना लाच देऊन त्यांच्या मदतीने किल्ल्यात शिरण्याचा बेत अभंगखानांनी आखला. त्यांची ही बातमी फुटताच ते शिपाई घाबरले. सुलतानांपर्यंत खबर गेली. त्यांनी चौकशी केली. काही फितूर हाती लागले

तर काहींनी किल्ल्याचे दरवाजे अभंगखानांसाठी उघडून दिले.

अभंगखानांनी त्यांचा खास हबशी शिलेदार मलिक अंबर याला पुढे पाठवून दिले. तोवर मोठे दरवाजे बंद झाले. छोट्या दिंड्या उघडलेल्या होत्या. त्यातून मलिक अंबरने किल्ल्यात प्रवेश केला. दुसऱ्या दिंडीपर्यंत गेल्यावर त्याने अभंगखानाला निरोप दिला.

"आपला बेत फुटलेला दिसतो. आपले सैनिक पळून गेलेले आहेत." तोपर्यंत अभंगखान मुख्य दरवाजापर्यंत आला होता.

एवढ्यात किल्ल्यातील एक सरदार मलिक संदल बरीदी दोनशे स्वारांसह धावून आला. चांद सुलताना यांच्या खास विश्वासातल्या मलिक संदलला 'मसनद अली' असा किताब होता. त्याने अभंगखानावर तोफगोळ्यांचा जबरदस्त मारा केला. अभंगखानाचे बरेच सैनिक मारले गेले. त्याने मलिक अंबरसह तिथून पळ काढला.

सारा तपशील समजल्यावर राजे हतबुद्ध झाले. चांद सुलताना आणि अभंगखान यांच्यात सलोखा करणे शक्य नाही असे त्यांना वाटू लागले.

रफिउद्दीन शिराजीला विजापूरहून येऊन चार महिने झाले होते. त्याने तीन-चारवेळा दोघांमध्ये समजूत घालण्याचा प्रयत्न केला होता, तरीही त्यांच्यातील वैर वाढतच राहिले. त्याने विजापूरला इब्राहिम आदिलशाह यांना साऱ्या भांडणांचा, त्याने केलेल्या कामगिरीचा बयाजवार मजकूर कळवला.

इब्राहिम आदिलशाहांनी रफिउद्दीनला परत येण्यास हुकूम पाठवला. रफिउद्दीन चांद सुलतानाकडे निरोप घेण्यासाठी गेला. चांद सुलतानांना अतिशय वाईट वाटले. त्या रफिउद्दीनला म्हणाल्या,

"तुम्ही इथे होता तेव्हा तीन-चार वेळा कज्जे उभे राहिले. तुमच्यामुळे आमच्यावरची अरिष्टे दूर झाली. आता तुम्ही इथून गेल्यावर या बेइमान लोकांना कोण समजावून सांगणार?"

"सुलतानासाहिबा, आम्ही बहुत कोशिश केली. गेले चार महिने आम्ही आपल्या मुलखात येऊन कज्जे विझविण्याचे काम करीत आहोत. आम्हांला यश येईल असे दिसत नाही."

"पण तुमच्याशिवाय दुसरे कोण इथे आहे? तुमचे जसे मान्य होत होते तसे बोलणे कोणी करू शकणार नाही."

"आम्ही सारा तपशील आमच्या बादशाहांना कळवला. त्यांनी आम्हांला याउपर येथे राहू नये, हुकूम हाती पडताच हुजूरी येऊन दाखल व्हावे असे आज्ञापत्र पाठवले आहे. आम्हांस निघावे लागेल."

"ठीक आहे." चांद सुलताना खिन्नपणे म्हणाल्या.

चांद सुलतानांनी रफिउद्दीनला निरोप देण्यासाठी दरबार बोलावला. राजे वणगोजीराजेसह दरबाराला जाऊन आले. रफिउद्दीन शिराजी दुसऱ्याच दिवशी अहमदनगरहून निघाला. तिथून आठ कोसांवर त्याने मुक्काम टाकला. निजामशाहीतले सारे अमीर त्याला तेथे येऊन भेटले. मालोजीराजे, वणगोजीराजेंसह रफिउद्दीनला भेटून आले. दोन-तीन दिवस त्याच ठिकाणी साऱ्यांचा मुक्काम होता.

रफिउद्दीनची शिष्टाई असफल ठरली. आता रफिउद्दीन परत निघाला. निजामशाहीतील बखेडा सोडवण्याची आशा राहिली नाही. कितीतरी स्वार, घोडदळ त्याच्याकडे चाकरीसाठी येऊन दाखल होऊ लागले. गोरगरीब, मजूर आपली घरेदारे सोडून बायकापोरांसह त्याच्यामागून जाऊ लागले. अनेक विद्वान, गुणिजनांनी रफिउद्दीनला भेटून आदिलशाहच्या चाकरीत येण्यासाठी दरखास्त मांडली. रफिउद्दीनने आदिलशाहांना सांगून त्यांना आपल्या बरोबर घेतले. वीस हजारावर माणसे आपला मुलूख सोडून, घरदार त्यागून विजापूरला निघून गेली.

■

१८

मालोजीराजेंचा मुक्काम नगरजवळ पडलेला होता. रफिउद्दीन परत गेला. सल्तनतीतल्या बखेड्यांनी राजेंचे मन विषण्ण झाले होते. सारखे झगडे आणि दुष्काळ यांनी गांजलेली गरीब रयत देशांतराला निघाली होती. सारे पाहून राजे व्यथित होत होते. अशातच अचानक वेरूळहून विठोजीराजेंचा सांगावा आला.

"रेखाऊ आईसाहेबांची तबियत अतिशय बिघडली आहे. टाकोटाक निघून यावे."

राजे तातडीने वेरूळला निघाले. अथक दौड करून त्यांनी वेरूळ गाठले. राजांनी गावात पाऊल टाकले. त्यांचे मन चरकले. सगळीकडे विलक्षण शांतता होती. वाड्यासमोर माणसे गोळा झाली होती. दबक्या आवाजात कुजबुजत होती. राजांना आलेले पाहताच त्यांची कुजबुज थांबली. वातावरण नि:शब्द झाले.

राजांनी घरात पाहिले. सदरेवर परसोजीराजे, एकोजीराजे जिंतीहून आलेले दिसले. त्यांना पाहताच राजांच्या काळजाचा ठाव सुटला. त्यांनी आत धाव घेतली. रेखाऊंच्या दालनाच्या दाराशी उमाबाई बसल्या होत्या. राजांना पाहताच त्यांना हुंदका अनावर झाला.

रेखाऊंच्या उशाशी बाबाजीराजे बसले होते. विठोजीराजे पुढे आले. त्यांनी राजांना रेखाऊंजवळ नेले. राजेंची चाहूल लागताच रेखाऊंनी डोळे उघडले. आपल्या लाडक्या लेकाकडे पाहिले. त्यांच्या अंगी बोलण्याचे त्राण नव्हते. राजांनी रेखाऊंच्या हातावर आपला हात ठेवला. त्या स्पर्शाने रेखाऊंच्या चेहऱ्यावर मंद हास्य उमटले.

रेखाऊंची धाप वाढली. त्यांनी कष्टाने आपली मान वळवली. बाबाजीराजेंकडे पाहिले. क्षणभर त्यांच्या नजरेत नजर मिळवली. ती तशीच स्थिर झाली.

बाबाजीराजांनी वैद्यराजांकडे पाहिले. त्यांनी मान हलवत नजर वळवली. बाबाजीराजांनी नि:श्वास सोडला. देवघरातून आणलेली भागीरथीची गिंडी उचलली. रेखाऊंच्या मुखात सोडली. रेखाऊ निश्चल झाल्या. साऱ्या वाड्यात एकच आक्रोश उसळला.

तीन तपांपूर्वी हळदीकुंकवाच्या पायाने वाड्यात आलेल्या रेखाऊ अहेवपणी अखेरच्या वाटेवर निघून गेल्या.

रेखाऊंच्या मृत्यूने वेरूळच्या वाड्यातले प्रसन्न चैतन्य निघून गेले. मालोजीराजे आणि उमाबाई अंत:करणातून उन्मळून गेले. मालोजीराजेंचे थोरल्या आऊसाहेबांच्यानंतर प्रथमच इतक्या जवळचे मायेचे माणूस दुरावले होते. राजे थोरल्या आऊसाहेबांचे अतिशय लाडके. त्यांचा प्रत्येक हट्ट तिथे चालत असे. रेखाऊंच्या वाट्याला ते फारसे आले नाहीत. रेखाऊंची अबोल माया त्यांना इतकी जाणवली नव्हती. रेखाऊंचा स्वभाव अगदी शांत, नम्र. थोरल्या आऊसाहेबांची कित्येक वर्षे वाड्यावर हुकमत होती. त्यांची लाडकी आज्ञाधारक सून या नात्यानेच रेखाऊंचा वाड्यात वावर होता. थोरल्या आऊसाहेबांच्यानंतर त्यांच्या मायेचा बंध राजांना अधिक जाणवू लागला होता. त्यांच्या ओढीची खरी तीव्रता मात्र त्यांना आता त्यांच्या जाण्यानंतर खऱ्या अर्थाने जाणवली.

उमाबाई अगदी उदास झाल्या. त्यांच्या डोळ्याचा अखंड पाझर थांबत नव्हता. त्यांच्या काळजातले दु:ख जाणणारी, त्यांच्या मनाला जपणारी मायेची पाखर उडून गेली. त्या अगदी एकाकी पडल्या. आपल्या प्रेमळ सासूची इच्छा, आपल्या बाळाला मांडीवर खेळवण्याची त्यांची मनीषा आपल्याकडून पूर्ण झाली नाही. याचे शल्य त्यांच्या काळजाला बोचत होते. त्यामुळे त्या अधिक व्याकूळ बनल्या होत्या.

राजांनी स्वत:ला कामात गुंतवून घेतले. बाबाजीराजांनी कारभारातून मन काढले होते. त्यांना सावरून सारे व्यवहार विठोजीराजे पाहात होते. रेखाऊंच्या उणिवेचे शल्य उरात दडपत सारे हळूहळू पूर्ववत होऊ लागले.

■

१९

राजांना यंदा थोडा निवांतपणा मिळाला होता. गेल्या दोन वर्षांत मोगलांकडील आघाडी थंड होती. आपसातील भांडणे वाढली होती, पण मोठी लढाई उभी राहील असा माहौल नव्हता. आणखी काही काळ असाच जाईल असे वाटत होते.

नियतीच्या मनात मात्र काही वेगळेच होते. हिन्दोस्तानच्या विशाल राजकीय

पटावर अकस्मात काही बदल झाले. जुने खंदे मोहरे दूर झाले. नवे डाव मांडण्याला अचानक सुरुवात झाली.

दिल्लीचे बादशाह गाझी जलालुद्दीन अकबर लाहोरहून आग्र्याला आले. साऱ्या हिन्दोस्तानावर आपले एकछत्री साम्राज्य स्थापन करण्यातले पुढचे पाऊल उचलण्याचे ठरवूनच त्यांनी आग्र्यात पाऊल ठेवले होते. वयाच्या साठीत आलेल्या बादशाह अकबरांनी आपल्या दीर्घ कारकिर्दीत अनेक मोहिमा पार पाडल्या होत्या. दख्खनकडे त्यांचे बऱ्याच वर्षांपासून लक्ष होते पण योग्य वेळ येत नव्हती.

संपूर्ण हिन्दोस्तानावर आपले एकछत्री साम्राज्य निर्माण करण्याची बादशाहांची महत्त्वाकांक्षा होती, त्यासाठी त्यांनी गेली अनेक वर्षे लहानमोठ्या राज्यांवर स्वाऱ्या केल्या. त्यांच्या 'शहेनशाह' बनण्याच्या महत्त्वाकांक्षेच्या आड धर्म, जात, पंथ काहीही येत नव्हते. राजपुतान्यातील रजपूत राजांप्रमाणे अनेक इस्लामी सल्तनतींवर हल्ला चढवून त्यांनाही त्यांनी नामोहरम केले होते.

बंगालचा जाफर, माळव्याचा बाजबहादर, गुजरातचा मुजफ्फर, काश्मीरचा युसुफ, सिंधचा मिर्झा अली बेग यासारख्या छोट्या इस्लामी रियासतींचा पूर्ण पाडाव करून अकबरांनी त्यांना आपल्या साम्राज्याला जोडले होते. अनेक रजपूत राजांना त्यांनी आपल्या अजोड मुत्सद्देगिरीने वश केले होते. कित्येक वर्षे लढाया करून फत्ते मिळवण्याचा त्यांचा सिलसिला चालू होता.

बादशाहांच्या महत्त्वाकांक्षी अश्वमेधाला अडवण्याची ताकद आजवर केवळ दोन शूर शासकांनी दाखवली होती. चित्तोडचा राणा प्रतापसिंह आणि मध्य आशियातील सुल्तान अब्दुल्ला उझबेक!

राणा प्रतापसिंहांनी कित्येक वर्षे मोगल सैन्याला जबरदस्त टक्कर दिली होती. बादशाहचा रजपूत सेनापती राजा मानसिंग यांनी चार वेळा जोरदार चढाया केल्या. चित्तोड मात्र अजिंक्यच राहिले होते. सुल्तान अब्दुला उझबेक यानेही मोगल आक्रमणाला सतत तेरा वर्षं झुंजवले होते.

बादशाह अकबरांचे हे दोन्ही संघर्ष नियतीने एका फटक्यात संपवले. राणा प्रतापसिंह दीर्घ आजाराने मृत्यू पावले. पाठोपाठ दोनच महिन्यांत सुलतान उझबेक अचानक मरण पावला.

बादशाह अकबरांची पश्चिमेची राजपुतान्याची आणि उत्तरेची मध्य आशियातील आघाडी अचानक संपुष्टात आली. त्यांनी आपला मुक्काम लाहोरहून आग्र्याला हलवला. आता बादशाह अकबरांचे पहिले लक्ष्य दख्खन जिंकण्याचे होते.

दख्खनची मोहीम उघडून चार वर्षे झाली होती. अद्याप मनासारखे यश मिळाले नव्हते. शाहजादा मुराद मदतीची मागणी करत होते, परंतु यापुढे दख्खनविषयी कोणताही ठोस निर्णय घेण्यापूर्वी तिथल्या परिस्थितीचा अचूक बितपशील मिळवणे

जरुरीचे होते, त्यासाठी तेथे अत्यंत विश्वासू तसेच मुत्सद्दी असामी पाठवण्याचा विचार बादशाह करीत होते. त्यांच्या दरबारातील नवरत्नांतील एक तेजस्वी रत्न शेख अबुल फजल यांची त्यांनी निवड केली. आपल्या मनात काही बेत पक्के करून त्यांनी शेख अबुल फजल यांना बोलावणे पाठवले. आपल्या खास महालात बादशाह त्यांची वाट पाहात होते. दरबारी राजकारणातील मुरब्बी, मुत्सद्दी, फडावरील कारभारातील कुशल, तितकाच जंग-ए-मैदानातील लढवय्या सेनापती अशा अबुल फजलवर दख्खनच्या राजकारणाची जिम्मेदारी सोपवण्याचे बादशाहांनी ठरवले होते.

अबुल फजल आल्याची वर्दी मिळताच बादशाहांनी त्यांना ताबडतोब आत बोलावले. अबुल फजल यांनी महालात येताच बादशाहांना कुर्निसात केला, थोडे मागे सरून ते हात बांधून उभे राहिले. बादशाह त्यांच्याकडे पाहात म्हणाले, ''अबुल फजल, आज आम्ही तुम्हांला एका खास मसलतीसाठी बोलाविलं आहे.''

''जहाँपन्हा, आपण याद केले. आपली खिदमत करण्याचा मोका दिला, आमचं तकदीर मोठं. आपला हुकूम सरआँखोपर.''

''आम्हांला हे ठाऊक आहे, म्हणूनच आम्ही तुम्हांला बोलावले. आमच्या सल्तनतीच्या बरकतीच्या आड येणारे दोन काटे आता दूर झाले आहेत. आम्ही आता दख्खनवर लक्ष देण्याचे ठरवले आहे.''

''जी.''

''आमचे शाहजादे मुराद यांना दख्खनमध्ये पाठवून चार सालं होऊन गेली. आम्हांला त्यांच्याकडून मोठी उम्मीद होती. त्यांनी दोन वेळा मोठे जंग केले, पण मनासारखी फत्ते झाली नाही. दख्खनचा सुभेदार खानखानन परत आला आहे. सादिक महम्मदखान, राजा अलिखान यासारख्याचा इन्तकाल झाला आहे, त्यामुळे शाहजाद्याची आणखी फौज पाठवून देण्यासाठी दरखास्त आली आहे. त्याआधी आम्हांला तिथल्या हालातचा पुरा बितपशील मिळायला पाहिजे.''

''हुजूरचा खयाल दुरुस्त आहे. शाहजाद्यांची मदतीची मागणीदेखील रास्त आहे. दख्खनचा मुलूख डोंगराळ आहे. तिथले डोंगरी किल्ले बेलाग आहेत असे आम्ही ऐकले आहे. मोगल फौजेला तिथल्या हवामानाची सवय नाही. त्यांनी दोन वेळा कोशिश केली. हरसमयी दख्खनच्या साऱ्या सल्तनती एक होतात, त्यामुळे त्यांना फत्ते मिळाली नाही.''

''तरीही अबुल फजल, आज निजामशाहीची हालत किती खराब आहे! अवघ्या पाच वर्षांचे मूल गादीवर आहे. चांद सुलतानासारखी पन्नाशी उलटलेली औरत कारभार पाहते, त्यांचा आपल्या वजिरांशी बेबनाव चालत आहे. गेली दोन वर्षे भीषण दुष्काळ पडला आहे. तरी शाहजाद्याला निजामशाहीवर फत्ते मिळवता

आली नाही.''

शेख अबुल फजल काही बोलले नाहीत. बादशाहच पुढे म्हणाले,

''शाहजाद्यांना तुमच्यासारख्या बुजुर्ग असामीची जोड देण्याचा आमचा खयाल आहे. तुम्ही लागलीच दख्खनला जाण्याची तय्यारी शुरू करा. तुम्ही तिथली सारी हकिकत, पूरी बयाजवार आम्हांला कळवा. आता दख्खनवर आखरी घाव घालण्याचा आम्ही फैसला केला आहे.''

शेख अबुल फजल यांना आपल्यावर अचानक इतक्या मोठ्या मोहिमेची जिम्मेदारी येईल असे वाटत नव्हते. त्यांनी दोन पावले पुढे येऊन बादशाहांना पुन्हा कुर्निसात केला.

''खाविंद, आपण माझ्यावर दख्खनच्या मोहिमेचा भार देऊन मोठा ऐतबार दाखवला आहे. आम्ही आमच्या जानची बाजी लावू. पूरी कोशिश करून फत्ते मिळवूनच परत येऊ.''

आठच दिवसांत बादशाहांनी शेख अबुल फजल यांना दरबारात मानाची वस्त्रे दिली. त्यांना दख्खनला रवाना केले.

दीडशे वर्षांपूर्वी अहमद निजामशाहांनी स्थापन केलेल्या निजामशाहीला गेल्या दहा वर्षांत लागलेले ग्रहण आता अगदी खग्रास बनले होते. अहमदनगरच्या सल्तनतीचा पूर्ण शेवट करण्याचा बादशाह अकबरांचा डाव आता अखेरच्या टप्प्यावर आला होता, त्यासाठी बादशाहांनी बिनतोड खेळी केली होती. शेख अबुल फजलसारखा वजिरी मोहरा पणाला लावला होता. आता शह तर बसलाच होता, मात होणार हेही निश्चित झाले होते.

दख्खनच्या आपसातल्या झगड्यात दंग असलेल्या निजामशाहीच्या बाजूच्या खेळियांना या डावातील हालचालीचा साधा अंदाजही आलेला नव्हता.

■

२०

राजे रेखाऊंचा काळ झाल्यापासून गेले तीन-चार महिने वेरूळला राहिले होते. बाबाजीराजे अजून सावरले नव्हते. त्यांनी दौलतीच्या कारभारातून आपले मन काढून घेतले होते. राजे विठोजीराजेंसोबत सारी कामे पाहात होते.

फलटणहून वणगोजीराजेंचा सांगावा आल्याचे बाबाजीराजांना समजले. त्यांनी मालोजीराजांना बोलावून घेतले.

''थोरले, फलटणकरांकडून माणसं आल्याचं समजलं. काय म्हणत आहेत वणगोजीराजे?''

''यंदा पाऊस चांगला झाला. तळ्याचं बांधकाम पुरं झालंय. पाणी भरपूर

भरलंय. पूर्वेला ढाळ होता, तिथली ताल बांधून झाली. त्यांनी येऊन जाण्यासाठी कळवलंय.''

''चांगलं झालं, तुम्ही हातात घेतलेलं काम पुरं झालं. त्यांनी एवढं बोलावलं आहे. जाऊन या. सूनबाईंना घेऊन जा. त्यांनाही बरं वाटेल.''

''पण आबासाहेब, आपल्याला सोडून...'' राजे अडखळले.

''आम्ही आता ठीक आहोत. शिवाय आमच्यासाठी तुम्ही असं किती दिवस घरी बसणार?''

''आबासाहेब, आपण कारभारातून दिल टाकलं, सारखं एकलं बसता, आम्हांला काय करावं समजत नाही. इथनं पायच निघत नाही आमचा.'' राजेंचा गळा दाटून आला.

''तुम्ही इतकं मनाला लावून घेऊ नका. या एकलेपणाची आम्हांला आता सवय व्हायला हवी. तुमच्या मासाहेब अर्ध्यावरून निघून गेल्या, त्यांचं सोनं झालं, पण आमच्यासाठी एकलेपणा सोडून गेल्या.''

बाबाजीराजेंचा स्वर उदास झाला. त्यांनी चटकन स्वत:ला सावरले. बळेच हसत म्हणाले,

''इथं धाकले आहेत. सूनबाई, मुलं सारी आहेत. तुम्ही फार विचार करू नका. जाऊन या.''

''जी.'' राजे थोड्याशा नाराजीने तयार झाले.

जवळजवळ दहा महिन्यांनी राजे उमाबाईंसह फलटणला निघाले. मुलुखाची रया थोडीशी पालटलेली दिसत होती. दोन वर्षांच्या दुष्काळानंतर चांगला पाऊस झालेला होता. काही शिवारं फुललेली दिसत होती, पण अजून बराच भाग उजाड दिसत होता. उमाबाईंनी राजांना त्याविषयी विचारले. राजे म्हणाले,

''उमा, पाऊस पडला, पण पिकवायला माणसं नकोत? सारख्या लढाया, दुष्काळ यांनी त्रासून रयत मुलूख सोडून गेली. गेल्यावर्षी विजापूरचा एक मोठा सरदार इथं आला होता. आमच्या निजामशाही दौलतीतले तंटे सोडवायला. अखेर तो कंटाळून परत गेला तेव्हा हजारो माणसं त्याच्याबरोबर विजापूरच्या मुलखात निघून गेली. त्यांची घरं, दारं, शेतं उघडी पडलेली तुम्हांला दिसत आहेत.''

राजांनी सुस्कारा सोडला. बेवसाऊ मुलूख पाहून तेदेखील बेचैन होत होते. सारा लवाजमा दरमजल करीत फलटणला पोहोचला. दुसऱ्या दिवशी परिवारासह शिखर-शिंगणापूरला गेले. देवळात जाऊन रुद्र, अभिषेक सारे धार्मिक विधी करून तळ्याजवळ आले. पाण्याने पूर्ण भरलेले तळे पाहून राजांना अतिशय समाधान वाटले. थोडा वेळ तळ्याजवळ थांबून सर्वजण अमृतेश्वराच्या मंदिराजवळ आले, तेथे मंदिराच्या आवारात बसल्यावर वणगोजीराजे म्हणाले,

“राजे, इथेच पलीकडे एक मोठा मठ आहे. तेथे शंकरभारती गोदडस्वामी नावाचे सत्पुरुष राहतात. आमची त्यांच्यावर खूप श्रद्धा आहे.”

“मामासाहेब, आम्ही गेल्या मुक्कामात त्यांच्याबद्दल ऐकलं होतं, पण त्यावेळी ते तीर्थयात्रेला गेले आहेत असं समजलं होतं.”

“होय, ते आता परत आले आहेत. आपल्याला सत्संगाची आवड आहे, म्हणून सांगितलं.”

“चला तर. आपण आताच त्यांना भेटायला जाऊ या,” राजे उत्साहात म्हणाले.

सारा लवाजमा घेऊन दोघे मठाकडे गेले. शंकरभारती गोदडस्वामी आपल्या आसनावर बसले होते. त्यांची भगव्या वस्त्राने आभूषित, भस्मचर्चित तेजस्वी मूर्ती पाहून मालोजीराजे भक्तिभावाने खाली वाकले. स्वामींनी राजांना आशीर्वाद दिला. “स्वामी, हे आमचे जावई. मालोजीराजे.”

वणगोजीराजांनी स्वामींना राजेंचा परिचय करून दिला.

“आम्ही ऐकून आहोत त्यांच्याबद्दल. आम्ही तीर्थयात्रेहून परतलो. इथलं तलावाचं काम पाहिलं. तेव्हापासून आम्ही त्यांची कीर्ती ऐकत आहोत.”

स्वामींच्या चेहऱ्यावर राजेंची भेट झाल्याचा आनंद स्पष्टपणे दिसत होता. राजे नम्रपणे म्हणाले,

“महाराज, परमेश्वराची कृपा म्हणून आम्हांला धन लाभलं. त्यातनंच जमेल तसं सत्कारणी लावायचा प्रयत्न करतो.”

“तुमच्या मनातल्या दानी वृत्तीमुळे तुम्हांला धन लाभले. म्हणतात की, ज्याची जशी दानत तशी त्याची बरकत.”

गोदडस्वामींच्या बोलांनी राजे संकोचले. मठात आतल्या बाजूला बरीच वर्दळ दिसली. काही माणसे, मुलाबाळांसह वावरत होती. राजेंचे तिकडे लक्ष गेले. गोदडस्वामींच्या ते ध्यानी आले. ते म्हणाले,

“राजे, काही भाविक अतिशय दुरून देवाच्या दर्शनाला कुटुंबासह येतात. देवळात ओवऱ्यांमध्ये उघड्यावर वाऱ्यापावसात थांबण्याऐवजी इथे येतात. मठाच्या बंदिस्त जागेत राहतात.”

“त्यांच्या खाण्यापिण्याचे कसे करतात?” राजांनी उत्सुकतेने विचारले

“काहीजण शिधा सोबत आणतात. कधी कधी यात्रेची मंडळी येतात. त्यांच्याजवळ सामान नसतं. अशा वेळी मठातले सेवेकरी त्यांच्यासाठी चार घरं मागून आणतात, त्यातून आम्ही जमेल तशी साऱ्यांची सोय करतो.” स्वामींनी सांगितले.

राजेंनी विचार केला. गावोगावातून येणाऱ्या भाविकांसाठी काहीतरी केले पाहिजे असे त्यांना वाटले. त्यांनी कारभाऱ्यांना बोलावून घेतले. स्वामींच्या नावे

दानपत्र करून दिले.

"हररोज पाच अतिथींसाठी नैवेद्य व शिध्यासाठी आम्ही मठाला उत्पन्न जोडून देत आहोत, तसेच खर्चासाठी सालीना पाच पातशाही होनांची मोईन करीत आहोत."

सही शिक्क्यासह राजांनी दानपत्र शंकरभारती गोदडस्वामींच्या चरणी ठेवून नमस्कार केला. स्वामींच्या मुद्रेवर प्रसन्न भाव होते. त्यांनी राजांना मनोभावे आशीर्वाद दिला.

"राजे, तुमचा रयतेविषयी जिव्हाळा, तुमची दानी वृत्ती याबद्दल आम्ही आजवर ऐकून होतो. आज प्रत्यक्ष अनुभवण्यास लाभले. परमेश्वर आपल्याला उदंड यश देवो."

वणगोजीराजे पुढे आले. त्यांनाही आशीर्वाद देत स्वामी म्हणाले,

"राजे, आपल्यामुळे हा योग आला. असे जावई लाभले हे आपलेही भाग्यच आहे. आपल्या सर्व मन:कामना पूर्ण होवोत."

"येतो आम्ही."

दोघे उठले. स्वामींचा आशीर्वाद घेऊन बाहेर पडले. फलटणला परत आले.

■

२१

राजे फलटणला होते. त्याचवेळी शेख अबुल फजल दक्षिणेत येण्यासाठी निघाले होते. शाहजादा मुराद गुजरातेत होता. त्याला भेटून पुढचे राजकीय डावपेच ठरण्याचा अबुल फजलला बादशाह अकबराचा हुकूम होता. त्यांनी शाहजाद्याला तसे कळवले होते. आपल्या वडिलांनी आपल्या मागणीप्रमाणे मदत पाठवली, यामुळे शाहजादा खूश झालेला होता. त्याने तातडीने सर्व सरदारांना बोलावले. शेख अबुल फजल येताच अहमदनगरवर चालून जायचे. निजामशाहीचा पूरा पाडाव करायचा अशी स्वप्ने शाहजादा रंगवीत होता, पण त्याचवेळी एक मोठा हादसा झाला. शाहजादा मुराद त्यामुळे अगदी कोसळून गेला.

शाहजाद्याचा सोळा वर्षांचा तरणाबांड मुलगा रुस्तमखान त्याचा अत्यंत लाडका होता. रुस्तमखानाला शिकारीचा अतिशय नाद होता. तो शिकारीला गेला असता त्याला अचानक अपघाती मृत्यू आला. एकुलत्या एका लाडक्या लेकाचे असे अचानक सोडून जाणे शाहजाद्याच्या जिव्हारी लागले. शोकाने व्याकूळ होऊन त्याने साऱ्या कारभारातून, मोहिमेच्या तयारीतून लक्ष काढले. तो दु:खावेगाने दिवसरात्र नशेत धुंद राहू लागला.

शेख अबुल फजल गुजरातेला येऊन पोहोचला, त्यावेळी शाहजादा मुराद

त्याच्याशी कसलीही मसलत करण्याच्या मन:स्थितीत नव्हता. त्यांनी महिनाभर वाट पाहिली. परिस्थितीत काहीच सुधारणा होत नव्हती. अखेर अबुल फजलनी बादशाह अकबरांना सारी हकिकत कळवली.

बादशाह अकबरांना आपल्या नातवाच्या, रुस्तुमखानाच्या मृत्यूची मनहूस खबर आधीच मिळालेली होती. शेख अबुल फजलकडून शाहजादा मुरादची हालत समजल्याने त्यांना फारच वाईट वाटले. आपल्या मुलावर दु:खाचा पहाड कोसळला आहे, त्याला आपण आधार देण्याची गरज आहे, असे बादशाहांना वाटले. त्यांनी शाहजाद्याला आपल्याकडे निघून येण्यासाठी कळवले.

बादशाहांचा खलिता हातात पडताच शाहजादा बिथरला. त्याने गैरसमज करून घेतला. आपल्याला दक्षिणेत मनासारखे यश मिळाले नाही. प्रयत्न करूनही नगर जिंकता आले नाही, त्यामुळे बादशाहांनी नाराज होऊन आपल्याला परत बोलावले. आपल्या जागी शेख अबुल फजलला पाठवले, असा त्याचा समज झाला. आधीच पुत्रशोकाने दुखावलेल्या त्याच्या मनावर मोठाच आघात झाला. शाहजादा आपला अपमान झाल्याच्या भावनेने भडकून गेला. त्याने तातडीने साऱ्या सरदारांना बोलावून घेतले. शेख अबुल फजलसह सर्व सरदार गोळा झाले. शाहजाद्याने अतिशय त्वेषाने आपले मन त्यांच्याजवळ उघडे केले.

"आमचे वालिद-आपले पातशाहा आमच्यावर खफा झाले आहेत. त्यांनी आम्हांला इथून परत बोलावले आहे. आम्ही दख्खनमध्ये नाकामयाब झाल्याबद्दल त्यांनी आम्हांला दोषी धरले. आमचा लाडका फर्जंद-रुस्तमखान इथे याच दख्खनमध्ये गमावला. त्याचा इन्तकाल झाला. आमच्या दिलात दु:खाचा दर्या उसळला, पण आमच्या दिलातला दर्द आपल्या पातशाहांनी जाणला नाही. त्यांनी आम्हांला परत येण्यासाठी सांगितले आहे, पण आम्ही असे अपेशी तोंडाने त्यांच्यापुढे जाणार नाही. आम्ही टाकोटाक नगरवर चालून जाणार आहोत. निजामशाही पूरी बुडवूनच पातशाहांकडे जाणार आहोत. जे कोणी आमच्याशी-पातशाही तख्ताशी नेक इमान राखत असतील त्यांना आमच्याबरोबर ताबडतोब कूच करायचे आहे. हा आमचा हुकूम आहे."

सारेजण स्तब्ध झाले. शेख अबुल फजलदेखील गोंधळून गेले. कोणाला काय करावे समजेना. काही बुजुर्ग सरदारांनी शाहजाद्याची समजूत घालण्याचा प्रयत्न केला. शाहजादा कोणाचेही, काहीही ऐकण्यास राजी नव्हता. अखेर दोनच दिवसांत शाहजादा मुराद मोगल सैन्यासह अहमदनगरवर चढाई करण्यासाठी बाहेर पडला.

अहमदनगरला मुराद स्वारीसाठी बाहेर पडल्याची खबर येऊन थडकली. निजामशाहीत अद्याप चांद सुलताना आणि वजीर अभंगखान यांच्यातून आडवा विस्तव जात नव्हता. सगळा गोंधळ होता. तरीही मोगल आक्रमणाला तोंड देणे

गरजेचे होते. वजीर अभंगखानाने सर्व सरदारांना निरोप पाठवले.

■

२२

मालोजीराजे फलटणहून नुकतेच वेरूळला आले होते. मुराद नगरवर चालून येत आहे. तातडीने बोलावले आहे असा अभंगखानांचा निरोप आला. राजे तातडीने विठोजीराजेंसोबत निघाले. अचानक मोगलांची स्वारी आल्याने साऱ्यांना अतिशय नवल वाटले. चांद सुलताना अशावेळी काय करायचे ठरवतात याचाच विचार राहून राहून राजांच्या मनात येत होता.

शाहजादा मुरादचे सैन्य दरमजल करीत अहमदनगरकडे सरकू लागले. शाहजाद्याने मोठ्या तडफेने स्वारी करायचा निर्णय घेतला होता. आपल्या वालिदांनी दाखवलेल्या अविश्वासाचा सल त्याला फार बोचला होता. मनातून तो अत्यंत अस्वस्थ बनला होता. मुलाच्या मृत्यूचे दुःख होतेच. त्याचे दारू पिणे वाढले. तो बेबंदपणे दिवसरात्र नशेत राहू लागला.

दौलताबादेपासून वीस कोसांवर पूर्वेच्या काठी धिरणी येथे छावणी पडली होती. वैशाखाचे कडक ऊन्ह रणरणत होते. त्याची तलखी शाहजाद्याला सहन होईना. सारी छावणी होरपळून निघाली होती. अचानक त्याची प्रकृती बिघडली. अन्न पोटात ठरेनासे झाले. उलट्या होऊ लागल्या. शाही हकिमानं उपचार सुरू केले. त्याचा काहीही परिणाम होत नव्हता. शाहजाद्याला प्रचंड अशक्तपणा आला. पुढे तर झटके येऊ लागले.

शाहजाद्याच्या प्रकृतीमुळे पुढे जाणे शक्य नव्हते. अर्धवट बेशुद्धावस्थेत शाहजादा तळमळत होता. झटके जोरात येऊ लागले. वातात शाहजादा बडबडत होता. बादशाहांना जोरजोरात गर्जून सांगत होता,

“हम जीतके आयेंगे। आप देखना हम जरूर जीतेंगे, तभी आपके पास आयेंगे।”

मधूनच रुस्तमखानाच्या आठवणीने व्याकूळ होऊन स्फुंदत होता,

“बेटा, आप मुझे छोडके कहाँ चले गये? क्यूं चले गये? ठहरो हम आपके पास आ रहे हैं।” असे बरळत होता.

पंधरा दिवस शाहजादा मृत्यूशी झुंज देत होता. हकिमांनी प्रयत्नांची शिकस्त केली. त्यांचे उपाय खुंटले. काही उपयोग होईना. अखेर शहेनशाह अकबराचा बेटा शाहजादा मुराद आपल्या साऱ्या शाही खानदानापासून दूर, दख्खनच्या एका धिरनीसारख्या छोट्याशा गावातल्या माळावर अल्लाला प्यारा झाला.

बादशाह अकबर आग्र्यात होते. त्यांना लाहोरहून आग्र्याला येऊन सहा महिने झाले होते. आता त्यांचे सर्व लक्ष दख्खनकडे लागून राहिले होते. शाहजादा मुराद चार वर्षांनी परत येणार होता. आपल्या तरण्याबांड मुलाच्या आकस्मिक मृत्यूने ढासळलेल्या शाहजाद्याला सावरायला हवे. मोहिमा नंतर काढता येतील. सध्या शाहजाद्याला आधाराची गरज आहे. बादशाह अस्वस्थपणे विचार करीत होते.

वैशाखातला आग्र्याचा कडक उन्हाळा. नुकतेच जोराचे वाळूचे वादळ झाले होते. आता वारा पडला होता. हवेत उष्मा वाढू लागला. बादशाह अधिकच बेचैन होऊन गेले.

दुपार सरत आली. असरच्या नमाजाची वेळ झाली. हुजऱ्याने वजूसाठी पाणी आणून ठेवले. मनातले विचार दूर सारत बादशाह उठले. हातावर पाणी घेणार तोच बाहेर गलबला ऐकू आला. दाराजवळ हालचाल दिसली. बादशाह थबकले.

"हुजूर, दख्खनहून काही तातडीचा निरोप आहे. खुद्द वजीरसाहेब आले आहेत."

बादशाह विचारात पडले. त्यांनी खुणेनेच होकार दिला. पगडीशिवाय खाली मान घालून आत आलेल्या वजिरांना पाहताच ते मनातून चरकले. वजीरसाहेबांनी काही न बोलता हातातला खलिता पुढे केला. मजकूर वाचताच बादशाहांनी डोळे घट्ट मिटून घेतले. वजिरांना निघून जाण्यासाठी खूण केली. वजीर शेल्याने तोंड झाकून बाहेर पडले.

साऱ्या आग्र्यात शाहजादा मुरादच्या मृत्यूची बातमी पसरली. शाही नौबत बंद पडली. सारे शहर शोकात बुडाले.

अहमदनगरला निजामशाही सरदारांची छावणी पडली होती. शाहजादा मुराद चालून येत असल्याने सारे जमले होते. अतिशय गंभीरपणे मोहिमेची आखणी सुरू होती.

शाहजादा मुरादची छावणी दौलतबादेजवळ धिरणी इथे पडली होती. त्याची प्रकृती अतिशय बिघडली असल्याची खबर मिळाली होती.

मालोजीराजे आपली सारी फौज, विठोजीराजे यांच्यासह येऊन केव्हाच दाखल झाले होते. मोहिमेच्या हालचाली ठरवण्यासाठी वजीर अभंगखानाच्या डेऱ्यात साऱ्या मुख्य सरदारांबरोबर सल्ला मसलत करीत होते. एवढ्यात शाहजादा मुरादच्या मृत्यूची बातमी आली. आता मोगल सैन्य ताबडतोब चालून येण्याची शक्यता मावळली.

सर्व सरदार परतीच्या तयारीला लागले.

■

२३

राजे मोहिमेला जाण्याच्या तयारीने आले होते. अचानक वेगळी कलाटणी मिळाली होती. राजांच्या मनात श्रीगोंद्याच्या जहागिरीत काही दिवस राहावे असा विचार होता. ते विठोजीराजांना म्हणाले,

''विठोजी, आम्ही श्रीगोंद्याला जातो. आधी आईसाहेबांचा काळ झाला. मागनं आम्ही फलटणला गेलो. इकडच्या दौलतीकडे जायला जमलं नाही. थोडे दिवस तेथे राहायचा विचार आहे, पण आबासाहेबांची फार काळजी वाटते.''

''दादासाहेब, आपण मुळीच त्याचा विचार करू नका. आम्ही आहोतच. परसोजीकाकासाहेब अधूनमधून येत राहतील. आपण बिनघोर व्हावा.'' विठोजीराजांनी दिलासा दिला. ते वेरूळला निघून गेले.

राजे श्रीगोंद्याला पोहोचले. पावसाळा तोंडावर होता. नवीन मोहीम निघण्याची लक्षणे नव्हती. दौलतीची कामे करण्यास सवड मिळेल. शेख महंमद बाबांना भेटून बराच काळ लोटला होता. त्यांच्यासोबत काही काळ काढता येईल असे बेत मनाशी ठरवत राजे श्रीगोंद्याला पोहोचले.

शेख महंमद बाबा श्रीगोंद्याला मठात राहायला येऊन बरेच दिवस झाले होते. त्यांचा शिष्यपरिवार सर्वदूर पसरला होता. इथे आल्यावर बाबांना स्वस्थता मिळाली. त्यांची साधना फलद्रूप होऊ लागली.

सूफी संतांची परंपरा थोर होती. शेख नसरुद्दीन तसेच त्यांचे परमशिष्य गेसु दराज यांनी पराविद्येचा अभ्यास केला. अष्टांगयोगाची साधना केली. त्यांची शिष्यपरंपरा वाढली. राघवचैतन्य, बाबाजी, चांद बोधले यासारख्यांनी पराविद्येच्या साधनेला भक्तिमार्गाची जोड दिली. या सर्व थोर संतांनी पराविद्येतील अष्टांगयोगाला भक्तियोगाचा आधार दिला. त्याआधारे मंत्रयोग, लययोग साधत योगसाधनेला वेगळे श्रद्धारूपी अधिष्ठान दिले.

अशा श्रेष्ठ संत परंपरेत आता शेख महंमद बाबांचे नाव जोडले जाऊ लागले. त्यांचे शिष्यवर मालोजीराजे यांनी मठ बांधून बाबांना स्थैर्य दिले, त्यामुळे बाबांचे ग्रंथलेखन वाढू लागले. राजे बाबांच्या भेटीला बऱ्याच दिवसांत आले नव्हते. आज अचानक त्यांना आलेले पाहून बाबांना अतिशय आनंद झाला.

राजांनी बाबांचे पाय शिवले. बाबांनी त्यांना जवळ बसवले. प्रेमळ स्वरात विचारले,

''खूप दिवसांनी सवड मिळाली राजे. आपल्या माताजींचा इन्तकाल झाला असं समजलं. फार अफसोस वाटला.''

''बाबा, आमच्या आईसाहेब बरेच दिवस बीमार होत्या. आम्हांलाही त्यांचे हाल

पाहवत नव्हते, पण आमच्या पिताजींनी फारच मनाला लावून घेतले. आम्हांला खरे तर त्यांना सोडून यावेसे वाटत नव्हते. पण दौलतीची जिम्मेदारी...'' राजांनी नि:श्वास सोडला.

''खरं आहे राजे, ईश्वरेच्छेपुढे कोणाचे चालत नाही, शिवाय आपली नित्यकर्तव्ये पार पाडावीच लागतात. तुम्ही लवकर सावरलात हे बरे झाले.''

राजे भर दुपारी आले होते. उन्हाळा अजून बराच कडक होता. बाबांचे शिष्य दोघांसाठी वाळ्याचे सरबत घेऊन आले.

''घ्या राजे. उन्हाचे आलात. बरं वाटेल.''

बाबांनी राजांना मोठ्या प्रेमाने सांगितले. दोघे थोडा वेळ स्वस्थ बसले. बाबांच्या सहवासात राजांच्या मनावरचा ताण ओसरला. ते मोकळेपणे बोलू लागले,

''बाबा, गेल्या दोन सालांत मोठी झुंज झाली नाही. आपसातले झगडे आणि बीडची छोटी मोहीम सोडल्यास तशी शांतता होती, त्यामुळे बरीच कामे करता आली. दुष्काळ नसता तर आणखी बरंच रयतेसाठी करता आलं असतं.''

शेख महंमद बाबा मोठ्या कौतुकाने आपल्या शिष्योत्तमाकडे पाहात होते. गेल्या दोन सालांत राजांनी बरीच कामे हातावेगळी केली होती. घृष्णेश्वराचे राऊळ, शिखरशिंगणापूरचा तलाव, गोदडस्वामींचा मठ, खुद्द शेख महंमद बाबांची मठी, श्रीगोंद्यातला मालोजीपुरा अशी मोठमोठी कामे राजांनी उठवली होती, तरीही त्यांच्या मनात खंत होती.

''आम्हांला रयतेसाठी खूप करावं वाटतं, पण सतत दौलतीवर दिल्लीकर मोगलांच्या हल्ल्याची तलवार टांगलेली आहे. स्वस्थपणा बिलकूल मिळत नाही; त्यातून दौलत चोहोकडे वाढली. आबासाहेबांना पहिल्यासारखे कारभार पाहाणं होत नाही. आम्हांला त्यांची फार काळजी वाटते.''

थोरल्या आऊसाहेबांनंतर राजे प्रथमच कोणाशी इतके दिल खोलून बोलत होते. शेख महंमद बाबांनी त्यांना थोपटले.

''राजे, ही तर जगरहाटी आहे. जुनी पिढी जाणार, नवी पिढी त्यांची जागा घेणार. सतत बदल होणे हा कुदरतचा करिश्मा आहे. जुनी राजवट जाऊन नवीन सल्तनत येणार हा राजनीतीच्या नित्य परिवर्तनाचा सिलसिला आहे. अशा काळात तुमच्यासारख्यांवर मोठी जिम्मेदारी येते. ती पार पाडणं हा तुमचा धर्म आहे. तुम्ही त्यात नक्की यश मिळवणार असं आम्हांला वाटतं.''

राजांना बाबांच्या बोलांनी दिलासा मिळाला, परंतु त्यांच्या बोलण्यात कुठेतरी भविष्याची सूचना त्यांना जाणवत होती. राजे त्याबद्दल विचारात गुंतले होते तेवढ्यात बाबांचा लाडका शिष्य बुधा पिंगळ राजांना भेटण्यासाठी आला.

''राजे, आज आपल्या भेटीचा योग आला. आम्ही आपल्याला मनापासून

धन्यवाद देण्यासाठीच आलो.''

"ते कशाबद्दल?''

"आपण बाबांना एका जागी स्वस्थ चित्ताने भक्ती करण्यासाठी इथे मठ उभारला, त्यामुळे बाबांना ध्यानधारणेबरोबर ग्रंथलेखनासाठी हवा तसा माहौल मिळाला. आम्हांला त्यांच्या प्रतिभेच्या सागराच्या किनारी बसण्याचे भाग्य मिळाले.''

बुधा पिंगळकडून राजांना बाबांनी निर्माण केलेल्या ग्रंथसंपदेबद्दल समजले. शेख महंमद बाबांनी योगसंग्राम, निष्कलंक बोध, ज्ञानसागर यासारखे थोर ग्रंथ सिद्ध केले होते. स्फुट अभंग आणि ओव्यांचे प्रचंड भांडारच त्यांनी निर्माण केले होते. आता 'पवनविजय' सारखा ग्रंथ आपल्या अलौकिक प्रतिभेतून साकारण्याचे कार्य चालू होते.

राजे सारे कारभाराचे व्याप विसरून चार दिवस मठात राहिले. तिथल्या वातावरणात- नित्य तणावाच्या त्रासापासून दूर राहून त्यांच्या मनाला शांतता लाभली. बाबांचे अभंगवाङ्मय त्यांना जीवनाच्या वेगळ्या पैलूंचे दर्शन देत होते. काही लोक बाबांना 'कबिराचा अवतार' म्हणत असत. तर काहीजण 'ज्ञान्याचा एका तसाच कबिराचा शेखा' असेही म्हणत. या साऱ्याचे राजांना प्रत्यंतर येत होते.

शेख महंमद बाबा आणि त्यांच्या शिष्यगणांच्या सहवासात, राजे चार दिवस सर्व घरगुती, राजकीय तणाव विसरून गेले. नवी ताजगी मनात घेऊन परतले. ■

२४

शाहजादा मुरादच्या मृत्यूची बातमी येऊन अवघे आठ दिवस झाले होते. आग्र्याला बादशाह अकबर आपल्या महालात सर्व प्रमुख सरदार आणि वजीर यांची वाट पाहात होते.

सारे वजीर, सरदार आल्याची वर्दी आली. बादशाहांनी स्वत:ला सावरले. सर्वजण महालात येऊन अदबीने खाली मान झुकवून उभे राहिले. बादशाह मलमलीचा पांढरा शुभ्र पोशाख घालून बैठकीवर बसले होते. बादशाहांच्या करारी चेहऱ्यावर दु:खाच्या रेषा अद्याप उमटलेल्या दिसत होत्या. उतारवयातील बादशाह लागोपाठ आलेल्या नातवाच्या तसेच पुत्रशोकाच्या वेदनांनी थकलेले दिसत होते. त्यांनी साऱ्यांवर एकवार नजर फिरवली. संथ आवाजात बोलू लागले,

"सर्वांना जानकारी आहे, आमचे लाडके शाहजादे मुराद गेली चार वर्षे दख्खनमध्ये मोगल सल्तनतीसाठी लढत होते. तेथेच त्यांचा इन्तकाल झाला. निजामशाही जिंकण्याचे त्यांचे ख्वाब अपुरे राहिले.''

भावनावेगाने बादशाह क्षणभर थांबले. त्यांनी पुन्हा एकवार सगळीकडे पाहिले.

महालात खिन्न शांतता होती. तशीच सर्वांच्या मनात बादशाह आता काय निर्णय घेतात याची उत्सुकता होती. बादशाह पुढे म्हणाले,

"आम्हांला आमच्या शाहजाद्यांचे अधुरे ख्वाब पुरं करायचं आहे. त्यासाठी आमचा धाकटा शाहजादा दानियल याला आम्ही दख्खनचे सुभेदार म्हणून नामजद करत आहोत. त्यांनी दहा हजार खडे सैन्य घेऊन दख्खनला ताबडतोब कूच करावे. दख्खनचा तजुर्बा असलेला सरदार खानखानन यांना आम्ही जालन्याची जहागीर देत आहोत. त्यांनी शाहजाद्यांसोबत दख्खनला जावे असा आमचा हुकूम आहे."

एवढेच बोलून बादशाहांनी साऱ्यांना जाण्याची खूण केली.

शाहजादा दानियलला अचानक एवढी मोहीम मिळाली. तो खानखाननसह पुढचा तपशील ठरवण्याच्या कामाला लागला. आपल्या मोठ्या भावाच्या मृत्यूचा बदला घेणे तसेच आपल्या वालिदांना आपला पराक्रम दाखवणे अशा दुहेरी प्रेरणेमुळे तो जोरात तयारीला लागला. शाहजादा मुरादच्या मृत्यूनंतर अवघ्या तीनच आठवड्यांत शाहजादा दानियलने दक्षिणेत येण्यासाठी आग्र्याबाहेर पाऊल ठेवले.

मोगल सैन्य दक्षिणेकडे निघाले. सुरुवातीला फौजेने गंगेचे खोरे ओलांडले. चौबाजूंना सपाट, सुपीक जमीन, फुललेली शिवारे दिसत होती. शेकडो कोसांच्या धावणीत एखादे टेकाड, तुरळक झाडी दिसत होती.

जसजसा अरवली पर्वताचा भाग जवळ येऊ लागला तस तसे परिसराचे रूप पालटले. शेतीवाडीऐवजी दाट जंगले, डोंगर, दऱ्या आडव्या येऊ लागल्या. दाट जंगलांमुळे सैनिकांना भरपूर शिकार मिळू लागली, पण सारा लढाईचा सरंजाम आणि मोठा लवाजमा सोबत असल्यामुळे प्रवास जिकिरीचा बनत गेला.

दरमजल करत शाहजादा दानियल अखेर गुजरातेत येऊन पोहोचला.

■

२५

शेख अबुल फजल साऱ्या तयारीनिशी शाहजादा दानियलची वाट पाहात होते. सारी तयारी शेख अबुल फजल यांनी आपल्या खास देखरेखीखाली केली होती. त्यांची सारी हयात बादशाह अकबरांची चाकरी करण्यात गेली होती. ते बादशाहांच्या दरबारातील नवरत्नांतील एक असल्याने त्यांना मोठा मान होता, तरी आपण शाही खानदानाचे नोकरच आहोत याचे त्यांना पूर्ण भान होते. त्यांनी खानदेशाचा बहादूरखान यास एक मजल पुढे शाहजाद्याची अगवानी करण्यास पाठवून दिले.

शाहजादा छावणीजवळ आल्याची वर्दी मिळताच शेख अबुल फजल जातीने अगवानी करण्यासाठी अनवाणी पावलांनी बाहेर आले. त्यांना बाहेर आलेले पाहताच पहाऱ्यावरचे सारे सैनिक ताठ उभे राहिले. तापलेल्या वाळूत अनवाणी दहा

पावले टाकीत अबुल फजल पुढे आले. शाहजादा दानियल त्यांना पाहताच पायउतार झाला. दोघांची भेट झाल्यावर शाहजाद्याला खडी ताजीम दिली गेली. अबुल फजल यांच्याबरोबर शाहजादा खास सजवलेल्या डेऱ्यात गेला.

शाहजादा मखमली बैठकीवर बसला. हुजऱ्यांनी नजराण्याची तबके पेश केली. शाहजाद्याने आपल्या उजव्या हाताचा स्पर्श करीत मान डोलवली. सारे सरदार एक एक येऊन शाहजाद्याला नजराणा पेश करीत होते. अबुल फजलनी प्रत्येकाची माहिती दिली. थोडा वेळ झाल्यावर हुजऱ्यांनी सरबताचे तबक आणले. अबुल फजलनी इशारत केली. सारेजण बाहेर गेले. शाहजादा आणि अबुल फजल दोघेच डेऱ्यात थांबले.

शाहजादा हातात सरबताचा पेला घेऊन लोडाला रेलून बसला. अबुल फजलनी विषयाला हात घातला.

"शाहजादे, आपल्याला पातशाहांनी दख्खनवर नामजद केले. आपल्यावर माबदौलतने मोठाच भरोसा टाकला आहे. आमच्यासाठी हुजूरचा काय हुकूम आहे?"

शाहजादा दानिलयने सरबताचा एक घोट घेतला. अबुल फजल यांच्याकडे रोखून पाहात म्हणाला,

"आम्हांला बादशाहांनी दख्खन जिंकण्यासाठी पाठवले आहे. अहमदनगरवर लवकरात लवकर हल्ला करून निजामशाहीचा पुरा पाडाव करण्याचे आम्ही ठरवले आहे."

"जी." अबुल फजलनी मान डोलवली.

"आपले सारे सरदार, अमीर यांना ताबडतोब तयारीनिशी येण्यासाठी निरोप पाठवा. आम्ही लगोलग स्वारीसाठी बाहेर पडणार आहोत. आम्हांला साऱ्या मोहिमेचा बितपशील त्याच्याआधी मिळायला हवा."

अबुल फजल थोडेसे विचारात पडले. शाहजाद्याचा थोडा अंदाज घेत म्हणाले,

"आम्ही सारे आपल्या हुकमाप्रमाणे करतो, पण गेल्या काही दिवसांत आम्ही चांद सुलताना यांच्याशी बोलणी सुरू केलेली आहेत. त्या वजिरांच्या बंडाळीमुळे अगदी बेजार होऊन गेलेल्या आहेत. आपल्याशी सुलूख करायला त्या तयार होतील असे दिसते."

"शेखसाहेब, आम्हांला तुमच्या या दरबारी कथल्यात गुंतून पडायचे नाही. या दख्खनमध्ये आमच्या भाईजानांच्या फर्जंदाचा इन्तकाल झाला. त्यांना स्वत:ला निजामशाहीच्या मोहिमेवर जात असताना मृत्यू आला. मोगल सल्तनतीसाठी इथे परदेशात आमचे भाईजान कुर्बान झाले. आम्हांला त्याचा बदला घ्यायचा आहे. चढाई करून निजामशाही पूरी नेस्तनाबूद करण्याचे ठरवूनच आम्ही इथे आलो आहोत."

शाहजाद्याचे तरुण रक्त लढाईसाठी उसळत होते. अबुल फजलना त्याची जाणीव होती. तरीही ते शांतपणे म्हणाले,

"जशी आपली मर्जी शाहजादे. आम्हांला मात्र अजून वाटतं, आपण एकदा सुलतानांशी भेट घेऊन बोलणी करावी. एवढी फौज घेऊन एकदम परमुलखात जाण्यापेक्षा..."

त्यांचे बोलणे मध्येच तोडत शाहजादा उसळला, "आमच्या शाही फौजेला दख्खनचा मुलूख एवढा अजीम आहे असं वाटतं आपल्याला?"

"तसं नाही शाहजादे..." समजुतीच्या स्वरात अबुल फजल पुढे म्हणाले, "हा डोंगरी मुलूख! इथले किल्ले बेलाग, जिंकायला जिकिरीचे आहेत. गेल्या खेपेस मरहूम शाहजादे मुराद सहा महिने नगरला वेढा घालून बसले होते."

"शेखसाहेब, पुराण्या गोष्टी सांगून तुम्ही आमचा इरादा बदलू शकणार नाही. आम्ही इथे लढण्यासाठी आलो आहोत. आपण काय ठरवले आहे तेवढं सांगा."

मुत्सद्दी अबुल फजलना आता शाहजादा दानियलच्या विचारांचा पूरा अंदाज आला. चेहऱ्यावर हसू आणत ते म्हणाले,

"शाहजादे, आपला तडफदार रवैय्या पाहून आम्हांला काही सालांपूर्वीच्या बादशाहांची याद आली. आम्ही आपल्याबरोबर मोहिमेची तयारी सुरू करतो. एकीकडे चांद सुलतानांशी बोलणी जारी ठेवतो, म्हणजे त्या बेसावध राहतील. दुसरीकडे आपली जोडणी जोरात सुरू करू. पावसाळा तोंडावर आहे. पावसाळा संपला की, चढाई करायची असे ठरवून कामाला लागू. आपण आजच आला आहात. आम्ही आपल्याला नंतर भेटतो, तेव्हा तपशील पाहू."

शाहजादा खुशीत आला. त्याला मुजरा करून अबुल फजल डेऱ्याबाहेर पडले.

■

२६

शाहजादा दानियल आणि शेख अबुल फजल जर्जर झालेल्या निजामशाहीवर निर्वाणीचा हल्ला चढवण्याच्या तयारीला लागले होते, त्याचवेळी मालोजीराजे श्रीगोंद्याला मुक्काम ठोकून आपला मुलूख सावरण्याच्या कामात गुंतून गेले होते. पावसाळा उलटला. राजे उमाबाईंसह रेखाऊंच्या वर्षश्राद्धासाठी जाऊन आले. रेखाऊंचे जाणे बाबाजीराजांनी फार मनाला लावून घेतले होते. त्यावेळी बाबाजीराजेंची प्रकृती ठीक नव्हती म्हणून उमाबाईंना वेरूळी ठेवून राजे परतले. त्याला दोन महिने उलटले. अचानक विठोजीराजेंचा सांगावा आला.

"आबासाहेबांची तबियत फारच बिघडली आहे. लागलीच निघून यावे."

राजे लागोलाग वेरूळला निघाले. मनात अनेक अशुभ विचार दाटून येत होते;

त्यांना दूर सारत त्यांनी घर गाठले.

बाबाजीराजेंकडे पाहून राजे हादरून गेले. त्यांची प्रकृती अगदी ढासळून गेली होती. राजांनी विठोजीराजांना विचारले. त्यांनी सारी हकिकत सांगितली.

"आईसाहेब गेल्यापासून आबासाहेबांनी साऱ्या कारभारातून दिल टाकलं. सारखे एकले बसतात. आपल्या दालनातून बाहेर येत नाहीत. कारभारी भेटायला गेले तर त्यांना आमच्याकडे धाडून देतात. अलीकडे तर त्यांनी खाणेपिणेही सोडून दिले आहे."

बोलता बोलता विठोजीराजेंचा कंठ दाटून आला. राजे गलबलून गेले. जेमतेम पन्नाशीतले बाबाजीराजे वर्षभरात अगदी वृद्ध दिसू लागले होते. एकेकाळचा बलदंड देह पार वाळून गेला होता. चेहऱ्यावर सुरकुत्यांचे जाळे पसरले होते. रसरशीत कांती कोळपून गेली होती. राजांना त्यांच्याकडे बघवेना. ते उठून बाहेर आले.

थोड्या वेळाने राजे एकलेच बाबाजीराजांच्या दालनात गेले. हलकेच बिछान्यावर टेकले. त्यांची चाहूल लागताच बाबाजीराजांनी डोळे उघडले. त्यांच्या मुद्रेवर हसू उमटले. राजांना मात्र अश्रू आवरेनात.

"आबासाहेब, काय झालं हे असं? आम्हांला बोलावून तरी घ्यायचं."

राजांना पुढे बोलवेना. बाबाजीराजांनी हळुवारपणे त्यांचा हात हातात घेतला. त्याला थोपटत म्हणाले,

"खूप दिवसांनी भेटला, म्हणून तुम्हांला वाटतं. आता तुम्ही आलात, बरं वाटेल."

राजे त्यांचा हात हातात घेऊन बराच वेळ बसून राहिले. बाबाजीराजेंचा डोळा लागल्यावर हलकेच उठून आले. सदरेवर विठोजीराजे बसले होते. त्यांच्याजवळ येऊन बसले. "विठोजी, आम्ही सारखे बाहेर असतो. आमच्या दौलतीचा पसारा तिकडे खूप वाढला. इथला सारा कारभार, सारी जबाबदारी तुमच्यावर पडली. आम्हांला कधीकधी फार खंत वाटते."

"दादासाहेब, असं का बोलता? तुम्ही तिथं जिवाची बाजी लावून मुलूखगिरी करता. आम्ही इथं निवांत वाड्यात बसून कारभार पाहतो."

"म्हणूनच आम्ही कुठेही असलो तरी आम्ही बिनघोर असतो. तुम्ही इथं खंबीर आहात. कबिल्याची काळजी नसते, पण आता आबासाहेबांची खूपच काळजी वाटते. वैद्यराज काय म्हणतात?"

"ते काय म्हणणार? काही आजारच नाही. औषध तरी कसलं द्यायचं असं म्हणतात."

राजे उदास झाले. दोघे काही न बोलता बसून राहिले. थोड्या वेळात छोटे

शंभूराजे व अंबाक्का सदरेवर आले. आतून रात्रीच्या थाळ्यासाठी बोलावले होते. राजांना फारशी भूक नव्हतीच. कसेबसे दोन घास खाऊन ते आपल्या दालनात आले. मंचकावर पडल्यावर त्यांचे डोळे आपोआप मिटले. मनात विचारांची, आठवणींची वादळे उठत होती.

उमाबाईंनी दालनात येऊन समईतल्या वाती मागे सारल्या. मंचकाच्या कडेला बसून त्या हळुवारपणे राजांच्या पायावर हात फिरवू लागल्या. राजांना झोप येत नव्हती. त्यांनी अस्वस्थपणे कूस बदलली. उमाबाई उठल्या. राजांच्या उशाशी येऊन बसल्या. त्यांच्या मस्तकावर हात ठेवीत म्हणाल्या,

"आपण इतक्या दिवसांनी भेटलात. आता बरं वाटेल, मामासाहेबांना."

राजांनी डोळे उघडले. आपल्या मस्तकावरचा उमाबाईचा हात हाती घेत म्हणाले,

"थोरल्या आऊसाहेब गेल्या. त्यावेळी आबासाहेबांनी आम्हांला सावरलं. आईसाहेब गेल्यावर त्यांनीच असं साऱ्यातून मन काढलं. त्यांना कोण समजावणार?"

राजांना शब्द फुटेनात. कंठ दाटून आला. त्यांचा हात थोपटत उमाबाई म्हणाल्या.

"आत्यासाहेब गेल्यापासून ते अगदी एकले पडले. शिवाय तुम्ही दूर असता. सारख्या झुंजीच्या खबरी येतात, त्याचा घोर करीत बसतात. आता त्यांना बरं वाटेल. आम्ही घृष्णेश्वराला अभिषेक बोललो आहोत. त्यांना नक्की उतार पडेल."

घृष्णेश्वराचे नाव घेताच राजांच्या मनाला थोडा आधार मिळाला. राजांनी मनोमन घृष्णेश्वराला हात जोडले.

"उद्या पहाटेच जाऊ अभिषेकाला. आता त्याच्यावरच भार!"

राजांनी नि:श्वास सोडला. त्यांच्या चेहऱ्यावरची पीडा थोडी कमी झाली. पाहता पाहता झोपेने त्यांच्या शिणलेल्या देहाचा ताबा घेतला.

■

२७

दुसऱ्या दिवशी पहाटे राजे घृष्णेश्वरी जाऊन आले. आठ दिवस झाले. बाबाजीराजांच्या तब्येतीला उतार पडेना. त्यांनी काहीही खाण्यास नकार दिला. राजांनी वैद्यराजांना विचारले. ते हताशपणे म्हणाले,

"माणसानं बरं होण्याची, जगण्याची इच्छाच सोडली तर आम्ही तरी काय करणार?"

साऱ्या पंचक्रोशीत बातमी पसरली. दिवसभर माणसे येऊन भेटून जात होती. विठोजीराजांनी सारे ओळखले. जिंतीला निरोप पाठवला. परसोजीराजे, एकोजीराजे

साऱ्या कबिल्यासह आले. दुपारपर्यंत सारा वाडा माणसांनी, पाहुण्या मंडळींनी गजबजून गेला.

परसोजीराजांना भेटल्यावर बाबाजीराजांना थोडे बरे वाटले. त्यांच्या आर्जवाखातर बाबाजीराजांनी थोडी पातळ पेज घेतली. त्यामुळे त्यांना थोडी हुशारी वाटू लागली.

दुपार उतरू लागली. बाबाजीराजांनी मालोजीराजांना बोलावणे पाठवले. दालनात पाऊल टाकताच राजांना नवल वाटले. बाबाजीराजे गिरदीला टेकून बसले होते. चेहऱ्यावर टवटवी आली होती. त्यांच्या डाव्या हाताला परसोजीराजे बसले होते. त्यांच्या चेहऱ्यावर मात्र चिंता दाटून आली होती.

राजांनी बाबाजीराजेंचे तसेच परसोजीराजेंचे पाय शिवले. बाबाजीराजांनी त्यांना खुणेने जवळ बोलावले. राजे त्यांच्या उजव्या बाजूला जवळ येऊन बसले. त्यांना जवळ घेत बाबाजीराजे परसोजीराजांना म्हणाले,

''थोरले आपल्याला फार दिवसांनी भेटले असतील नाही? आम्हांलाही लवकर भेटत नाहीत.''

''आबासाहेब, आम्हांला हौस का आहे आपल्यापासून दूर राहायची? पण...''

राजे दुखावल्या स्वरात म्हणाले. त्यांना मध्येच थांबवीत बाबाजीराजे म्हणाले, ''आम्हांला सारं समजतं राजे, तुमचा अभिमानसुद्धा वाटतो, पण मनाला कोण समजवणार? सारखा जीव टांगणीला लागतो. आम्ही उमरभर पाटीलक्या, मोकदम्या सांभाळल्या. दौलत वाढवली, पण आमच्या वडिलांचा सरकारी जप्त केलेला सरंजाम परत मिळवण्याचा पराक्रम तुम्ही केलात. नवी जहागीर मिळवली. जे आम्ही केले नाही ते तुम्ही करून दाखवले.''

मालोजीराजे संकोचले. क्षणभर मध्ये थांबून बाबाजीराजे पुन्हा बोलू लागले,

''आमच्या आणि तुमच्या काकासाहेबांच्या वडिलांचा काळ झाला तेव्हा आम्ही अवघे तीन वर्षांचे! तुमचे काकासाहेब तर दोनच वर्षांचे. आमच्या आऊसाहेबांनी एकमेकींना बहिणीसारखा आधार दिला. आम्ही चुलतभावंडे आहो असे आम्हांला कधी वाटले नाही. परसोजींनी आम्हांला सख्ख्या भावाची माया दिली.''

बोलता बोलता बाबाजीराजांना धाप लागली. आपले आबासाहेब कधी नव्हे ते इतके बोलत आहेत हे पाहून मालोजीराजे गोंधळून गेले. बाबाजीराजेंचे बोलणे ऐकून परसोजीराजांना अगदी दाटून आले.

''दादासाहेब, काय बोलता हे असं?''

ते कळवळून म्हणाले. त्यांना पुढे बोलवेना. त्यांना हाताने थांबवत मालोजीराजेंकडे पाहात बाबाजीराजे पुढे बोलू लागले,

''आमच्या आऊसाहेबच आम्हांला आईवडिलांच्या जागी होत्या. त्यांनीच दोघांची माया आम्हांला दिली. त्यांचा काळ झाला, आमचा आधार गेला, आम्ही

पोरके झालो. तुमच्या आईसाहेब आम्हांला सोडून गेल्या. आम्ही अगदी एकले पडलो. तुम्ही सारखे बाहेर मुलूखगिरीवर असता. इकडे आमचा जीव टांगणीला लागतो. काळजीनं काळीज कुरतडत राहतं. आम्हांला हा ताण अलीकडे सोसत नाही. आम्ही थकून गेलो आता.''

''आपणच असं म्हणालात, तर त्यांनी कुणाकडं पाहायचं? तुम्ही त्यांना आधार द्यायला हवा.''

परसोजीराजे समजूत घालण्याच्या स्वरात म्हणाले. बाबाजीराजे दृढपणे त्यांना म्हणाले,

''परसोजी, आता दोघे समर्थ आहेत. एकमेकांचा आधार आहेत. आम्ही त्यांच्याकडनं खूप समाधानी आहोत.''

बाबाजीराजांच्या चेहऱ्यावर कृतार्थ, समाधानी भाव उमटले. मान वळवून परसोजीराजांच्या डोळ्यात नजर खिळवून ते म्हणाले,

''आता आपण त्यांना आमच्या जागी.''

परसोजीराजेंचा बांध फुटला. त्यांना रडे आवरेना. मालोजीराजांच्या तोंडून शब्दही फुटेना. बाबाजीराजांनी पुन्हा त्यांच्याकडे पाहिले,

''राजे, आजपासून तुमच्या काकासाहेबांना आमच्या जागी पाहा. आम्हांला थांबवू नका. बोलू द्या. आम्ही जसा एकमेकांना आधार दिला तसे तुम्ही भाऊ एकमेकांना धरून राहा. आई भवानी तुम्हांला उत्तरोत्तर यश देईल. शंभूमहादेवाची सेवा करत रहा. तो तुमच्या पाठीशी आहे.''

बोलता बोलता बाबाजीराजे थांबले. त्यांना ग्लानी आली. राजांनी त्यांना घोटभर पाणी दिले. दोघांनी त्यांना हळुवारपणे झोपवले. बाबाजीराजांनी डोळे मिटले. त्यांचा डोळा लागल्याचे पाहून दोघे हळूच बाहेर आले.

परसोजीराजांनी सारे ओळखले होते. त्यांनी साऱ्या पाहुण्यांकडे, भाऊबंदांकडे माणसे पाठवून दिली.

सारी दुपार बाबाजीराजे अर्धवट शुद्धीत होते. घरातली सारी माणसे, नोकरचाकर उपाशी बसून होते. गावातल्या तसेच साऱ्या पंचक्रोशीतल्या माणसांनी वाड्याचा चौक भरून गेला.

संध्याकाळ होत आली. मालोजीराजे सदरेवर माणसांना भेटत होते, इतक्यात विठोजीराजेंची हाक ऐकून आली. राजांनी आत धाव घेतली.

बाबाजीराजांना धाप लागली होती. परसोजीराजांनी राजांना खूण केली. राजे बाबाजीराजांच्या उशाशी येऊन बसले. हलकेच गिरदी सरकवून त्यांनी आपल्या मांडीवर आपल्या वडिलांचे मस्तक घेतले. विठोजीराजांनी भागीरथीची गिंडी फोडून त्यांच्या हाती दिली. राजांना हुंदका आवरेना. त्यांनी प्रथम थोडे गंगाजल आपल्या

आबासाहेबांच्या मुखात सोडले. पाठोपाठ साऱ्यांनी आपल्या हाताने भागीरथीचे उदक बाबाजीराजांच्या मुखी घातले. काही क्षण विलक्षण स्तब्धता दाटली. बाबाजीराजांनी अचानक दोन मोठे आचके दिले आणि त्यांची हालचाल थांबली. घरघर बंद झाली.

परसोजीराजांनी हंबरडा फोडला. सगळीकडे एकच आक्रोश उसळला.

मावळत्या सूर्याबरोबर वेरूळच्या भोसल्यांच्या कुळातल्या अत्यंत कर्तबगार आणि सत्शील राजपुरुषाच्या जीवनाचा अंत झाला.

■

२८

बादशाह अकबरांनी शेख अबुल फजलना दख्खनला पाठवून सहा महिने झाले होते. त्यांनी आपल्या मुत्सद्दी नजरेतून तिथल्या राजकारणाचे रंग पाहिले. सारा बितपशील बादशाहांना वेळोवेळी कळवला होता. त्यांचे ठाम मत त्यांनी बादशाहांकडे केव्हाच मांडले होते.

"बादशाहांनी खुद्द जातीने दख्खनची मोहीम हाती घ्यायला हवी. दख्खनची भूमी, तिथले हवामान, बेलाग डोंगरी किल्ले या सर्वांचा विचार करून झुंजाची आखणी करायला हवी, त्यासाठी त्यांनी जातीने येणे जरुरीचे आहे, तरी त्याचा विचार करावा."

बादशाहांनी शाहजादा मुरादच्या मृत्यूनंतर दानियलला दख्खनचा सुभेदार करून पाठवताना खानखाननला सोबत पाठवले होते. सरदार खानखाननला दख्खनचा मोठा तजुर्बा होता. त्याच्या सल्ल्याने चढाईची आखणी करावी, असे त्यांनी अबुल फजलना कळवले, तरीही अबुल फजलचे मत बदलले नव्हते. अगदी अलीकडे पाठवलेल्या पत्रात हाच मजकूर त्यांनी अगदी आग्रहपूर्वक लिहिला होता.

बादशाहांनी आपल्या विद्वान वजिरांशी या विषयाबद्दल बराच खल केला. पुरा सोचविचार करून स्वत: दक्षिणेत जाण्याचा इरादा पक्का केला.

बादशाह अकबरांनी अखेर दक्षिण-दिग्विजयासाठी बाहेर पडण्याचा निर्णय घेतला. शुभमुहूर्तावर फतेपूर-सिक्रीच्या बुलंद दरवाजातून बादशाह वाजतगाजत लवाजम्यासह बाहेर पडले. दोन महिने दरमजल करीत त्यांनी बुऱ्हाणपूरला मुक्काम टाकला. दख्खनच्या सीमेवरची काही महत्त्वाची ठाणी पुढे जाण्यापूर्वी हासिल करणे महत्त्वाचे होते. त्यातील एक आसिरगढचा किल्ला. मोक्याचा पण बेलाग - तो बादशाहांनी हेरला. तिथला हाशिरखान-राजा अलिखानचा मुलगा- खरे तर मोगलांचा आश्रित. पण अलीकडे जरा मुजोरीने वागत होता. त्याच्या काही तक्रारी बादशाहांकडे आल्या होत्या. त्यांनी सैन्याला किल्ल्यास वेढा घालण्यास सांगितले. स्वत: बुऱ्हाणपुरातच राहिले. आसिरगढ जिंकून निजामशाहीवर चालून जाण्याचा

त्यांचा बेत होता.

आसिरगढ काही लवकर दाद देईना. मजबुतीने लढत होता. कित्येक महिने उलटले, पण किल्ला लवकर पडण्याचे लक्षण दिसत नव्हते. इकडे शाहजादा दानियलने अहमदनगरवर चढाई करण्याची सारी तयारी केली होती. त्याने बादशाहांना कळवले. पावसाळा नुकताच संपला आहे. आताच मोहीम काढणे आवश्यक होते. बादशाहांनी विचार करून शाहजाद्याला अहमदनगरवर चालून जाण्यासाठी होकार कळवला. त्याचवेळी दुसरे डावपेच आखायला सुरुवात केली.

दुसऱ्याच दिवशी बादशाहांनी शरीफ सरमदी या दरबारी मुत्सद्याला बोलावून घेतले.

"शरीफ, तुम्ही ताबडतोब विजापूरसाठी कूच करा. इब्राहिम आदिलशाह यांना आम्ही खलिता पाठवत आहोत. त्यांना आमच्या सांगण्यावर नीट गौर फर्माविण्यास सांगा." बादशाहांनी त्यांना हुकूम दिला.

शरीफ सरमदी तातडीने बुऱ्हाणपुराहून निघाला. विजापूरला जाताच इब्राहिम आदिलशाहांनी त्यांचे दरबारात चांगले स्वागत केले. शरीफ सरमदीने बादशाहांचा खलिता आदिलशाहांकडे सुपूर्द केला. त्यातला मजकूर आणि भाषा वाचून आदिलशाह गंभीर बनला. बादशाह अकबरांनी कळवले होते -

"आमचा धाकटा शाहजादा दानियल यांना आम्ही दख्खनची सुभेदारी दिलेली आहे. आमचे वजीर शेख अबुल फजल आणि आमचे शाहजादे यांनी आम्हांला सध्याची निजामशाहीची हालत अतिशय खराब झाल्याचे कळवले आहे. अहमदनगरला सारी बेबंदशाही माजली आहे. बहादुरशाहसारखे लहान मूल गादीवर बसवून चांदबिबी कारभार पाहतात, पण सुलताना पडल्या औरतजात! त्यांना कोणी जुमानत नाही. आमीरलोक मुजोरपणे वागतात. वजीर बगावत करतात. रयतेचे हाल चालले आहेत. त्याची कोणाला दखल नाही. निजामशाहीतून आमच्या माळव्यात लोक येतात. आमच्याकडे तिथल्या सुभेदारांच्या तक्रारी आल्या आहेत.

आम्हांला निजामशाहीतील मजबूर रयतेचे हाल पाहावत नाहीत; त्यासाठी तेथील सल्तनत ताब्यात घेऊन, नीट चालवून तिथल्या रयतेला दिलासा द्यावा असे आम्ही ठरवले आहे. आमचा शाहजादा दानियल याला अहमदनगरवर चालून जाण्यास सांगितले आहे. शेख अबुल फजल आणि सरदार खानखानन यांना त्याच्या दिमतीला मोठी फौज देऊन पाठवले आहे.

आम्हांला या कामासाठी मोठा खर्च येणार आहे. दख्खनच्या जनतेच्या भल्यासाठी आम्हांला हा भार उचलावा लागत आहे. आपण दख्खनमधली एक नामजद सल्तनत चालवत आहात. दख्खनमध्ये शांती राहावी यासाठी आपण आपला वाटा उचलावा असे आम्हांला वाटते. आमचे वकील शरीफ सरमदी

यांचेकडून आपण आपल्या वैभवाला व इतमामाला शोभेल अशी मोठी रक्कम पाठवून द्यावी.''

बादशाह अकबर एवढेच कळवून थांबले नाहीत. त्यांनी आदिलशाहांना थोडी समजदेखील दिली.

''आमचे मरहूम शाहजादे मुराद यांनी चार सालांपूर्वी केलेल्या झुंजीचे समयी आपण त्यांना मदद केली नाही. उलट त्यांचेवर हमला करण्यासाठीच फौज पाठवली. यावेळी आपण असे करू नये. तसे झाल्यास आम्ही कोणताही मुलाहिजा न बाळगता त्याची दखल घेऊ हे ध्यानी ठेवावे.''

शरीफ सरमदीकडून पाठवलेल्या बादशाहांच्या निरोपातील कठोर शब्दांनी आदिलशाह अस्वस्थ झाला. दरबारी मंडळी संतप्त झाली. त्यातले काही शरीफ सरमदीला चिडून बोलण्यासाठी उठले, पण इब्राहिम आदिलशाहने त्यांना शांत केले.

आदिलशाहांनी दरबारी अमिरांची बैठक बोलावली. त्याने सर्वांना सांगितले,

''शाहजादा मुरादने चार वर्षांपूर्वी अहमदनगरवर चढाई केली होती, त्यावेळी आपण मियान मंजूच्या सांगण्यावरून निजामशाहांना मदद केली होती. कुतुबशाहांबरोबर एकत्र शाहजाद्यावर चालून जाण्याची तयारी केली होती, त्यामुळेच शाहजाद्याला माघार घ्यावी लागली हे बादशाह कसे विसरतील? चांद सुलताना आणि बहादुरशाह आमचे जवळचे रिश्तेदार आहेत, संबंधी आहेत. आम्ही सुलतानांना हरएक वेळी साथ दिली. त्यांच्या सल्तनतीतील वजिरी बंडे मोडून काढली. हे सारे बादशाहांना ठाऊक आहे, त्यामुळे त्यांनी यावेळी आपल्याकडे वकील पाठवला आहे.''

इब्राहिम आदिलशाहांनी असे म्हणताच काहीजण उसळले,

''म्हणून त्यांनी अशी दमदाटीची भाषा वापरायची? आमची सल्तनत काही त्यांची मांडलिक नाही. आम्हांला ठीक वाटेल ते करण्यास आम्ही मुखत्यार आहोत. बादशाहांना त्याची दखल घ्यायचे कारण नाही.''

आदिलशाहांनी त्यांना समजावले,

''आता वखत वेगळा आहे. निजामशाही अगदी दुबळी झालेली आहे. खुद्द मोगल बादशाह दख्खनमध्ये येऊन बुऱ्हाणपूरला पोहोचले आहेत. आपल्या सर्व ताकदीनिशी निजामशाही संपवून ते केव्हाही आपल्यापर्यंत येऊन भिडू शकतात. अशा वक्ताला आपणही थोडे सबुरीने घेणे जरूर आहे.''

साऱ्यांना त्यांचे म्हणणे पटले.

इब्राहिम आदिलशाहांनी दरबार भरवला. शरीफ सरमदीचे जंगी स्वागत केले. त्यांना पोशाख देऊन मानपान केला. मोठ्या थाटात मेजवानी दिली. शरीफ सरमदी अगदी खूश होऊन गेला. पाहुणचार झाल्यावर तो आदिलशाहांना म्हणाला,

"आपण आमची शानदार सर्फराजी केली. आमचा दिल खूश होऊन गेला. आता आम्हांला बादशाहांकडे आपला निरोप घेऊन जाण्याची इजाजत द्यावी."

आदिलशाहने हसत त्यांच्याकडे पाहात म्हटले,

"पातशाहांनी आम्हांला याद केले, याबद्दल आम्ही तहेदिलसे त्यांचे शुक्रगुजार आहोत. पातशाहा बुजुर्ग, आमच्या वालिदांसारखे आहेत. आमच्या दिलात त्यांच्यासाठी खूब इज्जत आहे. त्यांच्या खिलाफ काही करण्याचा खयालदेखील आमच्या मनात नाही. आम्हांला दिल्लीकरांशी दोस्ती हवी आहे.

पातशाहांनी आमच्याकडे मोठ्या रकमेची मागणी केलेली आहे. आपण जाणता की, त्यांच्यापेक्षा आमची सल्तनत खूप लहान आहे. गेली काही वर्षे साऱ्या दख्खनमध्ये वरचेवर दुष्काळ पडत आहे. निजामशाहीतल्या बेबनावामुळे तिथली हजारो माणसे परागंदा होऊन आमच्या मुलखात येत आहेत. त्यांचा बोजा आमच्यावर पडलेला आहे. या साऱ्या कारणांमुळे आम्ही बादशाहांना मोठी रकम देऊ शकत नाही. आपण आमची दिलगिरी त्यांना कळवा."

शरीफ सरमदी नाराज झाला. बुऱ्हाणपूरला जाऊन त्याने बादशाहांना सारी हकिकत सांगितली. बादशाहांनी त्याच्याकडे फारसे लक्ष असल्याचे दाखवले नाही.

इब्राहिम आदिलशाहांनी मोगलांच्या वकिलाला रिकाम्या हाताने परत पाठवले खरे. बादशाहांच्या निरोपातील गर्भित धमकीमुळे मात्र त्यांना विचार करणे भाग पाडले. चांद सुलतानांनी मदत मागितल्यावर पूर्वीसारखी तातडीने हालचाल न करता, बादशाहांचा विचार करूनच ते इथून पुढच्या काळात वागणार होते. सध्या तरी बादशाहांना हे पुरेसे होते.

निजामशाहीच्या दृष्टीने एक हक्काचा आधार दुरावत चालला होता, हे मात्र काही चांगले घडले नव्हते.

■

२१

मालोजीराजे अद्याप वेरुळात होते. बाबाजीराजांना जाऊन महिना होत आला. दिवसकार्य यथायोग्य पार पडले. पांडे-पेडगावहून बडवे पुजारी आले होते. बाबाजीराजांच्या स्मरणार्थ परसोजीराजांनी त्यांच्या नावे दानपत्र करून दिले. पांडे-पेडगावच्या विठ्ठलाच्या तसेच नरसिंहाच्या मंदिरात दीपवात करण्यासाठी वृत्ती लावून दिली. प्रसादासाठी रोज अडसेरी धान्य आणि दीपवातीसाठी चार होन उत्पन्नाचा मुलूख जोडून दिला. रोज अन्नछत्र, गरिबांसाठी वस्त्रदान, धान्याचे वाटप असे दानसत्र महिनाभर चालू होते.

विठोजीराजे हळूहळू कारभाराकडे पाहू लागले. एके दिवशी राजे सकाळीच

सदरेवर आले. तेव्हा विठोजीराजे काही माणसांशी बोलत होते. ते राजांना म्हणाले, ''दादासाहेब, वजीरसाहेबांचा सांगावा घेऊन माणसे आलीत.''

राजांना नवल वाटले. बाबाजीराजे गेल्यावर वजीरसाहेबांनी दुखवटा पाठवला होता. आता पुन्हा माणसे कशाला पाठवली असतील? त्यांनी विठोजीराजांना विचारले,

''काय म्हणतात, वजीरसाहेब?''

''मामला गंभीर दिसतो, दादासाहेब, मोगल शाहजादा दानियल लवकरच नगरवर स्वारी करण्यासाठी निघणार आहे, असे वजीरसाहेबांच्या खबरींनी कळवले आहे, त्यासाठी साऱ्या सरदारांना बोलवले आहे. आपल्याला जायला हवं.''

राजे विचारात पडले. बाबाजीराजांना जाऊन अवघा महिना झाला होता. अजून दूरदूरचे पाहुणे भेटीसाठी येत होते. अशावेळी कसे जायचे? त्यांना काही पटेना. ''विठोजी, जायला हवं हे खरं. पण आमचा इथून पाय निघत नाही.''

परसोजीराजांनी सारे ऐकले. त्यांनी राजेंची समजूत काढली.

''थोरले, तुम्हांला असं करून कसं चालेल? आम्हांला तुमचं मन समजतं. पण आता कितीही दुःख केलं तरी बाबा परत येणार नाहीत, हे तुम्हीही जाणता. तुम्ही आता आपल्याला कामात गुंतवून घेतलं पाहिजे.''

''पण काकासाहेब, आम्हांला इतक्या लवकर इथून जावसं वाटत नाही. या वाड्याच्या कानाकोपऱ्यात आबासाहेबांची याद भरून राहिली आहे. इथून बाहेर पाऊलच पडत नाही.''

''म्हणूनच तुम्ही त्यात गुंतून पडावं असं आम्हांला वाटत नाही. धाकल्यांनी इथला कारभार पाहण्यासाठी थांबावं आणि तुम्ही वजीरसाहेबांच्या बोलावण्याप्रमाणे सारा सरंजाम घेऊन नगरला निघावं, हे ठीक होईल. चला, तुम्ही तयारीला लागा. जास्त विचार करीत वेळ दवडू नका.''

''जी. जशी आपली इच्छा.'' राजे थोडेसे नाराजीनेच म्हणाले.

राजे आत निघून गेले. परसोजीराजेंचे उसने अवसान गळले. त्यांचे डोळे भरून आले, पण आता तेच एकले घरात थोरले माणूस म्हणून राहिले होते. मनावर दगड ठेवून त्यांनी राजांना नगरला जाण्यास राजी केले होते.

राजे नगरला येऊन पोहोचले. सारे सरदार आपल्या सरंजामासह येऊन दाखल होत होते. छावणी सर्वदूर पसरली होती. राजेंचा डेरा वणगोजीराजांच्या शेजारीच उभारला गेला.

दुसऱ्याच दिवशी सकाळी वजीर अभंगखानाने सर्व मुख्य सरदारांना मसलतीसाठी आपल्या डेऱ्यात बोलावले. राजांनी आत येताच सगळीकडे नजर फिरवली. निजामशाहीचे सारे मुरब्बी लढवय्ये जमले होते. जुन्या-जाणत्यांपैकी वणगोजीराजे,

लखुजीराजे, जगदेवराव, यासारखे तसेच नव्या दमाचे राजू दखनी, मलिक संदल, मन्सूर खान, पतंगराव, मलिक अंबर, यासारखे वीर आलेले होते. मसलतीला छोट्या दरबाराचे रूप आले होते. काळाकभिन्न हबशी वजीर अभंगखान पांढऱ्याशुभ्र बैठकीवर बसला होता. गंभीरपणे सर्वांकडे पाहात त्याने बोलण्यास सुरुवात केली.

"बादशाह अकबर यांनी आपला धाकटा शाहजादा दानियल याला दख्खनचा सुभेदार नामजद केलं, शेख अबुल फजलसारखा दरबारी मुत्सद्दी तीस हजार फौजेसह त्याच्या दिमतीला दिला; तेव्हाच हे संकट आज ना उद्या आपल्यावर कोसळणार आहे, हे आपण सर्वांनी ओळखले होते. शाहजाद्यांना येऊन चार महिने झाले. त्यानंतर बादशाह खुद्द बुऱ्हाणपूरला आले आहेत. त्यांनी असिरगढची मोहीम जातीने सुरू केलेली आहे."

थोडा वेळ थांबून अभंगखान पुढे म्हणाला,

"आमच्या नजरबाजांनी पक्की खबर आणली आहे की, पातशाहांनी शाहजाद्याला अहमदनगरवर चालून जाण्यासाठी सांगितले आहे. पूरी तैयारी करून शाहजादा पंधरा दिवसात गुजरातहून कूच करणार आहे."

अभंगखानाने असे म्हणताच मसलतीत सन्नाटा पसरला. त्याने जे सांगितले, त्यात अनपेक्षित असे काहीच नव्हते. तरीदेखील मोगलांची जबरदस्त तयारीची निर्णायक लढत अगदी दाराशी येऊन ठेपली आहे या जाणिवेने सारे गंभीर बनले. थोडा वेळ कोणीच काही बोलले नाही.

अखेरीस अभंगखानच बोलला,

"मोगलांचे इरादे तर उघड झालेले आहेत. एकीकडे शेख अबुल फजल अजून सुलतानासाहिबांशी बोलणी करण्याचे ढोंग करीत आहेत. दुसरीकडे शाहजादा सैन्याची जुळवाजुळव करून चालून येण्यासाठी बाहेर पडत आहे. आपल्यालाही आता आपले तख्त आणि रयत यांना वाचवण्यासाठी हालचाल करायला हवी."

अभंगखान मध्येच थांबले. अद्याप दुसरे कोणीही बोलले नव्हते. तेच वणगोजीराजेंकडे पाहात म्हणाले,

"राजाजी, आपण बुजुर्ग आहात. आपण बोला. आपला काय खयाल?"

वणगोजीराजे थोडे विचारात पडले. म्हणाले,

"वजीरसाहेब, खासा शाहजादा दानियल जातीने चालून येत आहे, सोबत शेख अबुल फजलसारखा नामजद असामी, शिवाय खानदेशाचा राजा बहादूरखान, जालन्याचा सरदार खानखानन आहेत. खुद्द बादशाह बुऱ्हाणपूरपर्यंत आले आहेत, ते केव्हाही कुमक करू शकतात. अशा परिस्थितीत ही झुंज सोपी नाही. निजामशाहीच्या अस्तित्वालाच धोका निर्माण झालेला आहे. अशा वक्ताला आपणही आपली सारी ताकद एक करायला हवी. सुलतानासाहिबांनी पुढाकार घ्यायला हवा. सर्वांनी

मिळून पुढची सारी आखणी करायला हवी.''

वणगोजीराजांनी सरळ मुद्यालाच हात घातला होता. मलिक अंबरने त्यांच्या म्हणण्याला दुजोरा दिला,

''राजाजींचा खयाल एकदम दुरुस्त आहे. सारे तंटे दूर ठेवण्याची, तख्त राखण्यासाठी एक होऊन नेकपणे लढण्याची वेळ आलेली आहे.''

''आम्हांलाही त्यांचे म्हणणे पटले. आम्ही आधीच किल्ल्यावर संधान बांधून ठेवले आहे. गडावरचे हामीदखान, इतिबारखान यांचेकडून तिथली बित्तंबातमी मिळवली आहे. किल्ल्यात वीस हजारावर शिबंदी आहे. दाणागोटा, दारूगोळा भरपूर आहे.''

अभंगखानांनी माहिती पुरवली. वणगोजीराजे म्हणाले,

''मग अडचण काय आहे?''

''शेख अबुल फजल गेले कित्येक महिने सुलतानासाहिबांशी संधान बांधून आहेत. शिवाय मोगल सैन्याची तयारी ऐकून सुलतानासाहिबा फार फिकरमंद झाल्या आहेत.''

''मग?''

''त्यामुळे त्या मोगलांशी लढण्यापेक्षा सुलुख करण्याच्या विचारात आहेत, असं समजतं.''

अभंगखानाने नुसते असे म्हणताच तरुण रक्ताचे सरदार एकदम उसळले. राजू दखनी न राहवून उद्गारला,

''शाहजादा दानियल मोठे सैन्य घेऊन येतोय. बादशाह बुऱ्हाणपूरला आले आहेत. एवढे नुसते समजताच सुलुख करायचा खयाल करून कसं चालेल? खुद्द सुलतानासाहिबांनीच अशी कच खाल्ली तर फौज कोणाकडे बघून लढणार?''

मालोजीराजांनी मोठ्या तडफेने त्याला साथ दिली.

''वजीरसाहेब, मोगलांकडे मोठे सैन्य आहे हे कबूल, पण आपली ताकददेखील कमी नाही. प्रत्येकाकडे पाच-सात हजाराचे घोडदळ असलेले कितीतरी सरदार निजामशाहीत आहेत. किल्ल्यात वीस हजारावर शिबंदी आहे. सारे मिळून एकदिलाने लढलो तर मोगल काही भारी नाहीत. गेल्या खेपेला मुरादला परतून लावलं तसं यावेळी दानियलला पिटाळून लावू.''

सर्व सरदारांनी त्यांचा विचार उचलून धरला. अभंगखान सारा अंदाज घेत म्हणाला,

''ठीक आहे. आम्ही आजच सुलतानासाहिबांकडे माणसं पाठवतो. एकसाथ लढण्याचा फैसला झाला तर बेहतर होईल. त्यांच्याकडून निरोप आला की, पुढची आखणी करण्यासाठी परत भेटू.''

लढाई अगदी तोंडावर येऊन भिडली होती. तब्बल चार वर्षांच्या काळानंतर पुन्हा एकवार मोगली संकट दाराशी उभे राहिलेले होते. ते निवारणे इतके सोपे नव्हतेच. प्रत्येक सरदार आपल्या मनात पुढची तयारी, डावपेच, आपल्या जहागिरींचा बंदोबस्त याचा विचार मनात घोळवत आपल्या डेऱ्यात परतले.

■

३०

उघड्या माळावर छावणी पडलेली होती. हवेत गारठा होता. उन्हे डेऱ्यात उतरली तरी राजे शाल पांघरून बसले होते. त्याचवेळी वणगोजीराजे त्यांना भेटण्यासाठी आले. बाबाजीराजांच्या मृत्यूला अवघा महिना झाला होता. वणगोजीराजे त्यानंतर प्रथम त्यांना छावणीतच भेटत होते. डोक्याचे मुंडण केलेले चिंताग्रस्त राजे वेगळेच दिसत होते.

"या मामासाहेब."

वणगोजीराजांना पाहताच बळेच तोंडावर हसू आणत राजांनी त्यांचे स्वागत केले.

"कसं आहे राजे? तुमचे आबासाहेब गेल्यावर इथेच भेटलो आपण. काय म्हणतात घरी?"

"ठीक आहे. पण अजून पाहुणे येत आहेत. म्हणून धाकले घरीच थांबले. आम्ही पुढे आलो. इथला मामला फारच कठीण झालेला दिसतो."

"होय राजे, मोगलांची चढाई म्हणजे साधी हातघाईची बाब नाही. आता वजीरसाहेबांची माणसं गडावर गेलीत. काय होतंय ते पाहू."

"सारी एक झाली तर बरं होईल."

राजे मनापासून म्हणाले. दोघे येऊ घातलेल्या संकटाचा विचार करीत होते.

असेच आठ दिवस गेले. दररोज माणसे छावणीतून किल्ल्यात जात-येत होती. कसल्या वाटाघाटी चालल्या आहेत काही कळत नव्हते. दिवस जातील तसा तणाव वाढत होता.

अचानक एके दिवशी वजीर अभंगखानाने तातडीने सर्व सरदारांना आपल्याकडे बोलावणे पाठवले. छावणीत एकच गडबड उडाली. राजे लगोलग तेथे पोहोचले. अभंगखान अतिशय अस्वस्थपणे साऱ्यांची वाट पाहात होते. त्यांचा चेहरा उतरलेला होता. सर्वजण जमल्यावर त्यांनी बोलायला सुरुवात केली,

"सर्वांना जानकारी आहेच, आम्ही आमची खास माणसे सुलतानासाहिबांशी बोलणी करण्यासाठी पाठवली होती. त्यांनी बहुत कोशिश केली तरी त्या भेटण्यासाठी राजी होत नव्हत्या. अखेरीस आमच्या लोकांनी हामीदखान व सरलष्कर समशीरखान

यांना या घडीची नजाकत समजावून सांगितली. त्यांनी सुलतानासाहिबांच्या कानावर सारी हकिकत अगदी काळजीने घातली, तरीही त्या काही समजून घेण्यास तयार झाल्या नाहीत. आमच्या सल्ल्याची, साथीची त्यांना मुळीच जरूरत नाही, इतकेच नव्हे तर, त्या आमचे तोंडही पाहू इच्छित नाहीत अशी भाषा त्यांनी केली.''

सारे सांगत असताना झालेल्या अपमानाने अभंगखानांचे सारे अंग थरथरत होते. अतीव संताप व दु:खाने त्यांचा चेहरा व्याकूळ झाला होता. स्वत:ला सावरीत त्यांनी पुढे सांगितले,

''सुलतानासाहिबांनी काही म्हटले तरी आम्ही आपल्या तख्ताशी कधी गद्दारी करणार नाही. हमेशा नेक इमानच राखणार आहो. कारभारातील काही बाबींत आमचा सुलतानासाहिबांशी तंटा झाला असेल, म्हणून आम्ही सल्तनतीच्या खिलाफ जाऊ असं त्यांना कसं वाटलं? काही असले तरी इतके बेइज्जत झाल्यावर आता आम्हांला इथे थांबणे मुमकिन नाही. आम्ही उद्याच इथून निघून जाऊ.''

काही क्षण थांबून अभंगखान पुढे म्हणाले,

''तुम्ही सारे जाणता की, मोगल हमेशा जयपूर-कोटली घाटातून नगरला येतात. आम्ही आमच्या पंधरा हजार सैन्यासह शाहजाद्याची वाट अडवून धरू. त्यांच्या सैन्याला आपल्या डोंगरी मुलखात लढायची जानकारी नाही. आम्ही त्यांना घाटात येण्यापूर्वीच खिंडीत अडवून धरतो. नगरकडे सरकू न देण्याची कोशिश करतो.''

अभंगखान एकटेच आपली व्यथा सांगत होते. सारी मसलत एकदम सुन्न होऊन गेली होती. त्यांचे ऐकून कोणाला काही म्हणायचे सुचत नव्हते.

अभंगखान अचानक उठून उभे राहिले. सर्वांकडे पाहत म्हणाले,

''तुम्ही सारे इथे थांबून सुलतानासाहिबा सांगतील तसे करा. आम्ही आपली फौज आणि आमचा खास असामी मलिक अंबर यांना सोबत नेत आहोत. उद्या पहाटेच आम्ही कूच करू. पुढे अल्लाची मर्जी. खुदा हाफीज.''

भावनावेग न आवरल्याने अभंगखान अचानक बोलणे थांबवून डेऱ्याबाहेर निघून गेले. बाकीच्या सर्वांनाच मोठा धक्का बसला होता. हळूहळू सर्वजण आपल्या मुक्कामावर परतले. दुसऱ्याच दिवशी अभंगखान मलिक अंबरसह आपले सारे सैन्य घेऊन बाहेर पडले.

सारे सरदार छावणीत थांबले. आठवडा उलटला. मालोजीराजांना नगरला येऊन महिना होत आला होता. दानियलने निजामशाहीवर मोगलाई पाऊल उचलले होते. अद्याप नगरमधल्या लढवय्यांना पुढे काय करायचे समजत नव्हते. छावणीतले वातावरण मात्र ऐन थंडीत युद्धाच्या सावटामुळे तापू लागले होते.

■

३१

शाहजादा दानियल निजामशाहीवर फत्ते मिळवण्याच्या इराद्याने निघाला. नगरचा पूर्ण पाडाव करायचे त्याने ठरवले होते. शेख अबुल फजल, जालन्याचा खानखानन, खानदेशाचा बहादूरखान यासारखे नामांकित लढवय्ये साथीला घेऊन तो मोठ्या ईर्षेने बाहेर पडला होता.

प्रचंड लवाजमा नगरकडे सरकू लागला. तीस हजारावर घोडदळ, हत्ती, उंट अवजड तोफा वाहून नेणारे गाडे, त्यांना ओढण्यासाठी शेकडो बैल, हजारोंचे पायदळ, स्वयंपाक, धुणीभांडी करण्यासाठी नोकर, बुणगे साऱ्यासह मोगल सैन्य निजामशाही मुलखात शिरले. घोड्यांच्या टापांनी सारा परिसर हादरून गेला. शेतांची, घरांची धुळधाण उडू लागली. लुटालूट, जाळपोळीला उधाण आले. सगळीकडे हाहाकार उडाला.

मोगलांची धाड येणार हे समजताच बरेच लोक आधीच परागंदा झाले होते. उरले सुरले सैन्याच्या तडाख्यात सापडले. सैनिक त्यांना कामासाठी ओढून नेऊ लागले. अत्याचाराला बळी पडलेल्या त्यांच्या स्त्रियांच्या किंकाळ्यांनी दरीखोरं थरारून जाऊ लागली. सारा मुलूख उद्ध्वस्त होऊ लागला.

मजल दरमजल करीत शाहजाद्याचे सैन्य मराठवाड्याच्या हद्दीवर आले. मुक्काम पडला. शाहजाद्याने पुढच्या मोहिमेची आखणी करण्यासाठी सर्वांना मसलतीला बोलावले. सारेजण आल्यावर त्यांनी शेख अबुल फजलना इशारत केली. त्यांनी बोलण्यास सुरुवात केली,

"आपले हुजूर पातशाहा सरकार यांच्या हुकमावरून आपण निजामशाहीवर फत्ते करण्यासाठी निघालो आहोत. आताच काही वेळापूर्वी आमच्या नजरबाजांनी कळवले आहे की, अभंगखान आणि चांदसुलताना यांचा समझोता झालेला नाही. सुलतानांनी अभंगखानाची भेट घेणेदेखील नाकारले, त्यामुळे तो नाराज होऊन नगरहून निघून गेला आहे."

शेख अबुल फजलचे बोलणे ऐकून शाहजादा खूश होत म्हणाला,

"सुलताना आणि अभंगखान यांची दिलजमाई झाली नाही. हा आपल्याला चांगलाच शकुन झाला आहे. आपली फत्ते आता आसान झाली. आता सरळ नगरला कूच करायला कोणतीच अडचण नाही."

"होय, शाहजादे, पण आम्ही इथल्या सरदारांशी सला केला. त्यांचे म्हणणे आहे की, आपण हमेशा नगरवर जयपूर-कोटली घाटातून जातो. नगरहून निघालेला अभंगखान आपल्याला अडवण्यासाठी तेथे येऊन थांबणार असे त्यांना वाटते."

शेख अबुल फजलनी शंका व्यक्त केली. पण शाहजादा म्हणाला,

"त्यात काय झालं? अकेल्या अभंगखानाची अशी कितीशी ताकद आहे? आपली फौज बघता बघता त्याचा निकाल लावेल."

शाहजादा अगदी जोषात आला होता. सरदार खानखानन मध्येच म्हणाला,

"आपलं म्हणणं अगदी दुरुस्त आहे हुजूर, पण अभंगखानाला इथला घाट, डोंगरी रस्ते, खिंडी यांची खूब जानकारी आहे. आपलं मोठं नुकसान करू शकतो अभंगखान."

"खरं आहे खानसाहेब, पण याला दुसरा उपाय?"

"आहे. आमच्याकडे इथली काही जाणकार माणसं असामी आहेत. त्यांनी दुसरा रस्ता सुचवला आहे. मनुरी गावाला वळसा घालून आपण गेलो तर पल्ला थोडासा लांबचा पडेल, पण अभंगखानाला चुकवता येईल. विनाअटकाव सरळ नगरला धडक मारता येईल."

खानखाननचा सला अबुल फजलना पटला. ते उत्साहात म्हणाले,

"हुजूर, दोन-चार दिवसांची धावण वाढेल, पण अभंगखानाशी लढण्यात तेवढेच दिवस वाया जातील, शिवाय जानमालाचं नुकसान होईल. ते देखील वाचवता येईल."

त्यांचा सला शाहजादा दानियलला पटला. त्याने नेहमीचा मार्ग बदलून जायचे नक्की केले.

जयपूर-कोटली घाटात वाट पाहणाऱ्या अभंगखानाला मोगलांनी डावपेचात आपल्यावर मात केल्याचे समजले. तो प्रचंड निराश झाला. त्याने अखेरचा प्रयत्न करण्यासाठी नगरला धाव घेतली.

अभंगखानांची माणसे पुन्हा एकदा चांद सुलतानांना भेटली, त्यांनी परोपरीने सांगण्याचा प्रयत्न केला.

"शाहजादा दानियल प्रचंड मोठं सैन्य घेऊन निघालाय. मातब्बर लढवय्ये, हत्ती, उंट, घोडे, प्रबळ तोफखाना साऱ्यांसह तो केव्हाही नगरला येऊन थडकेल. वखत कठीण आहे. सल्तनत वाचवायला हवी. मागचं सारं विसरायला हवं. एक होऊन लढायला हवं, तरच या संकटाचा मुकाबला करता येईल."

सुलताना काहीही ऐकायला तयार नव्हत्या. त्यांचा आता अभंगखानावरचा भरोसा पुरा संपला होता. त्यांनी साफ सांगितले,

"सल्तनतीचा जिम्मा घ्यायला आम्ही मुखत्यार आहोत. आमची हिफाजत आम्ही करू. आम्हांला तुमची मुळीच गरज नाही. आम्हांला तुमचे तोंडही पाहायचे नाही, असे त्यांना सांगा."

सुलतानांचा निरोप ऐकून अभंगखान पुरता निराश झाला. हताश होऊन

आपल्या जहागिरीत जुन्नरला परत गेला.

शाहजादा दानियलचा मार्ग पूर्णपणे निर्वेध बनला. मोगल सैन्य कोणत्याही अडथळ्याविना अहमदनगरची वाट चालू लागले.

■

३२

मालोजीराजांना नगरला छावणीत येऊन दीड महिना होऊन गेला होता. वजीर अभंगखान निघून गेल्यास पंधरवडा झाला. किल्ल्यातून सुलतानांकडून काही कळत नव्हते. सारे सरदार अतिशय तणावात दिवस काढत होते.

अचानक अभंगखानांची माणसे किल्ल्यात सुलतानांना भेटण्यासाठी आली. सगळीकडे एकच गडबड उडाली. राजे वणगोजीराजेंकडे गेले.

"मामासाहेब, काहीतरी गडबड दिसते."

"होय. आम्ही माणसं पाठवली आहेत. कळलं इतक्यात..."

वणगोजीराजे बोलत असतानाच खबरी आत आले. "सरकार, वजीरसाहेब दहा कोसांवर येऊन थांबलेत. गनिमाचं सैन्य घाट टाळून दुसरीकडं निघालंय. 'आतातरी आपण आमच्याबरोबर त्यांच्याशी लढायला तयार व्हा.' असा निरोप देऊन त्यांची माणसं गडावर गेली व्हती."

"मग?"

"सुलतानासाहिबा काही ऐकायला तयार नाहीत, त्यांनी माणसांना परत धाडून दिलं असं समजलं."

"ठीक आहे. जा तू" वणगोजीराजांनी त्याला बाहेर धाडले.

"मामासाहेब, आता वजीरसाहेब काय करणार? आपणदेखील इथं असं किती दिवस थांबायचं? काय करायचं काही कळेना झालंय." मालोजीराजे चिंताग्रस्त होऊन म्हणाले; इतक्यात दुसऱ्या खबरीने येऊन सांगितले,

"सरकार, वजीरसाहेब आपल्या फौजेसह जुन्नरकडे निघून गेल्याचं समजलं."

मोगल सैन्य निघाल्याची पक्की खबर मिळाल्याने सारे गोंधळून गेले. सारी रात्र छावणी जागी होती. जागोजागी पेटलेल्या शेकोट्यांभोवती सारे रात्रभर गडावरून काही कळतं का याची वाट पाहात होते.

दुसऱ्या दिवशी सकाळीच चांद सुलतानांना त्यांच्या खास नजरबाजांनी कळवलं, शाहजादा दानियल मोठं सैन्य घेऊन निजामशाही हद्दीत शिरला आहे. सगळीकडे हाहाकार उडाला आहे. आता सुलतानांना संकटाची खरी जाणीव झाली. शेख अबुल फजलनी सुलूख करायची बोलणी करत आपल्याला आशेवर झुलत ठेवले. दुसरीकडे लढाई पुकारली हे पाहून त्यांना अतिशय वाईट वाटले.

काही झाले तरी, निजामशाहीची धुरा त्यांच्याच खांद्यावर होती. त्यांनी लागलीच तयारी करायला सुरुवात केली. साऱ्या सरदारांना भराभर फर्माने काढली. आपल्या जहागिरी, किल्ले राखण्यासाठी कळवले. सातारा, फलटण भागात वणगोजीराजे तसेच नव्या दमाचे पतंगराव यासारख्या मातब्बरांनी निगराणी करायची. नासिक, त्रिंबक भागात राजू दख्खनी, सिंदखेड-वऱ्हाड भागात लखुजीराजे, जगदेवराव, यांनी राखण करायची. पुणे, सुपे प्रांत मालोजीराजेंकडे होता. राजधानीपासून जवळ असणाऱ्या या भागाची जबाबदारी त्यांच्यावर होती. नगरच्या आजूबाजूच्या भागाचा कारभार आंकुसखान पाहणार होता.

खुद्द राजधानीची अहमदनगरची जिम्मेदारी स्वत: सुलताना सरलष्कर समशीरखान यांचेबरोबर पाहणार होत्या.

सारे सरदार तातडीने आपल्या भागाकडे निघाले. मालोजीराजे वेरूळला गेले. विठोजीराजांना आधीच सर्व समजलेले होते. दोघे पूर्ण दिवस सदरेवर साऱ्या जोडण्या करण्यात गुंतून गेले होते. वातावरण अगदी तंग होते. परसोजीराजे, एकोजीराजे सारे मसलतीत दंग होते.

रात्री उशिरा राजे आपल्या दालनात आले. बाबाजीराजे गेल्यापासून गेले तीन महिने उमाबाई इथेच राहिलेल्या होत्या. मोगलांच्या स्वारीच्या बातम्या त्यांच्याही कानावर येत होत्या. त्या विचारातच गढून गेलेल्या असतानाच राजे आत आले. ''उमा'' त्यांनी हाक मारली.

उमाबाई वळल्या. त्यांनी आपल्या स्वारीकडे वळून पाहिले. राजांनी आत येत कमरेचा शेला काढून त्यांच्या हाती दिला. तो हाती घेत उमाबाईनी त्यांना न्याहाळत म्हटले,

''किती खराब झालात.''

''तुम्ही नव्हता ना काळजी घ्यायला!''

राजे हसत म्हणाले, पण उमाबाई काळजीच्या स्वरात म्हणाल्या,

''मामासाहेब गेल्यापासून तुमचं लक्षच नाही आपल्याकडं. आता आला आहात तर ऱ्हावा थोडं दिवस आमच्या...''

''उमा, तुम्हांला माहीत झालंच असेल आम्हांला लागलीच निघायला हवं.''

''काय?''

उमाबाई धक्का बसल्यागत म्हणाल्या. राजे गादीवर बसले. उमाबाईंना जवळ बसवत म्हणाले,

''उमा, आमची जहागीर, आमचा मुलूख नगरपासून जवळ. आम्हांला या वक्ताला तिथं राहायला हवं. जातीनं सगळीकडं बघायला हवं.''

''मग आम्ही पण तुमच्याबरोबर येणार!''

"काय?"

राजांनी चमकून विचारले. त्यांनी पाहिलं. उमाबाईंच्या मुखावर निर्धार उमटलेला होता.

"जी." त्या दृढ स्वरात म्हणाल्या.

"पण उमा, या अशावेळी..."

"म्हणूनच तर आम्ही आपल्यासोबत येणार. शिवाय आता आमचं इथं काय काम?"

"असं का म्हणता?"

"तुम्हीच बघा. आधी आत्यासाहेब, मामासाहेब आजारी होते. धाकट्या बाईंची मुलं लहान, म्हणून आम्ही इथं राहात होतो. आता मात्र आम्ही आपल्याबरोबर राहणार."

"ते सारं खरं, पण जरा वेळवखत समजून घ्या. मोगलांचा हमला चालून आलाय. आम्ही सारखे मोहिमेच्या आखणीत असणार. घराबाहेर राहणार. तुम्ही तिथं वाड्यात एकल्या राहणार, त्यापेक्षा इथे आपल्या माणसात..."

उमाबाई यावेळी अगदी हट्टाला पेटल्या होत्या.

"एकल्या कशानं? वाड्यात इतके नोकर-चाकर, कारभारी आहेत. आजूबाजूला त्यांचे कबिले आहेत. तुम्ही नसाल तेव्हा त्या आम्हांला सोबत करतील. पण खरंच, आता आम्हांला इथं दूर ठेवू नका."

बोलता बोलता उमाबाईचा गळा दाटून आला. राजांना काही सुचेना. त्यांनी पुन्हा समजूत घालण्याचा प्रयत्न केला. यावेळी उमाबाई काही ऐकण्याच्या मन:स्थितीत नव्हत्या.

दोन दिवसांनंतर सारा सरंजाम घेऊन राजे श्रीगोंद्याला निघाले तेव्हा उमाबाईंचा मेणा सोबत होता.

■

३३

राजेंचा अहमदनगरला निळोपंतांकडे मुक्काम पडला. नगरात वातावरण तंग होते. मोगलांचे सैन्य केव्हाही येऊन थडकेल अशा बातम्या होत्या. सर्वांनी दुपारचा थाळा घेतला. घटकाभरात श्रीगोंद्याला निघायचे होते. राजे निळोपंतांशी सदरेवर बोलत बसले होते. निळोपंत अतिशय चिंतेत होते.

"राजे, आपण आलात! भेटलात, बरं वाटलं. इथलं लक्षण काही खरं दिसत नाही. आता पुढलं सारं परमेश्वराच्या हाती."

"काकासाहेब, आपण असा दिल टाकू नका. नगरला आम्हांला आपला

हक्काचा आधार. आपल्यामुळे आम्हांला इथली सारी बित्तंबातमी समजते. इथला शाही राजकारणाचा तुम्हांला मोठा तजुर्बा आहे. गेल्या खेपी शाहजादा मुरादला पळवून लावले. आताही सुलतानासाहिबा आहेतच. याखेपीसुद्धा तसंच होईल.'' राजे समजुतीच्या स्वरात म्हणाले.

''तुम्ही म्हणता तसं झालं तर हवंच आहे, पण यावेळी पहिल्यासारखं नाही. शाहजाद्यासोबत शेख अबुल फजलसारखा मातब्बर मुत्सद्दी असामी आहे. खानखाननसारखा दख्खनचा जाणकार आहे. एकूण सारं सोपं नाही.''

''काकासाहेब, आम्हांला आता आपली चिंता वाटू लागली.''

''आपण आमची बिलकूल काळजी करू नका. आम्ही आपल्याला वेळोवेळी साऱ्या खबरी पुरवत जाऊ.''

राजे पुढे काही बोलणार एवढ्यात आतून निरोप आला. निळोपंतांनी विचारले, ''काय म्हणत आहेत?''

निळोपंतांचे चिरंजीव बाहेर आले. त्यांच्या कानाशी लागले. मान हलवीत निळोपंत म्हणाले,

''ठीक आहे. राजे, आतून सांगणं आहे, इथे जवळच किल्ल्याच्या उत्तरेला एक दर्गा आहे. तेथे शाहशरीफ नावाचे अवलिया राहतात. इथल्या परिसरात मशहूर आहेत. आमच्या मंडळींनी आपल्या राणीसाहेबांना सांगितलं, त्यांची इच्छा आहे दर्शनाला जायची.''

''पण आता अशा गडबडीच्यावेळी...''

''राजे, दर्गा फार दूर नाही. किल्ल्यापासून जेमतेम अर्ध्या कोसावर आहे. आलं आहे राणीसाहेबांच्या मनात तर जाऊन या. आमची मंडळी सोबत येतील. शाहशरीफजी सिद्धपुरुष आहेत. आपल्याला भक्तिमार्गाची आवड आहे, बरं वाटेल.''

''जी. आम्ही जाऊन येतो.'' राजे म्हणाले.

सारा लवाजमा भर उन्हात दर्ग्याकडे निघाला. किल्ल्याच्या उत्तरेला ओढा वाहात होता. तिथे मोठ्या लिंबाऱ्याजवळ एक तीन खणी इमारत दिसू लागली. बाहेर एका खाटेवर वृद्ध, पंचाहत्तरी उलटलेली, तेज:पुंज व्यक्ती बसलेली होती. शुभ्र दाढी, पांढरा अंगरखा व लुंगी नेसलेले शाहशरीफजी खाटेवर बसलेले दिसत होते.

लवाजमा थोडा अलीकडेच थांबला. राजे पायउतार होऊन जातीने पुढे आले. त्यांनी शाहशरीफजींना लवून नमस्कार केला. शाहशरीफजींनी हात उंचावून आशीर्वाद दिला.

''या बसा.''

त्यांनी राजांना खाटेवर आपल्याजवळ बसण्याची खूण केली. राजे उभेच

राहिले. शाहशरीफजींचे लक्ष मेण्याकडे गेले. त्यांनी हाक मारली. आतून एक अठरावीस वर्षांचा मुलगा बाहेर आला.

"बेटा, त्यांना तुमच्या अम्मींकडे घेऊन जा." मेण्याकडे बोट दाखवीत त्यांनी सांगितले.

"जी."

म्हणत मुलगा तिकडे वळला. राजेंकडे पाहात शाहशरीफजी म्हणाले,

"आमच्या आपा अच्छिमा बीबी आतल्या खोलीत आहेत. त्या इथेच राहतात. हा त्यांचा बेटा. लाड महंमद. तो तुमच्या मंडळींना तिथं घेऊन जाईल."

"जी."

राजे म्हणाले. त्यांनी इशारत केली. मेणे आतल्या बाजूला गेले.

"आम्ही मालोजीराजे वल्द बाबाजीराजे भोसले. मूळचे वेरूळचे. आता श्रीगोंद्याला राहतो. आम्हांला इथले मशहूर अंमलदार निळोपंत यांचेकडून आपल्याबद्दल समजले, म्हणून आपल्या दर्शनाला आलो."

राजे नम्रपणे म्हणाले. शाहशरीफजी मेण्यांकडे पाहात म्हणाले,

"बेटा, कबिल्यासह आलात, काही घरगुती बाब दिसते."

"जी. पोटी संतान नाही. आमच्या मंडळी बहुत कष्टी असतात. त्यासाठी आलो." शाहशरीफजींनी राजेंकडे पाहिले. त्यानंतर डोळे मिटून काही काळ ध्यानस्थ बसले. सगळीकडे गूढ खामोशी पसरली. असेच काही क्षण गेले. अचानक शाहशरीफजींनी डोळे उघडले. त्यांच्या चेहऱ्यावर प्रसन्न भाव दिसत होते.

"बेटा, बिलकूल काळजी करू नका. तुम्हांला संतानयोग आहे. तुम्हांला एक नव्हे तर दोन फर्जंद होतील. तुमच्यासारखे शूर, हुनरबाज, भाग्यशाली!"

राजांनी तात्काळ वाकून शाहशरीफजींना चरणस्पर्श केला. त्यांचा विनम्रपणा पाहून शाहशरीफ प्रसन्न झाले. आपल्याजवळचा एक विणलेला गोफ दाखवीत म्हणाले.

"आम्ही तुमच्या बेगमसाहेबांसाठी त्यांच्या गळ्यात बांधायला हा तावीज देतो."

त्यांनी पुन्हा लाड महंमदना हाक मारली.

"तुमच्या अम्मींजवळ हा तावीज द्या. यांच्या मंडळींना द्यायला सांगा. तसेच एक विडा द्यायला सांगा. त्यांची इच्छा नक्की पुरी होईल."

"जी."

म्हणत लाड महंमद तावीज आणि पानाचा डबा घेऊन आत गेले. राजे नम्रपणे म्हणाले.

"बाबा, आपण आमच्यावर फारच मोठा अनुग्रह केला. आमच्या मंडळी जरूर

आपल्या सांगण्याप्रमाणे करतील. आमची आपल्याला एक गुजारिश आहे. आपण आम्हांला आपली काही यादगार दिलीत तर आम्ही आले शुक्रगुजार राहू. आपण दिलेली चीज जिवापाड जपून ठेवू.''

शाहशरीफजींनी विचारपूर्वक राजांच्या चेहऱ्याकडे पाहिले. अचानक उठून आतल्या खोलीत गेले. राजे क्षणभर गोंधळले- तसेच उभे राहिले. आतून गूढ आवाज ऐकू येत होते.

थोड्या वेळाने शाहशरीफजी बाहेर आले. त्यांच्यामागून दोन माणसे एक मोठी संदूक उचलून आणत होती. शाहशरीफजी पुन्हा खाटेवर बसले. माणसांनी संदूक त्यांच्यासमोर ठेवली. शाहशरीफजींनी इशारत करताच संदुकीचे जड झाकण उघडले गेले. राजे आश्चर्याने पाहात होते. शाहशरीफजींनी संदुकीतून एक तलवार बाहेर काढली. राजेंकडे देत म्हणाले,

''बेटा, ही आमची खांड, आम्ही तुम्हांला देत आहोत. हिचं नाव पद्मिण. ही दुसरी नागीण. हिचा वार झाला तर गनीम जिवाला मुकल्याशिवाय राहात नाही. हा आमचा बचपनचा करगोटा, आमचं हे एक वस्त्र आणि हा पंजा.''

शाहशरीफजी एकएक चीज काढून देत होते. राजांना काही कळत नव्हते. भारल्याप्रमाणे ते एकेक वस्तू हातात घेत होते. त्यांचा आपल्या भाग्यावर विश्वास बसत नव्हता. त्यांनी साऱ्या वस्तू चाकरांच्या हातात दिल्या. शाहशरीफजींना सरळ दंडवत घातला. त्यांना उठवत शाहशरीफजी म्हणाले,

''बेटा, या आमच्या पुश्तैनी खास वस्तू आहेत. आम्ही फकीर, पण आजवर आम्हांला त्या देण्यासाठी लायक असामी मिळत नव्हता. आज आमच्या दिलातून आवाज आला. आमच्या या पाचही वस्तू तुमच्याकडे आम्ही सोपवत आहोत. तुम्ही त्यांची पूरी मर्यादेने हिफाजत कराल असा आम्हांला भरोसा आहे.''

''जी.''

राजे कसेबसे म्हणाले. त्यांना शब्द सापडत नव्हते. डोळे पाणावले होते.

''जा बेटा दिवस गडबडीचे आहेत. वेळ लावू नका. दिवसाउजेडी आपल्या घरी पोहोचा. आमचा तुम्हांला दुवा आहे.''

राजे भारावल्याप्रमाणे मागे वळले. पुन्हा निळोपंतांच्या वाड्यात आले. त्यांना सारी हकिकत सांगितली. पंत थक्क होऊन गेले.

''राजे, आपण खरंच अत्यंत भाग्यवान आहात. अशा थोर सिद्धपुरुषाचा अनुग्रह लाभणे हा मोठाच योग.''

''काकासाहेब, आपल्यामुळे हा भाग्ययोग लाभला. काय विलक्षण तेजस्वी आहेत! आम्ही धन्य झालो त्यांच्या दर्शनाने. आता मात्र त्यांनी सांगितल्याप्रमाणे आम्ही लागलीच निघतो. मावळतीच्या आधी पोहोचावे लागेल. आपण जपून राहा.''

“ठीक आहे. इथली काही काळजी करू नका. आम्ही वेळोवेळी खबर पाठवीत राहू.”

निळोपंतांच्या पत्नीने उमाबाईंची ओटी भरली. सारा कबिला घरी पोहोचेपर्यंत दिवेलागण झाली होती.

■

३४

राजांनी श्रीगोंद्याला पोहोचताच मुख्य कारभारी गोमाजींना सांगून साऱ्या कारकून, कारभाऱ्यांना बोलावून घेतले. गोमाजी आधीच कामाला लागले होते. ते राजांना म्हणाले,

“सरकार, आम्हांला इथं थोडी कुणकुण लागली होती. आम्ही वाड्यावर लाकूडफाटा, धान्य भरून घेतलं. आपल्या स्वारांना तयार राहण्यासाठी कळवलं. तसंच हत्यारं तयार ठेवण्यासाठी धारकरी, लोहारांना बोलवलं आहे. वाड्यावरचा पहारा वाढवलाय.”

“गोमाजी, तुम्ही इथलं सारं ठीक केलंय. बाळाजींना सांगा, शिवनेरीला विश्वासरावांना ताबडतोब ताकीदपत्र जायला हवं. ही झुंज मोठी आहे. रसद भरून घ्या. शिबंदी तयार ठेवा. कोणत्याही परिस्थितीत गड सोडू नका. हुशार ऱ्हावा- असं कळवून द्या. इतर भागांतल्या कारभाऱ्यांना बोलावून घ्या.”

“जी. सरकार,” म्हणत गोमाजी कामाला लागले.

दोन दिवसांत सारे कारकून, कारभारी आले. राजांनी सदरेवर बैठक बोलावली. साऱ्यांकडे गंभीरपणे पाहात राजे म्हणाले,

“तुम्हा सर्वांच्या कानी आले असेलच. मोगल सैन्य नगरच्या वाटेवर आहे. तब्बल चार वर्षांनी मोठी झुंज उभी राहिली आहे. आपल्या सर्वांना आपापल्या भागात सावध राहायला हवं.”

राजे मध्येच थांबले. सारेजण अगदी गंभीरपणे ऐकत होते.

“तुम्ही तातडीने आपल्या भागात जावा. हुशारीनं ऱ्हावा. मोगलांच्या तुकड्या रयतेला त्रास देण्यासाठी आल्या, तर त्यांचा बंदोबस्त करा. सारखं इथं आमच्याशी संबंध ठेवून राहा. निघा लागलीच.”

सारेजण राजांना मुजरा करून बाहेर पडले. राजे गोमाजींना म्हणाले,

“आम्ही उद्याच शेषाप्पांना भेटून येतो. येण्यापूर्वी नगरला निळोपंतांना भेटून आलो. त्यांच्याकडून वेळोवेळी खबर मिळत राहील. तसंच शेषाप्पांना सांगायला हवं. अशा वक्ताला त्यांची साथ हवी.”

राजे मोठ्या तडफेने आपल्या मुलखाच्या निगराणीचा बंदोबस्त करीत होते.

दुसऱ्या दिवशी ते बाहेर पडणार तोच निळोपंतांकडून माणसे आली. त्यांच्याकडून नगरच्या हालचाली समजल्याने राजेंचा हुरूप वाढला. निळोपंतांनी कळवले होते,

"मोगल फौजा नगरच्या दिशेने निघाल्याचे समजताच चांद सुलतानांनी किल्ल्याचे दरवाजे लावून घेतले. सर्व वेशी बंद करून त्यावर चौक्यापहारे बसवले. किल्ल्यात निदान वर्षभर पुरेल इतका धान्याचा साठा अशी कोठारे भरलेली आहेत. चारी विहिरींत मुबलक पाणी आहे."

वाचता वाचता राजांना आठवलं. किल्ल्यात आधी तीन विहिरी होत्या. गंगा, जमना आणि शक्करबाई. वजीर अभंगखानांनी घातलेल्या वेढ्याच्यावेळी किल्ल्यात पाण्याचे हाल झाले होते, त्यामुळे चांद सुलतानांनी चौथी विहीर काढली होती. तिचे नाव होते. 'मछलीबाई'. या चारही विहिरींत यंदा पाण्याचा साठा होता, हे समजल्याने त्यांना बरे वाटले.

राजे पुढे वाचू लागले,

"किल्ल्यात सरलष्कर समशीरखान, सरदार इतिबारखान, हामीदखान, मीर बाकी यासारख्या खंद्या लढवय्यांसह वीस हजारावर शिबंदी लढायला तैयार आहे. भव्य, सुसज्ज शस्त्रागार, भरपूर दारूगोळा, तुपाच्या विहिरी, सारी युद्धसामग्री साठवलेली आहे. खुद्द सुलतानासाहिबा बुरुजावरच्या तोफा साफ करणे, दारूगोळा आणून ठेवणे, चौकी पहारे तपासणे जातीने करीत आहेत. त्यांचा मागच्या झुंजीतला पराक्रम लोक अद्याप विसरलेले नाहीत. त्या जातीने मौजूद असल्याने सर्वांचे जिंकण्याचे इरादे बुलंद आहेत."

निळोपंतांनी सारे सविस्तर कळवले होते. राजांनी खलिता बाळाजींकडे परत दिला. त्यांच्या मनावरचा ताण थोडासा कमी झाला. बाळाजींसह सारी फडावरची मंडळी राजेंकडे मोठ्या उत्सुकतेने पाहात होती. त्यांच्याकडे पाहात राजे म्हणाले,

"बाळाजी, किल्ल्यातील सारी व्यवस्था सुलतानासाहिबांनी अगदी चोख ठेवलेली आहे हे ऐकून बरं वाटलं. बाहेरची काळजी करायचं कारणच नाही. किल्ला इतका बेलाग आहे की, मोगल आतपर्यंत येऊच शकणार नाहीत."

"सरकार, आम्ही ऐकलंय किल्ल्याचा तट, खंदक सारं काही अफाट आहे."

"होय, किल्ल्याच्या तटाचा घेरच जवळजवळ दीड कोसाचा आहे. ताशीव निळ्याशार दगडांची सत्तावीस गज उंचीची तटबंदी, कोणत्याही तोफगोळ्यांना तोंड देण्यास समर्थ आहे. एकूण पंचवीस बुरुजांवर लांब पल्ल्यांचा तोफा धडाडत असतात. तटाबाहेर चारही बाजूंनी सात-आठ गज खोलीचा खंदक आहे. तीस-चाळीस गज रुंदीचा. नेहमी- कायम- पूर्णपणे पाण्याने भरलेला. मगरी, सुसरी, विषारी पाणसर्प यामुळे कोणालाही पोहून येणे अशक्य असलेला! त्याशिवाय खंदकाच्या बाहेर चारही बाजूंनी उंच मातीच्या टेकड्या आहेत."

राजे सारे वर्णन सांगत होते-सारे डोळे विस्फारून ऐकत होते.

"सरकार, विश्वास बसत नाही, पण असा किल्ला जिंकणे तर अगदी अशक्यच वाटतंय."

"खरंय. आपलं दख्खनचं तख्ताचं ठिकाण आहे ते! अगदी अजिंक्य! आता पाहू मोगलांना कसं झुंजवतंय, पण सुलतानासाहिबा तिथं किल्ला लढवत आहेत. आपण आपला मुलूख सांभाळायला हवा."

बोलता बोलता राजे उठले. शेषाप्पांकडे जाण्याची तयारी झाली होती. राजे बाहेर पडले. अशा अडचणीच्या वक्ताला अशी जिव्हाळ्याची ठिकाणे जपायला हवीत याची त्यांना पूर्ण जाणीव होती.

■

३५

राजे शेषाप्पांकडून परत आले, तोच बातमी येऊन थडकली. शाहजादा दानियल प्रचंड मोगल सैन्यासह नगरला पोहोचला आहे. शाहजाद्याचे सैन्य किल्ल्याजवळ जाताच आतून तोफा धडाडल्या. मोगल सैन्य मागे सरकले. शाहजाद्याने तोफांच्या टप्प्याच्या बाहेर वेढा घालायचे ठरवले. किल्ल्याच्या चारी बाजूंनी मोगल सेना पसरली. शेख अबुल फजल, खानखानन आणि बहादूरखान यांनी तीन बाजू अडवल्या. पश्चिमेच्या मुख्य दरवाजासमोर खुद्द शाहजाद्याने ठाण मांडले. वेढा पूर्ण झाला. निजामशाही जिंकून दख्खनमध्ये पाय रोवण्याच्या, गेली सात वर्षे सतत सुरू असलेल्या मोगली मोहिमेचे अखेरचे पर्व सुरू झाले.

शाहजाद्याने चारी बाजूंनी धमधमे रचायला सुरुवात केली. तोफा धमधम्यांवर चढवून घेतल्या. पुन्हा एकवार जबरदस्त गोळागोळी झाली. तीन चार दिवस सतत तोफांचा भडिमार करूनही किल्ल्याच्या तटबंदीचा एक टवकाही उडवता आला नाही. अखेर शाहजाद्याने साऱ्यांचा विचार घेऊन किल्ल्याच्या चारही बाजूंनी सुरुंग पेरायचे ठरवले. खणायला सुरुवात केली.

पाहता पाहता दोन महिने उलटले. पावसाळा तोंडावर आला. राजे आपल्या जहागिरीतून फेरफटका मारून परत आले, तोच नगरहून खबरी आल्याचे समजले. राजांना नवल वाटले. नगरचा वेढा अगदी पक्का असल्याने दोन महिन्यांत काही कळले नव्हते. त्यांनी ताबडतोब खबरींना बोलावून घेतले. ते राजांना मुजरा करून म्हणाले,

"सरकार, बातमी चांगली आहे."

"होय? काय झालं?"

"नगरला अचानक वळवाचा मोठा तडाखा बसला. वादळी वाऱ्याने मोगलांची दाणादाण उडाली. डेरे, राहुट्यांचे बांबू मोडले. कनाती तुटून तंबू उधळले. बोरांएवढ्या

गारांनी सारी माणसं, जनावरं झोडपून निघाली. साऱ्या छावणीत गोंधळ माजला. वेढा ढिला पडला, म्हणून लागलीच इकडे आलो.''

''अरे, वा, चांगलंच मोठं वादळ झालेलं दिसतंय.''

''होय जी. गनिमाचे सैनिक, बुणगे, चाकर पावसात भिजून बीमार पडू लागलेत. परका मुलूख, चिखलाची चिपचिप, मधनंच पावसाची रिपरिप... सारी त्रासून गेलीत, त्यातच रोगराई पसरणार अशी आवई उठली. सारी धास्तावून गेलीत.''

''बरं झालं, पंतांमुळे आम्हांला कळलं. ऐकून चांगलं वाटलं. इतर काही खबरबात?''

''जी, राजू दखनींनी नासिक, त्रिंबक भागात धुमाकूळ घातला आहे. त्यांनी गुजरातहून येणारी रसद तोडली. मोगलांनी त्यांचा एके काळचा मालक सादतखानाला त्यांच्यावर पाठवलं. राजूंनी त्यांनाही पळवून लावल्याचं समजलं. जुन्नर भागात वजीरसाहेब आणि मलिक अंबर मोगलांना फिरकू देत नाहीत.''

''अरे वा, चांगलीच खबर आणलीत. बरं झालं. तेवढाच जिवाचा घोर कमी झाला. गोमाजी, यांची सारी सोय करा. बाळाजींकडून पंतांना निरोप लिहून पाठवा.''

''जी.''

म्हणत गोमाजी बाहेर गेले. राजे बऱ्याच दिवसांनी निवांतपणे बोलत बसले.

■

३६

बादशाह अकबर बुऱ्हाणपूरला होते. दख्खनहून रोजची खबर त्यांना मिळण्याचा इंतजाम केलेला होता. असिरगढचा वेढा चालू होता. शाहजादा दानियलने नगरच्या किल्ल्याला वेढा घालून दोन महिने होत आले. दोन्ही किल्ले वेढ्याला चांगले तोंड देत होते, त्यामुळे बादशाह अस्वस्थ बनले होते. खास करून निजामशाही इतक्या कडवेपणाने लढेल असे त्यांना वाटले नव्हते.

त्यातच वादळाने छावणीची केलेली वाताहत त्यांना समजली. बादशाह विचारात पडले.

'वजिरांची बंडाळी, दुष्काळाने गांजलेली रयत, गादीवर छोटे मूल, तरी निजामशाही लढतेय. अशावेळी पुन्हा एकवार आदिलशाही आणि कुतुबशाहींनी चांद सुलतानांना मदत करायची ठरवली तर मोठी अडचण होईल. आपण शरीफ सरमदीला इब्राहिम आदिलशाहकडे पाठवले होते. त्याने मोठ्या खुबीने मुख्य मुद्याला बगल दिली होती. आता मात्र याकडे अधिक दुर्लक्ष करून चालणार नाही. काही जबरदस्त हालचाल करायला हवी.'

बादशाहांनी बराच विचार करून मीर जलालुद्दीन अंजू याला बोलावून घेतले.

मीर थोर सय्यद खानदानातला असून त्यांचा जवळचा संबंधी होता. पुढची महत्त्वाची खेळी खेळण्यासाठी बादशाहांनी त्याची निवड केली होती.

मीर जलालुद्दीन अंजूने येताच बादशाहांना लवून कुर्निसात केला. हात बांधून मान खाली घालून उभा राहिला. त्याच्याकडे पाहात बादशाह म्हणाले,

"मीर. आम्ही एका खास नाजूक कामगिरीसाठी तुम्हांला याद केलंय."

"जी, हुजूर."

मीरला अद्याप काही समजत नव्हते. बादशाह पुढे म्हणाले,

"विजापूरकरांशी आमचा रिश्ता व्हावा अशी आमची तमन्ना आहे. इब्राहिम आदिलशाह यांची बेटी शाहजादी सुलताना बेगमला आमचे शाहजादे दानियल यांच्यासाठी आम्ही पसंद केलं आहे. हम चाहते हैं, हमारी तरफसे आप यह रिश्ता लेकर जायें!"

"हुजूर, आपण नाचीजवर एवढा भरवसा टाकला. आम्ही बडे खुशनसीब आहोत." मीर भारावून म्हणाला.

"मीर, ही कामगिरी सोपी नाही. आदिलशाहांची निजामशाही खानदानाशी जुनी रिश्तेदारी आहे, त्यामुळे ते हमेशा त्यांना मदत करतात. यावेळी त्यांना रोखण्यासाठी हा रिश्ता त्यांनी कबूल करायलाच हवा. तुमच्या हुनरवर आम्हांला भरवसा आहे. तुम्ही ताबडतोब कूच करा."

"जी, हुजूर."

म्हणत मीर बादशाहांना कुर्निसात करून बाहेर पडला. दोनच दिवसांत शाही लवाजमा घेऊन विजापूरकडे रवाना झाला.

मीर जलालुद्दीन अंजू मोठा मुत्सद्दी होता. त्याने विजापूरला पोहोचल्यावर एका सराईत मुक्काम ठोकला. तेथून त्याने आदिलशाहच्या वजिरांशी संधान बांधले. त्याला चांगल्या भेटवस्तू देऊन खूश केले. त्याच्याकडून इब्राहिम आदिलशाहची खासगी भेट मागितली.

इब्राहिम आदिलशाहांना मीरने अत्यंत मौल्यवान नजराणा पेश केला. किमती नजराणा पाहूनच आदिलशाहांनी ताडले की, हा मामला काही वेगळाच आहे. ते मीरला म्हणाले,

"बादशाहांनी आम्हांला पुन्हा याद फर्मावले. इतका बेशकीमती नजराणा पाठवला- आम्ही समजलो नाही."

"आम्हांला बादशाह सलामतनी बडी नाजूक, अगदी खास मसलत घेऊन आपल्याकडे पाठवले आहे."

"अच्छा!"

"जी. आपली लाडली बेटी सुलताना बेगम हिचा रिश्ता शाहजादे दानियल

यांच्याशी करावा, असे माबदौलतना वाटते. त्यांचा पैगाम घेऊन आम्ही इथं आलो आहोत.''

आदिलशाह मोठ्या घोरात पडले. त्यांचे नगरच्या झुंजीकडे लक्ष होते. निजामशाही पडली की, बादशाह आपला मोहरा विजापूरकडे वळवणार यात त्यांना शंका नव्हती. अजूनही सुलताना चांदबीबींना आतून का होईना मदत करावी असे त्यांना वाटत होते, मात्र आता खुद्द त्यांच्या मुलीलाच मागणी घालून बादशाहांनी साऱ्या मामल्याला वेगळेच वळण दिले होते.

इब्राहिम आदिलशाह विचारात पडलेला पाहून मीर म्हणाला,

''आपल्याकडे हा रिश्ता घेऊन येण्यासाठी आम्हांला बादशाहांनी सांगितले, तेव्हा वाटलं की, हिंदोस्तानातील दोन शाही खानदानं एकत्र येणं, ही परवरदिगारची मर्जी आहे. त्यात माझ्यासारख्या नाचीजवर एवढा अजीम मसला घेऊन येण्याची जिम्मेदारी आली. आम्ही आपल्याकडे पैगाम पोहोचवला आहे. आपण आपला फैसला सांगितला की आम्ही त्यातून मोकळे होऊ.''

इब्राहिम आदिलशाहांनी त्याला हसत सांगितले,

''तुम्ही इतक्या दूरच्या सफरीहून आला आहात. काही दिवस आमची मेहमाननवाजी घ्या. आम्ही आमच्या बुजुर्गांशी सला करून तुम्हांला कळवतो.''

आदिलशाहांनी वजिरांना बोलावून मीर जलालुद्दीन अंजूची खास मेहमानखान्यात सोय करण्यास सांगितले.

आदिलशाहांनी त्यांच्या खास माणसांशी सल्लामसलत केली. एकतर खुद्द बादशाह अकबरांनी स्वत: मागणी घातली होती, त्यामुळे नाकारणे जवळजवळ अशक्य होते. निजामशाही पडली तरी एकदा हा नातेसंबंध झाल्यामुळे बादशाहांकडून आपल्या सल्तनतीला लागलीच धोका होणार नाही, हा मोठाच फायदा होणार होता.

मीर देखील अतिशय चतुर व गोडबोल्या मुत्सद्दी होता. त्याने वेगवेगळ्या भेटी देऊन तसेच साखरपेरणी करून आदिलशाहांजवळ असणाऱ्या मंडळींना खूश करून टाकले होते.

आदिलशाहने मोठा दरबार भरवला. मीर जलालुद्दीन अंजूचा भारी पोशाख, भेटवस्तू देऊन मोठा मानपान केला. बादशाह अकबरांची मागणी मंजूर असल्याचे मीरला सांगितले. मेहंदीच्या हाताची मोहर उठवून कुबुलनामा लिहून दिला. मीरने कुबुलनामा बादशाहांकडे पाठवून दिला.

बादशाह अकबर खूश झाले. आता इब्राहिम आदिलशाह आपल्या भावी जावयाला धोका होईल असे काही करणार नाहीत. चांद सुलतानांना त्यांची मदत मिळणार नाही याची त्यांना तसल्ली झाली. आता ते विजापूरकरांच्या बाजूने बिनघोर झाले.

बादशाह अकबरांनी अगदी बिनतोड डाव टाकला होता. त्यांनी स्वत: बुऱ्हाणपुरात बसून शाहजादा दानियलची मोठी अडचण दूर केली होती. निजामशाही मात्र आता एकाकी पडली होती. तिचा एक हक्काचा आधार कायमचा दुरावला गेला होता. ■

३७

अहमदनगरला वेढा पडून तीन महिने होऊन गेले. पावसाळा सुरू झाला. आषाढाच्या तरण्या पावसाने चांगलाच जोर धरला होता. राजे वाड्यात पाऊस कमी होण्याची वाट पाहात होते. महिन्याभरात नगरची काही खबरही आलेली नव्हती.

सकाळपासून पावसाचा तडाखा थोडासा कमी झाला, पण आभाळ भरले होते. हवा पडली होती. वातावरणात एक प्रकारचा कुंदपणा भरून आला होता. राजे थोडे बेचैन झाले. फडावर आले. बाळाजी आपल्या कामात गुंतले होते. गोमाजी बाहेर गेले होते. राजे सदरेवर एकटेच बसून राहिले. त्यांचा अस्वस्थपणा वाढू लागला.

इतक्यात अचानक वर्दी आली. नगरहून स्वार आले होते. चिखलाने माखलेले स्वार धापा टाकत त्यांच्यासमोर आले. त्यांच्या अवताराकडे पाहून राजे मनात चरकले. स्वार मान खाली घालून उभे होते. त्यातला एकजण बोलला,

"फार वाईट खबर आहे सरकार."

"काय झालं?"

राजे अधीर झाले. स्वाराने वर पाहिले, त्याच्या डोळ्यातून धार लागली होती. चेहरा हाताने झाकत तो म्हणाला.

"घात झाला सरकार. आपल्या सुलतानासाहिबा..." स्वाराचे बोल अडखळले.

राजे उसळले. पुढे येत ओरडले,

"काय झालं त्यांचं?"

"सरकार, त्यांचा खून झाला." स्वाराने कसेबसे सांगितले.

"काय?" राजांच्या तोंडून शब्द निसटले.

त्यांना प्रचंड धक्का बसला. आपले डोके घट्ट पकडून त्यांनी डोळे मिटले. त्यांनी डोळे उघडून स्वारांकडे पाहिले. ते सांगत होते,

"सरकार, नगरात सारा गोंधळ माजलाय. पंतांनी आम्हांला टाकोटाक पाठवून दिलं."

राजांच्या कानात काहीच शिरत नव्हतं. ते हळूहळू चालत आपल्या दालनाकडे निघून गेले.

संध्याकाळ झाली. थाळ्याची वेळ उलटून गेली. उमाबाईंनी चाकरांना स्वारीला बोलावण्यासाठी पाठवले. त्याने परत येऊन सांगितले,

"सरकार सदरेवर न्हाईत."

"मग?"

"आत हायीत. दार वढून घेतलंय. लई हाळ्या मारल्या, तरी बोलत न्हाईत."

उमाबाई काळजीत पडल्या. लगबगीने राजेंकडे निघाल्या. दार नुसते ढकललेले होते. उमाबाई दार उघडून आत येताच राजांनी मान वर केली. त्यांची भकास मुद्रा पाहून उमाबाई चरकल्या. पुढे येऊन जवळ बसत त्यांनी हळुवारपणे विचारले,

"काय झालं?"

राजांनी कोऱ्या नजरेने त्यांच्याकडे पाहात मान हलवली. उमाबाईंच्या काळजात धस्स झाले. त्यांनी धीर करून पुन्हा विचारले,

"काही कळलंय का? काय झालंय? सांगा तरी!"

त्यांचा स्वर रडवेला झाला. राजे दीर्घ उसासा टाकत म्हणाले.

"सारं संपलं उमा. घात झाला. सुलतानासाहिबांचा खून झालाय."

"काय?" उमाबाई किंचाळल्याच.

"होय उमा, नगरातनं माणसं आलीत. त्यांनी सांगितलं."

"पण असं झालंच कसं?" उमाबाईंनी सावरत विचारले.

"ते पुरतं समजलं नाही. पण फार वाईट झालं उमा. त्या एकल्याच मोगलांच्या धाडीतून साऱ्यांना बाहेर काढून शकल्या असत्या. आता काय होईल याचा विचारही करवत नाही."

उमाबाई पुढे बोलणार, इतक्यात दार वाजले.

गोमाजी खाली मान घालून आत आले. राजांनी विचारले,

"समजलं तुम्हांला?"

"जी, आम्ही मघाशीच आलो. पंतांच्या माणसांनी सारं सांगितलं."

राजे आता पुरेसे सावरले होते. त्यांनी सांगितले,

"गोमाजी, बोलवा त्यांना. आम्हांला नगरचा सारा बितपशील ऐकायचा आहे."

स्वारांनी राजांना सारे सविस्तर सांगितले. सारी हकिकत ऐकून राजे हतबुद्ध होऊन गेले.

■

३८

मोगलांच्या वेढ्याला तीन महिने होऊन गेले होते. आता झुंज शेवटच्या टप्प्यात आले होते. सुरुंग भरून झाल्याच्या खबरी येत होत्या. केव्हाही प्रत्यक्ष हातघाईची वेळ येऊ घातलेली होती. सुलताना चांदबीबींनी किल्ल्यातील साऱ्या सरदारांना आपल्या गगन महालात बोलावले. सर्वजण आल्यावर त्यांनी बोलण्यास

सुरुवात केली.

''गडाच्या चारही बाजूंनी सुरुंग भरून झाले आहेत. आता केव्हाही हमला होऊ शकतो असं समजलं आहे.''

''आम्ही सारे तैयार आहोत. मोगल केव्हाही आले तरी हरकत नाही.''

सरलष्कर समशीरखान आवेशात म्हणाला, साऱ्यांनी त्याला दुजोरा दिला.

''आम्हांला तुमच्याकडून हीच उम्मीद होती, पण आणखी एक बुरी खबर आहे.''

सुलताना गंभीरपणे म्हणाल्या.

''आपल्याला हमेशा साथ देणाऱ्या आदिलशाहांकडून आता कसलीही मदत मिळणार नाही. त्यांच्याकडे पाठवलेली माणसं परत आली. त्यांची शाहजादी सुलताना बेगम हिचा निकाह शाहजादा दानियलशी पक्का झाल्याचे आम्हांला समजलं आहे. आपला फार मोठा आधार गेला.''

चांद सुलतानांनी हे सांगताच बैठकीत सन्नाटा पसरला. सरलष्कर समशीरखान चटकन सावरला.

''आपण सांगितलं हे खरं, पण अजून कुतुबशाह आहेत. आपले इतर सरदार मोगलांची रसद तोडत आहेत. उलट त्यांचीच फौज पावसाने आणि उपासमारीने हैराण झालेली आहे.''

समशीरखानचे ऐकून मीर बाकीला जोर आला.

''गेल्या खेपेला शाहजादा मुराद असाच पाच-सहा महिने ठाण मांडून बसला. त्यानेही सुरुंग भरले. सुलतानढवा करून हमला केला, तरी आपण त्याला परत पाठवले. मोगल फौज कंटाळून गेली आहे. आमच्या सैनिकांचे इरादे अजून बुलंद आहेत.''

त्यांचे बोलणे ऐकून सुलताना अधिक अस्वस्थ झाल्या.

''खानसाहेब, पाच सालामागची आणि आजची हालत यात जमीनआसमानचा फरक आहे. आदिलशाह आणि कुतुबशाहांच्या फौजा शाह दुर्गावर एकसाथ येऊन शाहजादा मुरादवर चढाई करायला निघाल्या, म्हणून ते सुलुख करायला तयार झाले. हे सारं तुम्हांलाही याद असेल. आता आदिलशाहांनी माघार घेतल्यावर कुतुबशाह कितपत मदत करतील?''

''ते काहीही असलं तरी आम्ही आजही लढू शकतो. अशी हार मानायला आम्ही बिलकूल तैयार नाही.''

''तुमचं म्हणणं दुरुस्त आहे, पण या घडीची नजाकत समजून घ्या. खुद्द बादशाह अकबर बुऱ्हाणपुरात आहेत, ते केव्हाही कुमक करू शकतात, आपल्यामागे कोणी नाही.'' सुलताना कळवळून सांगत होत्या.

“मग काय न लढता हार मानायची?”

साऱ्या सरदारांची नाराजी उघड दिसत होती. तरीही सुलताना म्हणाल्या,

“आम्हांला अजूनही शेख अबुल फजल यांच्याकडून सुलुख करण्यासाठी पैगाम येत आहे, त्याचा विचार करायला हरकत नाही असे आम्हांला वाटते.”

“सुलतानासाहिबा, आम्ही इथे सल्तनतीसाठी जान कुर्बान करायला तयार आहोत, आणि तुम्ही सुलुख करायच्या गोष्टी करता! आम्हांला अशी उम्मीद नव्हती आपल्याकडून.”

समशीरखान अतिशय नाराजीने म्हणाला. सुलतानांनी मांडलेला खयाल कोणालाच पटला नव्हता. त्यांनी अखेर बैठक आटोपती घेतली.

सारे सरदार निघून गेल्यावर त्यांनी आपला अत्यंत विश्वासू जनानखान्याचा मुख्य खोजा, हामीदखान याला बोलावणे पाठवले. त्याची वाट पाहात सुलताना महालात एकट्याच बसलेल्या होत्या. हामीदखान येताच त्या म्हणाल्या,

“हामीदखान, तुम्हांला आम्ही सारं सांगितलं आहे, तुम्हीच सांगा, आता असं एकाकी जंग करून काय हासिल होणार?”

“मग आपला काय खयाल? सरळ हार मानायची?”

“हामीदखान, तुम्ही बुजुर्ग आहात. आज आपली हालत फार नाजूक आहे. शाहजाद्यांकडे आपल्या दुप्पट फौज आहे, शिवाय खुद्द बादशाहांची बुऱ्हाणपुराहून पाठराखण आहे. आपला कसा टिकाव लागणार यांच्यापुढे?”

“म्हणून न लढताच निजामशाही तख्त मोगलांच्या ताब्यात द्यायचं? अशी हार पत्करायची? सुलतानासाहिबा, असा खयाल तुमच्या मनात आलाच कसा?”

हामीदखानाने चिडून विचारले. सुलताना आता अगदी हताश झाल्या. त्यांनी अगतिकपणे म्हटले,

“हामीदखान, सवाल हार मानण्याचा नाही. आपली इमानी माणसं जंगमध्ये हकनाक मरतील, त्यांना वाचवण्यासाठी आम्ही हा खयाल मांडला. शेख अबुल फजल अजूनही सुलुख घडवून आणतील.”

“कसला सुलुख करायचा?”

“मोगल आम्हांला बहादूर निजामशाह व आमच्या माणसांसह जुन्नरच्या किल्ल्यात राहू देण्यास तयार आहेत; त्याच्या बदल्यात नगरचा किल्ला त्यांच्या हवाली करावा असं त्यांचं मागणं आहे.”

चांद सुलतानांनी असे म्हणताच हामीदखान उसळला.

“सुलतानासाहेब, काय बोलता हे? आम्ही आमची अहमद निजामशाहांनी स्थापन केलेली तख्ताची जागा सोडून द्यायची? याच तख्तासाठी सारी फौज जिवाची पर्वा न करता लढायला तयार आहे. आपलं नेक इमान राखण्यासाठी रक्त

सांडायला, कुर्बान व्हायला तयार आहे आणि तुम्ही लढायचं सोडून द्यायला सांगता?''

हामीदखान अगदी भडकून गेला होता. सुलतानांचे काहीही ऐकायला तयार नव्हता. तो ओरडतच महालातून बाहेर पडला. किल्ल्यातल्या रस्त्यावरून धावत सुटला. लोक त्याच्याभोवती गोळा झाले. हामीदखान मोठमोठ्याने सर्वांना सांगू लागला,

''आपण सारेजण तख्तासाठी जिवाची बाजी लावतो आहोत, पण आपल्या सुलताना मात्र सुलूख करून किल्ला मोगलांच्या हवाली करून आपण खुशाल व्हायचं ठरवत आहेत. आपल्याला सर्वांना मोगलांच्या तोंडी देणार. आपण मात्र सुखरूप निसटणार. मी सांगतो तुम्हांला, सुलतानासाहिबाच आतून मोगलांना सामील आहेत. त्यांची अबुल फजलशी गुप्तपणे बोलणी चालू आहेत. त्यांनीच खुद्द मला सारं सांगितलं, मी तिथूनच, त्यांच्या महालातून ऐकून आलो आहे.''

हामीदखानाचे बोलणे ऐकून लोक हादरले. आधीच सर्वजण चार महिने वेढ्यात हैराण झाले होते, तरीही सुलतानांकडे पाहून तख्तासाठी लढायला तैयार होते, पण खुद्द चांद सुलताना हार पत्करून सुलुख करणार, हे ऐकून त्यांचा धीर सुटला.

पाहता पाहता किल्ल्यात सगळीकडे खबर पसरली. लोक घोळक्याने महालाकडे येऊ लागले. महाल दिसताच झुंडीने आत शिरले. सर्वांत पुढे हामीदखान हातात नंगी तलवार घेऊन जोशात निघाला होता.

सुलतानांना पाहताच त्याचा पार तोल सुटला. तो बेभान झाला. त्याने आवेशात तलवार उचलली, क्षणार्धात सुलतानांच्या शरीरात आरपार घुसवली. त्या जागीच कोसळल्या.

मोठ्या आवेशात महालात शिरलेल्या लोकांना हामीदखानाच्या कृत्याने प्रचंड धक्का बसला. खुद्द चांद सुलतानांचा रक्ताच्या थारोळ्यात पडलेला देह पाहून सारे हादरून गेले. सगळीकडे एकच गोंधळ माजला.

सारी हकिकत ऐकून मालोजीराजे सुन्न झाले. चांद सुलताना, हुसेन निजामशाहांची लाडकी बेटी, आदिलशाहीची मलिका, दोन्ही खानदानांच्या सन्मानासाठी सारी जिंदगी झटलेली अलौकिक वीरांगना! गेली पाच वर्षे मोगलांना दख्खनमध्ये पाऊल रोवण्याला रोखणारी एकमेव ताकद; अशी एका मामुली, नपुंसक खोजाकडून मारली जावी, खरंच किती दैवदुर्विलास!

राजे उदासपणे कितीतरी वेळ बसून राहिले. बाहेर पाऊस सुरू झाला. जोरदार सर आली. उघड्या कवाडातून पाण्याचे थेंब आत येऊ लागले. उमाबाई कवाड बंद करण्यासाठी उठल्या.

राजेंची नजर कवाडातून दिसणाऱ्या गळणाऱ्या आभाळाकडे वळली. त्यांच्या मनात विचार आला, हे असे गळणारे आभाळ केव्हातरी थांबेल, पण दख्खनवरच्या फाटलेल्या आभाळाची लक्तरे कोण कशी आवरणार?

■

३९

चांद सुलतानांच्या मृत्यूची खबर वाऱ्यासारखी पसरली. मोगलांच्या छावणीतही त्यामुळे धक्का बसला. शाहजादा दानियलचा हुरूप अधिक वाढला. आपली फत्ते नक्की झाल्याची खात्री पटली. त्यांनी फौजेला तयार राहायला सांगून सुरुंगांना बत्ती लावायचा हुकूम दिला.

सर्वांत आधी इलाही बुरुजाखालचे सुरुंग फुटले. जबरदस्त धमाका झाला. बुरुजासह दीडशे हात तटबंदी पत्त्यासारखी कोसळली. धूळ, दगड, धोंडे यांनी आस्मान भरून गेले. धुरळा खाली बसताच मोगल सैन्य वादळी लाटेप्रमाणे किल्ल्यात घुसले.

अहमदनगर किल्ल्यात कोणाला काय, कधी घडले समजलेच नाही. सारे खंदे सरदार स्फोट झाल्या क्षणापासून आपल्या सैनिकांना गोळा करू लागले. त्यांना मुळीच उसंत न देता मोगल सैन्य वेगात त्यांच्या अंगावर कोसळले. जेमतेम घटकाभर हातघाई झाली. सरलष्कर समशीरखान मारला गेला. बालनिजामशाहा बहादूरखान सोन महालात होता. त्याला मोगल सैनिकांनी कबजात घेतले. खुद्द निजामशाह शत्रूच्या हातात पडलेले पाहताच उरलेले सैन्य शरण आले. मोगलांनी अहमदनगर किल्ल्यावर ताबा मिळवला.

शाहजादा दानियल आपल्या फतेहमुळे बेहद खूश झाला होता. त्याच्यापुढे बहादूर निजामशाहाला पेश केल्यावर त्याने शेख अबुल फजलना सांगितले,

"यांना आमच्या वालिदांकडे बुऱ्हाणपूरला पाठवून द्या. दख्खनच्या बादशाहला हिन्दोस्तानाच्या शहेनशाहपुढे मामुली कैद्यासारखा पेश करा."

"जी, जसा आपला हुकूम."

म्हणत शेख अबुल फजलनी मान हलवली, पुढे म्हणाले,

"हुजूर, किल्ल्यावरून सरदार खानखाननची माणसं आलीत."

"काय म्हणताहेत खानसाहेब?"

शाहजाद्याने मोठ्या खुशीत विचारले.

"किल्ल्यातल्या कैद्यांचं काय करायचं?"

"त्यांचं काय करायचं? दुश्मनांच्या कैद्यांचं काय करायचं? त्यांना कळवा,

साऱ्यांची एकसाथ कत्तल करून टाका. आमच्या जितीसाठी कुर्बानी द्या साऱ्यांची.''

शाहजादा उन्मादात ओरडला.

''पण हुजूर, त्यांची बायका, मुलं?''

''त्यांचं काय? कोणालाही शिल्लक ठेवायचं नाही. आमचा हुकूम आहे असं सांगा त्यांना.''

शाहजादा विजयाच्या कैफाने बेफाम झाला होता. शेख अबुल फजलनी त्यांचा निरोप किल्ल्यात पोहोचवला.

मोगल सैनिक साऱ्या किल्ल्यात धुमाकूळ घालत होते. जाळपोळ, लुटालुटीला उधाण आले होते. त्यातच शाहजाद्याचा हुकूम येऊन थडकला. सारे बेहोष होऊन गेले. असाहाय्य बायका, मुले साऱ्यांची सर्रास कत्तल झाली. त्यांच्या करुण किंकाळ्यांनी किल्ल्याच्या तटबंदीला दडे बसले. अहमदनगरचे आभाळ भिरभिरणाऱ्या गिधाडांनी झाकोळून गेले. किल्ल्यातले सारे रस्ते रक्ताने न्हाऊन निघाले. त्या रक्ताच्या पाटात अहमद निजामशाहांनी दीड शतकापूर्वी स्थापन केलेले दख्खनचे निजामशाही तख्त वाहून गेले.

■

। भाग चार ।

१

मोगलांनी निजामशाही जिंकली त्याला दोन महिने झाले. अहमदनगर शहराची पुरी वाताहत झाली. किल्ल्यात निजामशाही सत्तेची सारी संपत्ती एकवटली होती. शाही खजिना, मौल्यवान रत्ने, सोने, जडजवाहीर मोगलांच्या ताब्यात गेले. किल्ल्यात दारूगोळा, विविध शस्त्रांचा प्रचंड साठा होता. मोठ्या रसिकतेने जमवलेल्या कलात्मक, अमोल वस्तू, दुर्मीळ ग्रंथ, भरजरी, रेशमी कलाकुसरीच्या वस्त्रांचे भांडार साठवलेले होते. सारे लुटले गेले. साऱ्या वस्तूंची मोजदाद कित्येक दिवस चालली होती.

शाहजादा दानियल किल्ल्यातील सोन महालात राहण्यास आला. त्याच्या महालात रोज मेजवान्या, संगीत-नृत्याच्या मैफली झडू लागल्या. सारी छावणी विजयाच्या कैफात धुंद झाली होती. सैनिक यथेच्छ चैनी, मौजमजा करण्यात रमून गेले होते. किल्ल्यातच इतकी संपत्ती मिळाली होती की, बाहेर लुटीसाठी जाण्याची गरजच भासली नव्हती. अनेक वर्षे दुष्काळ आणि लढायांना तोंड दिलेल्या मुलखात मिळणार तरी काय होते! त्यामुळेच की काय, निजामशाहीतल्या इतर भागाला अद्याप काही फारसा त्रास झालेला नव्हता.

मालोजीराजे श्रीगोंद्याला मुक्काम करून होते. तख्त जिंकल्यानंतर मोगल फौजा सगळ्या राज्यात धुमाकूळ घालतील असे त्यांना वाटले होते, पण अद्याप त्यांच्या जहागिरीमध्ये तसे काही घडले नव्हते. हळूहळू सारे सावरण्याचा प्रयत्न करत होते.

भाद्रपद महिना संपला. अश्विनातला पहिला दिवस उजाडला. आज घटस्थापना. उमाबाई पहाटेपासूनच नोकरांसह तयारीला लागल्या होत्या. राजे सकाळची आन्हिके उरकून आपल्या दालनात आले. सकाळचे कोवळे ऊन दालनात पसरले होते, ते कवाडाशी उभे राहिले. दवावर प्रकाशाचे किरण पडून चमकत होते. तिकडे पाहात ते आपल्याच विचारात गढून गेले होते; तेवढ्यात बाहेरून आवाज आला-

"सरकार, राणीसाहेब वाट पाहात आहेत."

राजांनी मागे वळून पाहिले. चाकर बोलावण्यासाठी आला होता. राजांनी त्याच्याकडे पाहताच म्हणाला,

"पूजेची तयारी झालीय. आपल्याला बोलावलंय."

राजांनी मान हलवली. चाकरापाठोपाठ बाहेर पडले. पूजा आटोपली. राजे सदरेवर आले. गोमाजी, बाळाजी सारे जमले होते. राजे सदरेवर बसताच गोमाजी म्हणाले,

"सरकार, आज नवरात्र सुरू झालं. दहा दिवसांनी दसरा. शेतीसाठी घरी गेलेले स्वार परत येणार. त्यांचं कसं करायचं?"

राजांच्या मनातदेखील हा विषय घोळत होता. त्यांनी गोमाजींनाच विचारले,

"तुमचा काय खयाल?" गोमाजींना काहीच सुचले नाही. ते गप्पच राहिले.

"सरकार, सारे स्वार ठेवायचे तर फार तर दोन महिने जातील. पुढच्या वसुलीचं कसं करायचं?" बाळाजींनी आपली अडचण मांडली. फडावरचे हिशोब त्यांच्या अखत्यारीत होते.

राजे थोडे अस्वस्थ झाले. गोमाजींना म्हणाले,

"गोमाजी, आपल्या मुलखाला अजून काही फारशी तोशीस झालेली नाही, पण पुढचं काही सांगता येत नाही. माणसं तर पदरी राखायला हवीत."

राजे बोलता बोलता सदरेवरून उठले. येरझाऱ्या घालू लागले. मध्येच थांबून म्हणाले,

"गेले काही दिवस आम्हांला काहीच सुचत नव्हतं. कधी, केव्हा, कुठूनही धाड येईल अशी धास्ती होती. नगरला काय झालं असेल? आता गनीम काय करणार? याचा घोर पडला होता, पण आता मात्र पुढचं पाहायला हवं. आमच्या जिवाला जीव देणारे आमचे स्वार, आमच्या आधारावर असलेली रयत, सारं सांभाळायला हवं, पण कसं करायचं हाच सवाल आहे." राजे पुन्हा एकवार मध्येच थांबले, सर्वजण त्यांच्याकडे मोठ्या उत्सुकतेने पाहात होते, त्यांना म्हणाले,

"हे एवढं नवरात्र संपू दे, मागनं पाहू."

राजे एवढेच बोलून गप्प झाले. पुढचा आठवडाभर ते याच विचारात गढून गेले होते.

खांडेनवमीचा दिवस उजाडला. शस्त्रपूजा झाली. राजांना वेरूळच्या वाड्यातल्या शस्त्रपूजेची आठवण झाली. थोरल्या आऊसाहेब, आपले आबासाहेब, थोरले मालकर्णराजे यांची पूजेतली तलवार सारे आठवले. राजे पुरते बेचैन होऊन गेले.

रात्रीचा थाळा घेताना त्यांचे चित्त थाऱ्यावर नव्हते. आपल्या दालनात आल्यावर त्यांच्या हातात विडा ठेवत उमाबाई म्हणाल्या,

“गेले आठ दिवस पाहते, आपण सारखे गप्प असता, आपल्याच विचारात गढलेले, आज जेवताना कशात लक्ष नव्हतं तुमचं. काय झालंय? काही कळलंय का?”

“उमा गेले दोन महिने कसे गेलेत, तुम्हांलाही ठाऊक आहे. सारखा जिवाला घोर पडला होता, पण आता थोडं मुलखाकडं पाहायला हवं. आमच्यासाठी आपला जीव पणाला लावणारे आमचे स्वार, आमच्या भरवशावर जगणारी आमची रयत, सारं राखायला हवं, मनातून खूप वाटतं, पण सारं कसं करायचं तेच उमगत नाही.”

राजांच्या स्वरातून त्यांची व्यथा उमटत होती. ते पुढे म्हणाले,

“उमा, आज खांडेनवमी. आज शस्त्रपूजा करताना आम्हांला बारा वर्षांपूर्वीचा काळ आठवला. आम्ही थोरल्या आऊसाहेबांजवळ हट्ट धरला होता. मुलूखगिरीवर जाण्याचा! त्यांनी विश्वासानं कौल दिला. आबासाहेबांनी पाठबळ दिलं. धाकल्यांच्या साथीनं आम्ही सारा पसारा उभा केला. आता अचानक सारं संपतंय, सारा डाव उधळतोय असं वाटायला लागलंय.”

राजांनी मोठा उसासा टाकला. उमाबाई गेले कित्येक दिवस राजेंची अशी अवस्था पाहात होत्या. त्यांनी उठून समईच्या वाती मागे सारल्या. मंद प्रकाशात त्या राजेंचे पाय चुरू लागल्या. राजे स्वत:शीच बोलल्याप्रमाणे सांगू लागले,

“उमा, परवाच महाळाची अमावास्या झाली, तेव्हा उपाध्यायांनी तर्पण करताना पूर्वजांची आठवण करायला सांगितलं. पाणी सोडताना साऱ्या सल्तनतीचं श्राद्ध घालतो आहोत असं वाटून गेलं. तेव्हापासून काही सुचेनासं झालं आहे.”

राजेंचे हताश स्वरातले बोल ऐकून उमाबाईंना गलबलून आले, त्या कळवळून म्हणाल्या,

“आपण असं म्हणू लागलात तर कसं होणार? आता आपणच सर्वांना हिंमत द्यायची.”

“कशी हिंमत राखायची उमा? एकएक खबरी ऐकून दिल फाटून जातं. त्यातून कित्येक दिवस झाले, वेरूळकडची काही खबर नाही. खूप काळजी वाटते आम्हांला!” राजेंचा आवाज भावनावेगाने जड झाला होता.

उमाबाईंना त्यांच्या भकास मुद्रेकडे पाहवत नव्हते. त्यांचे पाय चुरणारे हात थबकले. त्या निर्धाराने म्हणाल्या.

“तुमचं काळजी करणं आम्हांला समजतं, पण त्यामुळे काय होणार? आम्हांला तुमच्या राजकारणातलं काही समजत नाही, पण येवढं कळतं की, प्रत्येक काळरात्रीनंतर पहाट उगवते, अंधाराला गिळून टाकते. अहो, वादळात झाड कोसळलं, घरटं मोडलं तर इवली पाखरंदेखील पुन्हा काडी काडी गोळा करून

आपलं घर उभारतात. आपण तर माणसं...''

राजे आश्चर्याने उमाबाईकडे पाहात होते. त्या किती सहजपणे, किती मोलाचं बोलून गेल्या होत्या. त्यांच्या धीराच्या बोलांनी राजांना नकळत उभारी आली, ते उठून बसत म्हणाले,

''उमा, किती छान बोलला, खूप बरं वाटलं. खरं आहे तुमचं, आता आम्हीच सावरलं पाहिजे.''

पाहता पाहता त्यांच्या आवाजाला धार आली. त्यात उत्साह आला.

''आम्हीच बाहेर पडून मुलखात जायला हवं. जागोजागच्या अंमलदारांना भेटायला हवं, त्यांना धीर द्यायला हवा. बरेच दिवसांत शिवनेरीहून काही कळलं नाही. तिथं विश्वासरावांना भेटायला हवं. जुन्नर तिथून जवळ आहे. वजीरसाहेब तिथंच आहेत, त्यांच्याकडून इतर हालहवाल कळेल. शेषाप्पा इतक्या जवळ आहेत, त्यांची खूप दिवसांत गाठ नाही. त्यांना भेटायला हवं. उमा, उद्याच दसरा आहे. आम्ही लागलीच बाहेर पडतो, शेषाप्पांपासूनच सुरुवात करू.''

राजांच्या स्वरातला उदासपणा कुठल्याकुठे नाहीसा झाला. बरेच दिवस वाड्यात बंदिस्त होऊन बसल्याने त्यांना कोंडल्यासारखे झाले होते. पुन्हा एकवार बाहेर पडण्याच्या विचाराने त्यांना मोकळे वाटले. मोठ्या उत्साहात त्यांनी पुढचे बेत ठरवण्यास सुरुवात केली.

■

२

राजे दोन दिवसांनी सारा लवाजमा घेऊन सकाळीच बाहेर पडले. थोडी दौड झाल्यावर शेषाप्पांच्या वाड्यासमोर आले. वाड्याभोवती मोठा पहारा होता. आधी वर्दी असल्याने खुद्द शेषाप्पा जातीनिशी अगवानी करण्यासाठी दारात उभे होते. राजे आत येऊन गिरदीवर टेकले. शेषाप्पा राजांना म्हणाले,

''किती दिवसांनी भेट होतेय राजे, तुम्हांला पाहून फार बरं वाटलं. कसं आहे सारं?''

''कसं आहे ते तुम्हांलाही ठाऊक आहे. सावकार, मोगलांनी तख्त जिंकलं, सुलतानासाहिबांचा काळ झाला. सारं होत्याचं नव्हतं झालंय.''

''सुलतानासाहिबा होत्या, तोवर आशा होती, पण त्यांचाच असा शेवट झाला, तोदेखील गनिमाशी लढताना नाही, तर त्यांच्याच खासगीतल्या चाकराकडून! राजे, कधीकधी वाटतं, दैवगती किती विचित्र असते नाही.?''

''खरं आहे.'' राजे दीर्घ नि:श्वास सोडत म्हणाले, ''सावकार, आम्हांला समजलं, किल्ल्यातल्या एकालाही जिता ठेवला नाही मोगलांनी! म्हातारी- कोतारी,

बायका इतकंच नाही तर तान्ह्या लेकरापर्यंत कुणाला सोडलं नाही. सर्रास कत्तल केली. आम्हांला अखेरची खबर मिळाली, सुरुंग उडाल्यावर. त्यानंतर खुद्द निळोपंतांचं काय झालं हे देखील समजलं नाही.''

शेषाप्पांना काय बोलावे हे सुचेना. ते हलकेच म्हणाले,

''आज अचानक कसं बाहेर पडला? काही विशेष?''

''खास काही नाही. बरेच दिवसांत मुलखात गेलो नाही. शिवनेरीची काही खबर नाही, म्हटलं आपणच जाऊन यावं.''

''पण राजे, या दिवसात येवढा लांबचा पल्ला!''

शेषाप्पांच्या आवाजात काळजी भरली होती.

''सावकार, या भागात तशा गनिमाच्या हालचाली नाहीत, शिवाय तिथनं जुन्नर जवळ आहे. वजीरसाहेब तिथे भेटले तर इतर भागातला हालहवाल समजेल, असंही मनात हेरलंय.''

''त्यांची भेट झाली तर बरंच होईल. सुलतानासाहिबांच्या नंतर आता त्यांचाच आधार.'' शेषाप्पांनी राजांच्या बेताला दुजोरा दिला.

''म्हणूनच तिथं चाललोय.'' राजे म्हणाले.

शेषाप्पांकडे थोडा वेळ थांबून राजांनी न्याहारी केली, पुढे निघाले. घोडदळ वेगात निघाले. राजे चोहीकडे पाहात होते. सगळीकडे स्मशानशांतता होती. सारे कसे वैराण, उजाड दिसत होते!

थोड्या वेळाने शिरूर आले. एके काळचे मोठे गाव. आता अगदी तुरळक वस्ती असल्याचे दिसत होते. राजे क्षणभर थांबले. पुन्हा वळून गावात निघाले. घोडदळ गावाच्या दिशेने वळताच एकदम सन्नाटा पसरला. चिटपाखरूही दिसेनासे झाले. राजे एका मोठ्या घरापाशी थांबले. स्वारांनी चौकशी केली. ते घर गावाच्या पाटलांचे होते. पाटलांनी राजांना ओळखले. बाहेर येऊन मुजरा केला. म्हणाले,

''सरकार, लई दिसांनी आला. आत या.''

''नाही पाटील, दौड लांबची आहे, पण गावात सारं शांत दिसतंय, कुणी माणसं दिसत नाहीत.''

''काय करणार सरकार, नगरचा किल्ला पडल्याचं समजलं, सगळी गाव सोडून निघाली. आम्ही गावकामगार पाटील, इथलं वतनदार, आमी कुठं जाणार? गावातली उरली सुरली माणसं, पोरं, हत्यार घेऊन राखता येईल तितकं करतोय.''

हळूहळू माणसे घराबाहेर येऊ लागली. प्रत्येकाच्या हातात कसले ना कसले हत्यार होते. थोड्याच वेळात बरीच गर्दी जमली. सगळ्यांकडे पाहात राजे म्हणाले,

''शाबास पाटील, तुमच्यासारखी माणसं आहेत, म्हणून आम्हांला दौलत राखायचं बळ येतं.''

एक मध्यम वयाचा माणूस सावकाशीने पुढे आला. राजांना मुजरा करून म्हणाला,

"सरकार, तुमी हायसा. सुलतानासाहिबा हायीत, साऱ्यांच्या मागं! मग कशाला घाबरायचं? नुसता किल्ला जिंकून घेतला मोगलांनी तर काय झालं? बगा तुमी. जरा सगळं थंड झालं की, त्या पुन्ना परत येणार. आनी पुन्ना सारं जिंकून घेत्यात की न्हाई?"

"पण सुलतानासाहिबा तर..." राजे बोलताबोलता अडखळले. त्या माणसाच्या चेहऱ्यावरचा विश्वास, त्याचा चांद सुलतानांबद्दलचा आदर पाहून थांबले. तो हात उडवत म्हणाला.

"आमीबी आइकलं, सुलतानासाहिबांना मारलं म्हणून. अशा लई आवया उठत्यात. पर ते काय खरं नसतंय. आमचा आज्जा सांगत हुता, तितं गडातनं लई चोरवाटा हायीत. मी सांगतो गनीम किल्ल्यात घुसनार तवाच त्या चोरवाटातनं बाहेर पडल्याला असणार. आता कुटंबी दऱ्याखोऱ्यात दडल्याल्या असणार. बगा तुमी जरा गनिमाचा जोर कमी झाला की, परत येत्यात की न्हाई!"

राजे थक्क होऊन ऐकत होते. त्या माणसाचे बोलणे तिथे जमलेल्या साऱ्यांना पटलेले दिसत होते. त्या सर्वांच्या चेहऱ्यावर प्रचंड आशावाद होता. तोच त्यांचा खरा आधार होता. त्याच्या बळावरच ते येणाऱ्या संकटांना तोंड देण्यासाठी तयार झाले होते. त्यांचा तो विश्वास, आशावाद तोडण्याचे धाडस राजांना झाले नाही.

"बरोबर आहे तुमचं, येतो आम्ही." असे पुटपुटत ते चटकन पुढे निघाले. शिवनेरी येईपर्यंत ते त्याच विचारात दंग होते. लोकांच्या मनातली भाबडी भावना पाहून ते हेलावून गेले होते. रयतेचे चांद सुलतानांवरचे प्रेम, त्यांच्यावरचा अतूट भरवसा, सारे काही कल्पनेबाहेरचे होते. सारे पाहून, ऐकून त्यांच्या मनात आले, खरंच, मोगलांनी कितीही सैन्य पाठवले, हत्ती-घोडे नाचवले, तोफगोळे उडवले, तरी या दख्खनच्या माणसाच्या काळजातली हिंमत हरवणे त्यांना कदापिही शक्य होणार नाही.

■

३

मालोजीराजे शिवनेरीला पोहोचले तेव्हा दिवेलागण झाली होती. शिवनेरीचे किल्लेदार सिद्धपाल ऊर्फ सिद्धोजीराजे विश्वासराव गडाखाली येऊन थांबले होते. त्यांचे चिरंजीव विजयराज छबिन्याच्या स्वारांसह त्यांच्याबरोबर आले होते. स्वारांनी पाजळलेले पलिते, मशाली घेऊन रस्ता उजळला होता. राजे पायउतार झाले. मेण्यातून गडावर पोहोचेपर्यंत चांगलेच अंधारून आले. थोड्याच वेळात रात्रीचा

थाळा घेऊन राजांनी विश्रांती घेतली.

सकाळी राजे सिद्धोजीरावांबरोबर फेरफटका मारण्यासाठी बाहेर पडले. गडावरून खालचा परिसर हिरवागार दिसत होता. राजेंचे मन प्रसन्न झाले. त्यांनी सिद्धोजीरावांना विचारले,

"खालची रानं चांगली उगवलेली दिसतात."

"जी. यंदा पाऊस चांगला झाला, पर पेरण्या झाल्या, पिकं वर आली आनी नगरच्या बातम्या आल्या. आधी सगळी म्हातारी-कोतारी, बायकामुलं गडावर हलवली. मागनं नगर पडल्याची खबर आल्यावर निम्म्याच्यावर वस्ती इथंच आली. आता इतकं दिवस झालं, पण खाली जायचं कुनी नाव काढत नाही."

"सिद्धोजीराव, मोगलांच्या स्वारीचं नाव काढलं की भलीभली हादरतात. ही तर साधी कुणबाव्यातली माणसं. मागली याद कुणी काढली तरी थरकाप होतो. तरी तुम्ही माणसं चांगली सांभाळलीत. अशा कठीण वक्ताला आपणच रयतेला आधार द्यायचा. आमचा तुमच्यावर तुमच्या नावाप्रमाणेच भरवसा होता, तो तुम्ही खरा केलात."

राजे सिद्धोजीरावांचे कौतुक करत होते, पण विश्वासरावांचा सूर अद्याप गंभीरच होता, त्यांनी आपली अडचण राजांच्यापुढे मांडली-

"पण सरकार, असं किती दिवस चालायचं? माणसं मनातनं ढासळायला लागल्यात. गौरी, दसरा सारे सण आले, गेले. माहेरवासनी आल्या-गेल्या नाहीत. गोडधोड शिजलं नाही. आता त्यांचा जीव घराकडं वडायला लागलाय पन भीतीनं जायला घाबरतात. आमी तरी इतकी माणसं किती दिवस सांभाळणार?"

"खरं आहे तुमचं, काहीतरी मार्ग काढायला हवा. आम्हीही याच विचारात आहोत. चला, बऱ्याच दिवसात शिवाईचं दर्शन घेतलं नाही. देवदर्शन करून येऊ, मग पाहू काय करायचं."

संध्याकाळी राजे सिद्धोजीरावांशी बोलत बसले असता चाकराने वर्दी आणली-

"खालच्या चौकीतून सांगावा आला आहे. जुन्नरहून काही माणसं आलीत, त्यांनी थैली आणली आहे."

सिद्धोजीरावांनी राजेंकडे पाहिले, त्यांनी इशारत केल्यावर सिद्धोजीराव चाकराला म्हणाले,

"ठीक आहे, त्यांना तपासून वर पाठवून द्यायला सांग."

चाकर परत गेला. राजे विचारात पडले.

"बहुतेक वजीरसाहेबांकडून आलेले दिसतात. पाहू काय म्हणतात ते."

थोड्याच वेळात माणसे वर आली. त्यांनी थैली राजांच्या हातात दिली. त्यातील खलिता वाचून राजे गंभीर झाले. त्यांनी स्वारांना जाण्यास सांगितले.

सिद्धोजीराव उत्सुकतेने त्यांच्याकडे पाहात होते. राजे म्हणाले,

"खलिता वजीरसाहेबांकडून आलेला नाही. मलिक अंबरांचा आहे."

"काही विशेष, सरकार?"

"काही कळत नाही, जाऊन पाहायला हवं. आम्ही उद्याच जाऊन येतो."

"ठीक आहे, आम्ही तयारीला लागतो."

सिद्धोजीराव उठून निघून गेले. मलिक अंबरांनी कशासाठी बोलावले असेल याचा विचार करत राजे बराच वेळ बसून होते.

■

४

शिवनेरीहून जुन्नर अवघ्या अर्ध्या घटकेचा रस्ता. मलिक अंबर राजेंची वाटच पाहात होते. एकमेकांची खुशाली विचारून झाल्यावर त्यांनी सरळ मुद्याला हात घातला.

"राजे, मोगलांनी नगर जिंकलं, निजामशाही तख्त हासिल केलं, पण साऱ्या दख्खनवर ताबा मिळवणं येवढं सोपं नाही, हे त्यांनाही ठाऊक आहे. तुमच्यासारखे इमानी सरदार सहजपणे मोगलांची हुकमत मानायला तयार होणार नाहीत, असं आम्हांला वाटतं."

"खरं आहे" राजे सावधपणे म्हणाले, "आम्हांला याद आहे, गेल्यावेळी जंगमध्ये सुलुख झाला तेव्हा, वऱ्हाड प्रांत मोगलांना कुबूल केला होता, पण आपल्या कितीतरी अंमलदारांनी त्यांच्या लोकांच्या हातात कारभार दिला नव्हता, त्यांना आपल्या भागाकडे फिरकूदेखील दिलं नव्हतं."

"अगदी बरोबर राजे, म्हणूनच आम्हांला वाटतं, तुमच्यासारख्या साऱ्यांनी एकसाथ यायचं, मोगलांना हाकून द्यायचं ठरवलं तर मुश्कील आहे, पण नामुमकीन नाही, मात्र खूप झगडावं लागेल."

"आपण सारे एकसाथ असतो तर ही वेळच आली नसती." राजे कळवळून सांगू लागले, "सुलतानासाहिबा आणि वजीरसाहेब यांच्या झगड्यातच तर सल्तनतीची वाट लागली. आज तख्त गमावून बसलो. सारा मुलूख उघड्यावर पडला."

"तुमचं म्हणणं बिलकूल सही आहे, राजे. आपल्या दुफळीचा फायदा गनिमाला झाला. दख्खन गिळायला आलेल्या मोगलांना मौका मिळाला पण आता सवाल आहे की, त्यांची, परक्यांची हुकमत मानायला आपण तयार होणार का?"

"सरदारसाहेब, परक्यांची हुकमत कोणालाच आवडत नाही. आम्हांला तर बिलकूल नाही; त्यातूनच नगरचा किल्ला फत्ते केल्यावर त्यांनी जे थैमान घातलं, बायका, तान्ह्या पोरांसकट सर्वांची सरेआम कत्तल केली ते समजल्यावर अशा

लोकांची सत्ता मानायला कोण तयार होईल?''

राजे उसळून म्हणाले. मलिक अंबर हसले. म्हणाले,

''आपण असेच बोलणार असा आम्हांला पूरा यकीन होता. राजे, असा गुस्सा येणारे तुमच्यासारखे आणखी काही नेक बंदे आहेत. आम्ही त्यांच्याशी संधान बांधले आहे. साऱ्यांनी मिळून पुन्हा आपले तख्त उभारावे अशी आमची तमन्ना आहे, आपला काय खयाल?''

मलिक अंबरांनी पूरी मसलत खुली केली. राजे विचारात पडले. इथे आल्यावर असा काही मसला पुढे येईल असे त्यांना वाटले नव्हते. राजे गप्प राहिलेले पाहून मलिक अंबरांनी हुजऱ्याला हाक मारली. दोघांसाठी थंड सरबत आणण्याचा हुकूम केला. त्याने सरबताचे प्याले दोघांच्या समोर ठेवले. पुन्हा बाहेर निघून गेला.

''राजे, शरबत घ्या. पुरा सोचविचार करून आपला खयाल सांगा.''

राजांनी सरबताचा प्याला उचलला. दोघे सरबत पिऊ लागले. काही काळ महालात कोणी बोलले नाही. राजे विचार करत होते. मोगलांच्या इतक्या मोठ्या ताकदीला आव्हान द्यायचे- काही साधी बाब नव्हे. मलिक अंबरांनी मोठाच विचार पुढ्यात ठेवला होता. त्यांच्या धाडसाचे राजांना नवल वाटत होते. सरबत पिताना ते मलिक अंबरांकडे वेगळ्या आदराच्या नजरेने पाहू लागले.

मलिक अंबरांनी आपला प्याला खाली ठेवला, म्हणाले,

''राजे, आम्हांला उम्मीद आहे, आपण आम्हांला साथ द्याल. आपण सारे दख्खनचे वीर एक झालो तर मोगलांना इथं पाय रोवणं आसान होणार नाही. त्यांना घालवून देऊन पुन्हा आपण आपलं नवं तख्त इथं उभं करू.''

मलिक अंबर बोलत होते, राजे एकटक त्यांच्याकडे पाहात होते. अत्यंत निश्चयी, काळाकभिन्न रेखीव, करारी चेहरा, त्यावर उठून दिसणारे, भविष्याचा वेध घेणारे चमकदार डोळे त्यांच्याकडे रोखून पाहात होते. जाड ओठांची घट्ट जिवणी त्यांचा निश्चयी स्वभाव दाखवत होती. मध्यम उंचीच्या मजबूत सशक्त देहात त्यांच्या हावभावांत एक विलक्षण चैतन्य, जिवंतपणा जाणवत होता. त्यांची सिंहासारखी पुष्ट, ताठ गर्दन त्यांच्या धाडसी वृत्तीचे दर्शन देत होती.

''राजे, सुलतानासाहिबांनी एकदा मोगलांना हरवले. दुसऱ्या खेपेला त्या एकट्या पडल्या. त्यांची मौत म्हणजे आपल्या वतनासाठी त्यांनी दिलेली कुर्बानी आहे. ती वाया जाता कामाची नाही. त्यांना मानणारे सारे सरदार तख्तासाठी लढू लागले, तर रयतही आपल्याला साथ देईल.''

मलिक अंबरांचे शब्द ऐकताच राजांच्या डोळ्यासमोर त्या हयात आहेत असे ठासून सांगणारी माणसे उभी राहिली, ते म्हणाले,

''सरदारसाहेब, रयत त्यांच्यावर किती प्रेम करते हे आम्ही आमच्या डोळ्यांनी

पाहिले आहे. त्या गुजरल्या आहेत, हयात नाहीत, हेच त्यांना पटत नाही. त्या किल्ल्यातल्या भुयारातून, चोरवाटांतून बाहेर पडल्या आहेत, कुठं तरी दडून बसल्या आहेत, पुन्हा मौका मिळाला की बाहेर येणार आहेत असा विश्वास आहे त्यांना. आम्ही स्वत: ऐकलं, इतकं विलक्षण वाटलं! रयतेची सुलतानासाहिबांवरची श्रद्धा, त्याच्यावरचा भरोसा पाहून आम्ही थक्क झालो.''

''राजे, हेच आपलं खरं बळ आहे, आपली ताकद आहे. त्याच्याच जिवावर आम्ही हे धाडस करायचं ठरवलं. नासिकचे राजू दखनी, मलिक संदल, पतंगराव, फरहादखान एकएक तोलदार असामी आपल्याला शामील होण्यासाठी तैयार आहेत. इतर अनेकांशी आम्ही बोलत आहोत. बस्स, फक्त आपला कौल द्या.''

मलिक अंबराच्या बोलण्यातले आर्जव राजांच्या काळजाला भिडले; त्यांचा निर्णय पक्का झाला; ते दृढ स्वरात म्हणाले, ''आम्ही आपल्या बरोबर आहोत.''

''आम्हांला आपल्याकडून हीच उम्मीद होती, राजे. आता खुद्द तुम्ही, तुमचे बंधू विठोजीराजे, लखुजीराजे साऱ्यांची साथ मिळणार याची आम्हांला खातर वाटते.''

मलिक अंबरांच्या आवाजातला आनंद लपत नव्हता. एक मोठी मसलत मनासारखी साधल्याची त्यांना खुशी वाटत होती.

''सारं ठीक आहे, सरदारसाहेब. पण हे सारं करायचं कसं?'' राजांनी विचारले.

बैठकीचा माहौल आता बदलला होता. दोघांची बोलणी वेगळ्या टप्प्यात आली होती. मलिक अंबरांनी लोडाला टेकत सारा तपशील सांगायला सुरुवात केली.

■

५

दख्खनचे राज्य पुन्हा उभारण्याच्या तयारीचे काही आराखडे मलिक अंबरांनी आखले होते. ते त्यांनी राजांना सांगण्यास सुरुवात केली. ''राजे, सारे सरदार, अंमलदार आणि रयतेचं इमान निजामशाही तख्ताशी जोडलेलं होतं. त्यासाठी आधी तेच उभारावं लागेल.''

''म्हणजे?''

''राजे, रयतेला राजा हवा, त्यासाठी निजामशाहांच्या खानदानातलाच वारस गादीवर बसवणं अगदी जरुरीचे आहे, त्याशिवाय इमान, बांधीलकी राहणं कठीण आहे असं आम्हांला वाटतं.''

''बरोबर आहे आपलं, पण असा माणूस शोधायला हवा.''

''आम्ही असा एक वारस हेरलेला आहे. पहिल्या बुऱ्हाणशाहांचा धाकटा

शाहजादा मिराण याने आदिलशाहकडे बरीच वर्षे पनाह घेतली होती. त्यांचे फर्जंद अली सध्या परिंड्यावर राहात आहेत, त्यांना गादीवर बसवण्यासाठी तयार करायचा आमचा विचार आहे.''

''आपण बरीच तयारी केलेली दिसते.''

राजांच्या आवाजातले कौतुक लपत नव्हते.

''त्यांचे मन वळवण्यासाठी आम्हांला आदिलशाहांची मदत लागेल. आम्ही त्याचीच कोशिश करत आहोत.''

''आम्हांला वाटतं, आज आदिलशाह आपल्याला आतून का होईना, जरूर मदत करतील, निजामशाही पूरी बुडाल्यावर मोगल आपल्या सल्तनतीकडे नजर वळवणार, याचं भान त्यांना आहे. आत्ताच्या घटकेला बादशाहशी रिश्तेदारी जोडून त्यांनी वेळ मारून नेली, पण वेळवखत कधीही बदलू शकतो. त्यासाठी जुने संबंध ध्यानी घेऊन ते आपल्याला जरूर मदत करतील.''

राजांनी स्पष्टपणे आपला विचार मांडला. मलिक अंबरना त्यांचे बोलणे आवडले. ते म्हणाले,

''राजे, आपल्याला केवळ जंगचा हुनर हासिल आहे असं आम्हांला वाटलं होतं. पण आता ऐकलं, त्यावरून तुम्हांला सियासतची, राजनीतीची सुद्धा खूब जानकारी आहे. आम्हांला तुमची साथ जास्त जरुरीची वाटते. तुम्ही तुमची माणसं, तुमचे बंधू विठोजीराजे यांच्यासह तैयार रहा. आम्ही वेळोवेळी इथले सारे आपल्याला कळवत जाऊ.''

राजेंचे समाधान झाले होते. ते निरोप घेत म्हणाले,

''ठीक आहे. येतो आम्ही.''

शिवनेरीकडे परतताना राजेंचे मन प्रसन्न होते. मलिक अंबरांशी झालेल्या खलबतातून त्यांना मोठी उभारी मिळाली होती. गेली दोन सालं त्यांना फारच वाईट गेली होती. घरच्या आणि बाहेरच्या साऱ्याच बाबतीत. आधी आईसाहेब रेखाऊ, पाठोपाठ बाबाजीराजेंचा काळ झाला. सततच्या दुष्काळामुळे रयत गांजून गेली. सर्वांत कळस म्हणजे मोगलांच्या स्वारीत सल्तनतीची हार झाली. कोणत्याही बाजूने थोडाही दिलासा मिळावा असे घडले नव्हते.

आज कित्येक दिवसांनी काहीतरी मनासारखे घडले होते. श्रीगोंद्याला परत जाताना राजांना येण्यापूर्वीचे उमाबाईंचे बोल आठवले, खरंच कितीही निबिड काळोखी रात्र असली, घनदाट अंधार दाटला, तरी पहाट उजाडतेच, नवा प्रकाश घेऊन येते.

■

६

राजे सिद्धोजीराव, विश्वासराव यांचा निरोप घेऊन श्रीगोंद्याला परत आले. वाड्यात पोहोचेपर्यंत संध्याकाळ झाली होती. सदरेवर सारी त्यांची वाट पाहात होती. सारी चौकशी होईपर्यंत रात्रीच्या थाळ्यांची वेळ झाली. हातपाय धुऊन राजे आत आले. तिथे लक्ष्मीबाईंना पाहून त्यांना नवल वाटले. बाळाजी त्यांच्यापाठोपाठ आत आले होते. त्यांनी सांगितले,

''आपण गेल्यापासून राणीसाहेबांच्या सोबतीसाठी इथंच आल्या होत्या. आता आणखी काही दिवस इथेच राहणार आहेत.''

राजेंची नजर उमाबाईंना शोधत होती. त्या कुठे दिसत नव्हत्या. ते वरकरणी हसत म्हणाले,

''बरं झालं, दोघींची एकमेकींना चांगली सोबत झाली. सारख्या बरोबर असतात.''

राजांनी कसेबसे चार घास ढकलले, आणि आपल्या दालनाकडे वळले. आत पाऊल टाकताच ते दचकले. उमाबाई अंथरुणावर झोपल्या होत्या. आपण इतक्या दिवसांनी परत आलो तरी त्या बाहेर आल्या नाहीत, त्यामुळे आधीच त्यांच्या मनात शंका चुकचुकत होती. आता अशा अवेळी त्यांना झोपलेले पाहून त्यांच्या काळजाचा ठाव सुटला. त्यांनी दारातून नोकराला हाक मारली, पण त्याऐवजी लक्ष्मीबाईच पुढे आल्या. त्यांना पाहताच राजांना राहवले नाही.

''काय झालं यांना? बरं नाही? काय होतंय?''

त्यांनी पाठोपाठ प्रश्न विचारले.

''परवा सकाळी आंघोळ करून बाहेर आल्या. अचानक त्यांच्या डोळ्यासमोर अंधारी आली. तरी बरं मी तिथंच उभी होते, नाहीतर खाली कोसळल्याच असत्या!''

''वैद्यराजांना दाखवलं? काय म्हणाले? सारख्या कसले कसले उपास करत असतात. किती अशक्त झाल्यात.''

राजेंचा स्वर काळजीने भरला होता.

''आम्हांलाही असंच वाटलं होतं. त्याच्यामुळे चक्कर आली असावी, पण तसं काही नाही.''

''वैद्यराजांनी काय सांगितलं?''

''त्यांची काही गरज नाही.''

''म्हणजे?'' न कळून राजांनी विचारले, ''म्हणजे झालंय तरी काय?''

''काही झालेलं नाही. होणार आहे,'' लक्ष्मीबाई तोंडाला पदर लावून हसत म्हणाल्या.

''काय?''

“बाळ होणार आहे. आपण आबासाहेब होणार.”

“काय?” राजांच्या तोंडून तोच उद्गार पुन्हा बाहेर पडला. ते जागीच खिळून गेले. सारा अर्थ ध्यानात आल्यावर त्यांनी वर पाहिले. तोवर लक्ष्मीबाई तेथून निघून गेल्या होत्या.

राजांनी दारातून आत वळून पाहिले. उमाबाईंचा डोळा लागला होता. ते हळुवारपणे दार लावून त्यांच्याजवळ आले. अंथरुणावर त्यांच्या बाजूला अलगदपणे येऊन बसले. उमाबाईंच्या चेहऱ्यावर वेगळेच तेज आले होते. त्याच्याकडे एकटक पाहात राहिले.

किती वर्षांनी, केवढ्या प्रतीक्षेनंतर हा क्षण आला होता. खरंच, आजचा दिवसच चांगला आहे. जुन्नरहून येताना मन मोठे प्रसन्न झाले होते. इथे आल्यावर खुशीचा खजिनाच हाती लागला. हा क्षण म्हणजे बाबाजीराजे आणि रेखाऊंचे आशीर्वाद आणि उमाबाईची तपस्या फलद्रूप करणारा, राजेंचे साऱ्या कुळाचे भावी आयुष्य घडवणारा आशेचा सोनेरी किरणच त्यांच्या भाग्यात आला होता. खुशीच्या हिंदोळ्यावर झुलत राजे कितीतरी वेळ तसेच बसून होते.

■

७

पुढच्या आठवड्याभरात राजे वेरूळला गेले. उमाबाईंची प्रकृती बरी होती. लक्ष्मीबाई त्यांना तळहाताच्या फोडाप्रमाणे जपत होत्या. वेरूळला सारे व्यवस्थित होते. उमाबाईंना दिवस गेल्याचे ऐकून आऊबाईंना अतिशय आनंद झाला.

राजांनी मलिक अंबरांशी झालेल्या मसलतीचा तपशील विठोजीराजांच्या कानी घातला. परसोजीराजे, एकोजीराजे यांसह अनेक सरदारांना मलिक अंबरांच्या मागे उभे करण्यात राजांना यश आले. महिनाभर वेरूळला राहून राजे परतले.

श्रीगोंद्याला फलटणहून खुद्द वणगोजीराजे सहकुटुंब आलेले होते. त्यांच्या लाडक्या दीपाक्का आई होणार हे समजल्याने ते अतिशय खूश होते. त्यांची कित्येक वर्षांची खंत दूर झाली. उमाबाईंच्या आईसाहेबांनी त्यांना तिसऱ्यातली चोरचोळी केली. लेकीचे गर्भारशी रूप पाहून त्यांचा जीव सुखावला. लक्ष्मीबाई उमाबाईंना काही कमी पडू देत नव्हत्या. आईसाहेब आल्यामुळे त्यांनाही आधार झाला. त्या म्हणाल्या, “आईसाहेब, आपण आलात, खूप बरं वाटलं. वहिनीसाहेब सारख्या झुरत असायच्या. कुणी सांगतील तसे नवस, उपास करत राहायच्या.”

“आम्हांलाही सारखा घोर असायचा. वाटायचं, पोरीला भाग्यानं काही कमी नाही. फक्त एवढं एक उणं होतं, आम्ही देखील सारखं देवाकडं हेच मागणं करत होतो. अखेर देवानं आईकलं.”

"वहिनीसाहेब परवाच नगरच्या शाहशरीफ बाबांकडे जाऊन आल्या. त्यांनी तावीज दिला, दोघांना मोठा लोभ दाखवला, तेव्हापासून त्यांना फार आशा लागून राहिली होती. तिथून आल्यावर दोन महिन्यानंतर लागलीच दिवस राहिले बघा."

"लक्ष्मुंबाई, पण तुमचा पोरीला लई मोठा आधार झाला. घरात दुसरं बाईमाणूस नाही. आम्ही इतक्या दूर फलटणला. तुम्ही अगदी सख्ख्या बहिणीसारखं सारं जीव लावून करता."

आईसाहेब अगदी मनापासून म्हणाल्या.

"पण काही झालं तरी आईची सर कशी येणार? आपण आल्याबरोबर पाहा कशा खुलल्या. शेवटी आई ती आईच."

"म्हणून तुम्ही केलेल्याचं मोल कमी होत नाही."

आईसाहेबांच्या कौतुकाने लक्ष्मीबाई संकोचल्या. उमाबाईंची तबियत हळूहळू सुधारत होती. दोघी त्यांना फुलासारखं जपत होत्या.

राजे वणगोजीराजेंबरोबर नव्या राजकारणाच्या जोडणीत गुंतले होते. शाहजादे अली यांची निजामशाही तख्तावर बसण्यासाठी रजामंदी मिळवण्यात अखेर मलिक अंबरना यश आले. त्यात इब्राहिम आदिलशाहांनी मोठा हातभार लावला होता. तख्तारोहणाच्या समारंभाला मलिक अंबर यांनी खास माणसे पाठवून राजांना सन्मानाने बोलावणे केले होते. वणगोजीराजांनाही मानाचे आमंत्रण होते. दोघे अतिशय खूश होते. वणगोजीराजे आमंत्रणाचा खलिता वाचून म्हणाले,

"राजे, मलिक अंबरांच्या अथक धडपडीला अखेर यश आले."

"होय, मामासाहेब, त्यांच्या जिद्दीला तोड नाही. पन्नाशीच्या उमरीतला त्यांचा उत्साह, मेहनत करण्याची तयारी अगदी कौतुक करण्यासारखी आहे. त्यांनी आदिलशाहांना मध्यस्थी घातले, शाहा अलींना राजी केले. सारं इतकं सोपं नव्हतं. पण त्यांनी अखेर साधलं."

"राजे, शाहा अलींनी मलिक अंबरांची मुलगी करून देण्याच्या अटीवर दिलजमाई झाली. बहुतेक रिश्ता जोडला की, मलिक अंबर उद्या आपल्याला डोईजड होणार नाहीत, आपला घात करणार नाहीत असं शाहा अलींना वाटलं असावं. राजे, हे जावयाचं नातं मोठं नाजूक पण तितकंच कठीण असतं, होय ना?"

वणगोजीराजे मिस्कीलपणे हसत म्हणाले, राजांनी मोठ्या मोकळेपणाने हसत त्यांना दाद दिली.

दोघे साऱ्या लवाजम्यासह मलिक अंबरांची मुलगी आणि भावी निजामशाहांची 'जश्ने-शादी' आणि त्यानंतरच्या तख्तपोशीच्या समारंभासाठी परिंड्यावर जाण्यास निघाले.

■

८

परिंड्यावर जोरदार तयारी चाललेली होती. जवळजवळ एकरभर जागेत मांडव घातलेला होता. रोज शेकडोंच्या पंगती उठत होत्या. सगळीकडे रोशणाई, संगीताच्या मैफली, मेजवान्यांची चंगळ उडाली होती. ऐन थंडीत ऊब देण्यासाठी जागोजाग चिरागदाने, मोठमोठ्या शेगड्या पेटवून ठेवलेल्या होत्या. भावी निजामशाहांची शादी शोभावी इतका जबरदस्त घाट मलिक अंबर यांनी घातला होता. मोठ्या थाटात मलिक अंबरांची मुलगी आणि शाह अली यांचा निकाह संपन्न झाला.

आठ दिवसांनंतर तख्तपोशींचा जश्न होणार होता. या आठवड्यात अनेक अंमलदार, अमीर, सरदार येऊन दाखल होऊ लागले. वाढते पाठबळ पाहून सर्वांचा हौसला वाढला. शाहजादा शाह अलींचे तख्तारोहण तोफा, उखळींच्या दणदणाटात, अल्काबांच्या पुकारात पार पडले. दख्खनला मुर्तुजा निजामशाह दुसरे हा किताब घेतलेला नवा सत्ताधारी मिळाला.

सर्वांनी मुर्तुजा निजामशाहांना नजराणे दिले. निजामशाहांनी फरहादखानाला सरलष्कर नेमले. मलिक अंबरना मुख्य वजीर नेमले. त्यांना वजीर उल् सल्तनत हा किताब दिल्याचे ऐलान केले. त्यांना पाठबळ देणाऱ्या सर्व प्रमुख सरदारांची निजामशाहांनी सर्फराजी केली.

मालोजीराजे, विठोजीराजे, लखुजीराजे, वणगोजीराजे, एकोजीराजे, पतंगराव यासारखे अनेक देशी हिंदू सरदार निजामशाहांमागे आपल्या साऱ्या ताकदीनिशी उभे राहिले. मलिक अंबरांमुळे अनेक देशी, परदेशी वंशाचे यवन सरदार मोगलांकडे न जाता त्यांना पाठबळ देण्यासाठी तयार झाले. मोगलांनी नामशेष केलेली दख्खनची सल्तनत पुन्हा उभी राहू शकेल अशी सर्वांना खात्री वाटू लागली होती.

दुसऱ्या दिवशी खास मेहमानांसाठी बडा खाना ठेवला होता. सर्वांना पुढच्या हालचालींचे वेध लागले होते. सर्वजण आपल्या डेऱ्यात बसले होते. त्यांची तयारी करताना राजे विठोजीराजांना म्हणाले,

"वजीरसाहेबांनी आमच्या अपेक्षेपेक्षा मोठा घाट घातला. बरे झाले, आपल्या माणसांना दिलासा मिळण्याची गरज होती.

"पण दादासाहेब, आम्हांला तर कधीकधी वजीरसाहेबांच्या काबलियतवर ईर्षा वाटते. एक गुलाम आपल्या कर्तबगारीवर इतक्या मोठ्या हुद्द्यावर झेप घेऊ शकतो हे खरंही वाटत नाही."

विठोजीराजांच्या आवाजातला मलिक अंबरांबद्दलचा आदर लपत नव्हता.

त्यांचे म्हणणे खरे होते. मलिक अंबरांचा सारा जीवनपटच असा अद्भुत होता. तो राजांच्या डोळ्यासमोर साक्षात जणू उभा ठाकला.

मलिक अंबर बगदादला एका अत्यंत दरिद्री हबशी कुटुंबात जन्मले. त्यांच्या आई-वडिलांनी त्यांना अगदी लहान असताना गरिबीखातर ख्वाजा मीर बगदादी नावाच्या श्रीमंत व्यापाऱ्याला विकले. हा ख्वाजा मीर व्यापारासाठी दख्खनमध्ये आला असताना त्याने चंगेजखान ऊर्फ मलिक डबीर याला त्यांना विकून टाकले.

चंगेजखान हा मुर्तुजा निजामशाहा पहिले यांच्या दरबारातील नामजद सरदार होता. त्यांच्याकडे एक हजार गुलाम होते. मलिक अंबरांमधली उपजत हुशारी पाहून त्याने त्यांना सर्व गुलामांचा प्रमुख नेमले. चंगेजखानाच्या पदरी राहून मलिक अंबर कचेरीतील कामकाज तसेच लढाईचे डावपेच थोडेफार शिकले. चंगेजखानाला मूलबाळ नव्हते, त्यामुळे त्यांच्या मृत्यूनंतर मलिक अंबर आपोआप गुलामगिरीतून मुक्त झाले.

आता त्यांना उपजीविकेसाठी काहीतरी करणे भाग होते. त्या काळी निजामशाहीत बेबनाव चाललेला होता, त्यामुळे त्यांनी काही काळ आदिलशाही व कुतुबशाहीत छोट्या हुद्द्यांवर चाकरी केली. तिथे फारशी चांगली संधी न मिळाल्याने ते नगरला परतले, त्यावेळी निजामशाहीत अभंगखानाकडे वजिरी होती. अभंगखान स्वत: हबशी असल्याने त्याने अनेक हुनरबाज हबशी लोकांना जवळ केले. मलिक अंबर त्यातले एक होते. वजीर अभंगखानाने त्यांना दीडशे स्वारांचा प्रमुख बनवले व आपल्याजवळ रुजू करून घेतले. मलिक अंबरांनी या संधीचे सोने केले. त्यांनी शाहजादा मुरादच्या चढाईच्या वेळी अभंगखानाची पाठराखण केली. त्यानंतर हळूहळू त्यांची ताकद वाढत गेली.

शाहजादा दानियलने नगरला वेढा घातला. अभंगखान आणि सुल्ताना चांदबीबी यांच्यातील वाद विकोपाला गेला, अभंगखान अखेर नाराज होऊन जुन्नरला परतले, पण मलिक अंबर स्वस्थ बसले नाहीत. त्यांनी मोगली हद्दीत जाऊन धुमाकूळ घालणे, रसद तोडणे असा मोगलांना त्रास देण्यास सुरुवात केली. अभंगखानांची सारी फौज त्यांच्या हाताखाली लढू लागली. आठ-दहा हजारांचे सैन्यबळ त्यांच्यापाठी उभे राहिले.

अहमदनगरचा पाडाव झाल्यावर एक आगळी संधी त्यांच्यासमोर उभी राहिली. निजामशाहीतील सरदारांना पुन्हा नव्या उमेदीने उभे करण्याचे अवघड आव्हान त्यांनी मोठ्या ताकदीने स्वीकारले. अनिवार कष्ट घेतले. परिंड्यावर नवे तख्त उभारण्यासाठी शाह अलींना शोधून काढले. त्यांची जिद्द व वाढते पाठबळ पाहून खुद्द आदिलशाह त्यांना मदत करण्यास राजी झाले. मलिक अंबरांनी आपल्या मुलीचा निकाह खुद्द निजामशाही तख्ताच्या वारसाशी जोडला. दख्खनच्या राजकारणातील त्यांचा पडाव पक्का झाला.

गुलामगिरीतून मुक्त झाल्यावर अवघ्या दहा वर्षांच्या काळात एक साधा

गुलाम ते वजीर-उल्-सल्तनत व तख्तनशीन सत्ताधाऱ्याचा सासरा ही त्यांच्या कर्तबगारीची झेप विलक्षण होती यात शंकाच नाही. अशा अलौकिक सामर्थ्यवान द्रष्ट्या वीरपुरुषाच्या हाती नियतीने दख्खनचे भवितव्य सोपवले होते. साऱ्या हिन्दोस्तानवर आपले एकछत्री साम्राज्य उभारण्याच्या ईर्षेने आग्र्याहून असिरगडपर्यंत आलेल्या दिल्लीपती बादशाह अकबराचा विजयी अश्वमेध रोखण्याची ऐतिहासिक जबाबदारी त्यांच्या शिरावर आली होती. त्यासाठी ते पूर्ण आत्मविश्वासाने सज्ज झाले होते.

■

१

राजे परिंड्याहून श्रीगोंद्याला परतले. उमाबाईंची प्रकृती चांगली सुधारली होती. त्यांच्या आईसाहेबांनी त्यांना फलटणला नेण्याचा विषय काढला.

"आता पंधरा दिवसांनी दीपाक्कांना सातवा लागंल. रीतीप्रमाणं माहेरी न्यायला हवं."

"ठीक आहे." राजे म्हणाले, "आम्ही विठोजींना कळवून टाकतो. जिंतीहून काकासाहेबांची मंडळी पण येणार आहेत."

"ते बरं होईल. तिकडे नेण्याआधी सासरची ओटी भरायला हवी."

उमाबाईंच्या आईसाहेब समाधानाने म्हणाल्या.

उपाध्यांनी ओटीभरणाचा मुहूर्त काढून दिला. राजांनी वेरूळ, जिंतीला निरोप पाठवले. आधी परिवारासह परसोजीराजे व एकोजीराजे जिंतीहून येऊन दाखल झाले. पाठोपाठ विठोजीराजे आऊबाई, अंबा, संभाजी आणि छोट्या खेळोजींसह येऊन पोहोचले. फलटणहून उमाबाईंच्या काकीसाहेब शिदोरी, आहेर घेऊन आल्या. सारा वाडा पाहुण्यांनी गजबजून गेला.

उमाबाईंच्या डोहाळजेवणाला थाटात सुरुवात झाली. राजांना निंबाळकरांकडून भरजरी मंदिल, रेशमी बुट्ट्यांचा दुपट्टा आणि अंगठी असा आहेर आला. उमाबाईंसाठी हिरवीगार पैठणी आणि खणानारळाची ओटी आणली होती. सुरुवातीला दोन्ही घरच्या ओट्या भरल्या; नंतर साऱ्या सुवासिनींनी ओट्या भरल्या. लक्ष्मीबाईंनी तर ओटी भरताना हिरव्या खणाबरोबर, गाभुळलेल्या चिंचा आणि हिरवे आवळेही घातले.

लक्ष्मीबाई आणि आऊबाईंची चांगली गट्टी जमली होती. दोघींच्या हौसेला अगदी उधाण आले होते. जेवणाची तयारी दोघींनी जातीने केली होती. उमाबाईंना आवडणारे पदार्थ अगदी आठवून बनवले होते. आधी साऱ्या सुवासिनींची पंगत बसली. मधोमध रंगीबेरंगी रांगोळीने सजवलेल्या पाटावर उमाबाई अवघडून बसल्या

होत्या. उखाणे घालणे, नाव घेणे, सारे मजेत चालले होते.

पंगत सुरू होण्यापूर्वी आऊबाई पुढे आल्या. त्यांनी पाच चांदीचे झाकलेले वाडगे ठेवलेले चांदीचे ताट उमाबाईंच्या समोर ठेवले. हसत म्हणाल्या,

"थोरल्या बाई, यातल्या एकाला हात लावा."

उमाबाई लाजल्या. त्या वाडग्यांमध्ये लाडू, करंजी, सजुरी, खाजा आणि पेढा ठेवलेला होता. त्यांनी हळूच हात पुढे केला.

"उघडून बघायचं नाही हं. तुम्ही नुसता हात लावायचा. आम्ही बघू काय आहे ते! होय की नाही?" आऊबाई सगळ्याजणींकडे पाहात म्हणाल्या. त्यावर सर्वजणी खळखळत हसल्या.

उमाबाईंनी पटकन एका वाडग्याच्या झाकणावर हात ठेवला. आऊबाईंनी गडबडीने झाकण काढले, आणि जोरात चित्कारल्या.

"बघा लाडू निघाला. आम्ही म्हटलं नव्हतं?"

पुन्हा एकदा जोरात हसल्याचा खळखळाट घुमला. जेवणे हसत खेळत पार पडली. साऱ्या सवाष्णींची हळद, कुंकू, खणनारळ, पानाचा विडा, सुपारीसह ओटी भरण्यात आली. उमाबाईंच्या माहेराहून आलेल्या शिदोरीच्या बुट्ट्या आणल्या. पाचजणींनी हळदकुंकू लावून त्या सोडल्या. साऱ्याजणींना वाटून दिल्या.

सारी आवराआवर होईपर्यंत संध्याकाळ झाली. उमाबाईंना चांगलीच दगदग झाली होती. त्यांच्या आईसाहेबांनी त्यांना आपल्या दालनात नेऊन झोपवले. त्या बाहेर आल्या. त्यांना आऊबाई आणि लक्ष्मीबाई कुठे दिसेनात. त्यांनी दोघींना हाका मारल्या, तेव्हा दोघी देवघराकडून बाहेर पडताना दिसल्या. आईसाहेबांना पाहताच तोंडाला पदर लावून हसू लागल्या.

"अग कुठं होता तुम्ही? आनी असं फिसफिसायला काय झालं?" आईसाहेबांनी विचारले. त्यावर दोघींना जोरात हसू लोटले.

आऊबाई हसू आवरत म्हणाल्या,

"आईसाहेब, या लक्षुंबाईंनी मसाल्याची वात लावली होती. काजळाची, थोरल्या बाईंच्या नावाने!"

"मग?"

"डोंगर पडला! मघाशी जेवताना त्यांनी लाडू उचलला, आता डोंगर पडला. बघा, थोरल्या बाईंना नक्की मुलगाच होणार."

दोघीजणी पुन्हा हसू लागल्या. त्यांच्याकडे पाहात उमाबाईंच्या आईसाहेबांचा गळा दाटून आला. त्या भरल्या आवाजात म्हणाल्या,

"खरंच, माझी दीपाक्का किती भाग्यवान! किती माया करता तुम्ही जावाजावा एकमेकींवर. या लक्षुंबाई तर कोणाच्या कोण. तरी इतक्याशा दिवसात किती लोभ

लावला त्यांनी.''

''आईसाहेब, प्रेम काय, माया काय, सारं देऊन घेऊन असतं. आमचे मालक इथले कारभारी, वाड्यावरचे नोकरमाणूस, पण वहिनीसाहेबांनी मला तसं कधी वाटू दिलं नाही.'' लक्ष्मीबाई अगदी मनापासून म्हणाल्या.

''आम्हांला तर धाकटी जाऊ असून आधी अंबा, मागनं शंभू झाले पण थोरल्या बाईंनी कधी दुस्वास केला नाही. शंभूंच्या वेळी आम्ही वेरुळी होतो. त्यावेळी आत्यासाहेबांचं दुखणं, आमचं बाळंतपण, अंबांना सांभाळणं, सारं किती जिव्हाळ्यानं केलं. आम्हांलाच वाटायचं, आमच्या मुलांना इतकी माया लावतात, देव यांच्याकडं का बघत नाही? त्यांना दिवस गेल्याचं समजलं, तेव्हा किती बरं वाटलं-आता पुढलं सारं नीट पार पडलं म्हणजे झालं.'' आऊबाईंनी आपलं मन मोकळं केलं.

तिघीजणी तिथेच कितीतरी वेळ बोलत राहिल्या.

■

१०

वणगोजीराजांना श्रीगोंद्याला येऊन दोन महिने झाले. परिंड्याला ते इथूनच गेले होते. आता डोहाळे जेवण झाल्यावर उमाबाईंना माहेरी नेण्याची तयारी सुरू झाली. विठोजीराजे वेरूळहून आले होते. त्यांच्याशी वणगोजीराजे सदरेवर बोलत होते.

''राजे, आम्हांला इथं येऊन इतके दिवस झाले, पण दिवस कसे गेले ते समजलेच नाही.''

''त्यातले पंधरा दिवस परिंड्यावरच गेले. वजीरसाहेबांनी सारं मोठ्या थाटात केलं, दरबारही झोकात झाला. सारी घडी आता पुन्हा एकवार नीट बसेल असं वाटतं.''

विठोजीराजांनी दरबारचा विषय काढताच एक सूक्ष्म आठी वणगोजीराजांच्या कपाळावर उमटली, ते म्हणाले,

''दरबार झोकात झाला हे खरं, पण त्यात राजू दखनींचा रुबाब काही वेगळाच दिसत होता.''

''होय, अगदी खरं आहे तुमचं. एक हत्ती, बारा अरबी घोडे, आणि चाळीस हजार सोन्याचे होन नगद असा अगदी घसघशीत नजराणा त्यांनी दिला. इतरांपेक्षा वेगळा वाटला हे खरंच.''

''अवघ्या चार सालांमागे सरदार सादतखानाकडे साधा शिपाई असलेल्या राजू दखनींनी एवढी दौलत कमावली असेल असं वाटलं नव्हतं.''

''तर काय! पण त्यामुळे निजामशाह फारच खूश झाले. त्यांनी राजूंना आपल्याजवळ परिंड्यावर आपल्या खास सेवेत रुजू होण्यासाठी सांगितलं.''

''तेव्हा आम्ही तिथंच होतो. नवे निजामशाह देखील बुऱ्हाण निजामशाहांसारखे

कदरदान दिसतात.''

''राजे, मुद्दा वेगळा आहे. राजूंना निजामशहांनी असं जवळ केलेलं वजीरसाहेबांना मुळीच आवडलेलं दिसलं नाही. आमचं त्यांच्याकडे लक्ष होतं. आता कुठं सारं सावरायला लागलंय, या दोघांमध्ये वाद होऊन नवा बखेडा उभा नाही राहिला म्हणजे बरं.''

वणगोजीराजेंच्या तजुर्बेकार नजरेला दिसलेले त्यांनी नेमकेपणे मांडले. विठोजीराजांच्या ध्यानी बदलत्या राजकारणाचा बारकावा येऊ लागला, तेवढ्यात मालोजीराजे तेथे आले. त्यांचा चेहरा गंभीर होता. ते काही वेळ गप्पच बसून होते. वणगोजीराजेंनी विचारले,

''काय झालं राजे, आल्यापासून कसल्यातरी खयालात बुडालेले दिसताय.''

''परिंड्याकडची खबर घेऊन माणसं आली होती. तिथं राजू दखनींमुळे काही गडबड होते असं समजलं.''

वणगोजीराजे आणि विठोजीराजांनी एकमेकांकडे पाहिलं.

''काय झालं?'' विठोजीराजांनी विचारले.

''निजामशहांनी राजू दखनींना परिंड्यावर ठेवून घेतलं, पण काम दिलं, खवासाचं. त्यांच्यामागं हातात रुमाल घेऊन उभं राहायचं, त्यामुळं राजू नाराज झाले. निमित्त काढून परत आपल्या जहागिरीत गेले. तिथं ते परिंड्यावरच राहणार असं समजून त्यांच्या हाताखालची माणसं सोडून गेली होती, त्यामुळे ते परिंड्यावर परतले.''

''बरं मग?'' विठोजीराजांनी उत्सुकतेने विचारले.

''वजीरसाहेब सारखे कारभारात गुंतलेले. राजू सतत निजामशहांसोबत राहून त्यांच्याबद्दल निजामशहांचे कान भरत असतात. सर्व छोट्या मोठ्या गोष्टी वजीरसाहेब निजामशहांना सांगत बसत नाहीत, म्हणजे ते तुम्हांला विचारत नाहीत, किंमत देत नाहीत असं राजू निजामशहांच्या मनात भरवत असतात. त्यामुळे दोघांमध्ये मनमुटाव सुरू झाल्याचं समजलं.''

सारे ऐकून वणगोजीराजे अस्वस्थ झाले, म्हणाले,

''हे काही चांगलं नाही झालं राजे, आता कुठं जरा सगळं सावरायला लागलं होतं, आम्हांला हे समजत नाही, हमेशा आपसातल्या झगड्यांनीच आपलं नुकसान होतं, हे माहीत असून, सारं सोसून देखील आमची माणसं पुन्हापुन्हा तेच कसं करतात? कधीकधी वाटतं राजे, फुटीरपणाचा शापच दख्खनच्या नशिबाला लागलेला आहे.''

''मामासाहेब, काही झालं तरी यावेळी आपल्याला वजीरसाहेबांना साथ द्यायला हवी. त्यासाठी आपली तयारी जय्यत करून ठेवायला हवी.''

"दुरुस्त आहे तुमचं. आम्ही बराच काळ आमच्या दौलतीपासून दूर आहोत. लवकर निघायला हवं." वणगोजीराजे म्हणाले.

दुसऱ्या दिवशी उमाबाई फलटणला निघाल्या. सारी तयारी झाली. नोकरांनी भरलेल्या संदुका बाहेर नेऊन ठेवल्या. राजे त्यांच्या दालनात गेले. त्यांना आलेले पाहताच कुणबिणी चटकन बाहेर निघून गेल्या.

"झाली तयारी?" राजांनी उमाबाईंना निरखीत विचारले.

"जी, झाली." उमाबाईंनी सांगितले.

राजे पाहात होते. मूळच्या देखण्या, गोऱ्यापान उमाबाईंच्या अंगावर गर्भाचे तेज चढले होते, मात्र चेहरा उतरलेला दिसत होता.

"काय झालं उमा?"

"काही नाही, आपली काळजी वाटते. कधी वेळेला येणं नाही, जाणं नाही."

"उमा, आता तुम्ही फक्त स्वत:कडे बघायचं. आमची काळजी नाही करायची."

"नाही कशी? आता आम्ही गेलो की, पाच-सहा महिन्यांनी परतणार. आधी वेरूळला असताना कधी माहेरी गेलो, तरी घरात धाकट्या बाई, आत्यासाहेब असायच्या सारं बघायला. तेव्हा काही वाटत नव्हतं. इथं घरचं कुणी नाही. खरं तर आज आम्हांला आत्यासाहेबांची खूप आठवण येते." उमाबाईंचा आवाज दाटून आला. स्वत:शीच बोलल्याप्रमाणे त्या पुढे म्हणाल्या,

"त्यांनी कधी आम्हांला सून मानलंच नाही. म्हणायच्या, माझी लेकीची हौस तुझ्यामुळे पुरी झाली. त्यांची इच्छा त्यांच्यासमोर पुरी झाली नाही. हे सारं त्या असताना व्हायला हवं होतं, खरंच, देवाने कसं चुकवलं?"

उमाबाईंना पुढे बोलवेना. राजे समजूत काढत म्हणाले,

"उमा, आपल्या हातात आहेत का या गोष्टी? असं म्हणतात, गेलेल्या माणसांच्या अपुऱ्या इच्छा त्यांचे आशीर्वाद बनून येतात. आपण तसंच समजायचं, होय ना?"

उमाबाईंनी मान हलवत डोळे पुसले. इतक्यात बाहेरून लक्ष्मीबाईंची हाक आली. राजे बाहेर आले. दारात मेणे तयार होते. हातावर दहीसाखर घेऊन उमाबाई मेण्यात बसल्या. भोसल्यांच्या वंशाचा अंकुर हळुवारपणे जपत भोयांनी मेणा उचलला. सारे फलटणची वाट चालू लागले.

■

११

उमाबाई फलटणला गेल्याच्या पाठोपाठ विठोजीराजे आणि एकोजीराजे आपल्या कबिल्यासह परतले. राजांनी आपले एकलेपण दौलतीच्या कामात बुडवून टाकले.

सकाळी ते सदरेवर आले असता गोमाजी म्हणाले,

"सरकार, शिवनेरीहून माणसं आलीत."

"काय म्हणतात आमचे सिद्धोजीराव?"

"गडावर निवाऱ्याला आलेली माणसं परत जायला लागलीत. परत पहिल्यासारखं व्हायला लागलंय."

"बरं झालं गोमाजी, पिकं हातात यायच्या वक्ताला रयत गावात आली. आता थोडं वसुलीला बरं होईल. कारभार चालवायचा, स्वार बाळगायचे तर पैका लागतो. वजीरसाहेबांनी कारभार हातात घेतल्यापासून बिलकूल उसंत घेतलेली नाही. साऱ्या अंमलदारांनी मुर्तुजा निजामशाहांच्या नावे हुकूमनामे काढलेत. त्यांना साथ द्यायला आपली ताकदही वाढायला हवी. तुम्ही सिद्धोजीरावांना तसं कळवून टाका."

"जी," म्हणत गोमाजी बाहेर पडले.

राजांना आपल्या दौलतीची फारशी काळजी नव्हती, पण परिंड्यावरच्या हालचालींची त्यांना फार चिंता लागून राहिली होती. मधल्या काळात राजू दखनी आणि मलिक अंबर यांच्यातला दुरावा अधिक वाढला होता.

राजू दखनी आपल्याविरुद्ध निजामशाहांचे कान भरत आहेत हे समजल्याने मलिक अंबर संतापले. त्यांनी सरळ राजूंच्या जहागिरीवर हल्ला करायला सैन्य पाठवले. राजूंना समजल्यावर ते निजामशाहांकडे तक्रार घेऊन गेले, तेव्हा मलिक अंबरांनी त्यांना सरळ कैद केले.

अर्थात राजूही काही कमी नव्हते. त्यांनी पतंगरावसारख्या आपल्या दोस्तांच्या साहाय्याने सुटका करून घेतली. आपल्या जहागिरीत परतले, ते कट्टर शत्रू बनूनच! दोघांतले वैर उघड झाल्याने निजामशाहीत पुन्हा दोन तट पडणार, गटबाजी उफाळणार. आता कुठे नवे राज्य मूळ धरू लागले होते, त्यात अडथळा होणार या विचाराने राजे व्यथित झाले होते.

याचवेळी अचानक वजीर मलिक अंबर यांनी परिंड्यावर तातडीने बोलावल्याचा सांगावा आला. राजे परिंड्याला गेले. मलिक अंबरांनी साऱ्या प्रमुख सरदारांची बैठक बोलावली होती.

सर्वजण त्यांच्या महालात गेले, तेव्हा एकंदर माहौल गंभीर वाटला, मलिक अंबरांनी सुरुवात केली,

"एक बुरी खबर आहे. मोगलांनी असिरगढ जिंकला आहे. गेली दोन सालं खुद्द बादशाह अकबर तिथे वेढा घालून बसले होते. आता त्यांना दुसरीकडे पाहायला फुरसद मिळेल. कदाचित आपल्याकडेही."

मलिक अंबरांनी हे सांगताच सगळीकडे सन्नाटा पसरला. थोड्या वेळाने सरलष्कर फरहादखान म्हणाला,

“वजीरसाहेब, आपलं तख्त उभं राहिल्यावर महिन्याभरातच मोगलांना ही फत्ते मिळाली. वाकई बुरी खबर आहे. आता इकडे मोगलांचा रेटा वाढणार असं वाटतं.”

“आम्हांलाही असंच वाटतं खानसाहेब, शिवाय असिरगढच्या फतेहचं समजल्यावर आदिलशाह किंवा कुतुबशाह मदत करायला बिलकूल राजी होणार नाहीत. अशा बदलत्या माहौलमध्ये पुढचे बेत ठरवण्यासाठी आम्ही तुम्हांला बोलावलं आहे.”

मलिक अंबरांनी असे म्हणताच पुन्हा थोडा वेळ कोणी काही बोलले नाही. शेवटी त्यांनीच वणगोजीराजेंकडे पाहात विचारले,

“आपला काय खयाल, राजाजी? खुलेपणाने सांगा.”

“वजीरसाहेब, आम्हांला वाटतं आपण अशा वक्ताला थोडं सबुरीनं घ्यावं. आपल्याला सर्वांना सावरायला थोडी सवड मिळायला हवी. अशावेळी जमलंच तर थोडं मोगलांशीच जुळवून घेता आलं तर पाहावं.” वणगोजीराजांनी मत मांडले,

“अगदी दुरुस्त बोललात राजाजी, आम्ही तशी कोशिश करून पाहिली. आमची खानखाननशी जुनी पहचान आहे, त्यांचा थोडा आमच्याकडे कल होता, पण राजा हरबन्सने शाहजाद्यांच्या मनात आमच्याबद्दल अँदेशा पैदा करून दिला शिवाय शेख अबुल फजल बडे चालाक आहेत, ते असं घडून देणार नाहीत, म्हणून आमची कोशिश नाकामयाब राहिली.”

“तर मग काळजी करण्यासारखं आहे. इकडे मोगल असिरगढच्या फतेहमुळे जोरात आहेत, तर दुसरीकडे आपलं सारं ठीक दिसत नाही. आजच्या बैठकीला राजू दखनी, पतंगराव यासारखे सेनानी आलेले दिसत नाहीत.”

वणगोजीरावांनी परखडपणे आपले विचार मांडले.

“वजीरसाहेब, आपण निजामशाही तख्त पुन्हा उभारले, हे बादशाहांना आत्तापर्यंत समजलं असेलच. आता त्यांची पुढची चाल कशी असेल असं आपल्याला वाटतं? आम्हांला वाटतं, आपणच त्याबद्दल आपला खयाल मांडावा. शिवाय राजाजींनी आपसातल्या भांडणाचा मुद्दा काढला, तो आम्हांला फार महत्त्वाचा वाटतो. त्याचा फायदा गनिमाला होता कामा नये.” सरलष्कर फरहादखान म्हणाला,

“आम्हांला वाटतं, आपण काही करण्यापेक्षा शाहजादा दानियलकडूनच काहीतरी हालचाल होईल. आपण त्यासाठी तयारीत राहू या. यावेळी सर्वांनी एकसाथ येऊन सावध राहावं लागेल.”

असे म्हणत मलिक अंबरांनी बैठक संपवली.

वजीर मलिक अंबरांनी सांगितल्याप्रमाणे सारेजण जुन्नरलाच छावणी टाकून राहिले. राजांनी आपल्या साऱ्या स्वारांना तयार राहण्यास कळवून टाकले. पुढे काय होणार याचा ताण सर्वांच्या मनावर होता.

शाहजादा दानियलनेच पहिली हालचाल केली. त्यांनी एक मातब्बर सरदार

खवाजगी फतेऊल्ला याला राजू दखनी यांच्यावर पाठवून दिले. राजू दखनींकडे सैन्य कमी होते, पण दैव बलवत्तर होते. खवाजगीच्या सैन्यानेच त्याला दगा दिला. त्याचा चांगलाच पराभव झाला.

अचानक मिळालेल्या फतेहमुळे राजू दखनी अगदी जोरात आले. त्यांनी सरळ मोगली मुलखात मुसंडी मारली. पार दौलताबादवर धडक मारली. किल्ला ताब्यात घेतला, जालन्यापर्यंतच्या साऱ्या भागावर कबजा केला.

ही खबर परिंड्यावर पोहोचताच एकच जल्लोष झाला. मुर्तुजा निजामशाहा अतिशय खूश झाले. ते सत्तेवर आल्यानंतर मिळालेला हा पहिला विजय होता. नव्या तख्ताला नियतीने जणू मान्यतेचा कौलच दिला होता. राजूला मिळालेल्या यशामुळे मुर्तुजा निजामशाह खूश झाले. आता स्वत:हून एखादी मोहीम काढावी असे त्यांना वाटले.

■

१२

मलिक अंबर परिंड्याजवळ छावणी टाकून राहिले होते. मुर्तुजा निजामशाहांनी राजूसह मोहीम हाती घेण्यासाठी मलिक अंबरना सांगितले. मलिक अंबरांनी त्यांच्या महालात, पुन्हा एकवार बैठक बोलावली. यावेळी बैठक वेगळ्या माहौलमध्ये जमली होती. गेल्या वेळी बादशाह अकबरांनी असिरगढ जिंकल्याचे सावट होते. आता राजू दखनींकडून मोगलाचा झालेला पराभव आणि दौलताबाद सारखे अव्वल गड जिंकल्याच्या आनंदाचा जल्लोष होता. मलिक अंबरांनी सर्वांकडे पाहात बोलायला सुरुवात केली.

“राजू दखनींच्या फतेहची खबर सर्वांना आहेच. असिरगढ जिंकल्याच्या जोषात असणाऱ्या मोगलांना चांगलाच हादरा बसला असणार. आपण या मोक्याचा फायदा उठवायला हवा. त्यांना पुरते सावरू न देता दुसरीकडे आघाडी उघडली पाहिजे.”

सरलष्कर फरहादखानाने मोठ्या उत्साहात आपला विचार मांडला.

“वजीरसाहेब, मोगलांना आता राजूंना रोखण्यासाठी कुमक धाडावी लागेल, त्यामुळे नगरला शिबंदी कमी पडेल, अशा वेळी सरळ नगरवरच हल्ला केला तर?”

फरहादखानाचा विचार बऱ्याचजणांना आवडला. मलिक संदल जोरात म्हणाला,

“यावेळी नगरला वेढा घातला तर आतल्या सैन्याची कोंडी करता येईल. त्यांच्या बाहेरच्या सैन्यात गोंधळ माजवता येईल. तिथला सारा मुलूख जिंकणं कठीण होणार नाही.”

जवळजवळ सर्वांनाच हा बेत पसंत आहे असे दिसत होते, पण खुद्द मलिक अंबर काहीच बोलत नव्हते, ते काही वेगळा विचार करत असावेत असे दिसत होते. त्यांच्याकडे बारकाईने पाहात असणाऱ्या मालोजीराजेंच्या हे ध्यानी आले. त्यांनी विचारले,

"वजीरसाहेब, आपण काहीच बोलत नाही. आपला काही वेगळा खयाल आहे, असं वाटतंय."

मलिक अंबर हसले, म्हणाले,

"आपण बरोबर बोललात, राजे, आपण नगरवर चढाई करण्याचा पवित्रा घेणार असाच शाहजाद्याचा कयास असणार. त्यांच्यासोबत अगदी हुशार, तजुर्बेकार मुत्सद्दी शेख अबुल फजल आहेत, हे कधीही विसरून चालणार नाही. आपण सारं ठरवताना ही गोष्ट हमेशा ध्यानात ठेवली पाहिजे."

"मग?"

"त्यांना बिलकूल अन्देसा येणार नाही असा बेत आखायला पाहिजे."

"फिर क्या करेंगे?" फरहादखानाने जोरात विचारले.

"खानसाहेब, अहमदनगरवर आताच हल्ला केला तर सरळ शाहजादा आणि अबुल फजलशी गाठ पडेल. वेढा किती काळ चालेल हे काही सांगता येत नाही. नगरच्या आसपासचा मुलूख आधीच इतका खराब झाला आहे की, तिथं लूटच काय फौजेला दाणागोटा देखील मिळणं मुश्कील; शिवाय आपल्याच मुलखात लूट तरी कशी करायची? एवढी मोठी मोहीम पुरेशा पैक्याशिवाय कशी राबवणार? विचार करा. वेढा लांबला तर बादशाह असिरगढहून त्यांना कुमक करू शकतील. आजच्या घडीला बाहेरून आपल्याला अशी मदत मिळू शकणार नाही."

"आप ठीक कहते हैं। पण मग काय करायचं?" फरहादखानला मलिक अंबरांचे म्हणणे पटले. सर्वांच्या नजरा त्यांच्याकडे लागल्या होत्या. आता त्यांनी आपल्या मनातली मसलत उघड करायला सुरुवात केली.

"आम्हांला वाटतं, असं काही करायला हवं ज्याचा खयालदेखील दुश्मनाच्या दिलात आला नसेल. आपण इथून सरळ तेलंगणावर धडक मारू. लांबचा पल्ला असला तरी तिथला मोगल सुभेदार बेसावध सापडेल. तेलंगणाचा मुलूख अगदी सुपीक आहे. लूटही भरपूर मिळेल; शिवाय नगरला आपल्या स्वारीबद्दल समजले तरी त्यांची मदत येण्यापूर्वी आपण आपल्या मुलखात परत येऊ."

"सुभानअल्ला, वजीरसाहब, क्या बेमिसाल बात कही!"

न राहवून फरहादखान म्हणाला. सर्वांनीच त्यांना दाद दिली.

परिंड्यावर नवे तख्त स्थापन केल्यावर प्रथमच अशी मोहीम निघाली होती. सारे सरदार मोठ्या उत्साहात बाहेर पडले. पाहता पाहता निजामशाही फौजा

तेलंगणात घुसल्या.

तेलंगणाचा मोगल सुभेदार बहादूर गिलानीला आपल्या भागात निजामशाही सैन्य आले यावर विश्वास बसेना. त्याच्याकडे अगदी थोडी शिबंदी होती. त्याने कसाबसा प्रतिकार केला. पाहता पाहता त्याच्या सैन्याचा धुव्वा उडाला. खासा बहादूर गिलानी पळून गेला. कित्येक महिन्यांपासून विजयासाठी आसुसलेले निजामशाही सैन्य साऱ्या तेलंगणात धुमाकूळ घालू लागले.

छावणीत एकच जल्लोष उडाला. या मोहिमेत विजयाबरोबर लूटही मोठी मिळाली होती. मलिक अंबरांनी आधीच लूट नेण्यासाठी शेकडो उंट, घोडे आणले होते. दिवसरात्र मोजदाद करणे चालू होते.

मालोजीराजांना घर सोडून दोन महिने झाले होते. वणगोजीराजे त्यांच्यासोबत मोहिमेवर होते. आता राजांना घरची ओढ लागली. उमाबाईंचे दिवस भरत आले होते. त्यांनी मलिक अंबरांजवळ विषय काढला.

''वजीरसाहेब, मोहीम अगदी बढिया पार पडली. आम्हांला आणखी थांबायला आवडलं असतं, पण घरी अडचण आहे. आमचा मुलूखदेखील इथून दूर आहे, तरी आम्ही पुढं जावं असं म्हणतो.''

मलिक अंबर अतिशय खुशीत होते, म्हणाले,

''राजे, आपण जरूर जा. आज आम्ही बहोत खूश आहोत. तुमच्यासारख्याच्या पाठबळावरच ही फतेह मिळाली. आता गनिमाला कळेल. दख्खन जिंकणं एवढं सोपं नाही.''

''खरं आहे, वजीरसाहेब. आम्ही जाऊन येतो. इथून पुढे अजून मोठा पल्ला गाठायचा आहे. आम्ही आहोतच आपल्याबरोबर.'' वणगोजीराजांनी सांगितले.

दुसऱ्याच दिवशी विजयी सेना, लुटीने भारावलेले उंट, घोडे यासह राजे व वणगोजीराजे परतीच्या वाटेला लागले. राजे श्रीगोंद्याकडे गेले तर वणगोजीराजे फलटणला निघाले.

■

१३

राजांना तेलंगणाहून परत येऊन जेमतेम आठवडा झाला होता. अजून मोहिमेचे हिशोब चालू होते. अचानक एके दिवशी वर्दी आली. उमाबाईंचे काकासाहेब जातीने साखरथैली घेऊन आले.

राजांना पुत्ररत्न झाले होते. खुशखबर देऊन पाहुण्यांनी त्यांना मिठीच मारली. किती वर्षांच्या प्रतीक्षेने हा क्षण आला होता. राजांच्या आनंदाला पारावार राहिला

नव्हता. त्यांनी सर्व पाहुण्यांचा पेहरावा देऊन मान केला. वाड्यातल्या नोकराचाकरांना खुशखबर दिली.

वणगोजीराजांनी आधीच वेरूळ, जिंती, सिंदखेड सगळीकडे थैल्या रवाना केल्या होत्या. वेरूळहून विठोजीराजेंचा निरोप आला. ते आऊबाईंसह बारशालाच सरळ फलटणला येणार होते. राजांनी बाळाजीपंत आणि लक्ष्मीबाईंना पाचवीसाठी फलटणला धाडून दिले.

बाळाची पाचवी पुजली. शस्त्रे, नांगर, लेखणी सारे साहित्य पुजून ठेवले. मालोजीराजे आणि उमाबाईंच्या बाळांचा- भोसल्यांच्या कुलदीपकाचा- भाग्यलेख सटवाई लिहू लागली.

उमाबाईंनी लक्ष्मीबाईंना आपल्याजवळ बोलावले. आपल्या संदुकीतला जपून ठेवलेला रेशमी कसा काढून देण्यास सांगितले. कसा उघडून त्यातली छोटी नक्षीची चांदीची डबी बाहेर काढली. त्यातली सोन्याची पुतळी हातात घेताच उमाबाईंच्या डोळ्यात पाणी उभे राहिले. ते पाहून लक्ष्मीबाई गोंधळल्या.

"वहिनीसाहेब, अशा वेळी डोळ्यात पाणी? काय झालं?"

"आत्यासाहेबांची आठवण झाली. त्यांची किती इच्छा होती आमचं बाळ पाहायची! आम्ही शिखर शिंगणापूरला गेलो होतो, तेव्हा त्यांनी आम्हांला ही पुतळी दिली होती. शंभूमहादेवाच्या पायाशी पुजून नवस करायला सांगितलं होतं. आज त्यांचा नवस पुरा झाला, पण त्यांच्या मनासारखं झालेलं बघायला त्या नाहीत." उमाबाईंनी पुन्हा डोळ्याला पदर लावला.

"तुम्ही आधी शांत व्हा बरं. अशावेळी रडणं बरं नाही. मी आईसाहेबांकडे देते." लक्ष्मीबाईंनी त्यांची समजूत काढली.

लक्ष्मीबाईंनी ती सुवर्णपुतळी उमाबाईंच्या आईसाहेबांकडे दिली. सारे ऐकल्यावर त्यांनी काळ्या गोफात ओवून ती बाळाच्या डाव्या मनगटावर बांधली.

दहाव्या दिवशी सोयर संपले. विठोजीराजांनी घृष्णेश्वराला अभिषेक घातला. बारशाच्या तयारीसाठी जिंतीच्या काकीसाहेब वेरूळला आल्या. वणगोजीराजांनी बारशाचा दिवस कळवला. अजून उमाबाईंची तबियत नाजूक होती. शिवाय वेरूळ, जिंती, सिंदखेड, धारूर दूर अंतरावरून पाहुणे यायचे. त्यामुळे थोड्या उशिराचा मुहूर्त काढला होता.

आऊबाईंनी मोठ्या हौसेने बाळंतविडा तयार केला. उमाबाईंना हिरवागार शालू, खण घेतला. त्यांच्या आईसाहेबांना महेश्वरी लुगडे, तसेच सुइणीला, परटिणीला लुगडी घेतली. बाळासाठी भरजरी वस्त्राची, लाललाल गोंड्यांची कुंची बनवून घेतली. सोन्याची फुले, पिंपळपाने त्यांच्यावर मढवून घेतली. अंगडी, टोपडी शिवून घेतली.

सोनाराकडून बिंदल्या, अंगठी, करगोटा, दुहेरी वाघनखांचा गोफ बनवून घेतला. बाळलेण्याबरोबर एक सोन्याची, एक चांदीची आणि एक तांब्याची अशा तीन धातूंच्या तारा पिळून त्यांचे सिंहाच्या तोंडाचे कांडवाळे बनवून घेतले.

ओटीसाठी पाच शेर गहू, पाच नारळ, पाच पाच सुपाऱ्या, खारका, बदाम, लेकुरवाळी हळकुंडे सारे जिन्नस नीट पारखून घेतले. आऊबाईंनी मोठ्या हौसेने शेराशेराचे डिंकाचे, मेथीचे, आळिवाचे लाडू तसेच आल्या-खसखशीच्या वड्या, सुंठवडा सारे करून घेतले. पाच तोळे केशर, पाच गुंजा कस्तुरी मागवून घेतली. यथासांग बाळंतविडा तयार झाला. मंडळी फलटणला निघाली.

बारशाच्या आधी दोन दिवस सारी पाहुणे मंडळी येऊन पोहोचली. वणगोजीराजांच्या बंधूंनी फलटणच्या वेशीवर त्यांचे स्वागत केले. वाजतगाजत वाड्यात आणले. फलटणकर वणगोजीराजेंचा पहिला नातू, भोसल्यांच्या घराण्याचा खातेदार, त्याचे बारसे साधे कसे असेल? मोठाच थाट उडवलेला होता.

बारशाच्या दिवशी सकाळीच खास नवा बनवलेला पाळणा सुतारांनी वाजतगाजत आणला. सुताराला आणि पाळणा डोक्यावरून आणणाऱ्या कुणबिणीला पेहरावा, मान दिला गेला. घरातल्या पाच सवाष्णींनी पाळण्याला हळदकुंकू लावले. पाळणा रंगीबेरंगी फुलांनी सजवला. त्यात बाळासाठी मऊमऊ सावरीच्या कापसाची गादी अंथरली. त्यावर मखमल पसरली. बाळाचे आसन तयार झाले. आऊबाईंनी विड्याच्या पानात घुगऱ्या घालून पाळण्याखाली मांडल्या.

बाळाला नवे कपडे चढवले, बाळलेण्यांनी सजवले. आधी गोपा पाळण्यात घातला. लाल गोंड्याची कुंची घातलेले बाळ पाळण्यात घालण्याची घडी आली. बाळांना सख्ख्या आत्या नव्हत्या. जिंतीच्या चुलतआत्यांनी विचारले,

"वहिनीसाहेब, बाळांचे नाव ठेवण्याचा खरा हक्क आमचा, पण तुमचा काही नवस असेल, आधीच ठरलेलं असेल तर सांगा."

"जी, आम्ही नगरला शाहशरीफबाबांच्या दर्शनाला गेलो होतो, तेव्हा नवस बोललो होतो. तिथून आल्यावर लागलीच बाळ राहिले. त्यांचंच नाव ठेवलं तर?"

"म्हणजे, शाहजी?"

"जी."

त्यांनी उमाबाईंनी सुचवलेले नाव राजांच्या कानी घातले. वणगोजीराजांना समजताच ते अगदी खूश झाले.

"राजे, आमच्या घराण्याच्या कराड शाखेचे मूळ पुरुष कान्होजीराजे निंबाळकर यांच्या शूर पिताजींचे नाव शाहजी असेच होते. आम्हांला नाव अगदी पसंत आहे."

बाळाच्या आत्यांनी पाच वेळा "गोविन्द घ्या, गोपाळ घ्या" म्हणत गोपा पाळण्याच्या वरून-खालून फिरवला. बाळांना तसेच करून पाळण्यात निजवले.

त्यांच्या कानात सांगितले,

"मूठ मूठ घुगऱ्या घ्या, आमच्या शाहजींना खेळायला घ्या, कुर्ररर्र" आणि त्याचे नाव ठेवले. सगळ्याजणींनी त्यांच्या पाठीवर जोरदार बुक्के मारले.

त्याचवेळी बाहेर उखळींचे बार उडाले, भोसल्यांच्या कुलदीपकाचे 'शाहजी' नाव सगळीकडे समजले.

■

१४

कार्य मनासारखं पार पडले. वणगोजीराजे अतिशय खूश होते. बारशाच्या निमित्ताने सारे पाहुणे, भाऊबंद गोळा झाले होते. ते राजांना म्हणाले,

"खूप दिवसांनी घरात चांगलं कार्य पार पडलं. तुम्ही सारी जातीनं आला. आम्हांला फार बरं वाटलं."

"मामासाहेब, साऱ्यांचेच दिवस पालटले. आधीची काही सालं इतकी वाईट गेली की त्यांची याद देखील नकोशी वाटते. यातनं कसं पार पडणार असं वाटत होतं. पण आई भवानीनं कृपा केली."

"खरं आहे राजे, देवाची कृपा आणि थोरांचे आशीर्वादच माणसाला वाईट दिवसांतून बाहेर काढतात."

"इकडे वजीरसाहेबांनी नवं तख्त उभारलं. पाठोपाठ तेलंगणातल्या मोहिमेत मोठं यश मिळालं. आता मुलखाला चांगले दिवस येतील असं वाटतं."

"राजे, तेलंगणात मोठी लूट मिळाली. कारभार चालवायला तर पैका लागतोच, शिवाय राजू दखनींवरचा गनिमाचा जोर कमी झाला हे देखील साधलं. पण आम्हांला सर्वांत महत्त्वाचं वाटतं, ते म्हणजे फौजेचा, लोकांचा हौसला वाढला."

वणगोजीराजे बोलत असतानाच खबरी आल्याची वर्दी आली. वणगोजीराजे खलिता वाचताच आनंदाने म्हणाले,

"राजे, आमचे बाळराजे चांगलेच पायगुणी दिसतात."

"काय झालं?"

"आपण परत आल्यावर आपलं सैन्य सारी लूट घेऊन परत येत होतं. त्याचवेळी तेलंगणाच्या बहादूर गिलानीने पुन्हा एकदा सारी शिबंदी गोळा करून त्यांचा पाठलाग केला. दोन्ही सैन्यांची पाथरीजवळ गाठ पडली. आपल्या सैन्याने त्यांचा पराभव करून बहादूर गिलानीला कैद केलं. आता नांदेडमार्गे ते जलदीने परत निघाले आहेत."

"वा, आधी त्याला पळवून लावलं होतंच, आता हरवून कैद केलं. वजीरसाहेबांना मोठाच विजय मिळाला."

“म्हणूनच आम्ही म्हटलं, आमचे बाळराजे मोठे पायगुणी आहेत.”

वणगोजीराजे मोठ्याने हसत म्हणाले.

इतक्यात कारभारी लक्ष्मणभट उपाध्ये तेथे आले. त्यांच्यासोबत शास्त्रीबुवा आले होते. त्यांना पाहताच वणगोजीराजे म्हणाले,

“या, पंत, आम्ही आपलीच वाट पाहात होतो.”

“होय सरकार, बाळराजेंचे ग्रह मांडायचे आहेत असं आम्हांला सांगितलं.”

बोलताबोलता शास्त्रीबुवांनी बैठक घेतली. पंचांग काढून मस्तकी लावले. हातात लेखनसाहित्य घेऊन त्यांनी विचारले,

“सरकार, बाळराजेंचे नाव?”

“शाहजी! पंत, कसं वाटलं नाव आपल्याला?”

“अतिउत्तम. सरकार, या नावाची उत्पत्ती ‘सिंह’ या शब्दापासून झालेली आहे. ‘सिंह’ पासून ‘सिंहजित’ तसेच ‘सिंहजी’ आणि त्यापासून ‘शाहजी’ हे नाव तयार झाले. सिंहापेक्षा शूर, जनवनाचा अधिपती असा हा पुत्र आहे असे या नावावरून वाटते.

“वा, शास्त्रीबुवा, फारच छान सांगितलेत.” वणगोजीराजे प्रसन्न होत म्हणाले, “आता आमच्या बाळराजेंचे भविष्य सांगता ना?”

“जी.”

शास्त्रीबुवांनी कुंडली लिहायला सुरुवात केली. बराच वेळ पानांची उलटापालट करीत आकडे मांडले. जसजसे ते लिहीत गेले, तसतशी त्यांची मुद्रा प्रफुल्लित होत गेली. सर्वजण अधीरपणे त्यांच्याकडे पाहात होते. शास्त्रीबुवांचे लिहिणे संपले. मान वर करीत प्रसन्न मुद्रेने ते बोलू लागले,

“सरकार, आपले हे नातू अत्यंत भाग्यशाली आहेत, दीर्घायुषी आहेत. पराक्रमी, विद्वान, रसिक असे हे बालक, सरकार, आम्हांला वर्णन करण्यास शब्द अपुरे पडत आहेत.”

“तरीही सांगा, आम्हांला ऐकायचं आहे.”

“सरकार, अत्यंत तरुण वयात शूर, लढवय्या म्हणून हे इतकं नाव कमावतील की, दोन्हीकडील घराण्यांना भूषण वाटेल. अति उत्कृष्ट राजयोग आहे. अगदी स्वतंत्र, तख्तनशीन राजाप्रमाणे सन्मान मिळवतील, आणि...”

बोलता बोलता शास्त्रीबुवा थांबले. आणखी काही काळ त्यांनी पंचांगाची उघडझाप केली. काही आकडेमोड केली. त्यांचे डोळे विस्फारले, ते अडखळत बोलले,

“आमचा विश्वासच बसत नाही, पण...”

“शास्त्रीबुवा, असं अर्धवट बोलून आमचा जीव टांगणीला लावू नका. काय

असेल ते बोला.''

वणगोजीराजे अधीरपणे म्हणाले,

''सरकार, कसं बोलावं हेच समजत नाही. यांचे ग्रह असे दाखवतात की, यांचे पोटी एक अत्यंत अद्वितीय संतान जन्म घेणार आहे. सर्व कुळांचा उद्धार करणारे. आम्हांला याक्षणी यापेक्षा अधिक काही सांगणं शक्य नाही. सरकार, आमचा आमच्या डोळ्यावर विश्वासच बसत नाही.''

शास्त्रीबुवांची देववाणी ऐकून वणगोजीराजे अगदी निहाल होऊन गेले. त्यांनी शास्त्रीबुवांचे उपरणे सुवर्णमुद्रांनी भरून टाकले. बाळ शाहजींना मुख भरून आशीर्वचने देत शास्त्रीबुवा वाड्याबाहेर पडले.

■

१५

मालोजीराजांच्या परिवाराचा फलटणचा मुक्काम वणगोजीराजांच्या आग्रहाखातर वाढला. बऱ्याच दिवसांनी सारे पाहुणे, भाऊबंद आनंदी वातावरणात एकत्र आले होते.

अचानक एके दिवशी मलिक अंबरांकडून स्वार आले. वणगोजीराजांनी राजांना आणि विठोजीराजांना तातडीने बोलावून घेतले. वणगोजीराजे म्हणाले,

''राजे, वजीरसाहेबांकडून माणसं आलीत. आपल्याला लागलीच निघावं लागेल.''

''काय झालं?''

''आपल्या सैन्यानं तेलंगणाच्या बहादूर गिलानीला कैद केलं, हे मोगलांना कळलं. त्यांनी शेख अबुल फजलचा फर्जद शेख अब्दुल रेहमान याला वजीरसाहेबांवर पाठवून दिलं. वजीरसाहेब सारी लूट घेऊन मांजरा नदीपर्यंत आलेत, तिथं त्यांनी तळ टाकला आणि फरहादखानाला शेख अब्दुल रेहमानला अडवण्यासाठी पाठवून दिले.''

''बरं मग?''

''मोगलांनी याचवेळी दुसरी आघाडी उघडली आहे. नगरचा शेर ख्वाजा याला देखील छावणीवर पाठवून दिले आहे. आपले बरंच सैन्य फरहादखानाबरोबर धाडून दिल्यानं छावणीत फारसं बळ राहिलं नाही. शेर ख्वाजाचा हल्ला होण्यापूर्वी वजीर साहेबांना कुमक करण्याची गरज आहे.''

''म्हणजे आपल्याला ताबडतोब निघावं लागेल. मामासाहेब, तेलंगणात एवढी मोठी हार झाल्यावर मोगल गप्प बसतील हे शक्यच नव्हतं. आता दोन मोठे सरदार दोन्ही बाजूंनी पाठवून आपली कोंडी करण्याचा त्यांचा बेत दिसतो. आम्ही आजच निघतो. आम्हांला श्रीगोंद्याहून पुढे जावं लागेल. आपण पाठोपाठ यालच.''

राजे तडफेने म्हणाले.

विठोजीराजे सारे ऐकत होते. त्यांना राजे म्हणाले,

"तुम्ही जिंती आणि वेरूळाचे कबिले घेऊन जा. साऱ्यांना पोहोचवून छावणीत या."

राजेंचा बेत विठोजीराजांना पसंद पडला. वणगोजीराजांनी कारभाऱ्यांना सांगितलं,

"सारी मंडळी निघणार, तुम्ही सर्वांच्या परतीच्या तयारीला लागा."

"जी," म्हणत कारभारी उठले. राजांच्या परतीच्या तयारीला लागले.

राजे जाण्यापूर्वी उमाबाईंना भेटण्यासाठी गेले. बाळंतिणीच्या अंधाऱ्या खोलीत उदाचा वास भरला होता. छोटे बाळ पाळण्यात पहुडले होते. राजांनी त्यांच्याजवळ जाऊन वाकून पाहिले. टोपऱ्यामधून डोकावणारे भुरभुरते जावळ, गोऱ्यापान मुखड्यावर शोभून दिसणारी काजळाची तीट, लांबसडक हातपाय. राजे अगदी अनिमिष नेत्रांनी बाळाकडे पाहात होते. उमाबाई मोठ्या समाधानाने दोघांकडे पाहात होत्या.

राजांनी हळूच हात पुढे केला. बोटांनी बाळाच्या गालाला हलकेच स्पर्श केला. त्या हळुवार स्पर्शानेही बाळ एकदम चाळवले. त्याने डोळे किलकिले केले. जरासे हातपाय हलवत आळोखेपिळोखे दिले. पुन्हा झोपी गेले. उमाबाईंकडे पाहात राजे म्हणाले,

"किती शांत झोपलेत, त्रास नाही ना देत?"

उमाबाई हसल्या,

"नाही देत. अगदी शांत आहेत. पण हा शांतपणा सारा आता छोटे आहेत तोवरच. मोठे झाले की, आहेच मग तुमच्यासारखी धावपळ."

"उमा, तो तर आम्हा मराठ्यांचा धर्मच आहे. हे तर अगदी पराक्रमी, आमच्यापेक्षाही मोठे होणार आहेत म्हणे, परवा शास्त्रीबुवा सांगत होते."

"ऐकलं आम्ही."

"आम्हांला आजच निघावं लागेल. पुढं जायचं आहे."

"तेही ऐकलं आम्ही." रुसक्या स्वरात उमाबाई म्हणाल्या, "आपलं येणं असं गडबडीचं."

"उमा, यावेळी बरेच दिवस निवांत राहिलो होतो."

"आपला निवांतपणा असाच चार दिवसांचा, आता तुमच्या पाठोपाठ धाकल्या बाई, जिंतीची मंडळी जाणार. आम्हांला अगदी करमेनासं होईल. अगदी एकटे वाटेल."

"आमचे बाळराजे आहेत की सोबतीला." राजे गमतीने म्हणाले.

"यावेळी आम्ही लवकर परत येणार आहोत, मोहिमेवरून. तुम्ही बाळांना घेऊन या. आम्ही वाट पाहतो."

राजेंचे बोल ऐकून उमाबाईंना हसू आले. म्हणाल्या,

"तर तर! कुणी ऐकलं तर खरंच वाटेल की, आपण वाट पाहणार! ते काम आमचं. तुम्ही असताच कुठं घरात आमची वाट पाहायला?"

उमाबाईंचा स्वर रुसल्यागत झाला. राजे हसत म्हणाले,

"यावेळी तुम्ही याल तेव्हा नक्की घरी असू. तुम्ही फक्त आता आपली आणि बाळाची तबियत सांभाळा. येतो आम्ही."

उमाबाईंनी नुसतीच मान हलवली. राजेंचा पाय निघत नव्हता. जड पावलांनी ते बाहेर आले. मायेचे नाजूक बंध सोडवणे कठीण असले तरी कर्तव्यही तितकेच कठोर असते. तेच पार पाडण्यासाठी राजे श्रीगोंद्याला निघाले.

■

१६

राजे श्रीगोंद्याला गेल्यावर साऱ्या जोडण्या करून दोनच दिवसांत सारे घोडदळ घेऊन बाहेर पडले. रणरणत्या उन्हात अखंड दौड करून तळावर पोहोचले. राजांना असे तातडीने आलेले पाहून मलिक अंबरना बरे वाटले.

"राजे, दोन महिन्यांनी भेट होतेय. आपल्याला बेटा झाल्याचे समजले. बहुत, बहुत मुबारक हो!"

"शुक्रिया वजीरसाहेब."

"आपली बहुत सालांची तमन्ना पूरी झाली. अच्छा हुआ!"

"जी, वजीरसाहेब, आम्हांला पाथरीच्या फतेहची खबर मिळाली. पाठोपाठ दोन जंग जिंकून घेतले. कितीतरी सालांनी अशी खुशी मिळाली. आता आपला इथं निघून येण्याचा सांगावा मिळताच टाकोटाक निघून आलो."

"आलात ते बरं झालं, राजे, जालन्याहून निघालेल्या शेख अब्दुल रेहमानवर आम्ही फरहादखानांना पाठवलं, पण त्यांनी वेगळीच खेळी केली."

"काय झालं?"

"त्यांनी आपला मार्ग बदलला, ते नगरहून निघालेल्या शेर ख्वाजाकडे वळले. आता दोघे मिळून एकदम इथं चाल करणार, त्यासाठी इथलं बळ कमी पडलं असतं, म्हणून म्हटलं आलात ते बरं झालं."

"मग आता फरहादखान..." राजांनी विचारले.

"आम्ही त्यांना इथं परत बोलावले आहे. ते येतीलच दोन तीन दिवसांत... पण तुम्ही आलात. आजकलमध्ये बाकीचे काहीजण येतील. आता आम्हांला गनिमाची फिकीर नाही."

दुसऱ्याच दिवशी वणगोजीराजे येऊन पोहोचले. पाठोपाठ फरहादखान येऊन दाखल झाला. मलिक अंबर बिनघोर झाले.

मलिक अंबरांनी लढाईचे डावपेच ठरवले.

मोगल सैन्य जवळ आले. मोगल सैन्याने येऊन सरळ चढाईच केली. लढाईला तोंड फुटले.

सरलष्कर फरहादखानला उजवी बगल लढवण्यास सांगितले. मन्सूरखानला डावी फळी सांभाळण्याची जिम्मेदारी सोपवली. मलिक अंबर खुद्द जातीने सर्व मराठा सरदारांसह आघाडीवर राहिले.

मोगलांचा हल्ला जबरदस्त होता. संख्याबळ अधिक होते. मलिक अंबरांच्या आघाडीच्या तुकडीला जोरदार मार पडला. चारशेवर सैनिक कामी आले, त्याहून अधिक जखमी झाले. मोगल आज अगदी जोरावर होते.

मलिक अंबरांनी शत्रूची ताकद ओळखली. त्यांनी निशाणाच्या हत्तीवर पांढरे निशाण फडकवण्यास सांगितले. थोड्याच वेळात झुंज थांबली.

दुसऱ्या दिवशी मालोजीराजे इतर सरदारांसह छावणीत फिरत होते. जखमींची चौकशी करीत होते. एकीकडे मृतांची विल्हेवाट लावणे चालले होते. छावणीत उदास वातावरण होते. सारे आवरल्यावर मलिक अंबर यांनी साऱ्यांना आपल्या डेऱ्यात बोलावले. आता पुढचे सारे ठरवायला हवे होते. त्यांनी गंभीरपणे सुरुवात केली.

''गेले तीन महिने आपण जंगमध्ये आहोत. आपल्याला तेलंगणात एकदा नव्हे तर दोन्ही वेळा फतेह मिळाली. भरपूर लूट मिळाली, पण आता गनीम मोठ्या ताकदीने अंगावर आला आहे. बरसातीचा मोसम तोंडावर आहे. फौज थकली आहे. अशा वक्ताला पुढं काय करायचं हे ठरवण्यासाठी मी तुम्हांला इथं बोलावलं आहे.''

सारेजण विचारात पडले. फरहादखान पुढे होऊन म्हणाला,

''वजीरसाहेब, आपणच याचा फैसला करा. आपला कोणताही खयाल सल्तनतीच्या भल्याचाच असणार असा आम्हांला पूरा भरोसा आहे.''

''खानसाहेबांचे म्हणणे अगदी दुरुस्त आहे. आपल्या मनात काय आहे ते सांगा.'' वणगोजीराजे म्हणाले. बहुतेक सर्वांना त्यांचा विचार पटला होता.

मलिक अंबर थोडा वेळ थांबून म्हणाले,

''आम्हांला वाटतं, आता जंग चालू ठेवून काही फायदा नाही. आपली आणखी माणसं गमावण्यापेक्षा आपण सुलुख केलेला चांगला. आपल्या ताब्यात तेलंगणाचा सुभेदार अली मर्दान बहादूर आणि त्याचे काही साथीदार आहेत. मोगल त्यांची मागणी करणार. त्यांच्या बदल्यात मिळवलेलं राखून वर काही साधता आलं तर पाहावं असं आम्हांला वाटतं.''

सर्वांना मलिक अंबरांचे म्हणणे पटले. तहाची बोलणी सुरू झाली. चारच दिवसांत एक चांगली खबर आली. मोगलांनी मलिक अंबराविरुद्ध सर्व ताकद

लावलेली पाहून राजू दखनींनी संधी साधली. त्यांनी दौलताबादेहून सरळ दक्षिणेला मुसंडी मारली. वाटेतला सारा मुलूख जिंकत पार साताऱ्यापर्यंत धडक मारली; हे समजल्यावर निजामशाही गोटात पुन्हा एकदा जोश पसरला.

राजे छावणीत तहाची बोलणी पुरी होण्याची वाट पाहात होते. विठोजीराजे आपला कबिला वेरूळला पोहोचवून राजेंकडे आले होते. ते राजांना म्हणाले,

"दादासाहेब, आता मोगलांवर थोडं दडपण नक्कीच येईल. वजीरसाहेब याचा फायदा उठवल्याशिवाय राहणार नाहीत."

"आम्हांलाही तसंच वाटतं. तोंडावर उघड दिसणारा पराभव त्यांनी रोखला. बोलणी चालू केली. आता ते थोडेसे ताणून धरतील असा आमचा कयास आहे."

"दादासाहेब, इथलं आठवड्याभरात संपेल असं वाटतं. काकासाहेबांनी आपल्यासाठी निरोप दिलाय. आपण इथून वेरूळला यावं असं कळवलंय."

"ठीक आहे. आपण एकत्रच परत जाऊ."

"जी." विठोजीराजांना बरे वाटले.

तहाची बोलणी थोडी लांबली. मलिक अंबरांची मुख्य अट होती, तह नवे निजामशाह मुर्तुजा यांच्या नावे झाला पाहिजे. याशिवाय अली मर्दान बहादूर आणि इतर कैदी यांना सोडण्यासाठी धारूर आणि औसा हे दोन मोक्याचे किल्ले आणि निजामशाही मुलखाच्या लगत असलेला बीड परगण्याचा बराचसा भाग मागितला त्याच्या बदल्यात तेलंगणातला जिंकलेला मुलूख मोगलांना परत दिला.

भरपूर लूट, दोन मोक्याचे किल्ले, बीड परगण्याचा मोठा हिस्सा, महत्त्वाचे म्हणजे निजामशाही तख्ताला, मुर्तुजा निजामशाहाला मिळालेली मान्यता आणि सैन्याचा वाढलेला हौसला मिळवून विजयी सेनेसह वजीर मलिक अंबर परिंड्याला परतले.

■

१७

राजे विठोजीराजेंबरोबर वेरूळला आले. तिथे परसोजीराजे त्यांची वाट पाहात होते. राजे परसोजीराजांच्या पाया पडले. त्यांना जवळ बसवत परसोजी राजे म्हणाले,

"आम्हांला समजलं, तुम्हांला चिरंजीव झाल्याचं, पण एवढ्या दूर येणं जमलं नाही. कधी एकदा पाहीन असं झालंय. आम्हांला एक सांगायचं होतं..." राजांना भेटताच त्यांनी विषय काढला.

"काय?" राजांनी विचारले

"थोरले, बाळांना आता चौथा महिना संपेल. आम्हांला वाटतं हे आपलं मूळ

ठिकाण. त्यामुळे त्यांना प्रथम इथं, या घरी आणावं.''

''आपण म्हणता तसंच करू. आम्हांलाही त्यांना घृष्णेश्वराच्या पायी घालायचं आहे, ते सुद्धा साधता येईल''.

''ठीक आहे तर, धाकल्यांना आणि सूनबाईंना फलटणला पाठवून देऊ. पावसाळा तोंडावर आहे. लवकर जायला हवं.''

राजांनी होकार दिला. विठोजीराजे आऊबाईंसह फलटणला निघाले. सोबत कारभारी, उपाध्ये त्यांचे कबिले आणि दोन जादा मेणे घेतले होते. सारा लवाजमा फलटणला पोहोचला.

वणगोजीराजे त्यांच्या लाडक्या दीपाक्का आणि आता त्यांच्याहून जिवलग बनलेले छोटे शाहजी आपल्या घरी परतणार म्हणून नाराज झाले होते. अखेर रिवाजापुढे मनाला मुरड घालावीच लागते अशी त्यांनी स्वत:ची समजूत घातली. त्यांच्या पाठवणीच्या तयारीला लागले. भरगच्च बाळंतविडा तयार झाला. उमाबाईंसोबत जाणाऱ्या दाई, कुणबिणी, नोकर साऱ्यांची तयारी झाली.

सवाष्णींनी मुहूर्तावर उमाबाईंची ओटी भरली. त्यांच्या आईसाहेबांना बाळाचा अतिशय लळा लागला होता. त्यांनी बाळांना पोटाशी धरले. त्यांचे खूप पापे घेतले. त्यांना आऊबाईंच्या हाती देत भरल्या गळ्याने म्हणाल्या,

''आता घर अगदी सुनं सुनं वाटेल, आम्हांला तर बिलकूल चैन नाही पडणार.''

आऊबाईंनी बाळांना जवळ घेतले. उमाबाईंच्या आईसाहेबांची पाठीवर हात फिरवत समजूत काढली आणि त्या बाहेर पडल्या. हातावर दहीसाखर घेऊन उमाबाईंनी त्यांच्यापाठोपाठ उंबरठा ओलांडला. दारात दोघांवरून लिंबे उतरून टाकली गेली. नारळ वाढवले गेले.

उमाबाई मेण्यात बाळांना घेऊन बसल्या. सारे कबिले बसल्यावर भोयांनी मेणे उचलले. वणगोजीराजेंचा निरोप घेऊन विठोजीराजे वेरूळला निघाले.

वेरूळला सारी वाट पाहातच होती. वेशीतच जोरदार स्वागत झाले. शिंगे वाजली. एकोजीराजे साऱ्यांना वाड्यात घेऊन आले. वाड्याच्या दाराशी सवाष्णी भरलेल्या घागरी घेऊन उभ्या होत्या. त्यांनी भोयांच्या, घोड्यांच्या पायावर पाणी घातले. आऊबाई मेण्यातून उतरल्या. त्यांनी उमाबाईंकडून बाळांना घेतले. उमाबाई मेण्यातून उतरताच कुणबिणींनी त्यांच्यावरून आणि बाळावरून भाकरतुकडा, भाताचे मुटके उतरून टाकले. वाड्याच्या दारात सवाष्णी आरत्या घेऊन उभ्या होत्या. त्यांनी बाळांना ओवाळले. विठोजीराजांनी प्रत्येकीच्या ताटात एकएक मोहोर टाकली. बाकीच्या मोहरा बाळांवर सतका करून उधळल्या.

छोटे शाहजी आऊबाईंच्या कुशीत गाढ झोपले होते. त्या उंबरठ्यातून आत

पाऊल टाकणार तोच बाहेर बार उडाले. त्यांच्या दणक्याने शाहजींची झोप चाळवली. इकडे तिकडे नजर फिरवत उघड्या डोळ्यांनी त्यांनी आपल्या पूर्वजांच्या वास्तूत प्रवेश केला.

आत परसोजीराजे मोठ्या आतुरतेने त्यांची वाट पाहात बसले होते. आऊबाईंनी बाळांना त्यांच्या पुढ्यात ठेवले. परसोजीराजांनी बाळांना जवळ घेतले. त्यांच्याकडे पाहताच परसोजीराजेंचे डोळे भरून आले. ते दाटल्या गळ्याने म्हणाले, ''बाळ किती थोडक्यात चुकवलंत. जरा आधी आला असता तर किती बरं झालं असतं. आज आमचे दादासाहेब तुम्हांला पाहायला नाहीत. तुम्हांला बघून त्यांचा आणि वहिनीसाहेबांचा जीव सुपाएवढा झाला असता. पण काय करायचं, आमची जोडी फुटली. आम्ही मागं ऱ्हायलो. आता त्यांच्या वाटणीचं तुमचं कवतिक आम्हांलाच करायला हवं.''

परसोजीराजांना भावनावेग आवरत नव्हता. विठोजीराजे त्यांच्याजवळ जात म्हणाले,

''काकासाहेब, आता तुम्हीच आम्हांला आबासाहेबांच्या जागी. तुमचं दुःख आम्हांला समजतं, पण दैवाच्या पुढं कुणाचं काही चालतं का?''

परसोजीराजांनी स्वतःला सावरले. विषय बदलत मालोजीराजेंकडे पाहात म्हणाले,

''थोरले, दादासाहेब गेल्यानंतर कितीतरी दिवसांनी घरात आनंदाचा प्रसंग आला. तो तुमच्या चिरंजीवांमुळं, या शाहजींमुळं. आमच्या सूनबाईंनी तुमच्यासाठी मोठा नाजूक पायगुंता आणलाय. आता इथनं पुढं घराकडं थोडं जास्त ध्यान द्यायला हवं, काय धाकले, खरं की नाही?''

''आता दादासाहेबांना समजंल कसं असतं ते!'' विठोजीराजे हसत म्हणाले.

सारा वाडा कितीतरी सालांनी आनंदाच्या लहरींवर आंदोळत होता.

■

१८

राजे पावसाळा उलटेपर्यंत वेरूळला राहिले. विठोजीराजांच्या अंबाक्का, शंभू, खेळोजी आणि राजेंचे शाहजी यांच्यामुळे वाड्याचे गोकूळ बनले होते. त्यांच्या बाळलीला पाहताना दिवस कसे गेले समजले नाही. राजांना चांगला निवांतपणा मिळाला होता.

पावसाळा संपत आला. आता पुढच्या मोहिमेचे वेध लागले. राजे एकटेच दौलतीत फेरफटका मारण्यासाठी गेले होते. परत येताच वाड्याच्या दाराशी घोडी आलेली दिसली. राजे गडबडीने आत आले. सदरेवर विठोजीराजे त्यांची वाट

पाहात बसले होते. त्यांच्याकडे पाहात राजांनी विचारले,

"विठोजी, बाहेर घोडी आलेली दिसली."

"जी. वजीरसाहेबांनी माणसं पाठवलीत."

"आम्हांला वाटलंच होतं. काय म्हणतात?"

"गेल्या झुंजात जिंकलेल्या औसा गडावर बोलावलं आहे. बरीच तयारी केलेली दिसते त्यांनी."

"विठोजी, गेल्या साली दोनदा फतेह मिळवली. तिसऱ्या खेपी समोर दिसणारी हार वाचवली, सुलुख केला. दोन मोक्याचे गड मिळवले. आता असंच काहीतरी जबरदस्त योजलेलं असणार. आम्ही लागलीच निघतो. कबिले इथंच राहू देत."

"ठीक आहे. आम्ही तैयारीला लागतो."

म्हणत विठोजीराजे उठले.

मालोजीराजे दोनच दिवसांत वेरूळहून निघाले. औसा वेरूळपासून दूरच्या पल्ल्यावर. राजे पोहोचले तेव्हा बरेच सरदार आलेले होते. मलिक अंबरांशी खाशी आठ हजाराची फौज तैयार होती. इतर सरदारांची मिळून वीस हजारावर सैन्य गोळा झाले.

मलिक अंबरांच्या डेऱ्यात सारेजण जमले. पुढच्या मोहिमेचा तपशील जाणून घेण्यासाठी प्रत्येकजण आतुर झालेला होता. मलिक अंबरांनी बैठकीला सुरुवात करताच सरलष्कर फरहादखान म्हणाला,

"वजीरसाहेब, आपण गेल्या साली दिलेला दणका मोगलांना चांगलाच लागलेला दिसतो. त्यांनी तेलंगणाच्या हद्दीवर मांजरा नदीकाठी छावणी टाकली आहे. हामीदखान, बाजबहादर आणि बहादूर-उल-मुल्क यासारखे तीन खंदे सरदार तिथं ठाण मांडून बसले आहेत. आता काय करायचं त्यांच्याशी चार हात करायचे की दुसरीकडे चाल करायची?"

फरहादखानाचे बोलणे ऐकत असताना मलिक अंबरांच्या चेहऱ्यावर हास्य उमटले. ते म्हणाले,

"खानसाहेब, तुम्ही सांगता तसा बंदोबस्त त्यांनी केलेला आहे खरा, पण त्यामुळेच ते बिनधास्त बनले असणार. आपण एवढी मोठी छावणी टाकली आहे. निजामशाही फौज चालून येण्याचं धाडस करणार नाही, असा त्यांचा अंदाज असणार."

"सही बात, पण आपण काय करायचे?" लखुजीराजांनी विचारले.

"आम्हांला वाटतं, आपणच मोगलांवर हमला करू या. मोगलांना पुन्हा एकवार चांगला दणका द्यायलाच हवा. त्यानंतर दुसरीकडे चाल करायचं पाहू."

मलिक अंबरांचा धाडसी बेत ऐकून मालोजीराजेंसारख्या तरुण सरदारांमध्ये

जोश संचारला. दुसऱ्याच दिवशी निजामशाही सैन्य मोगलांच्या तळाकडे झेपावले.

अचानक आलेल्या हमल्याने मोगल छावणी हादरली. त्यांना प्रतिहल्ला चढवायला सवडच मिळाली नाही. सारे गोंधळून गेले. निजामशाही सैन्य मोठ्या आवेशात तुटून पडले. मोगल सैन्याची वाताहत झाली. एकच पळापळ सुरू झाली.

हमीदखान आणि बाजबहादर पकडले गेले. एकटा बहादूर-उल-मुल्क नदी पार करून जाऊ शकला. उरलेले मोगल सैन्य पळून गेले.

निजामशाही सैन्याला मोठा विजय मिळाला. मलिक अंबरांना या फतेहमुळे मोठा उत्साह आला. तेलंगणाच्या सुपीक जमिनीचा मोठा पट्टा पुन्हा एकदा त्यांच्या अखत्यारीत आला.

मालोजीराजेंसह साऱ्या सरदारांचे स्वार मोठ्या खुशीत होते, पहिल्याच झुंजात मोठी लूट मिळाली होती. नव्याने उभारी धरत असलेल्या निजामशाहीला या फतेहमुळे मोठा आधार झाला. सर्वांचे लक्ष आता पुढच्या हालचालींकडे लागले होते.

■

१९

मालोजीराजे मांजरा नदीकाठच्या छावणीत होते. त्यांचे स्वार अद्याप जल्लोष करीत होते. राजे मात्र पुढच्या मोहिमेच्या विचारात गुंतले होते. संध्याकाळ होताच ते वणगोजीराजेंकडे गेले. राजांना पाहताच वणगोजीराजांना आनंद झाला. ते राजांना म्हणाले,

"या राजे, काय म्हणता?"

"खास काही नाही, पण आम्ही विचार करीत होतो- एवढी मोठी फतेह मिळाली आपल्याला. आता मोगल स्वस्थ बसणार नाहीत."

"खरं आहे, राजे, पुढली मोहीम हाती घेण्यापूर्वी त्यांचा पुरा बंदोबस्त करावा लागेल. वजीरसाहेबांनी उद्या सकाळी आपल्याला बोलावलं आहे. तेव्हा तेच ठरवतील काहीतरी."

वणगोजीराजे म्हणाले. रात्रीचा थाळा त्यांच्याबरोबर घेऊन राजे परतले. दुसऱ्या दिवशी मोठ्या उमेदीने मलिक अंबरांच्या डेऱ्यात सर्वांसोबत गेले. मलिक अंबरांनी राजेंचाच विचार तेथे मांडला.

"आपली फौज आज जोशात आहे, पण मोगलांना आपण इतकी करारी हार दिलेली आहे, ते स्वस्थ बसणार नाहीत."

"वजीर साहेब," फरहादखान मोठ्या आवेशात म्हणाला, "आपल्या सैन्याने त्यांना इतक्या वेळा अस्मान दाखवलं आहे. त्यांची काय फिकीर करायची?"

"खानसाहेब, आम्हांला शेख अबुल फजलची फिकीर नाही. ते राजू दखनीला रोखण्यात गुंतले आहेत, पण खानखानन नगरला आहेत, ते जरूर काहीतरी हालचाल करतील."

"तो क्या करे? बस, आपण आपला बेत सांगा. आम्ही जरूर त्यावर अंमल करू." फरहादखान म्हणाला.

"ठीक आहे. आता आपल्याला दोन आघाड्या कराव्या लागतील. तुम्ही तुमची खास दिम्मत घेऊन नगरवर चालून जा. आम्ही दुसरी आघाडी सांभाळतो."

मलिक अंबरांनी सांगितले, फरहादखान विचारात पडला.

"जी. पण पुढं कसं करायचं? आमच्या एवढ्या सैन्यानिशी आमचा निभाव कसा लागणार?"

"खानसाहेब, तेच तर मोठ्या हुनरचं काम आहे. म्हणूनच आम्ही ही बाब तुमच्यावर सोपवली. तुम्ही नगरवर चालून जायचं, पण अगदी जवळ भिडायचं नाही. तुम्ही येत आहात असं पाहून कदाचित खानखानन शेख अबुल फजलला परत बोलावून घेईल. अशावेळी आतून खानखानन, बाहेरून अबुल फजल अशी कोंडी होईल तुमची."

"मग?"

"अबुल फजल तुम्हांला येऊन भिडण्यापूर्वी तुम्ही छोटे छापे टाकत तेथून पिछाडी घ्या. आपल्या हद्दीत येऊन महफूज ठिकाणी येऊन थांबा. यामुळे दोन मसले साधता येतील. राजू दखनींवरचा ताण कमी होईल, दुसरीकडे आम्हांला तेवढ्या वेळात मुलूख मारता येईल."

"सुभानल्ला" फरहादखान अगदी मनापासून म्हणाला. "वजीरसाहेब, आपले जंगचे डाव अगदी बिनतोड पण बिलकूल अलग असतात. आम्ही लागलीच नगरसाठी कूच करतो."

सरलष्कर फरहादखान नगरला निघून गेला. मलिक अंबरांनी पुढचे डावपेच उघड केले. ते सर्वांना म्हणाले,

"आम्ही औसा गडावर सर्वांना मुद्दाम बोलावले. हा गड मोठा मोक्याचा आहे. इथून मोंगलाई, बरीदशाही आणि कुतुबशाही या तीनही सल्तनतींच्या हद्दी अगदी जवळ आहेत. पूर्वेला खरोशाचा डोंगराळ भाग ओलांडला की, बिदरची हद्द लागते. आपण आता तेथेच चढाई करायची आहे."

मलिक अंबरांचे बोलणे ऐकून सर्वांना नवल वाटले.

वणगोजीराजे म्हणाले,

"वजीरसाहेब, एकदम बुरीदशाहीवर चाल करायची?"

"होय राजाजी, बुरीदशाह आता आपल्याला बेसावध मिळतील. त्यांचा मुलूख

सुपीक, लूटही भरपूर मिळेल, म्हणून आम्ही हा बेत ठरवला.''

मलिक अंबरांचे ऐकून साऱ्या सरदारांना मोठा हुरूप आला.

निजामशाही फौजा बिदरच्या रोखाने निघाल्या. बिदरचा सुलतान मलिक बरीद याचे सुरुवातीला औशाच्या छावणीकडे पूर्ण लक्ष होते. नांदेडचे जंग फतेह केल्यावर निजामशाही फौजा मोगलाईत शिरणार असा त्याचा अंदाज होता. सरलष्कर फरहादखान नगरच्या रोखाने गेल्याचे त्याला समजले. आता उरलेले सैन्य तेलंगणात लुटीसाठी शिरणार अशी त्याची अटकळ होती, त्यामुळे तो निर्धास्त होता.

मलिक अंबर खरोशाचा डोंगर ओलांडून आपल्याच मुलखाच्या रोखाने निघाला आहे असे समजल्यावर मलिक बरीद हादरून गेला. आपल्या राज्यावर हमला होईल हे त्याच्या कल्पनेबाहेरचे होते. त्याने आपला सरलष्कर ईस्माईल याला तातडीने पुढे पाठवून दिले. बिदरच्या हद्दीवर त्याने निजामशाही सैन्याला अडवले.

झुंजाला तोंड फुटले. जेमतेम दोन घटका हाणामारी झाली. बिदरच्या सैन्याचा जबरदस्त पाडाव झाला. खासा सरलष्कर इस्माईल मारला गेला. बिदरच्या सैन्याकडचे चौदा हत्ती, शेकडो ऊंट, घोडे मलिक अंबरांच्या ताब्यात आले.

नांदेडपाठोपाठ बिदरला मोठा विजय मिळाला. लागोपाठ दोन झुंजे जिंकल्याने निजामशाही तळ मोठ्या उत्साहाने सळसळत होता. निजामशाही सरदार बिदरच्या सुपीक भागात लूट करण्यास मिळाल्याने खूश होते.

■

२०

बिदरच्या हद्दीवर छावणी पडली होती. पंधरवडा झाला तरी जल्लोष चालू होता. राजांना वेरूळ सोडल्याला दोन महिने होऊन गेले होते. आता हळूहळू थंडी पडू लागली होती. रात्रभर आगट्या पेटवून सैनिक मिळालेल्या विजयाबद्दल बोलत असत. त्यातच सरलष्कर फरहादखान शेख अबुल फजल याला चकवा देत परत आला, त्यामुळे सर्वांनाच फार समाधान वाटले, त्यांचा उत्साह वाढला.

पुढच्या हालचाली ठरवण्यास सुरुवात झाली. बिदरचा नुकताच पाडाव झाला होता. त्याच्यावरच पुन्हा हल्ला चढवावा अशी बहुतेकांची अपेक्षा होती. मलिक अंबरांनी मात्र वेगळीच माहिती पुरवली.

''मलिक बरीदला आपण त्याच्यावर चढाई करू असा अंदाज आलेला दिसतो. त्यांनी कुतुबशाहांकडे मदत मागितली आहे असे आम्हांला समजले. पक्की खबर आहे की, कुतुबशाही सैन्य आधीच गोवळकोंड्याहून बाहेर पडले आहे. आपण बरीदशाहावर हमला केला की, कुतुबशाहानी आपल्यावर चढाई करेपर्यंत आपल्याला झुंजत ठेवायचे. नंतर कोंडीत पकडायचे असा एकंदर डाव दिसतो.''

मलिक अंबरांनी असे सांगताच साऱ्यांना धक्का बसला. वणगोजीराजे म्हणाले,

“परक्या मुलखात आधीच दोन झुंजे खेळून आपली फौज दमलेली असणार. तिला कोंडीत पकडून सहज हरवता येईल असं बुरीदशाहांना वाटत असावं.”

“मग वजीरसाहेब, आता काय करायचं? पुन्हा फिरून तेलंगणात शिरायचं?”

फरहादखानाने विचारले. मलिक अंबर हसले, सर्वांकडे पाहात म्हणाले,

“कुतुबशाही सैन्य निघाले असले, तरी त्यांच्या सवयीप्रमाणे आरामात येत आहे. नेहमीप्रमाणे भरपूर हत्ती, नोकरचाकर, बाजारबुणगे यांच्यामुळे रमतगमत येत आहे. त्यांचे सरदार ऐषआरामी, चैनी आहेत. ते आरामात विसावले असताना आपणच त्यांच्यावर हल्ला चढवू. आपले स्वार आता मोठ्या जोशात आहेत. त्याचा फायदा आपल्याला जरूर मिळेल.”

मालोजीराजेंसारख्या तरुण, तडफदार मंडळींना हा धाडसी बेत अगदी पसंत पडला. दुसऱ्याच दिवशी छावणी उठली. कुतुबशाही मुलखाकडे कूच करू लागली.

कुतुबशाही तळ निवान्त पसरलेला होता. आपल्यावर गनीम चालून येत आहे याची बिलकूल खबरबात नव्हती. वादळ अंगावर यावे असे निजामशाही सैन्य त्यांच्यावर कोसळले. आपल्यावर हल्ला कुठून, कसा झाला हेच त्यांना समजले नाही. सगळीकडे एकच कल्लोळ माजला. पाहता पाहता कुतुबशाही छावणी उद्ध्वस्त झाली.

कुतुबशाही सरलष्कर मारला गेला. कित्येक सरदार बंदी झाले. कित्येक हत्ती, घोडे, उंट, भरपूर दारूगोळा, धान्याचा मुबलक साठा सारे मलिक अंबरांच्या ताब्यात आले.

निजामशाही सैन्याच्या खुशीला पारावार राहिला नाही. सलग तिसरा मोठा विजय मिळाला होता. मालोजीराजेंप्रमाणे सारे सरदार आनंद लुटत होते.

“खरंच मामासाहेब, वजीरसाहेबांचे जंगचे एकएक आडाखे किती विलक्षण असतात! त्यांनी आपली नवी रणनीती तयार केली आहे असं वाटतं.”

“अगदी दुरुस्त आहे तुमचं. आम्ही इतकी सालं लढत आहोत. असा हुनर कधी पाहिला नाही. राजे, झुंज केवळ भरपूर शिबंदी, दारूगोळा, शस्त्रे यांच्या जिवावर जिंकता येत नाही. अचूक आडाखे आखणारा, धाडसी, वेगवान हालचाली करणारा तसेच शत्रूच्या कल्पनेतदेखील येणार नाहीत असे डाव टाकणारा सेनानीच असं यश मिळवू शकतो.”

“वजीरसाहेबांमध्ये हा सारा हुनर एकवटला आहे. मामासाहेब, आता कुतुबशाही मुलखात घुसून त्यांच्यावर हल्ला करणं काही साधी बाब नाही. आधी मोगल, नंतर मलिक बरीद, आणि आता कुतुबशाही एकाच वेळी तीन सल्तनतींना अंगावर घेणं,

हा खयालदेखील किती मोठा आहे!''

मालोजीराजेंसारखीच भावना बहुतेक सर्वांची होती. कुतुबशाहांना आपले सैन्य उधळल्याचे समजले. कुठून मलिक बरीदच्या मदतीला जाण्याची चूक केली असे त्यांना वाटले. आणखी कटकट वाढवण्याची त्यांची इच्छा नव्हती. त्यांनी तहाची बोलणी सुरू केली. भली मोठी रोकड, सोने, जडजवाहीर घेऊन मलिक अंबरांनी सुलुख मंजूर केला.

मलिक अंबर विजयी सेना घेऊन तेलंगणात परतले. तिथल्या मोगल अंमलदारांत विरोध करायची हिंमत उरली नव्हती. सगळीकडे एकच धुमाकूळ चालला होता. सैन्याने आसपासच्या गढ्या उद्ध्वस्त करण्याचा सपाटा लावला. परिसर ताब्यात घेऊन तिथल्या अंमलदारांना हाकलून लावले. मालोजीराजे, मलिक संदल यांच्यासारख्या तरुण लढवय्यांना मोठा नामी मोका मिळाला होता.

बिदरला मलिक बरीदला कुतुबशाही सैन्याची झालेली वाताहत समजली. आधीच एकदा पराभव झालेल्या बुरीदशाहाचा आधारच तुटला. त्याने आपला वकील पाठवून सुलूख घडवून आणला.

मोहीम सुरू झाल्यास पाच महिने झाले होते. थंडी केव्हाच ओसरली होती. चैत्राचे ऊन तापू लागले होते. मलिक अंबरांनी मोहीम आटोपती घेण्याचे ठरवले.

तीन मोठे विजय निजामशाही सैन्याने मिळवले होते. दख्खनच्या तीन मोठ्या सल्तनतींना निजामशाही सैन्याने हादरे दिले होते.

■

२१

मालोजीराजे पुऱ्या पाच महिन्यांनी वेरूळला परतले. छोटे शाहजी आता चालू लागले होते. विठोजीराजेंचे तिघेजण आणि शाहजींच्या बाललीलांनी राजेंचा मोहिमेचा शीण दूर झाला. आठवडा मजेत गेल्यावर राजे विठोजीराजांना म्हणाले,

''विठोजी, इतक्या दिवसांच्या दगदगीनंतर आराम मिळाला, बरं वाटलं.''

''दादासाहेब, आम्ही इथं होतो, तरी सारं ध्यान तुमच्याकडं लागलेलं होतं. तिथून एकापाठोपाठ फत्तेहच्या खबरी येत होत्या. खबरींकडून सारा तपशील समजत होता, पण तुमची काळजी लागून राहायची. दादासाहेब, आता साऱ्या दख्खनमध्ये निजामशाहीचा दरारा वाढला असणार.''

''होय विठोजी, आम्ही सुरुवातीला मोगलांच्या छावणीवरचा हल्ला साधला. तिथलं सारं जिकलं. आमच्या फौजेचा हौसला वाढला. पुढल्या साऱ्या मोहिमा फतेह होत गेल्या. त्या लुटीसाठीच होत्या. आपला मुलूख सावरायचा, लष्करी बळ वाढवायचं, तर पैका भरपूर लागणार. आता त्याची बरीचशी काळजी मिटली.''

“खरं आहे. आता आपल्याला पुन्हा स्थिर होण्यासाठी याचा उपयोग होईल.”

“पण विठोजी, आता आम्हांला आमच्या दौलतीकडे बघायला हवं. गोमाजी, बाळाजी, बाकीचे कारभारी चोख काम करतात, पण आपणच आपल्या दौलतीपासून इतकं दूर राहून कसं चालेल?”

“असं का म्हणता, दादासाहेब? ही इथली दौलत आपली नाही का?”

विठोजीराजे दुखावल्या स्वरात म्हणाले, त्यांच्या खांद्यावर हात ठेवीत राजे म्हणाले,

“तसं नाही, विठोजी. बघा. तुम्ही गैरसमज करून घेतला. आम्ही आमच्या जहागिरीवर जाऊन बराच काळ झाला, एवढंच आम्ही सांगितलं.”

दोघे बोलत होते. तेवढ्यात छोटे शाहजी तेथे आले. राजांनी त्यांना उचलून जवळ घेतले. थोड्या वेळाने राजे बाहेर जाण्यासाठी निघाले. त्यांनी हाक मारली. आतून एक कुणबीण बाहेर आली. राजांनी तिला शाहजींना आत नेण्यास सांगितले. कुणबीण शाहजींना घेऊ लागली, पण शाहजी तिच्याजवळ जाईनात. ते राजांना घट्ट चिकटून बसले. ते पाहून विठोजी हसत म्हणाले,

“दादासाहेब, त्यांना आता समजलंय. तुम्ही बाहेर निघालाय. ते आता सोडणार नाहीत तुम्हांला.”

“एवढ्यातच मागं लागायला शिकलेत. बघा तरी. सोडतच नाहीत.”

“असं करा दादासाहेब. त्यांना पुढ्यात घेऊन एक चक्कर मारून आणा. म्हणजे खूश होऊन जातील.”

“छे, छे, अजून किती लहान आहेत. घोड्यावर उडायला लागलं की, घाबरून रडायला लागतील.”

राजे एकदम म्हणाले. विठोजी हसले.

“अहो, काही नाही रडत. आमचे शंभू एवढे होते तेव्हाच आमच्या पुढ्यात बसायला लागले. आता तट्टावरून एकले फिरतात.”

“तुम्ही येवढं म्हणता तर बघूया.” म्हणत राजे उठले. शाहजींना पुढ्यात घेऊन घोड्यावर बसले. राजांनी अगदी हलकी टाच दिली. घोडे दुडक्या चालीने चालू लागले. शाहजी अगदी खूश झाले. सर्वांकडे हसत पाहात टाळ्या वाजवू लागले. राजांनी वाड्याबाहेर पडून एक फेरी मारली, आणि लागलीच परत आले. त्यांच्याकडून शाहजींना उतरून घेत विठोजीराजे म्हणाले, “पाहिलंत, आम्ही बोललो नव्हतो, बिलकूल घाबरणार नाहीत. रडणार नाहीत. बघा कसे एकदम खूश झालेत. आपलेच चिरंजीव. मग डरपोक कसे असतील?”

एव्हाना उमाबाई जातीने सदरेवर आल्या होत्या. शाहजींना घोड्यावर बसवल्याचे कुणबिणीकडून समजल्याने त्यांचा जीव राहवला नव्हता. त्यांच्याकडे पाहात

विठोजीराजे म्हणाले, "दृष्ट काढा लेकाची वहिनीसाहेब. आज त्यांनी जिंदगीतली पहिली घुडसवारी केली. बघा कसे हसत आहेत. तुम्ही उगाच घाबरला."

उमाबाईंनी काही न बोलता पुढे झेपावणाऱ्या शाहजींना जवळ घेतले. उराशी घट्ट कवटाळले. त्या तशाच झटकन आत निघून गेल्या. त्यांच्याकडे पाहात दोघे भाऊ जोरात हसले.

आठवड्याभरात राजे आपल्या परिवारासह श्रीगोंद्याला गेले. उमाबाईंना आणि छोट्या शाहजींना पाहून लक्ष्मीबाई अगदी हरखून गेल्या. दोघांवरून मीठमिरची उतरून टाकत त्या हसत म्हणाल्या.

"किती मोठे झालेत नाही? मी बारशात पाहिलं होतं त्यावर आजच बघतेय."

लक्ष्मीबाईंच्या मनात कौतुक मावत नव्हते. त्यांनी शाहजींना जवळ घेण्यासाठी हात पुढे केले, पण शाहजींनी त्यांच्याकडे अनोळखी नजरेने पाहिले. मान वळवत ते कुणबिणीला चिकटले. लक्ष्मीबाई नाराज झाल्या. त्यांच्या पडलेल्या चेहऱ्याकडे पाहून उमाबाईंना हसू आले. त्या समजुतीच्या स्वरात म्हणाल्या, "लक्ष्मुंबाई, अजून ओळख झाली नाही तुमची. चार दिवस जाऊ देत मग पाहा. सोडणारच नाहीत तुम्हांला."

दोघी बोलत उमाबाईंच्या दालनाकडे वळल्या. राजे सदरेवर गेले. ते कितीतरी महिन्यांनी आपल्या दौलतीत आले होते. त्यांना भेटण्यासाठी तसेच बाळराजांना पाहण्यासाठी माणसांची रीघ लागली होती. फडावरची कामे खोळंबली होती. राजे कामकाजात गुंतून गेले.

■

२२

शाहजादा दानियल बुऱ्हाणपूरला होता. बादशाह अकबर गेल्या चैत्रात आग्र्याला गेल्यापासून तो तिथेच राहिला होता. दख्खनहून येणाऱ्या एकएक खबरींमुळे तो बेचैन होत होता. मलिक अंबरांच्या साहाय्याने नवे निजामशाही तख्त परिंड्यावर स्थापन झाले. निजामशाही सैन्याने तेलंगणात धुमाकूळ घातला. सारे त्याला समजले. आता तर कहर झाला. नांदेडची हार, त्यानंतरचा वऱ्हाड भागातला हाहाकार. साऱ्या खबरींनी शाहजादा संतापून गेला. त्याने शेख अबुल फजल आणि सुभेदार खानखाननला बोलावून घेतले.

दोघे बुऱ्हाणपूरला आले. शाहजाद्याच्या भेटीला गेले. त्यांना पाहताच शाहाजादा रागाने म्हणाला,

"या. आमचे दख्खनचे सुभेदार आले. आम्ही इथं येण्यापूर्वी दख्खनची मोगलाई आम्ही तुमच्या हाती सोपवली. इतकी वर्षे झुंज देऊन, हजारो लढवय्यांचा

बळी देऊन आम्ही निजामशाहीचा पाडाव केला. दख्खनमध्ये मोगलाई निशाण रोवलं. त्यानंतर इथं येताना तुमच्यावर सोपवलं. मोठा भरवसा ठेवला आम्ही तुमच्यावर. केवढी उम्मीद बाळगली, तुम्ही बादशाही तख्ताची शान वाढवाल, पण काय झालं? आम्हांला इथं येऊन जेमतेम एक साल झालं. तिकडच्या एकएक खबरी ऐकून आम्हांला तरी काहीच समजेनासं झालंय.''

शाहजाद्याचा संताप वाढत होता. दोघे खाली मान घालून काही न बोलता गप्प राहिले होते, त्यामुळे शाहजादा अधिकच चिडून म्हणाला,

''काय चाललंय काय दख्खनध्ये? तो कोणी एक गुलाम उठतो. नवं तख्त काय उभारतो, स्वत:ला वजीर म्हणवत आमच्या मुलखात चढाया करतो आणि आमचे मोठमोठे नामजद वीर त्याच्या समोरून पळून जातात? तो कोण दुसरा, राजू दखनी. आमच्या सादतखानचा एकेकाळचा खिदमतगार. दौलताबादसारखा किल्ला जिंकून घेतो. तिथून साताऱ्यापर्यंतचा सारा मुलूख मारत जातो. आमच्या थोर सरदारांपैकी कुणी त्याला अडवू शकत नाही. क्या हो क्या रहा है सब?''

शाहजाद्याच्या सरबत्तीपुढे दोघेही काही बोलू शकत नव्हते. त्यानेच खानखाननकडे पाहात विचारले,

''खानसाहेब आप चूप क्यों हैं? कहो, हे सारं काय चाललंय? कुछ तो कहो.''

खानखाननला काही सुचत नव्हते. आता बोलणे भाग होते. तो पडलेल्या आवाजात म्हणाला,

''हुजूर, आम्ही काय सांगणार? आम्हांलाही साऱ्या प्रकाराचा सख्त अफसोस आहे. तो मलिक अंबर अचानक इतका ताकदवर बनेल असं वाटलंच नव्हतं!''

''काय म्हणता? तुम्हांला वाटलं नव्हतं? बडे ताज्जुबकी बात है! खानसाहेब, तुम्ही इतके तजुर्बेकार, दख्खनचे जानेमाने जाणकार, तुम्हांला वाटलं नव्हतं? तुमचे खबरी काय करत होते? तुम्हांला काहीच समजत नव्हतं?''

खानखानन काय बोलणार? शाहजाद्याचा संताप वाढतच होता. तोच पुढे म्हणाला,

''आम्हांला वाटतं, आम्हीच मोठी गल्लत केली. आम्ही जिंकलेल्या मुलखाची हिफाजत करण्याची जिम्मेदारी तुमच्यावर सोपवली. तिथं दुश्मन रोज ताकदवर होत आहे. त्याला आवरण्यासाठी काय करायचा खयाल आहे तुमचा?''

खानखानन अगदी खजील झाला होता. तो कसेबसे म्हणाला,

''आम्ही काय सांगणार? हुजूर हुकूम करतील तशी त्याची तामिली करू.''

खानखाननचे बोलणे ऐकून शाहजादा थोडा शांत झाला. शेख अबुल फजलकडे पाहात म्हणाला,

"आपण बुजुर्ग. आपल्याला काय बोलणार? पण आम्हीच आता फैसला करतो. आम्ही आमच्या मुलखाचे दोन हिस्से करतो. खुद्द नगरचा किल्ला, दौलताबाद पर्यंतचा मुलूख आम्ही तुमच्यावर सोपवतो. राजू दखनींना नमवण्याची जिम्मेदारी आम्ही तुमच्यावर टाकत आहोत."

शेख अबुल फजलनी नुसती होकारार्थी मान हलवली. त्यांचे लक्ष आग्र्याला बादशाहांकडे लागले होते. त्यांना आता दख्खनमध्ये राहण्यापेक्षा उत्तरेत आपल्या वतनामध्ये जाण्याची ओढ लागली होती. त्यांनी तसे बादशाहांना कळवले होते. ते त्यांच्या उत्तराची वाट पाहात होते.

शाहजादा दानियलने आता खानखाननकडे मोर्चा वळवला. त्यांच्याकडे रोखून पाहात म्हणाला,

"वऱ्हाड, पाथरी आणि तेलंगणाचा उरलेला भाग आम्ही तुमच्या अखत्यारीत देतो. तेलंगणाचा सुभेदार मीर मुर्तजाला सोबत घेऊन मलिक अंबरला रोखण्याची जिम्मेदारी तुमच्यावर सोपवतो. नगरला शेखसाहेब सलाह करण्यासाठी आहेतच. या आता तुम्ही. खुदा हाफिज!"

दोघे काही न बोलता बाहेर पडले. दोनच दिवसांत बादशाह अकबरांनी शेख अबुल फजलना आपल्याजवळ बोलावून घेतले. ते ताबडतोब आग्र्याला निघून गेले.

शाहजाद्याने खानखाननला पुन्हा बोलावून घेतले. शेख अबुल फजलवर नगरची जिम्मेदारी होती ती तिथला किल्लेदार शेख ख्वाजावर सोपवल्याचे सांगितले.

खानखाननला राग आला. शेख ख्वाजासारख्या साध्या किल्लेदाराच्या अखत्यारीत एवढा मुलूख दिला- त्याला मोठाच अपमान वाटला. तो तडक जालन्याला निघून आला.

पंधरा दिवस उलटले. शाहजाद्याने खानखाननसाठी खास शाही फर्मान पाठवले. खानखानन अद्याप घुश्शात होता. त्याने रागाच्या भरात फर्मान जातीने घेण्यासाठी इन्कार केला. आपला पराक्रमी फर्जंद मिर्झा इराज याला फरमानबाडीला पेश होण्यासाठी पाठवून दिले.

खानखानन जालन्याला गेला खरा, पण अद्याप शाहजाद्याचे शब्द त्याच्या मनात घुमत होते. अपमानाचा अंगार त्याच्या अंत:करणात धुमसत होता. मलिक अंबरांमुळे त्याला ही जिल्लत सोसावी लागली होती. आता त्याला गप्प बसणे शक्य नव्हते. अपमानाचा बदला घ्यायचे त्याने ठरवून टाकले; लागलीच त्यावर अंमल करायला सुरुवात केली. मलिक अंबरांकडून शिकस्त खाल्लेल्या सर्वांशी संधान बांधायला सुरुवात केली. तेलंगणाचा सुभेदार मीर मुर्तजा कुतुबशाह, बुरीदशाहा मलिक बरीद यांना एकत्र करून मोठी मोहीम काढायचा बेत शिजू लागला.

निजामशाही आता कुठे मूळ धरू लागली होती. मलिक अंबर आणि त्याच्या हबशी, मराठा साथीदारांच्या आधारावर उभी राहू पाहात होती, पण खानखानानने आता हे रोपटं पुन्हा पूर्णपणे उपटून टाकण्यासाठी कंबर कसली. मलिक अंबर मालोजी राजेंसारख्या त्याच्या साथीदारांसह ते कसे वाचवणार यावरच आता दख्खनचे भवितव्य निर्भर होते.

■

२३

राजांना श्रीगोंद्याला येऊन पंधरवडा झाला. फडावरचे दप्तरी कामकाज आटोपत आले. राजे शिवनेरीला जाऊन आले. तेथले किल्लेदार सिद्धोजीराव विश्वासराव यांनी गडाचा बंदोबस्त चोख ठेवलेला होता. थोडा कामाचा भर आवरल्यावर उमाबाई राजांना म्हणाल्या,

"आता थोडी सवड झाली असेल तर काही सांगायचे होते."

"बोला ना. काय म्हणता?"

"आम्ही एक नवस केला होता. त्याबद्दल बोलायचं होतं."

"कोणता?"

"आम्ही शिखर-शिंगणापूरच्या शंभूमहादेवाला नवस बोललो होतो. आत्यासाहेबांनी सांगितल्याप्रमाणे मागणं केलं होतं. बाळांचं जावळ काढण्यापूर्वी त्यांना देवाच्या पायावर घालू असा."

"एवढंच ना. जाऊ या की." राजांनी सहजपणे सांगितले.

"तसं नाही. बाळांना आता वर्ष होत आलं. त्याच्याआधी काढायला हवं."

"ठीक आहे. आम्ही मामासाहेबांना लागलीच कळवून टाकतो. दोन दिवसांत निघू. जावळाचा मान बाळांचे मामासाहेब मुधोजींचा आहे. तिथंच काढून घेऊ."

उमाबाईंना समाधान वाटलं. त्या माहेरी जाण्याच्या तयारीला लागल्या. राजांनी वणगोजीराजांना कळवून टाकले. ठरल्याप्रमाणे साऱ्या लवाजम्यासह सारी मंडळी फलटणला पोहोचली.

लाडक्या लेकीची आणि नातवाची इतक्या दिवसांनी भेट झाली. वणगोजीराजांना अतिशय आनंद झाला. ते अगदी तयारीतच होते. दुसऱ्याच दिवशी सारे शिखर-शिंगणापूरला निघाले.

अमृतेश्वराच्या मंदिरात लवाजमा उतरला. थोड्या वेळाने राजे वणगोजीराजेंसह तलावाच्या काठी गेले. ऐन उन्हाळ्यातही तलाव पाण्याने भरलेला होता, हे पाहून राजांना अतिशय समाधान वाटले, ते वणगोजीराजांना म्हणाले,

"मामासाहेब, तळ्याचं काम अगदी मनासारखं झालं. अगदी या दिवसांतही

भरपूर पाणी आहे. आमची सेवा शंभू महादेवाने रुजू करून घेतली.''

''खरंच राजे, तुम्ही एवढं मोठं काम करायचं मनावर घेतलंत. देवाचे आशीर्वाद आहेत, म्हणूनच एवढी मोठी कार्यं आपल्या हातून होतात.''

''आम्हांला तुमचा मोठा आधार झाला. इथलं माणूसबळ जोडणं तुमच्यामुळं शक्य झालं. शंभूमहादेवाने आमची मागणी पुरी केली. आम्हांला चिरंजीव झाले. आम्हांला वाटतं, इथं आणखी काही सेवा आमच्या हातून घडावी.''

''राजे, असं तुम्हांला वाटणारच. तुमच्या मनात काय असंल ते सांगा. आम्ही आहोत तुमच्यासंगं.''

वणगोजीराजांनी दुजोरा दिला. राजे विचारात गुंतले. त्यांनी तळे बांधले. त्याला मजबूत ताल बांधली. गोदडस्वामींच्या मठाला वृत्ती लावून दिली. तरी त्यांचे अद्याप समाधान होत नव्हते. काही वेगळे उभारावे असा त्यांचा बेत होता.

आजूबाजूला पाहात दोघे पुढे चालू लागले. अचानक मध्येच थांबत राजे म्हणाले,

''मामासाहेब, तळ्यात भरपूर पाणी आहे. आजूबाजूला एवढा मोठा परिसर आहे. इथं एक बगिचा तयार करता येईल, नाही का?''

''जरूर राजे.''

वणगोजीराजे मोठ्या कौतुकाने म्हणाले. राजे बेत सांगू लागले,

''तळ्यातल्या पाण्याचे पाट काढून पाणी फिरवून घेता येईल. निरनिराळ्या सुगंधी फुलांचे रंगीबेरंगी ताटवे तयार करायचे. त्यात छोटी कारंजी उभारायची. किती छान दिसेल! अगदी नगरातल्या फराहबाग, बेहस्त बागेएवढा नसला तरी चांगला बगिचा तयार करता येईल, नाही का, मामासाहेब?''

वणगोजीराजे त्यांच्या नजरेतली चमक न्याहाळत होते, ते म्हणाले,

''का नाही? तुम्ही मनात आणल्यावर जरूर करता येईल.''

राजे आपल्याच कल्पना विलासात दंग होते.

''इथं देवदर्शनाला येणाऱ्यांसाठी मोठे डेरेदार वृक्ष लावू. भाविकांना चार घटका सावलीत निवांत बसायला मिळेल. त्याशिवाय मोठी आमराई, केळींची बने लावू. त्यांच्या गारव्यात लोकांच्या जिवाला विसावा मिळेल.''

''तुम्ही असंच काहीतरी मनात आणणार याची खातर होतीच आम्हांला. चला, उद्यापासून सारी जोडणी करायला लागू.''

वणगोजीराजे उत्साहात म्हणाले. दोघे परत निघाले. मठाजवळ येताच राजे म्हणाले,

''स्वामी मठात असले तर भेटूया. आपल्या कामाला त्यांचे आशीर्वाद घेऊ.''

''जरूर'' राजांच्या बोलांनी प्रसन्न होत वणगोजीराजे म्हणाले,

"स्वामी देखील नेहमी आपली आठवण काढत असतात. तुमचे गोमटे बेत त्यांनाही आवडतील."

दोघांनी मठात जाऊन स्वामींचे दर्शन घेतले. स्वामींनी बगिचाच्या कामाला मनापासून आशीर्वाद दिले.

सारा लवाजमा डोंगरावर गेला. उमाबाईंनी शाहजींना शंभूमहादेवाच्या पायी घातले. शाहजींच्या डाव्या हातातली पुतळी पाहून त्यांना रेखाऊंची तीव्र आठवण झाली. भरल्या डोळ्यांनी त्यांनी नमस्कार केला.

फलटणला पोहोचल्यावर जावळाचा सोहळा पार पडला. शाहजींचे मामासाहेब मुधोजींनी जावळाला सोन्याची कात्री लावली. मागाहून न्हाव्याने त्यांचे जावळ उतरवले. राजांनी मुधोजींना मानाची किनपानाची अचकन दिली. वणगोजीराजांनी न्हाव्याला मानाचा पेहरावा आणि खुशी दिली.

नवस मनासारखा पार पडला. उमाबाई समाधान पावल्या. बऱ्याच दिवसांनी त्या माहेरपणासाठी आल्यामुळे फलटणची मंडळी आनंदात होती. वणगोजीराजे राजेंबरोबर बगिचाच्या कामाच्या जोडणीत गुंतून गेले.

■

२४

मालोजीराजे फलटणला मोठ्या आरामात राहिले. तळ्याकाठी बगिचा उभारण्याच्या कामाला सुरुवात झाली. पावसाळ्यापूर्वी खुदाईची कामे पूर्ण करायची होती. वणगोजीराजांनी परिसरातून कुशल माळी हुडकून आणले. बागेचा आराखडा तयार करून घेतला. तयारी झाली. मुहूर्तावर राजांनी पहिली कुदळ मारली. बागेची उभारणी सुरू झाली.

दिवस मजेत चालले होते. एके दिवशी राजे वणगोजीराजेंसह सदरेवर गप्पा मारीत बसले होते. ते वणगोजीराजांना म्हणाले,

"मामासाहेब, बागेचं काम सुरळीत चालू झालंय. आता पावसाळा अगदी तोंडावर आलेला आहे. त्याआधी श्रीगोंद्याला गेलेलं बरं."

"आताच तर आलात, राजे. राहा अजून थोडे दिवस."

वणगोजीराजे आग्रहपूर्वक सांगत होते. एवढ्यात खबरी आल्याची बातमी आली. दोघांना नवल वाटले. खबर समजताच दोघे गंभीर झाले. राजे अस्वस्थपणे म्हणाले,

"मामासाहेब, आपण गेल्या तीनही मोहिमांमध्ये वजीरसाहेबांसोबत होतो. पाठोपाठ फतेह मिळत गेली. फौज इतकी जोशात होती. आता अचानक इतका मोठा हादरा? काही समजत नाही. असं कसं घडलं असेल?"

“राजे, सारा बितपशील विचारायला हवा. त्याशिवाय नेमकं काय झालं कळायचं नाही.”

वणगोजीराजे समजुतीच्या स्वरात म्हणाले. दोघे खलबतखान्यात गेले. सारा माहौल बदलून गेला होता. दोघे हादरून गेले होते. वणगोजीराजांनी खबरींना बोलावून विचारले,

“सारा बितपशील नीटपणे सांग. काय काय झालं?”

वणगोजीराजांच्या चेहऱ्यावरचे काळजीचे भाव लपत नव्हते. त्यांच्याकडे पाहात खबरीने सांगण्यास सुरुवात केली,

“काही दिवसांपूर्वी सुभेदार खानखानन बुऱ्हाणपूरला गेले होते. तेथे शाहजादा दानियलला भेटून जालन्याला परतले. लागलीच त्यांनी बुरीदशाहा आणि कुतुबशाहांशी संधान जोडले. नगरचा शेर ख्वाजा, बीडचा हसनअली बेग तुर्कमन, खानदेशाचा राजा अलिखान सर्वांना बोलावून घेतले. वजीरसाहेबांना संपवण्याचा बेत शिजू लागला.”

“मामासाहेब, खानखाननने आपल्याकडून मार खाल्लेल्या सर्वांना एक केले. चांगलीच ताकद गोळा केली.” मालोजीराजे म्हणाले. खबरीकडे वळून त्यांनी विचारले,

“बरं मग, पुढे?”

“सरकार, वजीरसाहेब कंधारला होते, त्यांना खानखाननच्या कारवायांची कुणकुण लागली. त्यांनी तातडीने छावणी हलवून नांदेडला आणली. तेथे पोहोचताच सरलष्कर फरहादखानांची कुमक मिळाली, पण मोगलांनी जबरदस्त ताकदीने हमला चढवला. आपलं बळ फारच कमी पडलं. खुद्द वजीरसाहेब जखमी होऊन खाली पडले.”

खबरी क्षणभर थांबला. दोघांकडे पाहात पुढे बोलू लागला,

“सरकार, वजीरसाहेबांच्या खाशा स्वारांनी त्यांच्या भोवती कडं केलं. त्यांना बाजूला केलं, म्हणून बरं झालं. वजीरसाहेब जबर जखमी झालेत, नशिबानंच वाचले म्हणायचं नाहीतर काही खरं नव्हतं.”

स्वाराच्या आवाजात खिन्नपणा दाटून आला होता. सारे सांगून झाल्यावर तो खाली मान घालून उभा राहिला. खलबतखान्यात सन्नाटा पसरला होता.

थोड्या वेळाने सुस्कारा सोडत वणगोजीराजे म्हणाले,

“इतक्या जलदीत सारे गनीम एकसाथ येतील, एवढा जबरदस्त हमला चढवतील असं मुळीच वाटलं नव्हतं. आता कुठं सल्तनत मूळ धरत होती, उभारी घेत होती, तिलाच हादरा बसला. राजे, फार वाईट झालं. यातनं सावरणं मोठं मुश्कील आहे.”

"पण मामासाहेब, त्यातनं एक बरं झालं. वजीरसाहेब नुसते जखमी झाले. यापेक्षा विपरीत घडलं असतं तर...? नुसत्या विचाराने अंगावर काटा येतो."

"खरं आहे तुमचं राजे, वजीरसाहेब कुठं आहेत हे पाहायला हवं. भेटून यायला हवं. आता खानखानन पुन्हा जोरात आला असणार. कुठं घुसेल सांगता येत नाही. आपण सावध राहायला हवं."

वणगोजीराजे काळजीपूर्वक म्हणाले. राजांना आता आपल्या मुलखाची चिंता वाटू लागली. ते वणगोजींना म्हणाले,

"आम्ही श्रीगोंदा सोडल्याला बरेच दिवस झाले. अशा वक्ताला आम्हांला आमच्या मुलखात असायला हवं. आम्ही लागलीच निघतो."

वणगोजीराजेंना त्यांचे म्हणणे पटले. दोघे बराच वेळ खलबतखान्यात बसले होते. दुसऱ्याच दिवशी राजे, उमाबाई, शाहजी आणि साऱ्या लवाजम्यासह परत निघाले.

■

२५

राजांनी श्रीगोंद्याला येताच वाड्यावर चौकीपहारे मजबूत करून घेतले. गोमाजींना हुकूम केला.

"साऱ्या स्वारांना टाकोटाक बोलावून घ्या. आपल्या अंमलदारांना कळवून टाका. वखत ठीक नाही. नांदेडला मोगलांनी वजीरसाहेबांवर मोठी फत्ते मिळवली. आता ते मोठ्या जोशात असणार. आपल्याला सावध राहायला हवं."

"सरकार, वजीरसाहेब जखमी झाल्याचे समजलं."

गोमाजींनी विचारले. राजे सांगू लागले,

"होय, बरेच जखमी झाले आहेत असं आम्हांला समजलं. खरं म्हणजे त्यांना भेटायला जायला हवं, पण आता मुलूख मोकळा सोडून जाता येणार नाही. ते मागाहून पाहू. चला तुम्ही कामाला लागा."

"जी." म्हणत गोमाजी उठले.

महिना उलटला. पावसाळा सुरू झाला. खानखानन जालन्याला परतला. तेथेच थांबला. निजामशाहीच्या कोणत्याही भागात शिरला नाही. त्याची पुढची चाल थंडावल्याचे दिसले. बहुतेक नांदेडला मलिक अंबरांना मोठी शिकस्त दिल्यावर त्याचे समाधान झाले असावे. राजे आता निश्चिंत झाले.

मलिक अंबरांची प्रकृती थोडी सुधारली. ते जुन्नरला परतले. राजांना समजताच ते जुन्नरला गेले. बहुतेक निजामशाही सरदार, अंमलदारांची त्यांना भेटण्यासाठी रीघ लागलेली होती.

राजे मलिक अंबरांना भेटले. त्यांच्या जखमा भरत आल्या होत्या, परंतु अद्याप अतिशय अशक्तपणा होता. मलिक अंबर फारसे बोलू शकत नव्हते. त्यांना अशा विकल अवस्थेत पाहून राजे बेचैन होऊन गेले.

राजे जुन्नरला काही दिवस थांबून राहिले. वणगोजीराजे मलिक अंबरांना पाहण्यासाठी आले. ते राजांना तेथेच भेटले. राजे त्यांना म्हणाले,

''आम्हांला वाटलंच होतं आपण इथं भेटाल. आम्ही गेल्या चार दिवसांपासून पाहतो आहोत साऱ्या निजामशाहीतून रोज शेकडो माणसे वजीरसाहेबांना भेटण्यासाठी, त्यांची खबरबात जाणून घेण्यासाठी येत आहेत.''

''राजे, वजीरसाहेबांनी गेल्या दोन सालांत कामच तसं केलेलं आहे. मोगलांनी नमवलेल्या दख्खनला नवा जोश दिला, उमेद जागवली.''

''पण मामासाहेब, आम्ही पाहतो आहोत, इथं येणारा हरएक असामी हादरलेला दिसतो, खचल्यासारखा वाटतो.''

राजांच्या स्वरातली व्यथा वणगोजीराजांना जाणवली. ते म्हणाले,

''राजे, गेली दोन सालं सतत झुंजात गेली. आधी तेलंगण, नंतर सगळीकडे फत्तेच फत्ते मिळत गेली. एकच जुनून सवार झाला होता सर्वांच्यावर. मोगलांनी बुडवलेली निजामशाही पुन्हा उभी करायची या एकाच भावनेने सारे भारलेले होतो. परिंड्यात तख्त उभारले. वजीरसाहेबांबरोबर बाहेर पडलो. एकापाठोपाठ जंग जिंकत गेलो. जिंकण्याची जशी चटकच लागून राहिली. आपली हार होईल, वजीरसाहेब मौजुद असताना आपल्याला शिकस्त मिळेल असं वाटलंच नव्हतं कुणाला, म्हणूनच साऱ्यांना धक्का बसला आहे असं वाटतं आम्हांला.''

वणगोजीराजे कळकळीने सांगत होते. राजांना त्यांचे पटत होते, तरीही ते म्हणाले,

''आपण म्हणता ते खरं आहे मामासाहेब, आम्हांला मात्र वाटतं की, वजीर साहेब पुन्हा एकदा बरे होतील. पुढची दिशा ठरवतील, तोपर्यंत सारे हरवल्यासारखेच राहतील.''

''राजे, आता खानखानन जालन्याला परतला आहे. पावसाळा उलटेपर्यंत तो लागलीच काही हालचाल करेल असं वाटत नाही. तोपर्यंत वजीरसाहेबांची तबियत सुधारेल. या वेळात सर्वांनी पुन्हा आपलं बळ वाढवलं तर वजीरसाहेब पुढची मोहीम लागलीच हातात घेतील. पुन्हा एकदा नवी उमेद, नवा जोश आपल्या लोकांमध्ये येईल अशी आम्हांला पुरी खातर वाटते.''

वणगोजीराजे बोलत होते. राजे मात्र वेगळ्याच विचारात गढले होते. ते म्हणाले,

''मामासाहेब, नवी मोहीम हाती घेतली जाईल, आपल्या सैन्यात नवा जोम

येईल, याबद्दल आमच्या मनात मुळीच अँदेशा नाही, पण आम्हांला वाटतं, आता सल्तनतीची बुनियाद पक्की करावी लागेल. इतर सियासतचे मसले हातात घ्यावे लागतील. एकदा हे सारं झालं तर असा एखादा हादसा झाला तरी माणसं इतकी हैराण होणार नाहीत.''

वणगोजीराजे राजेंकडे कौतुकाने पाहात म्हणाले,

''राजे, आता तुम्ही जाणकारासारखे बोलू लागलात. वजीरसाहेबांना तुमचे हे खयाल नक्की आवडतील. त्यांना हुनरबाज माणसांची पारख आहे. आता सल्तनतीला तुमच्यासारख्या जंग आणि सियासत दोन्हीमध्ये गती असणाऱ्या माणसांची गरज आहे. ते सारं राहू दे. आम्ही आज परत जाणार आहोत. बाकी घरचं कसं आहे?''

''सारी मजेत आहेत. शाहजी आता मोठे झालेत. सगळीकडे हुंदडत असतात. आम्हांला इथं येऊन चार दिवस होऊन गेले. आम्ही उद्याच परत निघू.''

वणगोजीराजे फलटणला परतले. राजे श्रीगोंद्याला निघाले. वाटेत त्यांच्या मनात अनेक विचारांनी फेर धरला होता.

दोन वर्षांपूर्वीच निजामशाही पूर्ण विनाशाच्या गर्तेतून बाहेर पडण्यास सुरुवात झाली होती. परिंड्यावर नवे तख्त उभारले गेले. त्याच्यामागे सैन्यबळ जमा करण्यात मलिक अंबरांना यश मिळाले. मोगलांना दहशत बसवणाऱ्या मोहिमा निघाल्या. तेलंगण, बुरीदशाही इतकेच नव्हे तर कुतुबशाहीवर हमले करून फत्ते मिळवली. प्रचंड लूट मिळाली. सल्तनतीचा पाया मजबूत होऊ लागला. पाहता पाहता साऱ्या दख्खनमध्ये दरारा निर्माण झाला. मलिक अंबरांची अजोड हुशारी, अनेक सरदारांची समर्थ साथ यांच्यामुळे हे शक्य झाले. मोगलांनी जवळजवळ नामशेष केलेल्या निजामशाहीचा पुनर्जन्म झाला.

नव्याने उभे राहिलेले रोपटे जगवणे, वाढवणे इतके सोपे नव्हते. दख्खनच्या वीरांसमोर ते मोठे आव्हानच होते. अडथळे येत राहणार हे उघड होते. परवाच्या हादऱ्यामुळे राजांना ते अधिकच पटले होते. आता परिस्थितीला तोंड देण्यासाठी सारे एकसाथ जोमाने उभे राहणे जरुरीचे होते, त्यासाठी प्रसंगी सर्वस्व पणाला लावावे लागेल याची त्यांना जाणीव होती. आता मलिक अंबर काय ठरवतात यावर पुढचे सारे ठरणार होते. राजांना त्याची मोठी उत्कंठा लागून राहिली होती.

नांदेडच्या पराभवाच्या निमित्ताने निजामशाही पुन्हा एकवार नव्या वळणावर उभी राहिली होती. नियतीने यावेळी दख्खनच्या पदरात कोणते दान टाकायचे ठरवले असावे याचाच विचार राजांच्या मनात राहून राहून येत होता.

■

२६

श्रावण उलटला. नांदेडच्या लढाईला तीन महिने होऊन गेले. पावसाची झड कमी झाली. राजांना पुढच्या हालचालीबद्दल ओढ लागली होती. त्यातच मलिक अंबरांनी सर्व सरदारांना जुन्नरला बोलावून घेतले.

राजे जुन्नरला निघाले. यंदा पाऊस चांगला झाला होता. वाटेत फुललेली शिवारे, नांदती गुरेवासरे पाहून राजे सुखावले. आपल्या मुलखाचे पालटलेले रूप पाहात जुन्नरला पोहोचले.

मलिक अंबरांनी त्यांच्या खाजगी महालात बैठक बोलावली होती. राजे महालात गेले. मलिक अंबर लोडाला टेकून बसले होते. त्यांना अद्याप बराच थकवा असल्याचे दिसत होते. सर्वजण आल्यावर ते म्हणाले,

''गेल्या तीन महिन्यांत आपण सर्वांनी येऊन जातीने आमची चौकशी केली. आम्ही सर्वांचे तहेदिलसे शुक्रगुजार आहोत.''

''वजीरसाहेब'' फरहदखान मध्येच पडलेल्या आवाजात म्हणाला,

''आम्ही मैदानात असताना आपली हार झाली. आपण जबर जखमी झालात, याचा आम्हांला सख्त अफसोस आहे, त्यामुळेच आम्ही शरमेने तुम्हांला भेटायला आलो नाही.''

मलिक अंबर त्यांच्याकडे पाहात म्हणाले,

''खानसाहेब, जंगमध्ये हारजीत होतच राहणार म्हणून हौसला हरवून चालत नाही. हार होवो की जीत, सारा सिलसिला आपल्याला काय शिकवतो हे पाहाणं जादा जरुरीचं. आम्ही गेले दोन महिने बिस्तरवर पडून हाच विचार करीत होतो. आम्ही जखमी झालो, आजकलमध्ये बरे होऊन जाऊ, पण सल्तनतीचं नुकसान झालं, त्याचा अफसोस जास्त आहे. ते कसं भरून निघणार, हाच खयाल दिवसरात्र आम्हांला बेचैन करत आहे.''

मलिक अंबरांचे भावपूर्ण बोल सर्वांच्या काळजाला भिडले. वणगोजीराजे म्हणाले,

''आपण इतकं जिवाला का लावून घेता? मोगलांनी इतकी सालं लढून मोठ्या मुश्किलीनं आपलं तख्त बुडवलं. ते आपण इतक्या जिद्दीनं पुन्हा उभारलं. तेलंगणात, बिदरला मैदान गाजवलं. साऱ्यांना दहशत बसवली, म्हणूनच आपले दुष्मन एक झाले. आपण पुरे मजबूत होण्यापूर्वीच आपल्याला संपवण्याचा त्यांनी डाव केला.''

''बिलकूल सही बोललात राजाजी.'' मलिक अंबर म्हणाले,

''म्हणूनच आता पूरा सोचविचार करून आपल्याला पुढची पावलं टाकावी लागतील. आपलं कुठं चुकलं? आपण कशात कमी पडलो? या बाबींचा विचार

करायला हवा. आज खानखानन गप्प बसला आहे, तरी आज ना उद्या त्याला तोंड द्यावं लागणार. त्यासाठी सल्लामसलत करण्यासाठीच तुम्हा सर्वांना बोलावलं आहे.''

आत्तापर्यंत लक्ष देऊन ऐकणारा मन्सूरखान म्हणाला,

''वजीरसाहेब आपणच हमेशा आम्हांला सलाह देता, शिवाय आपण खुद्द याबद्दलच बराच विचार केलेला दिसतो. आपणच सांगा.''

मलिक अंबर त्याच्याकडे पाहात म्हणाले,

''खानसाहेब, आपण निजामशाही तख्त उभं केलं, त्यासाठी तुमच्यासारख्या लढवय्यांची आम्हांला साथ मिळाली. सर्वांच्या जोरावर आपण मैदान-ए-जंग फत्ते केले. लूट मिळवली. पैका मिळवला. मुलूख जिंकला- हे सारं खरं, पण आपली रयत, इथला दख्खनचा आम आदमी आमच्याकडून उम्मीद बाळगतो. त्याची खुशहाली पाहणं आपलं फर्ज आहे. त्याचा भरवसा मिळवणं आपल्याला जास्त जरुरीचं आहे असं आम्हांला वाटतं.''

मलिक अंबरांनी रयतेविषयी बोलणे काढताच मालोजीराजे पुढे सरसावले,

''वजीरसाहेब, आपण अगदी आमच्या दिलातलं बोललात, पण रयतेचा भरवसा मिळणं इतकं सोपं नाही. गेली कितीएक सालं सारा बेबनाव चालला आहे. कधी झुंजानं तर कधी दुष्काळानं मुलूख उद्ध्वस्त होतोय. त्यात रयत भरडली जाते. आपण लोकांना जिंदगीची हमी दिली, जानमालाचा हवाला दिला तरच ती आपल्या सोबत राहील.''

काही क्षण थांबून ते पुढे म्हणाले,

''आम्हांला आठवतं, काही सालांमागं विजापूरहून रफिउद्दीन शिराजी आला होता. तो परत गेला तेव्हा इथली हजारो माणसं पोराबाळांसह त्याच्यामागं निघून गेली. देशांतराला गेली. उरलेली कितीतरी झुंजात गमावली, बाकीची देशोधडीला लागली. त्यांच्यासाठी काहीतरी करायला हवं. नाहीतर त्यांच्याकडून नेकीची, इमानदारीची उम्मीद ठेवणं चुकीचं होईल.''

मलिक अंबर राजेंकडे मोठ्या कौतुकाने पाहात म्हणाले,

''राजे, आपण बिलकूल सही बोललात. तुमची रयतेविषयीची कळकळ आम्ही जाणतो. तुम्ही म्हणता ते करायला हवं, त्यासाठी विस्कटलेला मुलकी कारभार ठीक करायला हवा. खानखानन आता जालन्याला परत गेलेला आहे. पावसाळा उलटेपर्यंत आपल्याला फुरसत आहे. त्याचा फायदा घ्यायला हवा. नव्याने फौज उभारण्याइतकेच हे काम जरुरीचं आहे.''

सर्वजण मलिक अंबरांचे बोलणे लक्षपूर्वक ऐकत होते. राजांना अतिशय समाधान वाटले. फरहादखानाच्या मनावरचा ताण बराच कमी झाला होता. तो म्हणाला,

''वजीरसाहेब, आपण मोठ्या जरुरीच्या बाबीत हात घातला पण आणखी एक

मसला आम्हांला बऱ्याच दिवसांपासून खटकतो आहे. तो इथं मांडावा म्हणतो.''

''बोला ना. बेझिझक बोला.''

''आम्ही राजू दखनींबद्दल बोलत होतो.''

फरहादखानाने असे म्हणताच सर्वांना बरे वाटले. बहुतेकांना हा विषय खटकत होता. कुणीतरी बोलायला हवे होते. त्यांच्याकडे पाहात मलिक अंबर म्हणाले,

''जरूर बोला. त्यांच्याबद्दल काय म्हणायचं आहे?''

''ते आपल्याला भेटायला आले नाहीत. त्यावेळी त्यांनी ऐनप्रसंगी आपल्याला मदत केली नाही. आजसुद्धा आलेले दिसत नाहीत. सर्वांना वाटतं, त्यांचा आपल्याशी काही मनमुटाव आहे. आजच्या घटकेला आपसातले झगडे नको आहेत. बेदिली असली तर दूर व्हायला हवी. आपली ताकद वाढायची असेल, तर हे थांबायला हवं नाहीतर याचा फायदा दुश्मनाला मिळेल हे अलाहिदा.''

आजच्या घडीला एकी टिकवली पाहिजे असे सर्वांनाच वाटत होते. हा सर्वांच्या जिव्हाळ्याचा मसला होता. आता मलिक अंबर काय म्हणतात याकडे सर्वांचे लक्ष होते. ते म्हणाले,

''आपण एकदिलाने लढलो तरच मोगलांना तोंड देऊ शकतो, हे आम्ही देखील जाणतो. त्यासाठी आम्ही जातीने पुढाकार घेऊ. आम्ही राजूंना बोलावून घेतो. त्यांच्याशी समक्ष बोलून घेतो. काही मनमुटाव असला तरी काहीतरी तोडगा नक्कीच निघेल. तुम्ही बिनघोर रहा.''

मलिक अंबरांचे बोलणे ऐकून सर्वांना हायसे वाटले. लखुजीराजे मनापासून म्हणाले,

''वजीरसाहेब, आपले खयाल ऐकून पुन्हा एकवार आमचे हौसले बुलंद झाले. मागच्या जंगमधल्या हादऱ्यामुळे सर्वजण हादरले होते. आता ते नवी उम्मीद घेऊन कामाला लागतील, यात आम्हांला बिलकूल शक वाटत नाही.''

मलिक अंबरांच्या चेहऱ्यावर समाधान उमटले. बैठक बराच वेळ चाललेली होती. सतत बसल्यामुळे त्यांना थकवा वाटू लागला होता, म्हणून त्यांनी बैठक आवरती घेतली.

नांदेडच्या पराभवानंतरचा ताण ओसरला होता. नवा हुरूप घेऊन राजे श्रीगोंद्याला परतले.

■

२७

पुढचे दोन महिने शांततेत गेले. यंदा पाऊस चांगला झाला. सुगीचे दिवस आले. वसुलीची कामे सुरू झाली. राजे बाळाजी, गोमाजीबरोबर फडावरच्या कामात

गुंतले. जुन्नरला ठरल्याप्रमाणे मुलकी कारभार ठीक करण्यात त्यांनी लक्ष घातले होते. आता पुढच्या मोहिमेचे वेधही लागले होते. मलिक अंबर आणि राजू दखनी यांच्यामधल्या बखेड्याचा विचार अधून मधून डोकावून जात असे.

सकाळी राजे शाहजींना घेऊन घोड्यावरून फेरफटका मारून आले. राजेंचा हा रिवाजच बनला होता. फडावरची कामे सुरू करण्यापूर्वीच काही खबरी वाड्यात आले. गोमाजींनी राजांना थैली दिली. खबर वाचताच राजे खूश होऊन गेले. समोर बसलेल्या गोमाजींना म्हणाले,

"वा. नांदेडच्या झुंजानंतर पहिली गोमटी खबर मिळाली. आपल्या वजीरसाहेबांचा राजू दखनींशी असलेला तंटा मिटला. बरं झालं."

"सरकार, आपल्याकडे पाहूनच आम्हांला समजलं, काहीतरी खुशीची खबर असणार."

"होय गोमाजी, गेल्या खेपी आम्ही वजीरसाहेबांकडे जाऊन आलो, तेव्हापासून बेचैन होतो. नेहमी मोहिमांचे बेत तडफेने आखणारे वजीरसाहेब यावेळी बदललेले दिसले. मुलूख सावरणे, कारभार सुधारणे यावरच सारा भर होता. आपसातली बेदिली दूर करायची, पुन्हा एकसाथ तख्तासाठी उभं राहायचं असं त्यांनी ठरवलं होतं, पण इतक्या जलदीनं हा कठीण मसला ते सोडवतील असं वाटलं नव्हतं."

राजे बैठकीवरून उठले, गोमाजी मोठ्या उत्सुकतेने त्यांच्याकडे पाहात होते. त्यांच्याकडे पाहात हसत राजे म्हणाले,

"गोमाजी, खुद्द निजामशाहांच्या हुजुरात दोघांचा समेट झाला. मोठा प्रश्न मिटला. आता वजीरसाहेब मोहीम हाती घ्यायला मोकळे झाले. चला, आपल्याला तयारीला लागायला पाहिजे."

"जी." म्हणत गोमाजी बाहेर पडले.

राजे खबरीचा तपशील समजून घेण्यात गढून गेले.

दोघा मातब्बरांचा सुलुख मुर्तुजा निजामशाहांच्या साक्षीने पार पडला होता. दोघांना निजामशाहांनी आपल्या हद्दी आखून दिल्या. निजामशाही मुलखाची मुखत्यारी वाटून दिली.

मलिक अंबरांकडे चौल बंदरापासून सारी किनारपट्टी, दक्षिणेला आदिलशाही तर पूर्वेला कुतुबशाहीची हद्द, यामधला सारा परिसर आला होता. त्यांच्या मुलखाची उत्तरेची हद्द नगरपासून दक्षिणेला चार कोस आणि दौलताबादपासून आठ कोसांवर होती. इथून खालचा सारा मुलूख त्यांच्याच अखत्यारीखाली आला होता.

राजू दखनींकडे अहमदनगरच्या पूर्वेला दहा कोसांपासून पार उत्तरेचा गुजरातच्या मोगलांच्या हद्दीपर्यंतचा सारा भाग सोपवला होता. नासिक प्रांत, दौलताबादच्या किल्ल्यासह सारी भूमी त्यांच्याकडे दिलेली होती.

निजामशाहीतल्या दोन्ही मातब्बरांमधला झगडा मिटला होता. राजांना अतिशय समाधान वाटले. दोघांनी आपले मुलूख अलग केल्यामुळे आता तंटा होण्याचे कारण उरले नव्हते. खुद्द निजामशाहांचा मुक्काम आता औसा गडावर राहणार होता. त्याच्या आसपासच्या मुलखाचा वसूल त्यांच्या खाजगी खर्चासाठी लावून घेतलेला होता.

राजांच्या मनात उत्साह संचारला. राजे पुढचे बेत आखण्यात गढून गेले. इतक्यात छोटे शाहजी त्यांच्याकडे धावत आले. त्यांचे डोळे भरलेले होते. राजांनी त्यांना जवळ घेतात ते त्यांना घट्ट बिलगले. शाहजींना काय झाले हे राजांना कळेना. ते विचारत होते,

"बाळ, काय झालं सांगा तरी."

पाठोपाठ कुणबीण लगबगीने आली. शाहजींना घेण्यासाठी तिने हात पुढे केले. त्यांनी तिचा हात जोरात झटकून दिला. रागारागाने तिच्याकडे पाहू लागले. राजांनी कुणबिणीला विचारले,

"काय झालं? का रडताहेत हे?"

कुणबीण काही बोलणार इतक्यात लक्ष्मीबाई बाहेरून आत आल्या, त्यांनीच उत्तर दिले,

"त्यांना त्यांच्या मासाहेबांकडे जायचंय. त्यांनीच भरवायला हवं म्हणून हट्ट धरलाय. रोज हिच्याकडनं घेतात. आजच हट्टीपणा चाललाय."

"होय?" राजांनी शाहजींना विचारले.

त्यांनी काही न बोलता घुश्शात मान फिरवली. राजे हसत लक्ष्मीबाईंना म्हणाले,

"बाळांच्या मासाहेबांना सांगा, आम्ही सांगितलंय म्हणून. काय बाळ, झालं ना तुमच्या मनासारखं?"

राजांनी शाहजींकडे पाहात विचारले. आता देखील लक्ष्मीबाईंनीच उत्तर दिले,

"त्या झोपल्यात. बरं नाही त्यांना."

"काय झालं? आम्हांला कुणी बोललं नाही?"

लक्ष्मीबाई हसल्या, म्हणाल्या,

"काही नाही झालं. आमचे बाळराजे दादासाहेब होणार आहेत."

राजे उठून उभे राहिले. शाहजींना उचलून घेत म्हणाले,

"चला बाळ. आपणच तुमच्या मासाहेबांकडे जाऊन विचारू."

दोघे आतल्या दालनाकडे वळले.

■

२८

मलिक अंबरांनी राजू दखनींशी समझोता केला होता. या खेरीज त्यांनी स्वत:ची तीस हजारांवर फौज उभारली होती. कित्येक मराठा लढवय्यांना त्यांनी जवळ केले. देशी पिढीजात सरदारांना लष्करात पदे दिली. जहागिरी दिल्या. अंगच्या पराक्रमाला योग्य संधी दिसल्याने कित्येकजण त्यांना सामील झाले होते.

मुलकी कारभार देखील सुधारू लागला होता. रयतेला जिवाची, पिकाची हमी वाटू लागली. त्यांचा विश्वास वाढला. दख्खनचा सारा माहौल बदलून गेला. कोठेही मोहीम सुरू न करता आपल्या शत्रूला खास करून खानखाननला आव्हान वाटावे असे काही घडवण्यात त्यांना यश मिळाले होते, हे मात्र खरे.

राजांना अपेक्षेप्रमाणे मलिक अंबरांचे बोलावणे आले. ते तयारीनिशी जुन्नरला पोहोचले. बऱ्याच महिन्यांनी विठोजीराजे, वणगोजीराजे, लखुजीराजेंसारख्या साऱ्या आप्तांची भेट झाली. एकमेकांची खुशाली समजली. निजामशाहीतील इतर भागांतील हालचालींची माहिती मिळाली. मोठ्या उत्साहात सर्वजण मलिक अंबरांच्या महालात बैठकीसाठी जमले. मलिक अंबरांची प्रकृती आता पहिल्यासारखी दिसत होती. त्यांच्याकडे पाहात वणगोजीराजे म्हणाले,

"वजीरसाहेब, आपली तबियत आता अगदी पहिल्यासारखी झाली. पाहून आम्हांला बरं वाटलं."

"राजाजी, आपल्यासारख्यांचा दुवा आहे, म्हणून तर आम्ही त्यावेळी जंगमधून वाचलो. पुन्हा सेहतमंद झालो. बहुतेक आमच्या हातून दख्खनसाठी आणखी काही घडावं अशी त्या परवरदिगाराची मर्जी असावी."

मलिक अंबर हात उंचावत, भरल्या आवाजात म्हणाले. सारे एकदम स्तब्ध झाले. शांततेचा भंग करत मन्सूरखान म्हणाला,

"आम्हांला देखील असंच वाटतं, अल्लाची आपल्यावर मर्जी आहे. पाहा ना यंदा बरसात चांगली झाली. आपली फौजेची ताकद वाढली. मोगलांना दहशत बसावी असा माहौल बनला आहे. बस, वजीरसाहेब, आता कोणती मोहीम काढायचा इरादा तुमच्या मनात आहे, तेवढं सांगा."

सर्वांचा उत्साह अगदी उघड दिसत होता. मलिक अंबर मात्र गंभीर विचार करीत होते. निजामशाहीची हालत सुधारत होती हे खरं, पण इथं गाठ मोगलांशी होती. पुढची वाटचाल किती खडतर आहे, संघर्षपूर्ण आहे, याची त्यांना पूर्णपणे जाणीव होती. ते गंभीरपणे सर्वांकडे पाहात म्हणाले,

"दख्खनमधून मोगलांना घालवून देणं आमच्या जिंदगीचा मकसद आहे. निजामशाही पुन्हा पहिल्यासारखी वैभवशाली बनवणं हे आमचं ख्वाब आहे. तुमची

सर्वांची आम्हांला साथ आहेच. नवे साथीदार येऊन मिळत आहेत, तरीही मोगलांशी झगडणं हे आसान काम नाही, हे तुम्ही सारे जाणता. कधी कधी आम्हांला वाटतं, आमचं मकसद पूरं करण्यात आम्ही कमी पडलो तर? मोगलांना हरवण्यात नाकामयाब झालो तर आमच्या ख्वाबचं काय होईल? त्याचे तुकडे तुकडे होऊन जातील.''

क्षणभर थांबून नि:श्वास सोडत ते म्हणाले,

''कधी कधी या अशा खयालांनी आम्ही अगदी बेचैन होऊन जातो.''

मलिक अंबरांच्या भावपूर्ण बोलांनी सारे अस्वस्थ झाले. लखुजीराजे कळवळून म्हणाले,

''असं का बोलता वजीरसाहेब? आपण नेहमीच परेशानीतून रास्ता काढता. आता आपली हालत सुधारत आहे, तरीही असा कोणता मामला आपल्याला इतका अजीम वाटतो जो सोडवणं आपल्याला इतकं कठीण वाटतं?''

''राजाजी, आता पाहा.'' मलिक अंबर म्हणाले, ''आपण गेल्या खेपी ठरवलं त्याप्रमाणे आम्ही राजू दखनींशी जुळवून घेतलं. खुद्द निजामशाहांच्या हुजुरात समझोता केला. मुलूख वाटून घेतला. मधल्या काळात आपली ताकद वाढली तशी राजूंची वाढली. आम्हांला त्याची खुशी आहे. त्यांची ताकद वाढली की, निजामशाही मजबूत होते, असंच आम्ही मानतो.''

मलिक अंबर बोलता बोलता थांबले. सर्वांकडे पाहात पुन्हा म्हणाले,

''पण राजू तसं मानतात असं आम्हांला वाटत नाही. ते हमेशा आमच्या खिलाफ काहीतरी करीत असतात. आजच पाहा ना, आपले सरलष्कर फरहादखान आलेले नाहीत. आम्हांला पक्की खबर आहे की, त्यांना राजूंनीच आपल्याकडे वळवले आहे. आता तुम्हीच सांगा, असं सारखं होत राहिलं तर आम्ही परेशान नाही होणार? अशा वेळी आम्ही कशी उमेद बाळगायची? कशी नवी मोहीम हाती घ्यायची?''

मलिक अंबरांनी आपल्या मनातला सारा क्षोभ व्यक्त केला. ऐकून सर्वजण अस्वस्थ होऊन गेले. सरलष्कर फरहदखान आलेला नाही हे बहुतेकांना खटकले होतेच. कितीही प्रयत्न केले तरी आपसातली तेढ कमी होत नाही, हे सर्वांच्या ध्यानी आले. कोणालाही त्यातून काही मार्ग सुचत नव्हता.

■

२९

नवीन मोहीम निघणार या अपेक्षेने मोठ्या उत्साहात सारे सरदार जमले होते. मलिक अंबर मात्र राजू दखनीबरोबरचा झगडा न मिटल्याने अस्वस्थ झालेले दिसले.

वणगोजीराजे सावरले, हळुवारपणे म्हणाले,

“हे सारं काही ठीक चाललेलं नाही. आपण सर्वजण सल्तनतीच्या तरक्कीसाठी इतके झटत आहोत पण हे आपसातले झगडे आपली ताकद कमी करतात. हे सारं थांबलं पाहिजे. आम्हांला वाटतं वजीरसाहेब, हा मसला सोडवणं अतिशय जरुरीचं आहे. आपण पुन्हा एकवार कोशिश करायला हवी.”

“आम्हांला तुमचं पटतं राजाजी.” मलिक अंबर म्हणाले, “पुन्हा कोशिश करायला आमची हरकत नाही, पण त्यासाठी आम्हांला आपल्या बादशाहांशी ताल्लुकात वाढवावे लागतील. त्यांचे काही गैरसमज असतील तर ते दूर करावे लागतील पण त्यासाठी आम्हांला थोडी फुरसत मिळायला हवी. लागलीच मोहीम काढली तर हे सारं कसं जमणार, आपणच सांगा.”

राजे आत्तापर्यंत सारे ऐकत होते. सारा मामला त्यांच्या ध्यानी आला. ते म्हणाले,

“आम्ही वजीरसाहेबांच्या खयालाशी इत्तेफाक ठेवतो. हा सारा मामला अगदी जरुरीचा आहे, तितकाच नाजूक आहे. तो नीटपणे सोडवणे सल्तनतीसाठी अतिशय जरुरीचे आहे. त्यासाठी थोडीफार मोकळीक मिळायला हवी.”

मन्सूरखान सहमती दाखवत म्हणाला,

“आम्हांलाही राजेंसारखं वाटतं, पण हे जमणार कसं? आपण गप्प बसायचं म्हटलं तरी मोगल थोडेच थांबणार? खानखानन तर बिलकूल नाही.”

तिढा मोठा कठीण होता. आपसातला वाद मिटवणे जरुरीचे होते. दुसरीकडे सुभेदार खानखाननला थोपवणे कठीण होते. दोन्ही गोष्टी साधणे आवश्यक होते.

विचार करीत मालोजीराजे म्हणाले,

“आता एकच रास्ता बाकी राहतो. काही करून मोगलांची आघाडी काही काळ थंड ठेवायची. यातून दोन मसले साधता येतील. वजीरसाहेबांना राजू दखनीचा मामला निपटायला फुरसत मिळेल, तसेच आपल्याला आपली ताकद वाढवण्यासाठी सवड मिळेल. काही काळ शांतता मिळाली तर हवीच आहे.”

राजेंचे बोलणे ऐकताच मलिक अंबरांनी मान डोलवली. अखेरीस बैठकीला त्याच्या मर्जीप्रमाणे वळण लागले होते. खानखाननकडून नुकताच त्यांचा पराभव झाला होता त्यामुळे तो लागलीच समझोता कबूल करील असे वाटत नव्हते. तसा माहौल तयार करावा लागणार होता, पण तसे करणे भाग होते. त्याशिवाय राजूला वेसण घालण्यासाठी वेळ मिळणे शक्य नव्हते. निजामशाहीवर पूर्ण पकड मिळवण्यासाठी त्यांना खानखाननशी काही काळ तरी जुळवून घ्यावे लागेल हे त्यांना पटले होते.

मलिक अंबर गंभीरपणे म्हणाले,

“खरे म्हणजे मोगल आमचे खरे दुश्मन. त्यांना दख्खनमधून घालवून देणं हाच आमचा जिंदगीचा मकसद आहे, पण आजच्या घडीची नजाकत आम्ही

जाणतो. तुम्हा सर्वांच्या सल्ल्यानुसार खानखाननशी समझोता करण्यासाठी काय करावं लागेल ते पाहतो.''

आता नवीन मोहीम निघत नाही हे पक्के झाले. सर्वांना त्यांचा विचार पटला होता हे उघड दिसत होते. मलिक अंबर सर्वांकडे पाहात पुढे म्हणाले,

''आपण सर्वजण आपल्या मुलखात हुशार रहा. आम्ही जे होईल ते तुम्हांला कळवत जाऊ.''

बैठक आटोपली. सर्वजण परत निघाले. राजे दुसऱ्या दिवशी विठोजीराजेंसह वणगोजीराजांना भेटले. वणगोजीराजे राजांना म्हणाले,

''राजे, आता मोहीम नाही. बरं झालं. थोडं दौलतीकडं बघता येईल. बाकी कसं आहे?''

''आम्ही दादासाहेबांना वेरूळला येण्यासाठी सांगणार आहोत.'' विठोजीराजे मध्येच म्हणाले, राजे संकोचत म्हणाले,

''आता नाही जमणार. घरात अडचण आहे.''

''कसली?''

''आमचे शाहजी आता दादासाहेब बनणार आहेत.''

वणगोजीराजांना आनंद झाला. ते हसत म्हणाले,

''चला, आज आणखी एक खुशखबर. आम्ही दीपाक्कांच्या आईसाहेबांच्या कानावर घालायला लागलीच निघतो. तुमचं कसं काय?''

''आम्ही आजच निघतो.''

म्हणत राजे उठले. दुसऱ्याच दिवशी सर्वजण आपल्या मुक्कामी निघून गेले.

■

३०

राजे श्रीगोंद्याला गेले. वसुलीची कामे जोरात चालली होती. मोहीम नसल्यामुळे राजांना घरी थांबता आले. उमाबाईंना पाचवा महिना लागला. त्यांची तब्येत चांगली सुधारली होती. अचानक एके दिवशी विठोजीराजे श्रीगोंद्याला आले. ते राजेंना म्हणाले,

''आमच्या राणीसाहेबांनी पाठवलंय, त्यांनी सांगितलंय की, रीतीप्रमाणे ही खेप आपल्याकडे व्हायला हवी. आईसाहेब असत्या तर त्यांनी तसंच केलं असतं.''

''ते खरं, पण आता त्या नाहीत. मामासाहेबांचा सांगावा होता, या खेपीदेखील फलटणला...''

''नाही दादासाहेब...'' त्यांचे बोलणे तोडत विठोजीराजे म्हणाले, ''आईसाहेब नसल्या तर काय झालं? आम्ही आहोत ना. आम्हांला तसंच सांगितलंय. वहिनीसाहेबांना

तिथं घेऊन यायचं.''

''पण...''

''दादासाहेब, तिथं आपलं पिढीजात घर आहे. आम्ही मुलंबाळं, सारा पसारा घेऊन इथं येण्यापरास तेच बरं होईल म्हणून आम्ही वहिनीसाहेबांना बोलवण्यासाठी आलो होतो.''

विठोजीराजे आर्जवपूर्वक सांगत होते, राजांनी विचार केला, म्हणाले,

''ठीक आहे. तसं करू या. तुम्ही आताच आलात, थोडे दिवस आमच्यासंगं रहा. मग जायचं पाहू.''

विठोजीराजांना समाधान वाटले. आठवडाभराने राजे, उमाबाई, शाहजी, लक्ष्मीबाई, कुणबिणी सारा लवाजमा घेऊन विठोजीराजेंसह वेरूळला गेले. बऱ्याच दिवसांनी झुंजाची गडबड मागे नव्हती. राजे आरामात राहिले. घृष्णेश्वराचे नित्य दर्शन, शिकारी यात दिवस कसे गेले हे राजांना समजलेही नाही.

महिन्याभराने राजे श्रीगोंद्याला परतले. सारा परिवार वेरूळला राहिल्याने राजांना एकटेच वाटू लागले. त्यांनी स्वत:ला कामात झोकून दिले.

एके दिवशी मलिक अंबरांकडून काही स्वार राजेंकडे आले. राजांना नवल वाटले. त्यांना स्वारांनी सांगितले,

''आपल्याला वजीरसाहेबांनी टाकोटाक बोलावलं आहे.''

''काही विशेष?''

''आम्हांला बाकी तपशील सांगितला नाही. आपल्याला साऱ्या तयारीनिशी यायला सांगितलं आहे.''

''ठीक आहे.''

राजे विचार करीत म्हणाले. असे अचानक काय निघाले असावे, त्यांना उमजेना. ते गोमाजींना म्हणाले,

''आम्हांला लागलीच निघावं लागेल असं दिसतंय. काहीतरी खास कामगिरी असावी. आमच्या स्वारांची तुकडी तयार ठेवायला सांगा.''

''जी.'' म्हणत गोमाजी कामाला लागले.

राजे जुन्नरला पोहोचले. मलिक अंबर त्यांची वाट पाहातच होते, ते राजांना म्हणाले,

''तुम्हांला जलदीनं बोलावून घेतलं. तुम्हीदेखील टाकोटाक आलात. बरं वाटलं. आपल्याला तातडीनं जिनापूरला जायचंय.''

राजांना काहीच उमगले नाही. त्यांच्या चेहऱ्यावरचे प्रश्नचिन्ह पाहून मलिक अंबर हसत म्हणाले,

''आपल्याला खानखाननला भेटायला जायचं आहे. ते समझोत्याची बोलणी

करायला तयार झाले आहेत. आपल्याला जिनापूरला बोलावलं आहे.''

राजांना आता उलगडा झाला, तरीही काहीतरी खटकत होते. ते मलिक अंबरांना म्हणाले,

''ही तर चांगलीच खबर आहे, पण वजीरसाहेब, आपण खुद्द त्यांच्या गोटात जायचं? हे तर मोठं जोखमीचं काम. काही झालं तरी ते आपले दुश्मनच!''

''बिलकूल सही बोललात. ती काळजी आहेच, म्हणूनच तर तुम्हांला बोलावलं. तुम्ही संगती असल्यावर आम्ही अगदी निर्धास्त राहू शकतो, होय ना?''

त्यांच्या बोलण्याने राजे संकोचले. त्यांच्यावर मलिक अंबरांनी दाखवलेल्या भरवशामुळे थोडे सुखावले देखील. त्यांच्याकडे पाहात मलिक अंबर म्हणाले,

''राजे, फार जलदीत आलात. उद्या लवकर निघायचं आहे. जावा. सुमार व्हा.''

''जी.'' म्हणत राजे उठले.

निजामशाहीच्या राजकारणात मोगलांशी दोस्ती करण्याचे नवीन पर्व सुरू होत होते; त्यात मलिक अंबरांसोबत आपण सामील आहोत याचा राजांना अभिमान वाटत होता. त्यांच्या वैयक्तिक कारकिर्दीला यातून वेगळे वळण लागणार होते. शाही राजकारणातील आतल्या गोटात आता त्यांचा समावेश झाला होता.

दुसऱ्या दिवशी राजे मलिक अंबरांसोबत जिनापूरला निघाले. मलिक अंबरांनी इतक्या लवकर हे कसे जुळवले? राजांच्या मनात त्याचेच विचार घोळत होते.

मलिक अंबरांनी मोठ्या हुशारीने सारा डाव जमवून आणला होता. त्यांच्या सैन्याने गेल्या काही दिवसांत मोगलांना चांगलेच सतावले होते. डोंगरी लढायांत माहिर असलेले त्यांचे दखनी सैनिक सतत छोटे छापे टाकत होते. त्यांना हैराण करत होते. खानखानन रोजच्या कटकटीने त्रासून गेला होता. त्यातच राजू दखनी गुजरातच्या हद्दीजवळ धुमाकूळ घालत होता. दोन्हीकडे कसे तोंड द्यावे हे त्याला समजेनासे झाले. तो गोंधळून गेला.

रोजच्या त्रासावर काही मार्ग काढायचे त्याने ठरवले. त्याने विचार केला. मलिक अंबर छोटे छोटे छापे टाकत आहेत. त्यांना बदला घ्यायचा असता तर त्यांनी मोठेच जंग पुकारले असते; तसे त्यांनी केलेले नाही. त्यांचे राजू दखनी आणि खुद्द निजामशाहांशी फारसे जमत नाही. त्यांच्याशीच संधान बांधले तर रोजच्या कटकटीतून सुटका तर होईलच शिवाय एवढ्या बलाढ्य वजिराला नमवल्याचा सेहरा आपल्या शिरावर येईल. त्यांनी चाचपणी करायचे ठरविले. खानखानानने आपली खास माणसे मलिक अंबरांजवळ पेरली. त्यांना हेच हवं होते. सुरुवातीला थोडे दुर्लक्ष केल्यासारखे दाखवून नंतर प्रतिसाद दिला. आता दोघांच्या मर्जीनुसार जिनापूरला भेटायचे ठरले होते.

मलिक अंबर साऱ्या लवाजम्यासह जिनापूरला पोहोचले. खानखानन जातीने त्यांचीच अगवानी करण्यासाठी आला होता. राजेंसह सर्वांची त्याने मोठी बडदास्त ठेवली होती.

संध्याकाळी नजराणे देणे, नाचगाणी, मेजवानी सारे पार पडले. मलिक अंबर आणि खानखानन अगदी मोकळेपणाने एकमेकांशी बोलत होते. त्यांची बातचीत रात्री उशिरापर्यंत चालू होती.

दुसऱ्या दिवशी खानखानने छोटासा दरबार भरवला. सर्वांसमोर त्याने मोठ्या खुशीत सांगितले,

"अंबरसाहेबांनी आमच्या सल्तनतीशी समझोता केला आहे. त्यांनी मोगल सत्तेशी वैर सोडून द्यायचे ठरवले आहे; इतकेच नव्हे तर आमच्या पातशाह सलामतची हुकमत त्यांनी कुबुल केली आहे. अंबरसाहेबांनी आपला दोस्तीचा हात आमच्यापुढे केला. आम्ही मोठ्या खुशीने तो आमच्या हाती घेतला आहे. दख्खनच्या खुशहालीसाठी आम्ही आता एकसाथ आलो आहोत होय ना, अंबरसाहेब?"

"बेशक" मलिक अंबर म्हणाले, "आम्हांला खानसाहेबांचा दोस्ताना एकदम मंजूर आहे. दख्खनमध्ये जंग थांबावे. इथं अमन, शांती, खुशहाली यावी. इथली हरवलेली शान परत यावी, यासाठी आमची सारी धडपड सुरू आहे."

खानखाननच्या नजरेत हास्य उमटले, तो म्हणाला, "बिलकूल सही फर्माया आपने. आम्ही आजचा सारा वाकिया आमच्या हुजुरांना कळवून टाकतो. अंबरसाहेबांना मोगल सल्तनतीशी जोडून घेण्याची सिफारिस करतो. बादशाह सलामत मोठ्या दिलाचे आहेत. ते आमच्या अर्जीच्या मंजुरीबद्दल जरूर गौर करतील, अशी आम्हांला उम्मीद आहे."

खानखाननच्या बोलण्यावर मलिक अंबरांनी होकार दिला. दोघांनी उठून खांदाभेट घेतली. पुन्हा एकवार दोघांनी एकमेकांना भेटी दिल्या. दोघांचे खरे मकसद कामयाब होत होते, त्यामुळे दोघे अतिशय समाधानी होते.

पुढचे दोन दिवस खलबते चाललेली होती. दोन्ही बाजूंनी वाटाघाटी चालल्या होत्या. राजांनी बोलणी करताना जातीने भाग घेतला. दोन्ही बाजूंच्या हद्दी ठरविण्यात आल्या. सर्व बाबी निश्चित करून त्यावर शिक्कामोर्तब करण्यात आले. राजेंसह सर्वांना खानखानने मानाची वस्त्रे दिली. मलिक अंबरांना निरोप दिला.

कामगिरी पार पाडून राजे जुन्नरला आले. मलिक अंबर अतिशय खूश होते. त्यांनी मोठाच डाव साधला होता. आता त्यांना राजू दख्खनीशी निपटण्यासाठी वेळ मिळणार होता.

राजांनी आपली बरीचशी शिबंदी परत पाठवली. मोजक्या स्वारांसह ते वेरूळला निघाले. ते अतिशय खुशीत होते. निजामशाही तख्त सर्वांनी प्रचंड संघर्षातून उभे

केले होते हे खरे; तरीही गेली तीन वर्षे दख्खन सतत झुंजाच्या आगीत होरपळत होते. आता या समझोत्यामुळे दख्खनला शांतता मिळेल; त्यातून रयतेसाठी काही चांगले उभारता येईल अशी स्वप्ने त्यांच्या नजरेसमोर तरळत होती.

■

३१

राजांनी वाड्यात पाऊल टाकताच छोटे शाहजी त्यांच्याकडे धावत आले. राजांनी त्यांना उचलून घेतले. पाठोपाठ आलेले विठोजीराजे म्हणाले,

"तुम्हांला वजीर साहेबांनी बोलावून घेतल्याचे समजले, तेव्हाच आम्ही अटकळ बांधली होती कामगिरी संपल्यावर तुम्ही सरळ इथंच येणार. काय होतं इतकं खास?"

"आम्ही जिनापूरला गेलो होतो. खानखाननच्या गोटात."

"काय?"

विठोजीराजेंनी आश्चर्याने विचारले. राजे पुढे काही बोलणार तोच आतून विठोजी राजेंचे चिरंजीव संभाजी आणि खेळोजी तिथं आले. त्यांना पाहताच शाहजी राजांच्या कडेवरून उतरले. त्यांच्याबरोबर खेळण्यासाठी धावत निघून गेले. राजे त्यांच्याकडे पाहात कौतुकाने म्हणाले,

"किती रमलेत शाहजी!"

"तर काय... तिघं दंगा करून हैराण करतात अगदी."

दोघे त्यांच्याकडे पाहात हसले, बोलता बोलता बैठकीवर बसले. विठोजीराजे पुन्हा आठवत म्हणाले,

"दादासाहेब, तुम्ही मोगलांच्या गोटात गेल्याचे काहीतरी सांगत होता."

"होय, वजीरसाहेबांचा खानखाननशी समझोता झाला. त्यासाठीच गेलो होतो."

"दादासाहेब, समझोता मनासारखा झालेला दिसतो. कसं वाटलं जिनापूर?"

"फारच छान. तुम्ही आला असता तर तुम्हांलाही आवडलं असतं. खानखाननने इतक्या थाटात आमची अगवानी केली की विचारू नका."

"वजीरसाहेबांनी दख्खनमध्ये एवढी दहशत बसवली होती की खानखाननला त्यांची इतकी दखल घेणं भागच होतं."

"नुसत्या दहशतीमुळे नाही, विठोजी, दख्खनमध्ये पुन्हा उभारलेले निजामशाही तख्त मजबूत सैन्यबळ, मोगलांविरुद्ध राबवलेलं जबरदस्त चढाईचं धोरण यामुळे ते इतके ताकदवर बनले की, खानखाननला इथून मोगली सत्ता उखडली जाईल असं वाटलं असावं, म्हणूनच तो समझोत्याला तयार झाला, त्यामुळे आपल्या सल्तनतीची इज्जत वाढली. झुंजात रयतेला होणारा त्रास वाचला, याचीच आम्हांला

खुशी आहे.''

''दादासाहेब, आता वजीरसाहेब राजू दखनींशी निपटण्यासाठी मोकळे होतील. खानखानन वजीरसाहेबांना आपल्याकडे वळविल्यामुळे रोजच्या त्रासातून मोकळे होतील.''

''खरंय विठोजी, हा समझोता करण्यात दोघांच्याही हुशारीचा कस लागला असं म्हणायला हरकत नाही.''

राजेंचे म्हणणे अगदी बरोबर होते. हा समझोता म्हणजे मलिक अंबर आणि खानखानन यांच्या मुत्सद्देगिरीच्या कसबाचा उत्तम नमुना होता. दोघांचे खलबत जोरात चालले होते, तोवर वर्दी आली. वणगोजीराजे त्यांच्या कुटुंबासह आले होते.

दोघे बाहेर आले. वणगोजीराजांना मुजरा करीत राजांनी विचारले,

''अवचित आला, मामासाहेब.''

''काय करणार? आमच्या राणीसाहेबांना लेकीची काळजी वाटत होती. त्या कशा गप्प बसू देतील? तुम्ही वजीरसाहेबांकडे गेल्याचे समजले. सरळ इकडेच आलो.'' वणगोजीराजे बैठकीवर बसत म्हणाले.

''बरं झालं आलात,'' विठोजीराजे जवळ बसत मनापासून म्हणाले, ''घरात थोरलं माणूस नव्हतं. आधार झाला.''

उमाबाईंच्या आईसाहेब आल्यामुळे आऊबाईंना आनंद झाला. त्यांच्यावरची जबाबदारी कमी झाली. वणगोजीराजेंचे चिरंजीव मुधोजी सोबत आले होते. त्यांची संभाजी आणि शाहजींशी बघताबघता दोस्ती जमली. ते चांगले रमले.

वणगोजीराजांनी राजेंकडे जिनापूरच्या भेटीचा विषय काढला. ते म्हणाले,

''राजे, वजीरसाहेबांचा तुमच्यावर भारीच लोभ दिसतो. एवढ्या मोठ्या मसलतीसाठी त्यांनी तुम्हांला बोलावून घेतलं. आम्हांला मात्र तुम्ही मोगलांच्या गोटात गेला असं समजल्यावर मोठी फिकीर लागून राहिली होती.''

राजे हसत म्हणाले,

''मामासाहेब, आम्ही देखील वजीरसाहेबांना असंच सांगितलं. काही झालं तरी मोगल आपले दुश्मन. त्यांचा काय भरवसा? पण वजीरसाहेबांनी सारीच जिम्मेदारी आमच्यावर सोपवली. आम्ही आमच्या ताकदीप्रमाणं त्यांना साथ दिली.''

राजे मोठ्या उत्साहात सारी हकिकत सांगत होते. त्यांचे झालेले भव्य स्वागत, मेजवान्या, त्यांनी जातीने खलबतात घेतलेला भाग सारे सविस्तर सांगितले. वणगोजीराजे मोठ्या कौतुकाने ऐकत होते. राजे सांगत होते,

''मामासाहेब समझोता मनासारखा झाला हे खरं पण खऱ्या अडचणी आता पुढेच आहेत. राजू दखनी आता गप्प बसणार नाहीत. काहीतरी गडबड नक्कीच करतील.''

वणगोजीराजे त्यांच्याशी सहमत होत म्हणाले,

''आम्हांलाही असंच वाटतं. आता झगडा आपसातच आहे. त्याला फारसं वाकडं वळण लागलं नाही म्हणजे बरं.''

गप्पा रंगत होत्या. अनेक दिवसांनी पाहुणे मंडळी निवांतपणे भेटत होती. मोहीम नसल्यामुळे कसलाही ताण नव्हता. राजांनी वेरूळचा मुक्काम वाढवला.

■

३२

राजेंचा राजू दखनींबद्दलचा होरा अगदी खरा ठरला. राजूंना मलिक अंबरांचा खानखाननशी झालेला समझोता समजला. त्यांचा संताप अनावर झाला. त्यांनी तातडीने औसा गाठले. त्यांचे नेहमीचे साथीदार पतंगराव आणि मलिक संदल सोबत होते; त्याशिवाय नव्याने सामील झालेला सरलष्कर फरहादखान जोडीला घेतलेला होता.

मुर्तुजा निजामशाह यांना भेटून सर्वांनी एकच गदारोळ केला. राजू दखनी तर रागाने फणफणत होता. तो मोठ्या जोशात म्हणाला,

''खाविंद, पाहिलंत? अगदी आम्ही सांगत होतो तसंच झालं. वजीरसाहेबांनी आपल्याशी गद्दारी केली. आपल्याला खबर मिळाली असेलच. त्यांनी जिनापूरला खानखाननशी भेट घेतली. त्यांनी मोगल हुकमत कुबुल केली आहे.''

एवढा गदारोळ चालला होता. तरी मुर्तुजा निजामशाह अगदी शांत होते. त्यांना मलिक अंबरांनी सर्व सविस्तर आधीच कळवले होते. ते राजूला समजुतीच्या स्वरात म्हणाले,

''तसं काही झालेलं नाही राजू. तुम्हांला गलत खबर मिळाली. आपली सल्तनत अजून नवी आहे. तिची बुनियाद अजून पक्की व्हायची आहे. मागच्या झुंजाच्या तडाख्यातून पुरती सावरलेली नाही, त्यातून गेली तीन सालं सारखी दुष्काळाच्या आणि झगड्यांच्या आगीत होरपळत आहे. असंच होत राहिलं तर मुलूख सावरायला फुरसत मिळणार नाही. यासाठी मोगलांशी तात्पुरता, वरवरचा समझोता करायचा आहे असं आम्हांला आधीच सांगितलेलं होतं. काही खास घडलेलं नाही. तुम्ही उगाच परेशान झालात.''

मुर्तुजा निजामशाहांचे बोलणे ऐकून राजू हतबुद्ध होऊन गेला. काय बोलावे हेच त्याला समजेनासे झाले. आपले दोन्ही हात पसरून मान हलवीत तो हताशपणे निजामशाहांना म्हणाला,

''हुजूर, आपलं दिल खरंच फार मोठं आहे. वजीरसाहेबांनी कशीही मनमानी केली तरी आपण काहीच करीत नाही. हरएक वेळी आपण त्यांचेच खरं मानता.

आता तर ते सरळ मोगलांना सामील झाले. त्यांनी खानखाननशी समझोता केला तरीही तेच बरोबर. आम्ही आपल्याशी हमेशा नेकी ठेवली. आमचं मात्र आपल्याला पटत नाही. आम्हांला तरी आता काय करावं तेच समजत नाही.''

राजू दखनीचा निराश सूर ऐकून फरहादखानाला राहवले नाही. तो निजामशाहांना म्हणाला,

''हुजूर, सरदारसाहेब सांगत आहेत ते अगदी सही आहे. आम्हांला देखील आधी त्यांचं म्हणणं बिलकूल पटत नव्हतं. वजीरसाहेबांच्या जंगमधल्या हुनरमुळे आम्ही त्यांच्यावर फिदा झालो होतो. त्यांचे दुसरे डाव आम्हांला समजत नव्हते, पण नांदेडला त्यांची हार झाली, त्यानंतर आम्हांला त्यांचे अलग ढंग दिसू लागले. आम्ही त्यांना सोडून राजूंसोबत गेलो. त्यांचा खानखाननशी झालेला समझोता ही आम्हांला काही मामुली बात वाटत नाही. आम्ही जरा जादा बोललो, त्याबद्दल हुजूरने आम्हांला माफ करावं, पण आमची आपल्याला तहेदिलसे गुजारीश आहे, की आपण आमच्या सांगण्यावर गौर करावा, असं नाचीजला वाटतं.''

फरहादखानाच्या पाठोपाठ मलिक संदल, पतंगराव यांनी जोरकसपणे आपली बाजू मांडली.

''मलिक अंबर गद्दार आहेत. ते आपली सल्तनत मोगलांच्या दावणीला बांधत आहेत. आपल्याशी दगा करत आहेत.'' असे परोपरीने सांगितले.

आठ दिवस झाले. राजू आणि त्यांचे सहकारी निजामशाहाला चिथवत होते. हळूहळू आपल्या मनाप्रमाणे वेगळे चित्र त्यांच्या नजरेसमोर ठेवण्यात त्यांना यश येऊ लागले. सारा मामला निजामशाहांना उघडपणे जाणवू लागला. ते भडकून गेले.

राजूंनी यावेळी संधी साधायचे पूर्णपणे ठरवले होते. त्यांनी आपली बाजू पक्की लावून धरली. अखेर निजामशाहांना त्यांचे सांगणे पटले. त्यांनी मलिक अंबरांविरुद्ध फर्मान काढले.

''आमच्या सल्तनतीचे वजीर मलिक अंबर दुश्मनाला मिळाले आहेत. त्यांनी आमच्या पाक तख्ताशी बेइमानी केली आहे. आम्ही त्यांचा 'वजीर-उल-सल्तनत' हा किताब काढून घेत आहोत.''

एवढेच ऐलान करून ते थांबले नाहीत. त्यांनी राजू दखनी आणि सरलष्कर फरहादखानाच्या नावे हुकूम काढला.

''या दोघांनी आमच्या गद्दार वजिरांवर खडे फौजेनिशी चढाई करावी. त्यांना आमच्या हुजुरात पेश करावे.''

राजू दखनी खूश झाला. त्याला हेच हवं होतं. तो जोरात तयारीला लागला. मलिक अंबरांना पुरे संपवण्याच्या इराद्याने कामाला लागला. मलिक संदल आणि

फरहादखानाला त्याने निजामशाहांजवळ थांबवले.

पूर्णपणे संपलेली निजामशाही पुन्हा उभी राहिली होती- त्याला जेमतेम तीन वर्षे झाली होती. आणखी एकवार ती आपसातल्या झगड्यात सापडली होती. सरदार, वजिरांमधल्या संघर्षात खुद्द निजामशाहादेखील सामील झाले होते. आता यात मुलूख होरपळणार, रयत देशोधडीला लागणार, दुश्मन बलवान होणार याचे भान मात्र कोणालाही राहिलेले नव्हते.

■

३३

राजे महिनाभर वेरूळला राहून श्रीगोंद्याला परत आले. वणगोजीराजे फलटणला गेले. राजे आधी जिनापूर व नंतर वेरूळला जाऊन आले होते. ते जवळजवळ दोन महिन्यांनी आल्यामुळे गोमाजींना आनंद झाला. त्यांनी बाळाजींसह सारा कारभार अगदी चोख ठेवला होता. त्यांनी राजांना विचारले,

''सरकार, आपण दोन महिन्यांपूर्वी अचानक वजीरसाहेबांकडे गेलात. तेथून सरळ वेरूळला गेलात, तिथलं सारं ठीक आहे ना?

''होय गोमाजी, सारं ठीक आहे. तुम्ही इथला कारभार चोख ठेवलात, त्यामुळं आम्हांला बाहेर मुलूखगिरी करायचं बळ येतं.''

राजे हसत म्हणाले. गोमाजी संकोचले, म्हणाले,

''सरकार, आपला आमच्यावर भरवसा आहे. आपली रयतेविषयीची कळकळ आम्ही जाणतो, त्यासारखं करतो.''

राजांना येऊन आठ दिवस झाले. मलिक अंबरांकडून सांगावा आला. साऱ्या तयारीनिशी औसा गडावर येण्यासाठी कळवले होते.

राजे विचारात पडले. सध्या खुद्द मुर्तुजा निजामशाह औसा गडावर राहात होते. तिथं साऱ्या तयारीनिशी कशाला बोलावले असावे? कुणी औसावर स्वारी केली की काय...? राजे तातडीने औसाला निघाले.

राजे येण्यापूर्वी बरेच काही घडून गेले होते. औसा गडाला मलिक अंबरांच्या सैन्याचा वेढा पडलेला होता. राजांना काहीच कळेना. विठोजीराजे त्यांच्याआधी येऊन दाखल झाले होते. राजांनी त्यांनाच विचारले,

''तुम्ही कधी आलात? काय झालंय?''

''दादासाहेब, तुम्ही वेरूळहून निघालात त्याच्या दुसऱ्याच दिवशी वजीरसाहेबांकडून सांगावा आला. आम्ही लागलीच आलो. किल्ल्याबाहेर छावणीत वजीरसाहेबांना भेटलो. त्याच दिवशी आपल्याच किल्ल्यातून आमच्यावर हमला झाला. खुद्द बादशाहांची शिबंदी घेऊन मलिक संदल आणि सरदार पतंगराव आमच्यावर चालून आले.''

“मग?”

“जोरदार हातघाई झाली. सरदार पतंगराव पकडले गेले. मलिक संदल परत किल्ल्यात पळून गेले. तेव्हापासून वजीरसाहेब वेढा घालून बसलेत.”

विठोजीराजे सांगत होते, राजे व्यथित होत म्हणाले,

“विठोजी, आता वजीरसाहेबांचा राजू दखनीशी वाद वाढणार याची आम्हांला अटकळ होतीच, पण तो या टोकाला जाईल, खुद्द बादशाह यात पडतील असं वाटलं नव्हतं. आता त्यांच्याशीच चार हात करण्याची वेळ येईल, त्यांना वेढा घालून बसावे लागेल असं तर बिलकूल वाटलं नव्हतं.”

“होय दादासाहेब, अगदी अवघड होऊन बसलंय सारं.”

विठोजीराजांच्या बोलण्यातली नाराजी उघड दिसत होती. दोघे थोडावेळ बसून राहिले. थोड्या वेळाने राजे उठले. विठोजीराजांना म्हणाले,

“विठोजी, आम्ही वजीरसाहेबांकडे जाऊन येतो. तिथंच बाकीचे समजेल. खरंच, आपसातील ही भांडणं कुठवर जातील काही कळत नाही.”

विठोजीराजेंचा निरोप घेऊन राजे मलिक अंबरांकडे गेले. त्यांना पाहून मलिक अंबरांना आनंद झाला. राजेंचे स्वागत करीत ते म्हणाले,

“आलात राजे, बरं झालं. आता दो चार रोजात बाकीचे येतील. आपली बाजू चांगलीच मजबूत होईल.”

‘पण वजीरसाहेब, एकदम आपल्या बादशाहांशीच झगडा? आम्ही काही समजलो नाही, पण हे काही बरं वाटलं नाही.”

“राजे, हमेंभी कुछ ठीक नहीं लगता। पण काय करणार? आम्ही मजबूर झालो.” मलिक अंबर सांगू लागले,

“राजे, राजूंनी बादशाहांचे कान भरले. आम्ही बादशाहांना सांगूनच खानखाननशी समझोता केला होता, तरीही आम्ही मोगलांना मिळालो असं त्यांना सांगितलं. त्यांनीही काही विचार न करता आम्हांला दरबारातून बेदखल केलं; इतकेच नव्हे तर, आमच्या खिलाफ जंग करण्यासाठी राजूंना हुकूम दिला. राजे, आमच्या नजरबाजांनी हे सारं आम्हांला सांगितलं तेव्हा विचार करा, आम्हांला काय वाटलं असेल!”

राजांना काय बोलावं हेच सुचेना. तरीही ते म्हणाले,

“पण एकदम बादशाहांशीच लढणं...”

त्यांना थांबवत मलिक अंबर म्हणाले, “राजे, आम्ही खूप विचार केला. बाकीचे सारे दुश्मन परवडतील, पण खुद्द निजामशाहाच आपल्या खिलाफ गेले तर कसं चालेल? मग आम्ही लढणार तरी कोणासाठी? म्हणून आम्ही ठरवून टाकलं. आता गप्प बसून चालणार नाही, हा आमच्या वजूदचा, आमच्या इभ्रतीचा सवाल

बनलाय त्यासाठी झगडणं भाग आहे. मग खुद्द आपल्या धन्याशी, बादशाहशी दोन हात करावे लागले तरी बेहत्तर.''

राजांना आता खऱ्या परिस्थितीची जाणीव झाली. ते विषण्णपणे म्हणाले,

''वजीरसाहेब, आपले दुश्मन खुद्द बादशाहांच्या आडून आपल्यावर वार करत आहेत. त्यांना रोखणं म्हणजे बादशाहांशी लढणं. मोठं अवघड काम आहे सारं.''

''हं. अवघड आहे म्हणूनच तर आम्ही तातडीने निघून आलो. तुम्हा सर्वांना येण्यासाठी कळवलं, पण कोणाची वाट न पाहता सारं एकट्यानं अंगावर घेतलं, पण आम्ही शक्यतो लढाई टाळायची कोशिश करणार आहोत. ते घडवून आणणं हीच मोठी चुनौती आहे. पाहू काय होतंय ते.''

मलिक अंबरांना भेटून राजे आपल्या डेऱ्याकडे परतले. खुद्द निजामशाह वेढ्यात अडकलेले. बाहेर मलिक अंबर ठाण मांडून बसलेले. राजेंची बेचैनी वाढली होती.

■

३४

असेच काही दिवस गेले. मलिक अंबरांना एकएक सरदार येऊन मिळत होते. त्यांची ताकद वाढत होती. किल्ल्यातील हालत कठीण होत होती. अद्याप काही निकाल लागत नव्हता. ऐन थंडीत छावणी पसरली होती. एके दिवशी वेरूळहून थैली आली. राजांना दुसरे चिरंजीव झाल्याची खबर होती. ही खबर राजेंनी वणगोजीराजांना सांगितली. खुशखबर सांगताच ते म्हणाले,

''चला. बरं झालं. एक काळजी मिटली. आता इथनं कधी मोकळं होऊ ते बघायचं.''

''मामासाहेब, आपण हमेशा मोहिमेवर जातो, पण या खेपी आम्हांला काही बरं वाटत नाही. चार सालांमागे अभंगखानांनी चांदबीबीसाहेबांना असाच वेढा घातला होता, त्याची याद आली.''

''होय राजे. दख्खनची राजनीती पुन्हा पुन्हा त्याच वळणावर येते एवढं खरं.''

वणगोजीराजांच्या मनातली खंत तीव्रतेने त्यांच्या बोलांतून जाणवत होती. राजे सांगत होते,

''पण आता आपली ताकद वाढती आहे. गडावर मुळातच शिबंदी कमी-त्यातली थोडी आधीच कामी आलेली आहे. आम्हांला नाही वाटत राजू त्यांना बाहेरून काही मदत करू शकतील. अशा वेळी तिढा सुटायचा कसा? आम्हांला वाटतं, नाइलाजाने का होईना आपल्या बादशाहांना वजीरसाहेबांशी सुलुख करावा लागेल.''

"बादशाह माघार घेतील?"

राजांच्या प्रश्नावर वणगोजीराजे हसले, म्हणाले,

"राजे असं म्हणतात की, मगरूर भिखारीको भीक नही मिलती और कमजोर राजाकी हुकमत नहीं चलती। पाहा आणखी काही दिवसांत सुलुख होतो की नाही."

राजांना वणगोजीराजेंचे म्हणणे पटले. मुर्तुजा निजामशाहांची चांगलीच कोंडी झाली होती.

मुर्तुजा निजामशाहांनी किल्ल्यातील बुजुर्गांशी सल्लामसलत केली. नाइलाजाने का असेना मलिक अंबरांशी सुलुख करण्याशिवाय गत्यंतर नव्हते, असेच सर्वांचे मत बनले होते. त्यांनी मलिक अंबरांशी बोलणी सुरू केली. अखेर किल्ल्याचे दरवाजे मलिक अंबरांसाठी उघडले गेले.

मुर्तुजा निजामशाहांनी दरबार भरवला. मलिक अंबरांना वजीर-उल-सल्तनतचा किताब पुन्हा मोठ्या मानाने जाहीर केला. सल्तनतीच्या वकिलाचे अधिकार त्यांना बहाल केले. राजेंसह आपल्याला साथ देणाऱ्या सरदारांची मलिक अंबरांनी सर्फराजी केली.

मलिक अंबरांना अखेर मनासारखे यश मिळाले होते. प्रसंगी वेळ पडल्यास खुद्द निजामशाहांच्या, आपल्या धन्याच्या विरुद्ध उभे राहायचे त्यांचे धाडस मोठे होते, त्यामुळेच त्यांना यश मिळाले होते.

राजांना मात्र अधिक खूनखराबा न होता सारा तंटा मिटला याचेच मोठे समाधान लाभले होते.

■

३५

छावणी अद्याप औसा गडाजवळ पडली होती. थंडी कडाक्याची होती. चाकरांनी उबेसाठी बाहेर आगटी पेटवली होती. राजे अंगावर शाल पांघरून आपल्या डेऱ्यात बसले होते. विठोजीराजे छावणीतून फेरफटका मारून आले. मलिक अंबरांनी अद्याप सर्व सरदारांना थांबवून घेतले होते. विठोजीराजे राजांना म्हणाले,

"दादासाहेब, वजीरसाहेबांनी नेहमीसारखी साऱ्यावर मात केली, कोणतीही हातघाई न होता मामला निपटला. त्यांना हवा तसा समेट झाला. आता इतक्या थंडीत इथं थांबायचे कारण काय? त्यांनी अद्याप छावणी उठवायचा हुकूम दिला नाही. तुमचा काय खयाल आहे याबद्दल?"

"धाकले, आम्ही वजीरसाहेबांना जेवढं ओळखतो, त्यावरून सांगतो. ते आता शांत बसतील असं वाटत नाही. काहीतरी हालचाल नक्कीच करतील."

"पण कोणाच्या खिलाफ? मोगलांशी तर सुलुख झालाय. आपसातली भांडणं नुकतीच मिटलीत, मग कोणावर चालून जाणार?"

"ते काही नाही सांगता येत, पण आता वजीरसाहेब बादशाहांना एकटे राहू देणार नाहीत. तसं केलं तर पुन्हा कुणीतरी त्यांच्याशी संधान साधू शकेल याचं त्यांना भान आहे. वजीरसाहेब पुन्हा असा मौका येऊ देणार नाही, हे पक्कं."

मालोजीराजे ठामपणे म्हणाले. विठोजीराजे विचार करीत म्हणाले,

"ठीक आहे. आणखी काही दिवस इथंच राहू या. वेरूळला कोणीतरी जायला हवं. पुढची काय हालचाल होते, ती पाहून ठरवू."

दोघांचे कबिले वेरुळात आहेत, त्यामुळे एकाने घरी जावे असा विचार दोघे करीत होते.

थोडे दिवस गेल्यावर मलिक अंबरांनी वेगळाच विषय मांडला. निजामशाही तख्त सुरुवातीला परिंड्यावर स्थापन केले होते. राजू दखनीशी मलिक अंबरांचा समझोता झाला होता तेव्हा बदलून औसा गडावर आणले होते. त्यांनी मुर्तुजा निजामशाहांना सांगितले,

"औसा गड आपल्या सल्तनतीच्या एका टोकाला, पूर्वेच्या हद्दीवर आहे. बुरीदशाही आणि कुतुबशाहीच्या मुलखाला अगदी लागून आहे, त्यामुळे थोडासा असुरक्षित. परिंडा किल्ला आपल्या मूळ तख्ताची जागा. मध्यवर्ती ठिकाण आहे. आपण पुन्हा परिंड्यावर गेल्यास अधिक सोयीचे होईल."

मलिक अंबरांनी निजामशाहांना आपले म्हणणे पटवून दिले. निजामशाहांनी त्याला मंजुरी दिली. सारेजण परिंड्याकडे निघाले.

विठोजीराजे राजांना म्हणाले,

"दादासाहेब, अगदी आपण म्हणाला होता तसंच घडलं. वजीरसाहेब आणखी काही काळ तरी बादशाहांसोबतच राहणार. त्यांना एकटं पडू देणार नाहीत."

"होय विठोजी, तसंच दिसतंय."

"पण परिंडा तर आपलाच आहे. झगडा होण्याचा काही सवालच येत नाही. तिथला आपला किल्लेदार मंझनखान अगदी इमानी आहे. गेली वीस वर्षे तो किल्ला सांभाळतोय."

राजांनी सांगितल्यावर विठोजीराजे मोठ्या उत्साहात म्हणाले,

"मग दादासाहेब, तो मोठ्या थाटात निजामशाहांचं स्वागत करील. आता काही काळजी नाही. आम्हांला वाटतं, तुम्ही घरी गेलात तर बरं होईल. आम्ही इथं थांबतो."

राजांना त्यांचे पटले. ते वेरूळला आले.

त्यांचे दुसरे चिरंजीव दोन महिन्यांचे झाले होते. त्यांचे नाव शाहशरीफ बाबांवरील श्रद्धेखातर 'शरीफजी' असे ठेवण्यात आले होते.

■

३६

राजे वेरूळला जाऊन महिना होत आला. ते विठोजीराजेंची वाट पाहात होते. विठोजीराजे आले नाहीत. उलट त्यांनी राजांनाच बोलावण्यासाठी माणसे पाठवली. राजे तातडीने परिंड्याजवळच्या छावणीत पोहोचले. विठोजीराजांना पाहताच त्यांनी विचारले,

"काय झालं धाकले? तुमचा सांगावा आला, आम्ही लगेच आलो."

"दादासाहेब, आपल्याला वाटलं होतं, मंझनखान आपलाच आहे, तो मोठ्या थाटात बादशाहांना मानाने किल्ल्यात घेईल."

"मग?"

"इथं उलटच झालं. त्यानं दरवाजे लावून घेतले, उलट निरोप पाठवला की, आमच्या बादशाहांसोबत आलेले वजीर मलिक अंबर मोगलांना सामील झाले आहेत. आम्ही त्यांना, तसेच त्यांच्याबरोबर आलेल्या कोणालाही आत येऊ देणार नाही."

विठोजीराजांनी सांगितलेले ऐकून राजे थक्क झाले, चिडून म्हणाले,

"एका मामुली किल्लेदाराची ही हिम्मत! खुद्द बादशाहांना मनाई करण्यापर्यंत मजल गेली?"

"दादासाहेब, सर्वजण असेच खवळले होते. वजीरसाहेबांसह सर्वांनी त्याला चांगलाच धडा शिकवायचं ठरवलं. तेव्हापासून वेढा घालून बसलो आहोत."

थोड्या वेळाने राजे मलिक अंबरांकडे गेले. ते खास मसलतीत मोजक्या मंडळींसह खलबत करीत बसले होते. राजांना पाहताच मलिक अंबर म्हणाले,

"या राजे, कधी आला?"

"आताच थोड्या वेळापूर्वी. इथला सारा मामला वेगळाच झालेला दिसतो."

"होय. आता जादा गंभीर बनला म्हणूनच आम्ही आमच्या खास भरवशाच्या मंडळींना बोलावले होते. तुम्हीदेखील आलात. आता काहीतरी ठरवावे लागेल."

कोणाच्या काही लक्षात येत नव्हते, पण मसलतीत तणाव जाणवत होता. मलिक अंबरांना त्याचा अंदाज आला. तेच पुढे म्हणाले,

"इथं परिंड्यावर आल्यावर असं काही होईल असं वाटलं नव्हतं. मंझनखानसारख्या मामुली किल्लेदाराने आपल्याला चुनौती दिली, म्हणूनच आपण वेढा घालून बसलोय."

मलिक अंबर थांबले. ते आता बोलले. यात नवीन काहीच नव्हते. मग अशी खास मसलत बोलवायचे कारण काय असावे? असा सवाल प्रत्येकाच्या मनात आला होता. त्याचा अंदाज घेत मलिक अंबर पुढे म्हणाले,

"आम्ही आता तुम्हांला मुद्दाम बोलावलं. आम्हांला खबर मिळाली आहे की, मंझनखान आधीपासूनच राजू दखनींना मिळालेला आहे. त्यांच्या माणसांनी छावणीतल्या फरहादखान आणि मलिक संदलशी संधान बांधलेले आहे. ते बादशाहांशी बोलणी करत आहेत. पुन्हा त्यांना आपल्याकडे वळवून छावणीतच आमच्या खिलाफ उठाव करायचा बेत शिजत आहे."

मलिक अंबरांचे बोलणे ऐकून सारे सर्द झाले. आपल्याच छावणीत एवढा मोठा कट शिजला असे समजल्याने सर्वांनाच मोठा धक्का बसला. वणगोजीराजेंनी मलिक अंबरांना विचारले,

"वजीर साहेब, हा तर मोठा अवघड पेच पडला. खुद्द बादशाहच पुन्हा त्यांच्या बाजूला वळले, तर काय करायचं?"

"तर काय? सारखं त्यांच्याच खिलाफ लढणं कठीण आहे. यातून काहीतरी रास्ता काढलाच पाहिजे."

मन्सूरखान अस्वस्थ होत म्हणाला. सर्वच मोठ्या कोड्यात पडले होते. मलिक अंबर विचार करत म्हणाले,

"एक रास्ता आम्हांला दिसतो, पण त्याचा अंमल करणे काय, त्याचा नुसता जिकर करणंसुद्धा आम्हांला मुश्कील वाटतंय."

कोंडी फोडत राजे म्हणाले,

"आपण खुल्या दिलानं सांगा, वजीरसाहेब. आम्ही सारे त्यावर गौर करू. मुश्कील असलं तरी जरुरी असेल तर त्याचा फैसला करायलाच हवा."

बहुतेकांचे म्हणणे असेच होते. मलिक अंबर अधिक गंभीर होत म्हणाले,

"दुश्मनांना बादशाहांशी संधान बांधण्यापासून रोखलं पाहिजे; त्यासाठी एकच रास्ता आम्हांला दिसतो, पण त्याबद्दल बोलण्याचं धाडस आम्हांला होत नव्हतं."

ते बोलता बोलता थांबले. सारे मोठ्या उत्सुकतेने त्यांच्याकडे पाहात होते, ताण वाढत होता... सारे स्तब्ध होते. अखेर मलिक अंबर सावकाशीने एक एक शब्द उच्चारीत म्हणाले,

"आपल्याला खुद्द बादशाहांच्या डेऱ्यावर पहारे बसवावे लागतील."

मलिक अंबरांच्या तोंडून शब्द पडताच बैठकीत एकदम सन्नाटा पसरला. काही क्षणांनी मलिक अंबरच पुढे म्हणाले,

"आम्ही जाणतो की, हे मोठं मुश्कील आहे, पण आता पुन्हा गनिमाला मौका देणं परवडणार नाही. बादशाहांवर कडेकोट बंदोबस्त ठेवावा लागेल. त्याला दुसरा पर्याय नाही. हा फैसला सुनावताना आम्हांला किती दर्द होत आहे हे आम्हांलाच ठाऊक. औसाला त्यांच्या खिलाफ जंग करणं तरी आम्हांला कुठं पसंत होतं? आखिर आम्ही आमची बेटी त्यांना दिली आहे, हे आम्ही विसरू शकत नाही."

बोलत असताना त्यांच्या चेहऱ्यावरची वेदना उघड दिसत होती. साऱ्यांनी नाइलाजाने का होईना त्यांच्या बेताला दुजोरा दिला.

त्याच दिवशी मुर्तुजा निजामशाहांच्या डेऱ्यावर पहारे बसले.

आपला डाव उघड झाल्याचे पाहून मलिक संदल आणि फरहानखान किल्ल्यात मंझनखानाकडे पळून गेले. छावणीतले बंड उधळले गेले. आता परिंड्याचा तिढा सोडवायचा होता.

राजांना औसाला येऊन तीन महिने झाले होते. आता थंडी ओसरली होती. हवेतली तसेच राजकारणातली गरमी वाढलेली होती. खानखाननशी समझोता झाला तेव्हाच राजू दखनीशी संघर्ष होणार हे उघड होते, पण त्यात प्रत्येक वेळी आपल्याच धन्याशी झगडावे लागेल असं कोणालाही वाटलं नव्हतं. हा झगडा असाच किती वाढतो, दख्खनचे किती नुकसान करतो, हाच विचार राजांना पडला होता.

■

३७

आणखी एक महिना उलटला. मंझनखान किल्ला चांगलाच लढवत होता. चैत्राचे ऊन तापू लागले होते. थंडी तर केव्हाच सरली होती. सकाळीच राजे आपल्या डेऱ्यात बसले असता वणगोजीराजे त्यांना भेटण्यासाठी आले. त्यांना पाहून राजांना बरे वाटले. त्यांचे स्वागत करीत राजे म्हणाले,

"या मामासाहेब, आज सकाळीच आला?"

"सहज आलो. तुम्ही वेरूळला गेलात. लागलीच परतावं लागलं. दीपाक्का तिथंच आहेत. म्हटलं त्यांच्याकडचं आणखी काही कळलं तर बघू."

"आम्ही वेरूळला गेलो होतो. तेव्हा तुम्ही धाकल्यांसोबत पाठोपाठ याल असं वाटलं होतं, पण इथं सारं वेगळंच घडलं. आता सारीच अडकून पडलो आहोत."

"म्हणूनच आम्ही हमेशा म्हणतो, दख्खनला फुटीरतेचा, आपसातल्या यादवीचा शापच आहे. त्याचाच परिणाम, दुसरं काय?"

वणगोजीराजांच्या बोलण्यातून साऱ्या प्रकाराबद्दलची चीड व्यक्त होत होती. राजे म्हणाले,

"आपलं अगदी खरं आहे, पण किल्ला लवकर पडेल असं दिसत नाही."

"राजे, किल्ला अतिशय मजबूत, बेलाग आहे, म्हणूनच तर वजीरसाहेबांनी त्यावेळी तख्तासाठी निवडला होता. मंझनखानाने चांगला सांभाळला आहे. दारूगोळा, दाणागोटा कशाला कमी नाही. तशी किल्ल्यातली शिबंदी कमी पडली असती, पण ती कसर मलिक संदल आणि फरहादखानानी भरून काढली. आम्हांला तरी किल्ला

लवकर पडेल असं वाटत नाही.''

दोघे बोलत होते, तेवढ्यात एक खबरी धावत आला, राजांना म्हणाला,

''सरकार, गडावरनं माणसं आलीत. वजीरसाहेबांनी बोलावलंय आपल्याला.''

राजांना नवल वाटले, त्यांनी वणगोजीराजेंकडे पाहात म्हटले,

''चला, पाहू काय झालंय.''

दोघे तातडीने मलिक अंबरांच्या डेऱ्याकडे गेले. तेथे नेहमीच्या सरदारांशिवाय काही अनोळखी मंडळी बसलेली होती.

सर्वांकडे पाहात मलिक अंबर म्हणाले,

''ही किल्ल्यातली मंडळी आमच्याकडे आली आहेत. खबर मोठी विलक्षण आहे. खुद्द मंझनखानदेखील पळून गेला आहे. त्याच्या पाठोपाठ मलिक संदल आणि फरहादखानदेखील निघून गेले आहेत.''

असं अचानक कसं घडलं असावं याचा सर्वजण विचार करत असताना मलिक अंबर पुढे म्हणाले,

''ही मंडळी निरोप घेऊन आली आहेत. आपण बादशाहांवरचा पहारा काढून घेतला की, किल्ल्याचे दरवाजे आपल्यासाठी खोलले जाणार आहेत. आम्ही तसे हुकूम देऊन टाकलेत.''

अद्याप कोणालाही कळत नव्हते की, हे घडले कसे? वणगोजीराजांनी विचारले.

''वजीरसाहेब, ही वाकई अच्छी खबर आहे, पण हे सारं घडलं कसं? अचानक पळून जाण्यात मंझनखानचा काही वेगळा डाव तर नसावा?''

वणगोजीराजांनी सर्वांच्या मनातला सवाल उघड केला होता. मान हलवीत मलिक अंबर म्हणाले,

''नाही राजाजी, आम्ही त्याची खातरजमा केली. आम्हांला या लोकांकडून समजलं ते अगदी वेगळंच आहे. मंझनखानाचा बेटा सोनाखान अगदी जुलमी होता. त्याने त्याच्या काही दोस्तांसह इथल्या भागात मोठी दहशत माजवली होती. मंझनखानाकडे पाहून लोक इतके दिवस खामोश होते, पण वेढा पडल्यानंतर त्याने किल्ल्यातच धिंगाणा घालायला सुरुवात केली. तो इतका शेफारून गेला की, त्याने तिथल्या काही तरुण मुली इतकेच नव्हे तर देखण्या गरती बायकांवर हात टाकला.''

''मग?''

''इतकं झाल्यावर लोक बिथरले. त्यांनी सोनाखानला पकडून बेदम मारले. त्यात तो मरून गेला. लोक इतके भडकले होते की, त्यांनी मंझनखानावर चाल केली. तो हमला इतका जबरदस्त होता की, त्याला पळून जाणे भाग पडले.

पाठोपाठ इतर मंडळी परागंदा झाली. गडावरच्या माणसांना काय करावे हे समजेना. त्यांनी या मंडळींना पाठवून दिलं.''

आता सारा उलगडा झाला. मालोजीराजे, मन्सूरखान, नव्याने सामील झालेले समशीरखान, तसेच लखुजीराजेसारख्या सर्वच सरदारांच्या मनावरचे ओझे उतरले.

मलिक अंबरांनी पुन्हा परिंड्यावर तख्त आणवून घेतले. मुर्तुजा निजामशाहांची समजूत काढली. खानखाननशी समझोता झाल्याच्या गैरसमजातून सारा संघर्ष उभा राहिला होता. औसा गडापासून सुरू झालेला झगडा तब्बल पाच महिन्यांनी अखेर परिंड्यावर येऊन संपला.

राजे विठोजीराजेंसह वेरूळला परतले. छोट्या बाळांना आता पाचवा लागणार होता. पावसाळ्यापूर्वी श्रीगोंद्याला कबिल्यासह परतण्याचा बेत होता.

■

३८

राजे साऱ्या कबिल्यासह श्रीगोंद्याला आले. लागोपाठ दुसऱ्या वर्षी पाऊस चांगला झाला होता. सारे मावळपठार पावसाच्या सरींनी न्हाऊन निघाले होते. या भागात यंदा लढाई झाली नव्हती. रयत दोन्ही बाजूंनी खुशहाल झाली होती.

मुर्तुजा निजामशाहा परिंड्यावर स्थिर झाले होते. मलिक अंबरांच्या माणसांची त्यांच्यावर कडी नजर होती. दोन वेळा जबरदस्त फटका खाल्ल्यावर राजू दखनी लवकर डोके वर काढतील असे वाटत नव्हते. खानखाननशी समझोता झाल्याने मोगल आघाडी थंड होती. राजे कित्येक वर्षांनी मुलाबाळांत रमले होते.

मलिक अंबरांशी समझोता झाल्यापासून खानखानन जालन्याला मुक्काम करून होता. त्याने समझोत्याचा सारा तपशील अकबर बादशाहांना कळवला होता. तो मोठ्या उत्सुकतेने उत्तराची वाट पाहात होता. बादशाह अकबरांनी या संधीचा फायदा घेण्याचे ठरवले. त्यांनी आपल्या दरबारातील ज्येष्ठ, मुत्सद्दी वजीर आसद बेग याला दख्खनला पाठवून देण्याचे ठरवले.

आसद बेग आग्र्याहून बुऱ्हाणपूरला आला. खानखाननला वर्दी आली. तो जातीने बुऱ्हाणपूरला पोहोचला. किमती नजराणे देऊन त्याने आसदखानचे स्वागत केले. सारे सोपस्कार झाल्यावर आसदखानला खानखानन म्हणाला,

''वजीरसाहेब, आपण खुद्द दख्खनला आलात, बरं झालं. शेख अबुल फजलसाहिबांनंतर इथं कोणी बुजुर्ग राहिलं नव्हतं. आमच्यासाठी काही हुकूम?''

''खानसाहेब, तुम्ही तुमच्या समझोत्याबद्दल कळवलं होतं. बादशाहांनी मलिक अंबरांना आपल्याशी जोडून घ्यायचं ठरवलं होतं. आम्ही त्यांच्यासाठी शाही फर्मान घेऊन आलो आहोत.''

"शुक्रिया वजीरसाहेब." खानखानन मनापासून म्हणाला. "आम्ही हुजूरकडे पेशकश केली. त्यांनी त्यावर गौर केला. लागलीच फर्मान काढून दिलं. नाचीजची मोठी सर्फराजी झाली."

"खानसाहेब, सगळे जाणतात की, दख्खनमध्ये आपल्याशी टक्कर घ्यायची ताकद आणि हिम्मत केवळ मलिक अंबरांकडे आहे. त्यांच्यासारखा असामी तुम्ही आपल्याकडे रुजू करून घेतला. आम्ही त्यासाठी तुम्हांलाच मुबारकबाद देतो."

खानखाननने केलेल्या कामगिरीबद्दल आसद बेगने त्याची तारीफ केली. त्याची खुशी उघडपणे दाखवीत खानखानन त्याला म्हणाला,

"आम्ही लागलीच मलिक अंबरांना कळवून टाकतो, त्यांना इथं बोलावून घेतो. फरमानबाडी मोठ्या इतमामात करायला हवी. आम्ही सारा इन्तजाम करतो."

खानखानन उत्साहाच्या भरात बोलत होता. त्याला थांबवत आसद बेग म्हणाला,

"तुम्ही सारं कराल यात आम्हांला बिलकूल शक नाही, पण फरमानबाडी इथं नको. त्यांच्या मुलखात करू या. ते जादा असरदार होईल. आम्ही त्यासाठी दख्खनमध्ये येऊ. तेथेच सारी रस्म करायचं मुकर्रर करा."

खानखानन आसद बेगचा निरोप घेऊन परतला. त्याने मलिक अंबरांना बोलावून घेतले. शाही फर्मान आल्याचे समजल्याने मलिक अंबर खूश झाले. खानखानन त्यांना म्हणाला,

"अंबरसाहेब, आसद बेग लवकरच बालाघाटला येत आहेत. फरमानबाडी तिथंच करावी असे त्यांनी कळवलं आहे. आपल्याला तयारीला लागायला हवं."

"ठीक आहे. आम्ही जुन्नरला जाऊन तिथंच येतो."

असं म्हणून मलिक अंबर जुन्नरला परतले. त्यांनी खास विश्वासातल्या मालोजीराजे आणि मन्सूरखान या दोन तरण्याबांड सरदारांना बोलावून घेतले. शाही फर्मानाबद्दल सांगितले.

"आसद बेग आमच्यासाठी खास शाही फर्मान घेऊन आला आहे. सुभेदार खानखाननने आम्हांला सांगितलं आहे."

"मुबारक हो, वजीरसाहेब."

राजे मनापासून म्हणाले. मन्सूरखाननेही दुजोरा दिला.

"शुक्रिया।" मलिक अंबर म्हणाले, "फरमानबाडी आपल्या मुलखात व्हावी अशी त्यांची इच्छाच आहे. आसद बेग लवकरच बालाघाटला येणार आहेत. तेथेच सारी रस्म पार पाडायची आहे. आपल्याला तेथे जायला हवं. तुम्हांला त्यासाठीच बोलावून घेतलं."

मलिक अंबर सर्वांसह निघाले. बालाघाटजवळ छावणी पडली होती. खानखानन

आधीच आलेला होता. तो सारी तयारी डोळ्यात तेल घालून पाहात होता. सारे रीतसर पार पाडण्याची जिम्मेदारी त्याच्यावरच होती.

मलिक अंबर पोहोचताच कामाला लागले. छावणीपासून एका कोसावर आलिशान शामियाना उभारला गेला. फर्मानाच्या अगवानीची स्वारांची तुकडी, मानाचा उंट तयार झाले. सारी तयारी पूर्ण झाली. आसद बेग लवाजम्यासह येत असल्याची वर्दी आली.

मलिक अंबर आणि आसद बेग यांच्या भेटीमुळे पुन्हा एकवार दख्खनचे मोगलांशी नाते नव्याने जोडले जाणार होते. दख्खनच्या इतिहासाला वेगळे वळण लागत होते.

■

३९

राजे बालाघाटच्या छावणीत होते. खुद्द मलिक अंबर खानखाननबरोबर आसद बेगचे स्वागत करण्यासाठी गेले होते. त्याला मोठ्या इतमामात छावणीत त्याच्या डेऱ्यात घेऊन आले. मलिक अंबरांनी राजेंसह त्यांना भेटून नजराणे दिले. सर्वांचे एकमेकाशी वागणे मोठे आदराचे आणि आदबीचे होते.

दुसऱ्या दिवशी सकाळी फरमानबाडीचा सोहळा पार पडला. मलिक अंबर निवडक मंडळी घेऊन निघाले. फर्मानाचा उंट दिसताच घोडदळ थांबले. मलिक अंबर पायउतार झाले. रिवाजानुसार अनवाणी पायांनी सामोरे गेले. शाही फर्मानाला खडी ताजीम दिली गेली. मलिक अंबरांनी मोठ्या अदबीने फर्मानाचा स्वीकार केला. वर न पाहता पाच पावले तसेच माघारी येऊन ते परतले.

आसद बेगची एक कामगिरी पार पडली. तो मलिक अंबरना म्हणाला,

"अंबरसाहेब, मुबारक हो! शाही फर्मान मिल पाना हर एकके तकदीरमें नहीं होता। आजपासून तुम्ही पातशाह सलामतच्या हुकूमतचे बंदे झालात. आपल्याकडून त्यांना मोठी उम्मीद आहे."

सारा सोहळा नीट पार पडल्याने मलिक अंबरांच्या मनावरचे ओझे उतरले होते. ते मोकळेपणाने म्हणाले,

"आम्हांला हुजुरांनी मोठ्या मनाने आपल्या हुकूमतमध्ये शामील करून घेतले. खरोखर बडी तकदीरकी बात आहे. आम्ही आमच्याकडून त्यांची इतराजी होईल असं काही होऊ देणार नाही. आपण बिलकूल बेफिक्र राहा."

"हम जानते थे। आप ऐसाही कहेंगे। अंबरसाहेब, आता आमची एक जिम्मेदारी पार पडली. आम्हांला आता पुढच्या कामगिरीसाठी निघायचं आहे."

आसद बेग असे म्हणताच मलिक अंबर हसले,

''पण आम्ही आपल्याला इतक्यात सोडणार नाही.''

''मतलब?''

आसद बेगने भुवया उंचावत विचारले,

''आपण आमच्यासाठी इतकं केलंत, जातीनं शाही फर्मान घेऊन इथवर आलात.''

''तो क्या हुआ? आम्ही आमचं फर्ज अदा केलं.''

''फिर भी। आम्हांला आपली थोडीतरी खातरदारी करायचा मौका द्या. आम्ही तुम्हांला खानसाहेबांसोबत आमच्याकडे जुन्नरला यायची दावत देतो. आपण आमच्या गरीबखान्याला भेट द्यावी, अशी आमची गुजारिश आहे.''

आसद बेगने खानखाननकडे पाहात विचारले,

''क्यूं खानसाहेब? अंबरसाहेबांनी न्यौता दिला आहे. आपला काय खयाल?''

''जैसा आप चाहे।'' खानखानन म्हणाला.

''ठीक है। फिर अंबरसाहेब, आजपासून आठ दिवसांनी आम्ही तुमच्याकडे येतो.'' आसद बेगने होकार दिला.

मलिक अंबर लागलीच परतीच्या तयारीला लागले. ते राजांना म्हणाले,

''राजे, सिर्फ एक हप्ता! आपल्याला जोरात तयारीला लागलं पाहिजे.''

''वजीरसाहेब, आसद बेग उत्तरेतून आलेत. त्यांनी कितीतरी शाही दावती पाहिल्या असतील. आपण कुठं कमी पडता कामा नये. असा जश्न केला पाहिजे की, दख्खनची याद कायमची राहिली पाहिजे.''

राजांच्या बोलण्याला मन्सूरखानने दुजोरा दिला. दोघांकडे पाहात मलिक अंबर म्हणाले,

''जरूर. तुम्ही ठरवलं तर का नाही होणार? सारा इन्तजाम करण्याची जिम्मेदारी तुमची दोघांची. आम्ही माणसं, पैका, कशात कमी पडू देणार नाही. चला, आमचा तुमच्यावर भरवसा आहे.''

राजे परतीच्या प्रवासात दावतीचा आराखडा ठरवण्यात दंग झाले होते. मलिक अंबर अतिशय प्रसन्न होते. मोगलांशी केलेल्या दोस्तीमुळे, त्यांनी दिलेल्या प्रतिष्ठेमुळे त्यांचा दबदबा चांगलाच वाढला होता. नव्या दोस्तीला पूर्ण रूप देण्याच्या प्रयत्नांत ते लागले होते. आसद बेगची जुन्नरची भेट हा त्याचाच एक भाग होता.

■

४०

जुन्नरला येताच सारे जोरात तयारीला लागले. मलिक अंबरांच्या वाड्याशेजारच्या पटांगणात सारी व्यवस्था करण्याचे ठरले. मेहमानांच्या राहण्याची, खानपानाची

तसेच मनोरंजनाची जोडणी सुरू झाली. शेकडो माणसे दिवस-रात्र राबू लागली.

मलिक अंबरांच्या वाड्यातले खास दालन आसद बेगसाठी निवडले गेले. दालन सजवण्यासाठी रेशमाचे, मखमलीचे वस्त्राचे तागे येऊन पडले. कसबी कारागिरांनी कशिदागारी करून दारे, खिडक्या, भिंती आकर्षकपणे आच्छादल्या. गालिचे, लोड, बिछायती, तक्के अशा निवडक वस्तूंनी दालन सजवले गेले. इतर सरदारांसाठी पटांगणात आलिशान शामियाने उभारले गेले.

राजांनी मलिक अंबरांच्या कारभाऱ्यांना सांगून कुशल खानसामे बोलावून घेतले. शाही खाना बनवण्यात तरबेज असणाऱ्यांसाठी निवडक वस्तू मागवून घेतल्या. वेगवेगळे मसाल्याचे पदार्थ, काजू, पिस्ते, मनुका यांच्या राशी येऊन पडल्या. विविध प्रकारची मिठाई बनवणे सुरू झाले. मोसमातील उत्तमोत्तम फळांचा ढीग येऊन पडला.

पाहुण्यांच्या मनोरंजनाची तयारी जबरदस्त केली होती. उत्तम गायक, वादक, नर्तक बोलावले गेले. तसेच शाहिरी कलावंत, मैदानी खेळात माहीर असणारे खेळकरी येऊन दाखल झाले. त्यांची पाले साऱ्या माळावर पसरली होती.

शेवटच्या दिवसांत खैरातीच्या आशेने फकीर, फिरस्ते, गरजूंचा लोंढा जुन्नरला येऊ लागला.

सारी तयारी पूर्ण झाली. आसद बेगच्या येण्याची वर्दी आली. खुद्द मलिक अंबर कोसभर पुढे जाऊन त्यांना सामोरे गेले. आसद बेग, खानखानन, बीडचा सुभेदार हसन अली बेग तुर्कमन यांच्यासह अनेक मोगल सरदार, अमीर यांना मानाने घेऊन आले. खडी ताजीम, तवाजू सारे रीतसर केले गेले. कशातही कसूर नव्हती.

आसद बेग त्याच्यासाठी खास सजवलेल्या सफेद घोड्यावरून निघाला. त्याची भिरभिरती नजर सगळीकडे फिरत होती. सारे वैभव नजरेत सामावून घेत होती.

खानखाननसह सारे सरदार त्यांच्यासाठी सजवलेल्या शामियान्यांत विसावले. स्वत: मलिक अंबर आसद बेगला घेऊन आपल्या महालात गेले.

दालनातली सजावट पाहताच आसद बेगच्या भुवया उंचावल्या. त्याने आत पाऊल टाकताच ते बहुमोल अस्सल इराणी गालिच्यात रुतले. मखमली बिछायतीवर टेकून बसताच किनखापाच्या भरजरी लोढ आणि तक्क्यांनी आसद बेगचे मन मोहून गेले. मलिक अंबरांनी स्वत:च्या हातांनी त्यांना थंडगार सरबत दिले. त्याचे घुटके घेत आसद बेग चोहीकडे पाहात होता.

चारही कोपऱ्यांत रुप्याची नक्षीदार चिरागदाने ठेवलेली होती. त्यांच्या बाजूला चांदीच्या तबकांमध्ये निवडक फळे, मिठाई, बदाम, काजू, पिस्ते कलात्मकरित्या

मांडलेले होते. त्यांच्या मधूनच रचलेल्या रंगीबेरंगी फुलांचे गुलदस्ते महालाची शोभा वाढवत होते. छतावर लखलखती झुंबरे, हंड्या महाल रोशन करत होती. अस्सल कनोजी अत्तरांच्या शिडकाव्याने माहौल सुगंधित झाला होता.

मलिक अंबरांनी इशारत केली. चाकरांनी तत्परतेने फराळाची तबके आसद बेगच्या पुढ्यात ठेवली. आग्रह करीत मलिक अंबर म्हणाले,

"आपण आमच्या गरीबखान्याला पाय लावले, ही आमची खुशकिस्मती. आपल्या रूपात खुद्द बादशाह सलामतची खिदमत करायला मिळते, असं आम्ही मानतो. कुछ कमी हो तो जरूर बताइयेगा। हम पूरी कर देंगे।"

आसद बेगची नजर अजून सर्वांवरून हटत नव्हती. तो भारावल्या स्वरात म्हणाला,

"जरूर बतायेंगे, अंबरसाहेब, पण आम्हांला नाही वाटत तशी काही गरज भासेल."

"वजीरसाहेब, आपण फार दुरून आलात. थकान आली असेल. आपण आराम फर्मावावा असं वाटतं. सकाळी भेटूच. खुदा हाफीज."

मलिक अंबर उठत म्हणाले. बाहेर रात्र चढत होती. आसद बेगच्या डोळ्यावर झोप उतरत होती.

■

४१

पहाटेचा गार वारा सुटला होता. सूर्यकिरण अद्याप पूर्व क्षितिजावर उतरले नव्हते. अचानक आलेल्या अजानच्या आवाजाने आसद बेगची झोप चाळवली. मऊशार दुलईतून बाहेर पडत तो उठून बसला.

आसद बेगला जागे झालेले पाहताच पहाऱ्यावरचा चाकर तत्परतेने पुढे आला. त्याने वजूसाठी पाणी आणि तस्त आसद बेगपुढे ठेवले. आसद बेग तोंड धुऊन बाहेर आला. त्याचा आपल्या नजरेवर विश्वास बसेना- असा नजारा समोर दिसत होता.

महालासमोरच्या पटांगणात शेकडो माणसे नमाज पढण्यासाठी जमलेली होती. धीरगंभीर स्वरात कुराणातल्या आयतांचे पठण चाललेले होते. सर्वांच्या अग्रभागी खुद्द मलिक अंबर होते. फजरचा नमाज पढणे सुरू होते. एकसाथ अतिशय शिस्तीत धार्मिक रिवाज सुरू होता. आसद बेग थक्क होऊन गेला.

थोड्या वेळाने खानखानन, हसन अली बेगसह त्यांना भेटण्यासाठी आला. तेव्हा आसद बेग त्याला म्हणाला,

"आम्ही उत्तरेत असताना मलिक अंबरांबद्दल बहोत ऐकलं होतं, पण हकिकत

त्याहून कितीतरी पटीने जादा आहे. त्यांचं हे वैभव तर आमच्या कल्पनेपलीकडचे आहे.''

खानखानन आणि हसन अलीची भावना काही वेगळी नव्हती. हसन अली म्हणाला,

''आपण तर उत्तरेतून आलात. आम्ही इथं असूनही आम्हांला इतकी जानकारी नव्हती.''

आसद बेगला आठवले, तो म्हणाला,

''आम्ही दोन सालांमागे हजला गेलो होतो. तेथे पर्शियातल्या मशहद या शहिदांच्या गावात जाण्याचा मौका मिळाला होता. तिथं आम्ही असे हजारो बंदे एकसाथ नमाज पढताना पाहिले होते. त्यावर आज इथं तसाच नजारा पाहायला मिळाला. त्याची याद आली. खानसाहेब, आम्ही तुमचेच यासाठी शुक्रगुजार आहोत.''

''वजीरसाहेब, आम्ही तर केवळ आमचं फर्ज अदा केलं.'' खानखानन म्हणाला, ''आज आम्ही आणखी एक मसला आपल्याकडे घेऊन आलो आहोत. तो सोडवणं आपल्या दख्खनमधल्या सल्तनतीसाठी जरुरी आहे.''

''कोणता?''

''हे आपले बीडचे सुभेदार हसन अली बेग तुर्कमन. यांची मलिक अंबरसाहेबांशी दिलजमाई करण्याचा. अंबरसाहेबांनी तेलंगणावर दोन-तीन वेळा चढाई केली. त्याची हसन अलींच्या मुलुखाला बरीच झळ लागली, त्यामुळे त्यांच्या मनात थोडी नाराजी आहे. त्यांची नाराजी तशी जायज आहे, पण आता मलिक अंबर आपल्याकडे आले आहेत. त्या दोघांमधला मनमुटाव दूर व्हायला हवा, असं आम्हांला वाटतं, म्हणूनच आम्ही त्यांना आमच्यासोबत आणलं.''

आसद बेगने हसन अलीकडे पाहिलं. त्यांनी खानखाननशी सहमती दाखवली. आसद बेग म्हणाला,

''ठीक आहे. खानसाहेब, आम्ही अंबरांशी बोलू. सल्तनतीच्या हितासाठी लागेल ते करण्यासाठीच आम्ही इथं आलो आहोत.''

खानखाननला बरे वाटले. त्यांची बोलणी संपत आली होती, तेवढ्यात जेवणाची वर्दी आली. सारे दावतखान्याकडे निघाले.

दुपारच्या खाण्यासाठी इतके पदार्थ बनविले होते की, आसद बेगला काय खावं हे सुचेना. कितीतरी प्रकारचे मटणाचे, कोंबडीचे मसालेदार पदार्थ, पुलाव, बिर्याणी मांडलेल्या होत्या. नुसत्या वासानेच भूक चाळवत होती. भाजलेले कबाब, तळलेला मसाला गोश्त असे तोंडी लावण्याचे पदार्थ समोर ताजे करून दिले जात होते. खुद्द मलिक अंबरांचा आग्रह, मसालेदार पदार्थ आणि पक्वान्नांनी खान्याची

खुमारी वाढली होती. स्वत: आसद बेग खास दखनी तंदुरीवर अगदी फिदा होऊन गेला होता.

मसालेदार अन्न अंगावर आल्याने दुपारी सारे सुस्तावून गेले होते. दिवस मावळतीला येताच पुन्हा मंडळी ताजीतवानी झाली. सांजेच्या गारव्यात पाहुण्यांचे मन रिझवण्यासाठी कलावंतांचे ताफे कामाला लागले. सुरेल वाद्यांच्या तालावर रूपवान नर्तकी आपल्या अदा पेश करू लागल्या. मद्याच्या धुंदीत रसील्या रात्रीची नशा चढू लागली.

बाहेर पटांगणात शेकडो लोकांचे जथ्थे ठिकठिकाणी नाच-गाणी पाहात फिरत होते. शाहीर, तमासगीर, सोंगाडे, गारुडी, नाना प्रकारची कसबी मंडळी साध्या सैनिकांचे मन रिझवीत होती. खाणे, पिणे, मद्य, ज्याला जे लागेल ते सारे अतिशय तत्परतेने पुरवले जात होते. सरदार मंडळींसाठी साऱ्या वस्तूंची लयलूट केलेली होती.

एक खास नृत्यप्रकार अतिशय लोकप्रिय झाला होता. या नर्तकीचे पोशाख टाफेटी नावाच्या अत्यंत तलम फिरंगी रेशमाचे बनवले होते. एकावर एक असे अनेक तलम कपडे घालून त्या नाचत होत्या. ढोलाच्या तालावर बेधुंदपणे नाचताना त्या आपल्या अंगावरच्या वस्त्रांचे एकएक पदर पाहणाऱ्यांच्या अंगावर भिरकावून देत होत्या. ते उधळलेले वस्त्र मिळवण्यासाठी माणसे एकमेकांशी झुंजत होती; त्यात त्या नाजूक वस्त्राच्या चिंध्या होत होत्या. एखादा तुकडा हाती आला तरी हर्षभरित होऊन दौलतजाद्याचा पाऊस पडत होता. असे तुकडे एखाद्या पदकासारखे छातीवर लावून माणसे मोठ्या दिमाखात फिरत होती. अर्धी रात्र उलटून गेली तरी सारा मस्त माहौल गाजत राहिला होता.

राजे त्यांच्या पथकासह सगळीकडे नजर ठेवून होते. साऱ्या उत्साहाला, आनंदाला कुठं गालबोट लागू नये यासाठी डोळ्यात तेल घालून निगराणी करत होते.

■

४२

राजे मन्सूरखानासह साऱ्या बाबींवर पूर्ण लक्ष ठेवून होते. खुद्द आसद बेगची हिफाजत करणे मोठ्या जबाबदारीचे काम होते. त्याशिवाय त्यांच्यासोबत आलेल्या मोगल सरदारांची बडदास्त ठेवणे, हजारो लोकांना खाण्यापिण्यापासून साऱ्या गोष्टी वेळेवर पोहोचवणे यासाठी शेकडो नोकरांचा ताफा काम करीत होता. राजांनी कशातही कसूर ठेवली नव्हती.

आसद बेगला जुन्नरला येऊन आठवडा झाला. खानखानन त्याच्या भेटीसाठी

महालात आला असता आसद बेग म्हणाला,

"खानसाहेब, आम्हांला इथं येऊन बरेच दिवस झाले. आता पुढच्या कामगिरीसाठी निघायला हवं."

"जी. वजीरसाहेब, आम्ही तसं अंबरसाहेबांना सांगतो."

"खानसाहेब, आम्ही पुन्हा एकवार तुमचा शुक्रिया मानतो. अंबरसाहेबांसारखा असामी आम्हांला तुमच्यामुळे पाहायला मिळाला. एवढे वैभव, एखाद्या सम्राटाला लाभणार नाही. तरीही इतकी साधी राहणी की, जसा एखादा फकीर असावा. आम्हांला समजलं की, सतत जंगमध्ये असतानाही ते नमाज चुकवीत नाहीत. त्यांची इस्लामवरची निष्ठा पाहून आम्हांला पैगंबरसाहेबांच्या सच्च्या चेल्याची, बिलालची याद येते. दख्खनमधली आपल्या मजहबची विरासत त्यांच्या हाती महफूज राहील, याबद्दल आम्हांला बिलकूल शक वाटत नाही."

आसद बेग बोलत असतानाच मलिक अंबर तेथे आले. त्यांना पाहताच खानखानन म्हणाला,

"या अंबरसाहेब, आपल्याबद्दलच बोलणं चाललं होतं."

"काय म्हणतात वजीरसाहेब, काही हवं आहे का?"

मलिक अंबरांनी हसत विचारले. आसद बेग उत्तरला,

"काही नाही. आम्ही म्हणत होतो, बहुत दिन हो गये। आता आम्हांला इजाजत द्यावी."

"का बरं? आमच्या खातरदारीत काही कमी राहिलं का?"

"छे! छे! आपल्या मेहमाननवाजीने आमची तबियत इतकी खूश झाली आहे की, इथून पायच निघत नाही."

"मग राहा की आणखी काही दिवस."

मलिक अंबर आग्रह करीत म्हणाले.

"जरूर राहिलो असतो. आम्हांला अतिशय आवडलं असतं, पण आम्हांला आमचं पुढचं फर्ज पार पाडायचं आहे. आम्ही इथं असलो तरी आमचे सारं लक्ष विजापूरकडे लागले आहे. मीर जलालुद्दीनचा संदेसा आला आहे. आम्हांला निघावं लागेल."

"ठीक आहे तर. आम्ही तयारीला लागतो."

मलिक अंबर किंचित नाराजीच्या स्वरात म्हणाले.

आसद बेगचे दक्षिणेत येण्याचे सर्वांत महत्त्वाचे कारण होते, शाहजादा दानियलच्या शादीचे. बादशाह अकबरांनी त्यांचा रिश्ता आदिलशाहांच्या शाहजादीशी, सुलताना बेगमशी ठरवला होता. खुद्द आदिलशाहांनी पंजाची मोहोर उठवून सोयरिकीचा कुबूलनामा पाठवला होता. त्याला तीन वर्षे झाली होती.

अहमदनगर पडल्यावर बादशाह आग्र्याला परतले. शाहजादा बुऱ्हाणपुरात होता. निकाह मात्र अद्याप मुकम्मल झाला नव्हता. बादशाहांनी वाट पाहून मीर जलालुद्दीन अंजूला पुन्हा विजापूरला पाठवून दिले. तो आरामात गेली दोन वर्षे विजापूरकरांचा पाहुणचार घेत राहिला होता. लग्नाचे काही पक्के ठरवत नव्हता. आता ही जिम्मेदारी बादशाहांनी आसद बेगवर सोपवली होती.

आसद बेगने बुऱ्हाणपुरला येताच मीरकडे माणसे धाडून दिली होती. शादी ताबडतोब ठरवण्याविषयी कडक समज दिली होती. त्याचा परिणाम झाला. मीरने आदिलशाहांशी बोलणी केली. दोन्ही बाजूंच्या सोयीने निकाह अहमदनगरला करायचे ठरले. मीर बारात घेऊन विजापूरहून निघाला होता. आसद बेग शाहजाद्याच्या वतीने आदिलशाही हद्दीवर त्याला सामोरा जाणार होता.

सारी हकिकत ऐकल्यावर मलिक अंबर म्हणाले,

''मग आमचा नाइलाज आहे. आम्ही आमचे सरदार मन्सूरखान आणि आमचे भाईजान यांना आपल्यासोबत देतो. ते बारातीबरोबर येतील.''

''ठीक आहे. अंबरसाहेब, जाण्यापूर्वी एक जरुरी बात आपल्याला सांगायची होती.''

''कोणती?''

''आमच्यासोबत आपले बीडचे सुभेदार आलेले आहेत. हसन अली बेग तुर्कमन. आपण पहचानता त्यांना.''

''होय.''

''आता तुम्हांला एकसाथ काम करायचं आहे. तुम्ही तेलंगणावर दोन-तीन वेळा चढाई केली होती. त्यावेळचे काही गिलेसिकवे असतील ते दूर झालेले चांगले.''

''जरूर.'' मलिक अंबर मनापासून म्हणाले.

दुसऱ्या दिवशी बैठक बसली. दोन्हीकडचे सरदार एकत्र आले. राजांनी मलिक अंबरांसह खलबतात भाग घेतला. सारे गैरसमज दूर झाले. हसन अलीने मलिक अंबरांना एक हत्ती आणि एक अरबी घोडा भेट दिला. नव्या दोस्तीवर शिक्कामोर्तब झाले.

आसद बेग निघाला. दोघांनी एकमेकांना यादगार भेटी दिल्या. स्वत: मलिक अंबर, मालोजीराजे, मन्सूरखान आणि इतर प्रमुख सरदार त्यांना निरोप देण्यासाठी निघाले. जुन्नरच्या वेशीपर्यंत आल्यावर दोघे पायउतार झाले. त्यांनी एकमेकांची गळा भेट घेतली.

''खुदा हाफीज.'' म्हणत आसद बेग वळला. त्याचा लवाजमा विजापूरच्या रोखाने निघाला.

■

४३

आसद बेग विजापूरकडे निघून गेल्यास पंधरा दिवस उलटले. राजे मलिक अंबरांसह जुन्नरला थांबून राहिले होते. दिवाळी तोंडावर आली होती, तरीही घरी जाणे शक्य वाटत नव्हते. शाहजादा दानियलची शादी पार पाडून आसद बेग उत्तरेत परत जाईपर्यंत सावध राहणे आवश्यक होते.

राजे मलिक अंबरांच्या महालात त्यांच्याशी बोलत बसले होते, त्याचवेळी वर्दी आली. आसद बेगच्या सोबतीला त्याच्याबरोबर गेलेला मन्सुरखान परत आला होता. मलिक अंबरांनी त्याला लागलीच बोलावून मोठ्या उत्सुकतेने विचारले,

"काय मन्सूरखान, सारं ठीक पार पडलं ना?"

"जी."

"मोठी कामगिरी पार पाडलीत. अच्छा हुआ।"

"जी"

"आसद बेग काय म्हणतात?"

"जी. ते मीर जलालुद्दीन बरोबर बारात घेऊन पुढे निघालेत."

मलिक अंबरांना समाधान वाटले. ते राजेंकडे पाहात म्हणाले,

"चला, एक जिम्मेदारी पार पडली."

"होय."

राजे म्हणाले. त्यांनी मन्सूरखानाकडे पाहात विचारले,

"खानसाहेब, बारात मोठ्या थाटात निघाली असेल नाही?"

"तर काय राजे, हिंदुस्थानातल्या दोन मातब्बर सल्तनतीतल्या शाहजाद्यांची शादी. बारात साधी नाही, शाही बारात आहे. बड्या इतमामात काढली आहे."

मलिक अंबरांनी डोळे आकुंचित करीत म्हटले,

"अच्छा। विजापूरकरांनी जोरात थाट उडवलेला दिसतो. कसा काय केलाय?"

मन्सूरखान वर्णन करू लागला-

वरातीच्या अग्रभागी बिनीच्या तुकडीच्या मागून सोन्याची अंबारी बसवलेला शाही हत्ती चालला होता. त्याच्या मागोमाग सजवलेल्या पालखीत खुद्द दुल्हन सुलताना बेगम बसली होती. पालखीमागे सुवर्णाचे जीन चढवलेले शेकडो घोडे, आंदणासाठी रेशमी कशिद्याचे, मखमली, किनखापी वस्त्रांची ठाणे लादलेले उंट सावकाशीने चालले होते. विजापूरकरांनी भले थोरले जडजवाहीर देखील पाठवले होते. सोन्याचे, चांदीचे, मोत्यांचे, वेगवेगळ्या रत्नांचे दागदागिने भरलेल्या संदुकांचे अनेक गाडे सोबत दिले होते.

इतर लवाजमादेखील फार मोठा होता. आदिलशाहांनी आपल्या बेटीच्या

खिदमतीसाठी कुणबिणी, नोकरचाकर सोबत दिले होते. निकाह लावण्यासाठी शाही खानदानाचे काझी, मौलवी, वकील यांच्यासह सारा सरंजाम पाठवला होता.

-वरातीचे साग्रसंगीत वर्णन ऐकून मलिक अंबर गंभीर बनले. ते मन्सूरखानला म्हणाले,

"आदिलशाहांनी येवढा किमती ऐवज पाठवला आहे. बंदोबस्त तसाच असणार."

"होय तर. बारातीत पुढे मागे, चोहो बाजूंनी हत्यारबंद स्वार तैनात केलेले आहेत."

दोघांचे बोलणे ऐकणाऱ्या मालोजीराजांच्या कपाळावर आठ्या पडल्या. त्यांनी विचारले,

"खानसाहेब, तरी किती असतील?"

"काही हजार सहज असतील."

मलिक अंबर विचार करत म्हणाले.

"राजे, बारातीसोबत येणारी हत्यारबंद शिबंदी बरीच मोठी दिसते. हे ठीक वाटत नाही."

"जी. वजीरसाहेब, सारा लवाजमा आपल्या मुलखाजवळून जाणार. आपल्या रयतेला जाच होऊ शकतो. हा पिके हाती येण्याचा वक्त. आपण सावध राहायला हवं."

मलिक अंबर अस्वस्थ झाले. त्यांनी कारभाऱ्यांना बोलावून हुकूम दिला.

"आपल्या साऱ्या अंमलदारांना, किल्लेदारांना खबरदार राहायला कळवा. विजापूरकरांची बारात आपल्या मुलखाजवळून निघाली आहे. त्याची कोणतीही तोशीस आपल्या रयतेला होणार नाही याची काळजी घ्यायला सांगा."

त्यानंतर राजेंकडे वळून ते म्हणाले,

"राजे, आपल्याला आता शादीसाठी नगरला जावे लागेल. बारात आपल्याजवळ आली की, आसद बेगकडे आम्ही माणसे पाठवून देतो. त्यांचा पैगाम आला की, आपण त्याच्यासोबतच बारातीत शरीक होऊ. तोपर्यंत तुम्ही इथेच थांबा."

"ठीक आहे."

राजांनी होकार भरला. ते मन्सूरखानसह तेथून बाहेर पडले.

■

४४

विजापूरची वरात मंगळवेढ्यापर्यंत आली. मलिक अंबरांनी आपली माणसे आसद बेगकडे पाठवली. त्यांनी मलिक अंबरांचा निरोप आसद बेगला सांगितला,

"आमच्या वजीरसाहेबांनी आम्हांला मुद्दाम आपल्याकडे पाठवले आहे. ते शाहजादेसाहेबांच्या शादीसाठी येऊ चाहतात. आपली दोस्ती पक्की करण्यासाठी

बारातीत शरीक होण्याची त्यांची इच्छा आहे.''

आसद बेगला बरे वाटले. मलिक अंबरांना मोगलांशी जोडण्यात त्यांचा मोठा हिस्सा होता. ते म्हणाले,

''जरूर. क्यूं नहीं? अंबरसाहब को जरूर आना चाहिये।''

''म्हणून त्यांनी कळवले आहे की, आपण सांगाल तेव्हा, सांगाल तिथे ते आपल्याला शामील होतील.''

''ठीक आहे. आज तुम्ही इथं थांबा. आम्ही तुमच्यासोबत अंबरसाहेबांसाठी रीतसर पैगाम पाठवू.''

आसद बेगने त्यांना सांगितले. सर्वांची व्यवस्थित सोय करून तो पुढच्या तयारीला लागला.

अचानक थोड्याच वेळात वरातीत एकच गोंधळ माजला. वरात पुढे जाण्याची वेळ झाली तरी कोणी तयार नव्हते. आसद बेगला काही कळेना. तो चौकशी करणार तोच मीर जलालुद्दीन अंजू तणतणत त्याच्या डेऱ्यात शिरला. त्याच्याकडे पाहात आसद बेगनी विचारले,

''क्या हुआ आप इस तरह यकायक...?''

''सब कहते हैं, छावणीत मलिक अंबरांची माणसं आलीत.''

''हां, दुरुस्त सुना आपने। आजच त्यांचा निरोप घेऊन आमच्याकडे आली आहेत.''

''सगळीकडे घबराट पसरली आहे. मलिक अंबर बारातीवर हल्ला करणार असं सगळे म्हणतात.''

आता सारा मामला आसद बेगच्या ध्यानात आला. तो समजूत घालत म्हणाला,

''मीर, तुमचा काही गैरसमज झाला. मलिक अंबरांची माणसं आली खरी, पण ती आम्हांला भेटण्यासाठी. शिवाय मलिक अंबर शादीसाठी येऊ चाहतात असा त्यांचा निरोप घेऊन आलीत.''

''हरगीज नहीं। त्यांना आपल्याबरोबर घेतलेले बिलकूल चालणार नाही.''

मीर ऐकत नव्हता. तरीही आसद बेगने ठामपणे सांगितले,

''मीर, मलिक अंबर हमला करणं अगदी नामुमकिन आहे. आम्ही त्यांना चांगले पहचानतो. असं होणार नाही.''

मीर हट्टाला आला होता. त्याने निक्षून सांगितले,

''आपल्याला त्यांच्यावर भरोसा असेल, पण आम्हांला नाही. आदिलशाहांनी येवढी मोठी जोखीम आमच्या भरवशावर इतक्या दूर पाठवली आहे. आमच्यावर जिम्मेदारी आहे. आम्हांला धोका वाटतो. आम्ही बारात पुढे नेणार नाही.''

मलिक अंबरांची माणसे आसद बेगकडे आली होती. त्यातून एवढा सारा घोटाळा झाला होता. आसद बेगने पुन्हा एकवार मीर जलालुद्दीनची समजूत घालण्याचा प्रयत्न केला. पण तो बिलकूल ऐकेना. वरातीतली घबराट वाढू लागली होती.

अखेर आसद बेगला मीरचे ऐकावे लागले. आसद बेगने मलिक अंबरांना निरोप धाडला.

"इथं फार गैरसमज पसरले आहेत. आपण इथं येऊ नका. एकदा निकाह मुकम्मल झाला की, आम्ही तुम्हांला येण्यासाठी कळवू."

आसद बेगचा निरोप ऐकून सारे मनमुराद हसले. राजे मलिक अंबरांना म्हणाले,

"वजीरसाहेब, आदिलशाहीतल्या लोकांनी आपला चांगलाच धसका घेतलेला दिसतो."

मन्सूरखान त्यांच्याशीच सहमत होत म्हणाला,

"आपला दराराच आहे तसा. खुद्द वजीर आसद बेग समजूत काढू शकला नाही, म्हणजे पाहा."

इकडे मलिक अंबरांची माणसे परत गेल्यामुळे शाहजादीची वरात मात्र पुढे चालू लागली.

■

४५

इकडे शाहजादा दानियलकडे वेगळाच प्रकार घडला. शाहजादा दानियल बुऱ्हाणपूरहून नगरकडे आपल्या लग्नासाठी निघाला होता. पैठणला मुक्काम पडला. तिथे कोणीतरी शाहजाद्याला खबर पुरवली.

"विजापूरकरांची बारात मंगळवेढ्यापर्यंत आली आहे. या निमित्त मोठं हत्यारबंद सैन्य सोबत पाठवलं आहे. इतकं सैन्य पाठवायचं काय कारण? त्यांचा काही वेगळा बेत तर नसेल?"

झालं. हलक्या कानाचा शाहजादा बिथरला. त्याच्या मनात आले,

"आधीच विजापूरकरांनी तब्बल चार सालं शादी लांबवली. आता बारातीसोबत मोठं सैन्य धाडलं. काही दगाफटका झाला तर?"

शाहजाद्याने येताना सोबत अगदी मोजकी शिबंदी आणली होती. त्याने पैठणहून पुढे जाण्यास नकार दिला. आसद बेगला कळल्यावर त्याला काय करावं हे सुचेना. तो शाहजाद्याकडे पैठणला गेला. त्याची समजूत काढण्याचा खूप प्रयत्न केला, पण शाहजादा हट्टाला पेटला होता.

आसद बेग परत आला. त्याने मीर जलालुद्दीनशी सल्लामसलत केली. तो म्हणाला,

"मीर, शाहजादेसाहेब बिलकूल ऐकत नाहीत. आपल्याला विजापूरची फौज इथूनच परत पाठवावी लागेल, पण आम्हांला चिन्ता आहे, किमती जडजवाहीर, सामान यांची."

"खरं आहे वजीरसाहेब, हा मोठाच जोखमीचा सवाल आहे. काहीतरी तोडगा काढला पाहिजे."

आसद बेगने मार्ग काढला. त्याने ताबडतोब खानखाननला सारे कळवून टाकले. खानखानन्ने मिर्झा इराजला तातडीने तीन हजार घोडदळांसह पाठवून दिले.

आसद बेग निर्धास्त झाला. मोजकी माणसे ठेवून त्याने विजापुरी सैन्य परत पाठवले.

तरीदेखील शाहजादा पैठण सोडेना. नाइलाजाने आसद बेग व मीर जलालुद्दीन अंजू दुल्हनची पालखी घेऊन पैठणला गेले. तेथेच शाहजादा दानियल आणि शाहजादी सुलताना बेगम यांचा निकाह एकदाचा मुकम्मल झाला.

पैठणला निकाह पार पडल्यावर शाहजादा नव्या बेगमेसह नगरला आला. तेथे जश्न-ए-शादीचा धूमधडाका करण्याचा बेत ठरला.

आसद बेगने मलिक अंबरांना निरोप पाठवला. मलिक अंबर निवडक सरदारांसह मोठा नजराना घेऊन नगरला निघाले. राजे आपल्या दिम्मतीसह त्यांच्याबरोबर नगरला गेले.

तब्बल चार वर्षांनी राजे नगरला आले होते. नगरच्या लढाईच्या, चांदसुलतानांच्या बलिदानाच्या, मोगलाकडून झालेल्या पराभवाच्या कित्येक आठवणी पावलागणिक मनात उमटत होत्या. मोगलाईतले नगर कितीतरी वेगळे दिसत होते. कित्येक ओळखीच्या खुणा पार नाहीशा झाल्या होत्या, तर कित्येक पूर्णपणे बदलून गेल्या होत्या. साऱ्या आठवणी मागे सारत सर्वजण शाहजाद्याच्या लग्नाच्या समारंभासाठी तयार झाले.

■

४६

राजे मलिक अंबरांसह किल्ल्यात गेले. हिंदोस्तानच्या बादशाहांच्या फर्जंदांची शादी. सगळीकडे मोठा थाट उडाला होता. सोनमहालात शाहजादा दानियल सर्वांचे नजराणे घेत बसलेला होता. मलिक अंबरांनी मुर्तुजा निजामशाहाचे आणि स्वत: भारी नजराणे पेश केले. शाहजाद्यांच्या मनातली त्यांच्याबद्दल असलेली अढी थोडी दूर झाली.

शादीचा जश्न पार पडला. किल्ल्यातून बाहेर पडताच राजे मलिक अंबरांना म्हणाले,

"वजीरसाहेब, अवघ्या चार वर्षांत नगर पार बदलून गेलं. आम्ही गेल्या झुंजाच्या अगोदर इथं येऊन गेलो होतो. त्यावेळी निळोपंत काकासाहेबांना भेटून गेलो होतो. त्यावर आजच आलो. आम्ही चौकशी केली, पण त्यांच्या वाड्यात त्यांचा मागमूसही राहिला नाही."

राजांच्या बोलांतून खिन्नता डोकावत होती. मलिक अंबर किंवा मन्सूरखानची भावना यापेक्षा काही वेगळी नव्हती. अहमदनगर दख्खनची राजधानी होती. निजामशाहांच्या तख्ताचे ठिकाण. प्रत्येकजण इथे दरबारच्या निमित्ताने अनेकवेळा आलेला होता. आज तीच राजधानी परक्याची भूमी बनली होती. तिचा राजधानीचा दर्जा, थाटमाट जाऊन मोगलाईतला एक साधा कसबा बनली होती. तिचे एकेकाळचे नामजद सरदार आज तिथे पाहुणे बनून आले होते.

राजांना अचानक शाह शरीफबाबांची आठवण आली. ते मलिक अंबरांना म्हणाले,

"वजीरसाहेब, इथूनच जवळ एक कोसावर शाह शरीफबाबा नावाचे एक सिद्धपुरुष राहतात. गेल्या खेपी आम्ही त्यांना भेटलो होतो. त्याला चार सालं होऊन गेली. त्यांनी त्यावेळी आमच्यावर भारी लोभ दाखवला. त्यांच्या आशीर्वादाने त्यानंतर एक सालाने आमचे थोरले फर्जंद जन्माला आले. आम्ही त्यांचे नाव बाबांच्या यादेखातर शाहजी ठेवलं. त्यानंतर आज येण्याचा योग आला. जमलं तर त्यांचं दर्शन घ्यावं म्हणतो."

"जरूर. पण जपून जा. लवकर परत या."

मलिक अंबर होकार देत म्हणाले. राजे लागलीच शाह शरीफबाबांकडे निघाले.

किल्ल्याच्या जवळचे भल्यामोठ्या लिंबाखालचे बाबांचे घर तसेच होते. तिन्हीसांजेच्या प्रसन्न वेळी बाबा त्यांच्या खाटेवर बसले होते. त्यांना पाहताच राजेंचा लवाजमा थांबला. राजे पायउतार झाले. बाबांजवळ जाऊन त्यांनी दंडवत घातला. उठून उभे राहात म्हणाले,

"बाबा, आम्ही मालोजीराजे वल्द बाबाजीराजे भोसले. आम्ही आपल्याकडे चार सालांमागे थोरल्या झुंजाच्या आधी वेरूळहून कबिल्यासह आलो होतो."

शाह शरीफबाबांच्या नजरेत ओळख उमटली. त्यांनी मोठ्या आस्थेने विचारले,

"या बेटा. खूप दिवसांनी आलात. कसं आहे सारं?"

त्यांचे प्रेमभरले शब्द ऐकून राजेंचा ऊर भरून आला. ते दाटल्या स्वरात म्हणाले,

"आपण कृपा केली. आम्हांला बेटा झाला. गेल्या साली दुसरा देखील झाला. आम्ही त्यांची नावं शाहजी आणि शरीफजी ठेवली. त्यांच्यामुळे आम्हांला हररोज आपली याद येते. आपण दिलेल्या सर्व चीजा आम्ही मोठ्या हिफाजतीने राखल्या

आहेत. आम्ही आधीच आपल्याला भेटण्यासाठी यायला हवं होतं. पण आपण जाणताच...''

''हम समझते हैं। बेटा, सल्तनतका तख्ता पलटता है तब बहुत कुछ होता है। तेव्हा कोणी काही करू शकत नाही. फिरभी तुम्ही आलात बरं वाटलं.''

बाबा बोलत होते, त्याचवेळी राजेंचे चाकर त्यांनी बाबांसाठी आणलेल्या भेटवस्तू आत नेऊन ठेवत होते. ते पाहून शाहशरीफबाबा म्हणाले,

''बेटा, इन सब चीजोंकी क्या जरूरत थी? आम्ही फकीर. आम्हांला काय करायचं इतकं सारं?''

राजांनी हात जोडले. मोठ्या नम्रपणे म्हणाले,

''बाबा, आपण नाही म्हणू नका. आमची गुजारिश आहे आपल्याला. आज पुऱ्या चार सालांनी मुलाकात झाली. पुन्हा कधी योग येतो कोण जाणे. आपण नाही म्हणू नका.''

राजांच्या बोलातली तळमळ बाबांना जाणवली.

''ठीक आहे.''

म्हणत त्यांनी मान हलवली. चाकर बाबांच्या भगिनी आच्छम्माबीबी यांच्याकडे साऱ्या वस्तू घेऊन गेले. बाबा डोळे मिटून धानस्थ बसले. बराच वेळ गेला. मलिक अंबर आपली वाट पाहात असतील याची राजांना जाणीव होती. त्यांनी बाबांना दंडवत घातला. जाण्यासाठी उठून उभे राहिले.

काही क्षणांतच बाबांनी आपले डोळे उघडले. राजांनी परवानगी मागितली.

''बाबा, अब हमें जाना चाहिये। आमची माणसं वाट पाहात असतील. इजाजत द्यावी.''

बाबांच्या मुद्रेवर हास्य उमटले.

''जरूर. या तुम्ही. तुमचे फर्जंद खूप मोठे होतील. तुमच्या कुळाचं नाव रोशन करतील. दख्खनमध्ये तुमच्या कुळाचं नाव सैंकडो साल गाजत राहील. या आता.''

शाह शरीफबाबांनी मनापासून आशीर्वाद दिले. राजे अत्यंत प्रसन्न चित्ताने परत आले. परतीच्या वाटेवर जाताना शाहजाद्यांच्या शादीच्या जश्नपेक्षा बाबांच्या भेटीचे क्षणच राजांना आठवत होते.

■

। भाग पाच ।

१

आसद बेगची कामगिरी पूर्ण झाली. तो उत्तरेत परत गेला. शाहजादा दानियल काही दिवस नगरला मुक्काम करणार होता. मोगलांशी झालेल्या नव्या समझोत्यामुळे सध्या तरी त्याच्यापासून काही त्रास होण्याची शक्यता नव्हती. नगरहून परतल्यावर मलिक अंबर जुन्नरला गेले. राजे श्रीगोंद्याला घरी परतले.

पुऱ्या तीन महिन्यांनी राजे घरी परत आले होते. आसद बेग दक्षिणेत आल्यापासून ते सतत घराबाहेर होते. त्यांनी वाड्यात पाऊल टाकताच शाहजी धावतच त्यांच्याजवळ आले. राजांनी त्यांना उचलून घेतले. ते तसेच सदरेवर आले. बाळाजी, गोमाजी त्यांची वाटच पाहात होते. त्यांच्याशी थोडे बोलून राजे आपल्या दालनाकडे वळले.

दारातच कुणबीण छोट्या शरीफजींना घेऊन उभी होती. राजांनी शाहजींना खाली ठेवले. शरीफजींना घेण्यासाठी हात पुढे केले. शरीफजींनी त्यांच्याकडे मुळीच न पाहता खाली शाहजींकडे झेप घेतली. कुणबीण शरीफजींना खाली ठेवून निघून गेली. दोघे भाऊ मजेत खेळू लागले. त्यांच्याकडे कौतुकाने पाहात राजे आपल्या दालनात आले.

थोड्या वेळाने एक चाकर फराळाचा थाळा आणि पाणी ठेवून बाहेर गेला. पाठोपाठ उमाबाई आत आल्या. इतक्या दिवसांनी राजे घरी आल्याचा आनंद त्यांच्या चेहऱ्यावर उघड दिसत होता. उमाबाईंच्या मागोमाग शाहजी शरीफजींसह तेथेच आले. शरीफजींकडे पाहात राजांनी विचारले,

"किती मोठे झाले नाही?"

"बऱ्याच दिवसांनी पाहिलंय म्हणून वाटतंय."

उमाबाई खाली बसून शरीफजींना मांडीवर घेत म्हणाल्या. त्यांनी फराळाचा थाळा राजेंपुढे सारला.

"थोडं खाऊन घ्या."

असं त्यांनी म्हणताच शाहजी आबा आबा करीत राजेंजवळ आले. राजांच्या मांडीवर बसत त्यांनी थाळ्यात हात घातला. उमाबाई त्यांना अडवणार इतक्यात

त्यांना थांबवत राजे म्हणाले,

"असूदे. आम्ही मिळून खातो. इतक्या दिवसांनी भेटलेत."

उमाबाई मोठ्या समाधानाने दोघांकडे पाहात होत्या. खात असताना मध्येच राजांना आठवले, ते उमाबाईंना म्हणाले,

"आम्ही नगरला गेलो होतो, तेव्हा शाह शरीफबाबांना भेटलो."

"खरंच? बरं झालं. किती दिवसांची इच्छा राहिली होती."

"म्हणूनच आम्ही संधी साधली. बाबांनी सारी विचारपूस केली. मुलांना आशीर्वाद दिला."

राजे सारे वर्णन करीत होते. राजांना आयुष्याच्या वाटेवर सारे काही मिळाले होते. एकच उणीव होती, पुत्रसुखाची. शाह शरीफबाबांच्या आशीर्वादाने ती पुरी झाली, पण त्यांना प्रत्यक्ष भेटून कृतज्ञता व्यक्त करणे आजवर जमले नव्हते. ती संधी मिळाल्याने ते कृतकृत्य झाले होते.

राजांना श्रीगोंद्याला येऊन पंधरवडा झाला. कामाचा भर ओसरल्यावर एके दिवशी उमाबाईंनी विचारले,

"आपल्याला सवड असेल तर एक विचारावं म्हणतो आम्ही."

"काय म्हणता?"

"बऱ्याच दिवसांत फलटणला जाणं झालं नाही. शिवाय बाळांना वर्ष होत आलं. त्यांचं जावळ काढायला हवं."

मांडीवरच्या शरीफजींच्या कपाळावरचं जावळ दूर करीत उमाबाईंनी राजेंकडे पाहिले.

"जरूर जाऊ. आम्ही बागेची सुरुवात केली होती. आता झाडे मोठी झाली असतील. आम्हांला सारं पाहायचं आहे. आम्ही आजच मामासाहेबांना कळवून टाकतो."

राजांनी उमाबाईंचे म्हणणे उचलून धरले. त्या खुशीत तयारीला लागल्या. आठवड्याभरात अवघे कुटुंब फलटणला निघाले.

सारा परिवार नित्याप्रमाणे शिखर-शिंगणापूरला गेला. दर्शन करून नेहमीप्रमाणे सर्वजण अमृतेश्वराच्या मंदिरात विसावले.

तळ्यात भरपूर पाणी साठलेले होते. बगिचा चांगला आकाराला आला होता. आपण उभारलेली दोन्ही कामे नावारूपाला आलेली पाहून राजे तृप्त झाले.

मंदिराच्या आवारात बरीच मंडळी आपल्या लहान बाळांना घेऊन आलेली दिसली. त्या मंडळींकडे पाहात वणगोजीराजे सांगू लागले,

"राजे, ही सारी छोटी बाळं इथं कशासाठी आणली आहेत, ठाऊक आहे का?"

"नाही. आम्हांलाही थोडं वेगळं वाटलं."

वणगोजीराजे हसत राजांना म्हणाले,

"आपल्याला मोठ्या नवसानं शाहजी झाले. त्यांचं इथं जावळ काढलं. हे सगळीकडे पसरलं. तेव्हापासून माणसं बाळासाठी नवस करून जावळ काढायला इथं येतात."

"मोठं नवलच आहे. असा काही रिवाज त्यातून सुरू होईल असं वाटलं नव्हतं."

राजांना खरंच आश्चर्य वाटले होते. वणगोजीराजे म्हणाले,

"राजे, त्यात नवल कसलं? माणूस अगतिक होऊन देवाच्या पायाशी येतो. कुठं एखादा तोडगा लागू पडला असं समजलं की, त्याला आशा वाटू लागते. त्याच मार्गानं जाऊन आपली इच्छा पुरी होईल असंही त्याला वाटू लागतं. त्यातूनच असले रिवाज सुरू होतात."

"खरं आहे. त्यानिमित्तानं बगिच्याचा लोकांना उपयोग होतो हे चांगलंच."

राजे मनापासून म्हणाले. वणगोजीराजांनी बागेसाठी माणसांची चांगली व्यवस्था केली होती. दिवसेंदिवस बहरत चाललेल्या बागेला लोकांनी नाव दिले होते -

'उमाबन'

■

२

राजांना फलटणला येऊन जेमतेम आठवडा होतो तोच खबरींनी झुंजाची खबर आणली. यावेळी शाहजादा दानियल आणि राजू दखनी यांच्यात बखेडा उभा राहिला होता. वणगोजीराजे सांगत होते,

"मोठीच अदावत झालेली दिसते. खुद्द खानखानन फौजेसह जालन्याहून निघाला आहे असं कळवलं आहे."

"बिलकूल सही. त्याशिवाय शाहजादा खानखाननसारख्या बुजुर्गाला जातीने येण्यासाठी सांगणार नाही."

राजे विचार करीत म्हणाले. वणगोजीराजे गंभीर होत म्हणाले,

"राजे, खरं आहे तुमचं. आता इथं थांबणं ठीक नाही. जुन्नरला वजीरसाहेबांकडूनच तपशील समजेल."

दोघे जुन्नरला जाण्यासाठी निघाले. तेथे पोहोचताच मलिक अंबरांना भेटले. शाहजादा दानियलच्या शादीला नुकताच महिना झाला होता, पण एवढ्या काळात बरेच काही घडून गेले होते. मलिक अंबर सांगत होते,

"राजे, आपण शाहजाद्याला जातीने भेटून मुबारकबाद दिली. राजूंनी असंच

करावं असं शाहजाद्यांना वाटत होतं. राजू खुद्द गेलाच नाही, तेव्हा शाहजाद्याने परहस्ते त्याच्याकडे आपली तमन्ना कळवली.''

''मग?''

''राजू त्यांना भेटण्यासाठी गेले नाहीत; उलट त्यांनी एक पत्र पाठवून आपली निष्ठा जाहीर केली.''

''अच्छा? मग झगडा कशातून झाला?''

''राजे, इकडे राजूंनी दोस्ती आणि इमानीपणाचा दावा केला. दुसरीकडे मोगली मुलखात हल्ले सुरू केले. रोज कोठच्या ना कोठच्या तक्रारी शाहजाद्याकडे येऊ लागल्या. मोगल अंमलदारांना राजूला आवरणं जमेना, म्हणून कंटाळून शाहजाद्याने खानखाननला बोलावून घेतलं.''

आता सारे सविस्तरपणे राजांच्या ध्यानी आले, ते मलिक अंबरांना म्हणाले, ''शाहजाद्यांच्या शादीनंतर अवघ्या महिन्याभरात बरंच काही घडून गेलेलं दिसतं. आम्हांला वाटतं वजीरसाहेब, राजूंचा काटा असा परस्पर निघाला तर बरंच आहे.''

मलिक अंबर हसले. मान हलवीत म्हणाले,

''राजे, तुमचा खयाल दुरुस्त आहे, पण असं काही घडेल असं आम्हांला वाटत नाही. शाहजाद्यांची नुकतीच शादी झालेली आहे. त्यांना जादा कटकट नको आहे. नुसता खानखाननचा धाक दाखवून राजूला नमवण्याचा बेत असावा. पाहू काय होतं ते.''

''खानखानन इतक्या तयारीनिशी येत आहेत, आपण म्हणता तसंच बहुतेक होईल.''

''तसं दिसतं खरं, तरीही खानखानन परत जाईपर्यंत आपल्याला नजर ठेवावी लागेल. तुम्ही थोडे दिवस थांबा.''

मलिक अंबरांनी सांगितले. राजे जुन्नरला थांबून राहिले. राजूशी दुष्मनी आणि मोगलांशी दोस्ती अशा विचित्र वळणावर काय घडते हे पाहाणे अतिशय महत्त्वाचे होते.

■

३

राजू दखनीबाबत सर्वांचेच अंदाज चुकले. खानखाननला मोठ्या शिताफीने गुंगारा देत त्याने मोगली मुलखावरचे हमले चालू ठेवले. शाहजादा दानियल रोजच्या कटकटीने कंटाळून गेला. त्याला लवकर बुऱ्हाणपूरला परतायचे होते. त्याने राजूशी समझोता करायचे ठरवले.

राजू दखनी आणि शाहजादा दानियल यांच्यातील समझोत्याचा तपशील

मलिक अंबरांना समजला. ते राजांना म्हणाले,

"राजे, अखेर राजूंनी मोगलांना दाद दिली नाही."

राजू दखनीने उद्ध्वस्त केलेला मोगली मुलूख पुन्हा पहिल्यासारखा वसवायचे मान्य केले. त्यासाठी अर्धा वसूल घेण्याचा अधिकार त्याला मिळाला. या मुलखासाठी आता वेगळी व्यवस्था केली गेली. प्रत्येक ठिकाणी दोन अंमलदार नेमले गेले. एक मोगलांचा आणि एक राजू दखनीचा. राजूने त्याचबरोबर पाटणची मागणी केली होती. ती मात्र शाहजाद्याने धुडकावून लावली.

खानखाननच्या हातात पुन्हा एकदा सारी जिम्मेदारी सोपवून शाहजादा दानियल बुऱ्हाणपूरला रवाना झाला. सारी व्यवस्था अशा रीतीने झाल्याचे ऐकून राजे काळजीत पडले. ते मलिक अंबरांना म्हणाले,

"वजीरसाहेब आता राजू जादा ताकदवर होणार. आपण शाहजाद्याशी दोस्ती करून सलोखा केला, पण राजूंनी त्यांना सुलुख करायला भाग पाडले. आता त्यांचा दरारा वाढणार."

मलिक अंबर देखील साऱ्या घटनांनी अस्वस्थ झाले होते. मुर्तुजा निजामशाह याची कशी दखल घेतील याचा राहून राहून विचार त्यांच्या मनात येत होता.

त्याचवेळी वर्दी आली. पाटणहून काही माणसं आली होती. त्यांना मलिक अंबरांची तातडीने भेट हवी होती. मलिक अंबरांनी त्यांना बोलावून घेतले. त्या मंडळींचा अवतार पाहून दोघे अगदी सर्द होऊन गेले.

सर्वांचे अंग धुळीने माखले होते. कपडे फाटलेले, अनवाणी पळत आल्याने पाय जखमी झालेले. त्यांच्याकडे पाहून ते काही दिवस काही खायला न मिळाल्यासारखे खंगलेले दिसले. आत येताच ते मलिक अंबरांच्या पायावर पडले.

"सरकार, वाचवा आम्हांला, सरकार."

म्हणत आक्रोश करू लागले. थोड्या वेळाने त्यांचा भर ओसरला. मलिक अंबरांनी खूण केली. हुजऱ्याने त्यांनी नीट उभे राहायला सांगितले. आता मलिक अंबरांनी विचारले,

"कुठले तुम्ही? नीट सांगा. काय झालं?"

"सरकार, आम्ही पाटणचं."

"फिर? काय झालं?"

"राजू सरकारांनी हमला केला. लई हैदोस घातला. आगडोंब उसळलाय. आमी कसं आलो ते आमालाच ठावं."

माणसे कसेबसे सांगत होती. सांगताना त्यांचे सर्वांग भीतीने थरथरत होते. बोलताना आवेग आवरत नव्हता. मलिक अंबरांनी चाकरांना सांगून त्यांना पाणी दिले. थोडे शांत झाल्यावर त्यांनी सारी हकिकत समजून घेतली.

राजू दखनींनी पाटणवर जबरदस्त हल्ला चढवला होता. साऱ्या गावाला वेढा घातला. तेथल्या श्रीमंत व्यापाऱ्यांकडून तीस हजार होनांची मागणी केली होती.

''त्यांना कोणी अडवलं नाही?''

राजांनी विचारले. त्यांनी मान हलवत सांगितलं, ''सरकार, लोकांचा अंमलदारावर लई इसवास. त्यांनी खंडणी देत नाही म्हणून सांगितलं.''

''मग?''

''आमच्या अंमलदाराचं बळ कमी पडलं. राजू सरकारांनी त्यांनाच पकडलं. मग काय सारा त्यांचाच गोंधळ!''

त्यांनी सांगितलेले ऐकून राजांच्या अंगावर काटा आला. राजूंनी गावातले सारे मोठे व्यापारी, पिढीजात अमीर पकडून आणले. त्यांची गावातून काढण्या लावून धिंड काढली. मारहाण केली. भर चौकात बांधून फटके मारून अनन्वित अत्याचार केले. मोठमोठ्या वाड्यांना, हवेल्यांना खणत्या लावल्या. साऱ्या प्रकारामुळे प्रचंड दहशत निर्माण झाली. जिवाच्या भीतीने लोकांनी जवळचे असेल ते सारे काढून दिले. चार दिवसांत राजूंनी पाटणमधून चार लक्ष होन उकळले.

सारे ऐकून राजांना राहवले नाही. ते तळमळीने मलिक अंबरांना म्हणाले,

''वजीरसाहेब, शाहजाद्याने राजूंना पाटण दिले नाही, यात रयतेचा काय दोष? राजूंना पैक्याला काय कमी आहे? आता तर मोगलांनी त्यांना एवढ्या मोठ्या मुलखाचा अर्धा वसूल दिला, तरी इतकी लूट करायची?''

''राजे, शाहजाद्याला नमवल्यामुळे त्यांना मोठा जोश आला असावा. फतेहची धुंदी चढली की असं होतं कधी कधी.''

मलिक अंबरांनी पाटणहून आलेल्या माणसांची व्यवस्था लावून दिली. दोघे पाटणचा मसला सोडवण्याची तयारी करू लागले.

मलिक अंबरांशी त्याविषयी बोलताना राजे म्हणाले,

''वजीरसाहेब, राजूंकडे इतका मुलूख असताना त्यांचा पाटणबद्दल येवढा हट्ट का हे समजत नाही.''

''आम्ही चौकशी केली. असं समजलं की, सरदार सादतखानानं आपला खजिना तिथं दडवून ठेवला आहे, असं काही लोक म्हणतात.''

''सादतखान म्हणजे राजूंचा पहिला मालक?''

''होय.''

राजे गंभीर झाले. काळजीने म्हणाले, ''तसं असेल तर वजीरसाहेब, पाटण राजूंच्या कबजात राहाणं धोक्याचं आहे. खजिन्याच्या शोधाच्या निमित्ताने राजूचे अत्याचार वाढतच राहतील; त्याशिवाय खरोखरीच खजिना मिळाला तर त्यांची ताकद अतिशय वाढेल.''

“बिलकूल सही. राजे, आपल्याला वेळ दवडून चालणार नाही.”

मलिक अंबर राजेंशी सहमत होत म्हणाले. पाटणला ते पोहोचले, तोवर राजू तेथून निघून गेले होते. त्यांनी राखणीसाठी ठेवलेल्या सैनिकांचा थोड्याच हातघाईनंतर पाडाव झाला.

पाटणच्या रयतेला थोडा दिलासा मिळाला. तिथली सारी व्यवस्था लावण्यासाठी सारे काही दिवस थांबले.

राजे मलिक अंबरना सांगून घरी परतले. सल्तनतीतल्या दोघा मातब्बरांतील संघर्षाबद्दलचे विचार त्यांच्या मनात घोळत होते.

आसद बेग उत्तरेत परत गेल्यानंतर मलिक अंबर आणि राजू दखनी यातील वाद उफाळणार याची अटकळ सर्वांनाच होती, पण तो इतका लवकर पाटणच्या निमित्ताने सुरू होईल असे वाटले नव्हते.

निजामशाहीतल्या दोन्ही मातब्बरांची, राजू दखनींची आणि मलिक अंबरांची वाटचाल मोठी गमतीची चाललेली होती.

राजू दखनीने एकीकडे मुर्तुजा निजामशाहांशी इमान राखत दुसरीकडे मोगलांशी एकत्र वसुली करण्याचा करार स्वतंत्रपणे केला होता, तर मलिक अंबर एकाचवेळी निजामशाहीचे वजीर-ई-मुल्क आणि मोगलांचे फर्मान मिळवलेले सरदार म्हणून वावरत होते.

दख्खनच्या दोन्ही प्रबळ असामींची अशी दोन दरडींवर हात ठेवून वाटचाल चालली होती. त्याचवेळी ते एकमेकांबद्दल कट्टर शत्रुत्व बाळगीत होते. यात कोण सरस ठरते यावर त्यांचे स्वतःचे तसेच दख्खनचे भवितव्य ठरणार होते.

■

४

राजे श्रीगोंद्याला पोहोचेपर्यंत दिवेलागण झाली होती. सतत दौड करून दमलेले राजे दोन घास खाऊन लवकर झोपून गेले होते. त्यांना भल्या पहाटे लवकर जाग आली. राजे उठून बाहेर आले. थंडी ओसरत आली होती तरीही अद्याप पहाटेचा गारठा जाणवत होता. राजे शाल अंगावर ओढून घेत चौकात आले. अचानक त्यांच्या कानावर पठणाचा आवाज आला. ते जागीच थबकले. मंत्रघोष पुन्हा ऐकू आला. कुणीतरी गायत्री मंत्राचा पाठ करीत होते. राजांचे कुतूहल चाळवले.

देवघराबाहेरच्या ओवरीत शास्त्रीबुवा संथा देत होते. तीन वर्षांचे शाहजी शास्त्रीबुवांसमोर बसले होते. हात जोडून डोळे मिटून एकाग्रपणे शास्त्रीबुवा म्हणतील तसे त्यांच्या पाठोपाठ म्हणत होते. राजे काही क्षण ते दृश्य पाहात उभे राहिले.

आपली चाहूल न लागू देता हळूच आपल्या दालनाजवळ आले. तेथे उमाबाई शरीफजींना घेऊन उभ्या होत्या. दोघे दालनात आले. राजांनी उमाबाईंना विचारले,

''शास्त्रीबुवा रोज सकाळी येतात वाटतं शाहजींसाठी.''

''होय. गेल्या दोन महिन्यांपासून सुरू केले.''

''किती चांगलं म्हणतात.''

''आधी लक्ष्मुंबाई काहीतरी म्हणायच्या. त्यांचं ऐकून म्हणू लागले. त्यांची आवड पाहून आम्हीच शास्त्रीबुवांना सांगितलं. आता त्यांना इतका नाद लागला आहे की आम्ही उठवण्याआधीच पहाटे लवकर उठून बसतात. शास्त्रीबुवा म्हणतात, अगदी एकपाठी आहेत.''

उमाबाईंच्या स्वरांतून चिरंजीवांचे कौतुक पाझरत होते, पण राजे म्हणाले,

''उमा, हे सारं ठीक. पण आता त्यांनी घुडसवारी, तलवारबाजीसुद्धा शिकायला हवं.''

''त्याची पण फार आवड आहे. आता सकाळचा पाठ आवरला की, दिवसभर तेच करत असतात. पाहालच तुम्ही.''

बोलता बोलता उमाबाई बाहेर पडल्या. शाहजींची सर्व विषयांतील आवड ऐकून राजांना बरे वाटले. काही वेळाने राजे सारे आवरून बाहेर पडले. तेव्हा छोट्या तट्टावर बसून शाहजी त्यांच्यासोबत रपेट करण्यासाठी आले होते. धाकटे शरीफजी राजांच्या पुढ्यात बसले होते.

काही दिवस मजेत गेले, पण निवांतपणा राजांच्या नशिबी नसावा. मलिक अंबरांचा तातडीचा सांगावा आला परिंड्यावर येण्याचा. ते देखील पुऱ्या तयारीसह.

राजे थोड्या विचारात पडले. गोमाजींना म्हणाले,

''साऱ्या स्वारांना बोलावून घ्या. आम्हांला लागलीच निघायला हवं.''

''जी. वजीरसाहेबांनी नवी मोहीम काढलेली दिसते.''

''काही समजत नाही. त्यांनी परिंड्यावर येण्यासाठी सांगितले आहे. पुन्हा आपल्या बादशाहांशी आदावत झाली नसली म्हणजे बरं. ते असूदे. तुम्ही कामाला लागा.''

''जी.'' म्हणत गोमाजी तयारीला लागले.

राजे परिंड्याला पोहोचले. तेथे अतिशय तणावाचे वातावरण होते. मलिक अंबर आणि राजू दखनींच्या छावण्या समोरासमोर पडलेल्या होत्या. राजांनी नेहमीप्रमाणे वणगोजीराजांच्या शेजारी आपला डेरा टाकला. त्यानंतर ते वणगोजीराजांच्या भेटीला गेले. त्यांच्याशी बोलताना राजांच्या स्वरात चिंता डोकावत होती.

''मामासाहेब, हे इथं अवचित झुंज कशी निघाली? पुन्हा वजीरसाहेबांचा बादशाहांशी काही मनमुटाव?''

''राजे, तुमचा शक अगदी सही आहे. आम्हांला समजलं, खुद्द बादशाहांनी

राजूंना बोलावून घेतलं. आधी ते वजीरसाहेबांवर नाराज होतेच. त्यात राजूंनी भर घातली.''

वणगोजीराजे सांगत होते- मलिक अंबरांनी आसद बेगकडून मोगल बादशाहचे फर्मान घेतले. त्यानंतर आसद बेगला जुन्नरला शाही पाहुणचार दिला. त्याच्या साऱ्या कहाण्या अगदी रंगवून मुर्तुजा निजामशाहांपर्यंत पोहोचल्या होत्या, त्यामुळे ते मलिक अंबरांवर नाराज होते. त्यातच त्यांनी नगरला जाऊन शाहजादा दानियलला शादीची मुबारकबाद दिली. भारी नजराणे दिले, हे देखील समजले. त्यामुळे ते अधिक बेचैन होऊन गेले.

''त्यातच राजूंनी मात्र शाहजाद्याला भेट देणं नाकारलं. उलट मोगलांच्या मुलखावर इतके जोरदार हमले चढवले की, शाहजादा जेरीस आला. त्याला खानखाननला बोलावून घ्यावं लागलं. समझोता करावा लागला. हे समजल्याने त्यांना बरं वाटलं. राजूच एकटे आपल्याशी इमानी आहेत असं वाटून त्यांनी राजूंना बोलावून घेतलं.''

''झालं. म्हणजे राजूंनी आगीत तेल ओतलं असणार.'' राजे कडवटपणे म्हणाले.

''होय. आपल्या वजीरसाहेबांना त्यांच्या नजरबाजांनी सारं कळवलं. त्यांनी ठरवलं, राजूंनी तैयारी करून हमला करण्याआधी आपणच चालून जावं. ते तातडीने इथं आले. आपल्याला बोलावून घेतलं. आता गेल्या आठवड्यापासून या अशा छावण्या पडलेल्या आहेत.''

वणगोजीराजांच्या बोलण्यातून विषाद जाणवत होता. यावेळी राजू जोरात होता. नुकतीच पाटणची लूट झाली होती. त्यातून मुर्तुजा निजामशाहांचे छुपे पाठबळ होते. राजू दखनी आणि मलिक अंबरांचे वाद वाढत राहणार याची राजांना अटकळ होतीच. त्याची थोडी सुरुवात पाटणला झालीच होती, पण तिथं समोरासमोर झगडा झाला नव्हता.

आता दोघे सरळ भिडणार हे उघड दिसत होते. हे भांडण अटळ होतेच. त्यात खुद्द मुर्तुजा निजामशाह पुन्हा एकवार पडतील असे मात्र वाटले नव्हते. नेमके तेच घडल्याने राजांना अधिकच वाईट वाटले होते. यावेळच्या झगड्यात कोणीही जिंकले तरी दख्खनचेच बळ कमी होणार होते हेच खरं दुःख होते.

■

५

राजांना परिंड्यावर येऊन पंधरवडा झाला. दोन्ही छावण्या एकमेकांसमोर उभ्या ठाकल्या होत्या. दोघांचे बळ दिसामासी वाढत होते. त्यातून राजूंची ताकद अधिक

वाढत होती. छोट्या छोट्या कुरबुरी चाललेल्या होत्या. मोठ्या लढाईला केव्हाही तोंड फुटू शकेल, याची जाणीव असल्यामुळे राजे थोड्या चिंतेत होते. त्याच वेळी मलिक अंबरांनी मसलतीसाठी सर्व सरदारांना बोलावणे पाठवल्याने राजे त्यांच्या डेऱ्यात गेले.

मलिक अंबरांच्या चेहऱ्यावर थोडी तणावाची छटा दिसत होती. सर्वजण जमल्यावर त्यांनी बोलण्यास सुरुवात केली.

"आम्ही गेल्या काही दिवसांत आपल्या बादशाहांकडे बरेच पैगाम पाठवले, पण ते आम्हांला भेटू चाहत नाहीत. ते राजूंच्या पाठीशी उभे आहेत. राजूंचे बळ यावेळी चांगलेच वाढलेले आहे, त्यामुळे यावेळचा मुकाबला थोडा मुश्कील वाटतो, म्हणूनच आम्ही सर्वांना बोलावून घेतलं. आपल्याला काहीतरी फैसला करायला हवा."

मलिक अंबरांनी सांगितलेले सर्वांच्या ध्यानी आलेले होते. वणगोजीराजांनी सांगितले,

"शाहजादा दानियलशी सुलुख झाल्यापासून राजू जास्त शिरजोर झाले आहेत. यावेळी ते कुठे कमी पडतील असं दिसत नाही."

"राजाजींनी बिलकूल सही बात केली. अशा वक्ताला आपण काय करावं असं आपल्याला वाटतं?"

मन्सूरखानने वणगोजीराजेंशी सहमती दाखवतानाच मलिक अंबरांना सवाल केला. मलिक अंबरांनी मनाशी ठरवलेला विचार मांडला.

"आम्हांला वाटतं, यावेळी राजू आपल्याला एकट्याला आवरतील असे दिसत नाही. आपल्याला कोणाची तरी मदत घ्यावी लागेल असं दिसतं."

"बिलकूल सही."

लखुजीराजे म्हणाले. परिस्थिती सर्वांनाच उघडपणे दिसत होती.

"मग आपला काय खयाल आहे?"

राजू दखनींपासून दूर होऊन मलिक अंबरांकडे आलेला सरदार समशीरखान म्हणाला. त्याला उत्तर देत मलिक अंबर म्हणाले,

"सुभेदार खानखानन यांच्याकडेच मदत मागावी असं आम्हांला वाटतं."

त्यांचा विचार सर्वांनाच पटण्यासारखा होता. मालोजीराजे मोठ्या उत्साहात म्हणाले,

"जरूर मागायला हवी. आपला त्यांच्याशी झाला नवा दोस्ताना अजमावून पाहता येईल."

मलिक अंबरांनी सर्वांचे मत अजमावून खानखाननकडे तातडीने माणसे पाठवून दिली. खानखानन्ने तेवढ्याच जलदीने त्यांना प्रतिसाद दिला.

चारच दिवसांत बीडचा हसन अली बेग ताज्या दमाचे तीन हजारांवर खडे घोडदळ घेऊन छावणीत दाखल झाला. मलिक अंबरांच्या गोटातील तणाव कमी झाला.

राजांना छावणीत येऊन महिना झाला होता. खानखाननकडून मदत आल्यामुळे बदललेल्या अवस्थेत पुढे काय घडेल याचा अंदाज घेत ते आपल्या डेऱ्यात बसले असता त्यांना वणगोजीराजेंकडून बोलावल्याचा सांगावा आला.

राजे वणगोजीराजांच्या डेऱ्यात गेले, तेव्हा लखुजीराजे तेथे आधीच येऊन बसलेले दिसले. राजांना पाहताच वणगोजीराजे म्हणाले,

"या राजे, आपलीच वाट पाहात होतो."

"काय विशेष?"

"आमचे दाजीसाहेब आले होते भेटायला. म्हटलं तुम्हांला देखील बोलावून घेऊ. घ्या साखर घ्या."

राजांना नवल वाटले. हातात साखर घेत त्यांनी पुन्हा विचारले,

"पण खबर काय ते तरी सांगा."

"दाजीसाहेबांना लेक झाली. तिघा चिरंजीवांच्या पाठीवर. म्हणून खूश आहेत."

"अरे वा! आता मोठी दावत मिळायला हवी."

राजे हसत म्हणाले. लखुजीराजांना तीन मुलगे होते. दत्ताजी, रघूजी आणि अचलोजी. त्यांना लेकीची मोठी हौस. ती आता पुरी झाली होती. लखुजीराजे बेहद्द खूश होते. ते राजांना म्हणाले,

"जरूर राजे, दावत देऊ पण त्यासाठी सिंदखेडला यावं लागेल."

"येऊ की. पण नाव काय ठेवलं लाडक्या लेकीचं?"

राजांनी विचारले. लखुजीराजांनी मोठ्या आनंदाने नाव सांगितले,

"जिजा."

राजे पुढे काही बोलणार तोच बाहेर गलका ऐकू आला. तिघांचे लक्ष तेथे वेधले गेले. काही क्षणातच एक खबरी आत आला. वणगोजीराजांच्या कानाशी लागला. त्यांच्या चेहऱ्यावर खुशीची लहर उमटली. तो बाहेर जाताच ते दोघांकडे पाहात म्हणाले,

"खबर चांगली आहे. राजूंनी माघार घेतली. ते नुकतेच आपला तळ उठवून दौलताबादेकडे निघाले आहेत."

"बरं झालं. झुंज टळली. खानखाननं बीडहून कुमक धाडल्याचा चांगलाच फायदा झाला."

लखुजीराजे मनापासून म्हणाले. राजे वणगोजीराजेंकडे पाहात गमतीने म्हणाले,

"जाधवरावांची लेक मोठी पायगुणी दिसते."

त्यावर वणगोजीराजे काही बोलणार तोच बाहेरून मोठा गलका ऐकू आला. झुंज टळल्याच्या आनंदात सैनिक जल्लोष करीत होते.

■

६

राजे दोन दिवसांनी मलिक अंबरांकडे गेले. झुंज होत नाही हे आता पक्के झाले होते. पुढचा बेत समजून घेण्यासाठी त्यांनी मलिक अंबरांना विचारले,

"वजीरसाहेब, राजू आता लागलीच काही हालचाल करतील असे वाटत नाही. पावसाळ्याला अजून अवकाश आहे. आपल्या मनात एखादी मोहीम..."

"आता पुरी तैयारी करून राजूंना निपटल्याशिवाय आम्हांला चैन पडणार नाही. तोपर्यंत दुसरी कोणतीही मोहीम नाही. आज मात्र वेगळाच बेत आम्ही ठरवत आहोत."

"कोणता?"

राजांनी मोठ्या उत्सुकतेने विचारले. मलिक अंबर हसत म्हणाले,

"हसन अली बेग बीडहून आले. आम्हांला मोठी मदत केली. आम्ही त्यांना शुक्राना दावत द्यावी म्हणतो."

"बिलकूल दुरुस्त खयाल आहे आपला."

"त्याचीच तैयारी करायची आहे."

मलिक अंबरांनी सरदार खानखाननकडे शुक्रिया अदा करण्यासाठी माणसे आधीच पाठवली होती. राजे पुढे काही बोलणार तोच खुद्द हसन अली बेग भेटीला आल्याची वर्दी आली. अचानक हसन अली का आला असावा याचे नवल करीत मलिक अंबरांनी त्याला आत बोलावले.

डेऱ्याच्या दारातील हसन अलीला पाहून त्यांना धक्काच बसला. डोक्यावर पगडी नसलेला हसन अली हात बांधून खाली मान घालून उभा होता. मलिक अंबर मनातून चरकले. चटकन उठून उभे राहिले. हसन अलीकडे पाहात त्यांनी अधीरपणे विचारले.

"क्या हुआ?"

"कैसे कहे अंबरसाहेब? बहुत बुरी खबर आहे."

हसन अली बेगला बोलवत नव्हते. तो अडखळत म्हणाला,

"हमारे शाहजादेसाहेब नहीं रहे।"

"मतलब?"

"त्यांचा इन्तकाल झाला."

"म्हणजे? शाहजादा दानियल?"

हसन अली बेगने मान हलवली. कोणाला काय बोलावे सुचत नव्हते. तोच पुढे म्हणाला,

"अब हमें जाना चाहिये। हमे इजाजत दिजिए।"

त्याच्या बोलण्याने मलिक अंबर भानावर आले. पुढे येऊन त्याच्या खांद्यावर थोपटत म्हणाले,

"हम समझते हैं। तुम्ही बीडला जाणार."

"नाही. आता जालन्याला जातो. तिथे सरदार साहेब आहेत. त्यांना भेटून पुढचे ठरवू."

मलिक अंबर पुढे काही बोलणार तोच हसन अली बाहेर पडला. थोड्याच वेळात टापांचा आवाज घुमला. हसन अली त्याच्या घोडदळासह परत निघाला होता. आपापल्या डेऱ्यात असलेल्या निजामशाही सरदारांना काही कळेना. शिंगे, तुताऱ्या इतर कसलाही आवाज येत नव्हता. दुपारच्या नीरव शांततेत केवळ टापांचा आवाज घुमत होता.

सारेजण लगबगीने मलिक अंबरांच्या डेऱ्याकडे धावले. त्यांना सर्वांनाच शाहजादा दानियलचा मृत्यू झाल्याचे ऐकून नवल वाटले. मलिक अंबर सांगत होते,

"आम्ही नुकतेच सहा महिन्यांपूर्वी त्यांना पाहिलं होतं. त्यांना शादीची मुबारकबाद देण्यासाठी गेलो होतो. त्यावेळी इतक्या जलदी असं काही होईल असं वाटलं नव्हतं. अल्लाहकी मर्जी. बहुत बुरा हुआ।"

शाहजादा दानियल दख्खनचा सुभेदार होता. आता त्याच्या जागी बादशाह अकबर कोणाला पाठवणार, याचा परिणाम आपल्यावर काय होणार याचे पूर्ण भान मलिक अंबरांना होते. ते त्याच विचारात गढले होते.

"आता आपण काय करायचं?"

वणगोजीराजांनी विचारले. मलिक अंबर विचार करीत म्हणाले,

"खानखाननकडून पुढे काय घडतं आहे ते समजेल. तोपर्यंत इथंच थांबू."

"जी."

म्हणत सर्वजण आपल्या डेऱ्याकडे सावकाशीने परतले.

राजांनी शाहजादा दानियलला नुकतेच नगरला पाहिले होते. सहाच महिन्यांपूर्वी शाहजाद्याचा निकाह झाला होता. सतत मद्यधुंद असणारा, व्यसनात बुडालेला शाहजादा इतक्या लवकर मृत्यू पावेल असे त्यांना त्यावेळी वाटले नव्हते.

अगदी तरुण वयातला शाहजादा दानियल दख्खन जिंकण्याची जिद्द बाळगून दक्षिणेत आला होता. त्याच्या वालिदांनी- बादशाह अकबरांनी- त्याच्यावर टाकलेली जिम्मेदारी त्याने यशस्वीपणे पार पाडली होती. अहमदनगर जिंकून मोगल सत्तेचे

पाऊल दख्खनमध्ये भक्कमपणे रोवले होते.

पण हे करीत असताना त्याने सारे दख्खन युद्धाच्या खाईत होरपळून टाकले होते. अहमदनगर जिंकल्यावर किल्ल्यातल्या हजारो सैनिकांची इतकेच नव्हे तर बायकापोरांची निर्दयपणे कत्तल केली होती. राजांना सारे आज आठवत होते. युद्ध जिंकल्याच्या उन्मादापायी क्रूरपणे, बेदरकारपणे वागणाऱ्या शाहजाद्याला नियतीने तितक्याच बेदरकारपणे ऐन तारुण्यात या जगातून दूर केले होते.

थोड्याच दिवसांत खबर आली. बादशाह अकबरांनी खानखाननला शाहजाद्याच्या जागी दख्खनचा सुभेदार नेमले होते. तो यापुढे बुऱ्हाणपूरला राहणार होता.

मलिक अंबरांनी छावणी उठवण्याचे ठरवले. काही दिवसांनी पुढच्या तयारीसाठी जुन्नरला येण्यासाठी सर्व सरदारांना मलिक अंबरांनी सांगितले. सर्वजण परत निघाले.

■

७

राजे श्रीगोंद्याला आले. थोडे दिवस गेल्यावर जुन्नरला आले. सर्व सरदार आल्यानंतर मलिक अंबर पुढच्या मोहिमेचा तपशील ठरवणार होते. राजे जुन्नरला येताच मलिक अंबरांच्या भेटीला गेले. मलिक अंबरांनी त्यांना पाहताच विचारले,
"या राजे कधी आलात?"

"आजच आलो."

"बाकीचे दोन दिवसांत येतील. यावेळी अगदी निकाली हमला करण्याचा आमचा इरादा आहे."

मलिक अंबर निश्चयपूर्वक स्वरात म्हणाले. दोघे बोलत असतानाच वर्दी आली. चौल-रेवदंड्याचा सुभेदार अब्दुल करीम आला होता. मलिक अंबरांनी त्याला आत बोलावले.

मध्यम वयाचा अब्दुल करीम मलिक अंबरांना कुर्निसात करून उभा राहिला. मलिक अंबरांनी त्याच्याकडे पाहून विचारले,

"बऱ्याच दिवसांनी आलात सुभेदार. काय म्हणता?"

"जी. सहा महिन्यांपूर्वी आलो होतो. वसूल भरणा करायला."

"मग आता काय काढलं? सारं ठीक आहे ना?"

मलिक अंबरांच्या प्रश्नांवर मान हलवीत अब्दुल करीम म्हणाला,

"नाही वजीरसाहेब, म्हणूनच आलो."

"क्या मतलब?"

मलिक अंबरांच्या कपाळावर आठ्या चढल्या. राजू दखनींशी दोन वर्षांपूर्वी

समझोता झाला होता. तेव्हापासून सर्व किनारपट्टीसह कोकण प्रांत त्यांच्या अखत्यारीत आला होता. अब्दुल करीम पूर्वीपासून चौल-रेवदंड्याचा सुभेदार म्हणून काम पाहात होता. अलीकडे सारे ठीक चाललेले होते. अचानक काय घडले त्यांना समजेना. म्हणून त्यांनी विचारले. अब्दुल करीम सांगू लागला.

"गेल्या काही दिवसांपासून फिरंग्यांनी तकलीफ द्यायला सुरुवात केली आहे."

"अचानक काय झालं? आपले तर रोलीमसाहेबांशी आता चांगले ताल्लुकात झाले होते."

"फिरंग्यांनी नवा अंमलदार नेमलाय. जॉर्ज हेनरिक नावाचा. त्यानं वसुलीच्या नावाखाली धुमाकूळ घातला. इतका की तिथली रयत त्रासून दाभोळ भागात गेली. तिथला आपला अंमलदार मामूरखान यानं माझ्याकडं तक्रार रुजू केली."

"फिर? तुम्ही काय केलं?"

मलिक अंबरांनी थोडे रागातच विचारले.

"वजीरसाहेब, आम्ही मामूरखानला रोलीमसाहेबांकडे पाठवलं. त्यानं सारी तक्रार त्यांच्या कानी घातली. त्यांच्या अंमलदारानं रयतेला तकलीफ दिली. जादा वसूल जबरदस्तीनं घेतला. सारं सांगितलं."

"फिर?"

"रोलीमसाहेबानं जादा वसूल परत करायचा हुकूम दिला. सारा वाकिया आपल्या कानी घालावा म्हणून जातीनं आलो."

राजे बाजूला बसून सारा करिणा ऐकत होते. त्यांच्याकडे पाहात मलिक अंबर म्हणाले,

"पाहिलंत राजे, कसे उद्दामपणे वागतात हे फिरंगी! गेल्या जंगमध्ये त्यांनी मोगलांना मदत केली होती. आपले निजामशाहा पुन्हा गादीवर येताच हाच रोलीमसाहेब पुन्हा मोठा नजराणा घेऊन आला. दोस्तीची दरखास्त केली. आपल्या बादशाहांनी त्यांना मोठ्या दिलानं मुआफ केलं. काही साल सारं ठीक होतं. आता पुन्हा गडबड सुरू केली."

"पण वजीरसाहेब, वसुली करणं ठीक आहे. पण रयतेला इतकी तकलीफ द्यायची की, ती परदेशी होईल? हे ठीक नाही."

राजांनी आपला विचार मांडला. मलिक अंबर अब्दुल करीमकडे पाहून कठोरपणे म्हणाले,

"राजे बिलकूल सही बोलले. फिरंग्यांनी जादा वसूल घेतलेला परत केला हे ठीक, पण रयतेला तकलीफ झाली, त्याचं काय? हे असं चालणार नाही. परागंदा झालेली रयत परत थाऱ्यावर बसवायला हवी. आमचं फर्ज आहे ते. सारा बेवसाऊ मुलूख पुन्हा राबता करून घ्या."

संतापाने मलिक अंबरांचा श्वास फुलला होता. थोडा वेळ थांबून ते पुढे म्हणाले,

“रोलीमसाहेबांना आमची नाराजी कळवून द्या. यापुढे त्यांच्या कोणत्याही अंमलदाराने अशी आगळीक केली तर खपवून घेतली जाणार नाही. कसलाही मुलाहिजा न बाळगता आम्ही त्याची दखल घेऊ याची त्यांना जाणीव द्या. या तुम्ही.”

“जी.”

म्हणत अब्दुल करीमने त्यांना कुर्निसात केला. तो गडबडीने बाहेर पडला.

सारी हकिकत ऐकत असताना राजांना पूर्वीचा कोकणातला करिणा आठवला. ते सांगू लागले,

“आम्हांला मरहूम बुऱ्हाण निजामशाहांच्या वेळेची याद आली. त्यावेळी याच फिरंग्यांनी आपलं मक्केहून येणारं हुसेनी नावाचं जहाज लुटलं होतं. तेव्हा आपल्या बादशाहांनी तिथल्या सुभेदाराला कुमक पाठवून त्यांना चांगलाच धडा शिकवला होता.”

मलिक अंबर अजून रागात होते. ते म्हणाले,

“राजे, ही फिरंग्यांची अवलाद मोठी बेरकी. बारा मुलखांचं पाणी प्यालेली. वेळ बघून पालटणारी-साता समुद्रापलीकडून येतात. धंदा उदीम चालवण्यासाठी-जरा जादा सवलत दिली, वसुलीचे हक दिले की, उद्दामपणे वागतात. यांना धाकातच ठेवायला हवं.”

आता त्यांचा राग कमी झाला होता. ते पुढे म्हणाले,

“राजे, हा कोकणाचा मसला अचानक आला. आपल्याला इकडचं पाहायला हवं. बाकीची मंडळी आली की सारा तपशील ठरवून टाकू. यावेळी जोरदार तैयारी करायला हवी.”

मलिक अंबरांनी राजूंना पूर्णपणे संपवण्याचे ठरवले होते. त्यासंबंधी दोघे बराच वेळ बोलत होते. तेव्हादेखील कोकणातल्या राजकारणाचा विचार राजांच्या मनात अधूनमधून डोकावत होता.

■

८

पुढचे चार महिने राजांना मुळीच फुरसत नव्हती. पावसाचे आणि सणाचे दिवस सोडून सर्व काळ पुढच्या मोहिमेच्या तयारीत ते गुंतलेले होते. सैन्य उभारणीबरोबरच राजूंची ताकद आतून कमजोर करण्याचे डावपेच चालले होते.

राजूचे स्वत:चेच वागणे मलिक अंबरांच्या अधिक कामी येत होते. राजूने याच

काळात वसुलीवर जोर ठेवला. ऐन पावसाळ्यात लोक काय देणार! तरी त्याची माणसे गावागावांत जाऊन जबरदस्ती करत होती. त्यांचे अत्याचार वाढत होते. सगळीकडे प्रचंड दहशत माजली. पुढे पुढे तर राजूची माणसे गावात आली की, माणसे आधीच जवळ काय असेल ते किडूक मिडूक देऊन टाकत. हळूहळू रयत मुलूख सोडून जाऊ लागली.

राजूचा लोभ वाढतच होता. त्याचा क्रूरपणा, वाढते अत्याचार त्याच्या जवळच्या माणसांना देखील रुचेनात. ती दुरावू लागली. त्यांच्यातली नाराजी वाढू लागली. त्यातील कित्येकजण मलिक अंबरांकडे झुकू लागले. त्यांनी मोठ्या मोकळेपणाने सर्वांना जवळ केले. काहींना मानाची पदे दिली. काहींना सनदा दिल्या. हळूहळू राजूची ताकद कमी होऊ लागली.

दसरा-दिवाळी उलटली. राजे आपल्या साऱ्या सैन्यासह जुन्नरला आले. सारे सरदार काही दिवसांत जमले. तैयारी पुरी झाली. मलिक अंबरांनी मोहिमेचा तपशील ठरवला.

सैन्य दौलताबादकडे निघाले. किल्ल्याला वेढा पडला. चढाईचा पहिला टप्पा पुरा झाला.

दिवस उलटू लागले. वेढा अगदी पक्का होता. राजूंच्या जवळचे काही सरदार मलिक अंबरांशी संधान बांधून होते. त्यांच्याकडून किल्ल्यातली बित्तंबातमी बाहेर समजत होती. मुलूखगिरी आणि वसुलीच्या नादात राजूचे किल्ल्याकडे दुर्लक्ष झाले होते. जेमतेम दोन महिने पुरेल इतकीच रसद भरलेली होती. हे समजताच मलिक अंबरांनी वेढा अगदी कडक केला. कोणत्याही परिस्थितीत राजूला रसद पोहोचणार नाही याची खबरदारी घेतली.

वेढ्याला दोन महिने झाले. मलिक अंबरांचे बळ वाढते होते. राजू पार जेरीस आल्याचे खात्रीने समजले होते. आता अखेरचा घाव घालण्याची वेळ आली होती. त्यांनी सर्वांना बोलावून घेतले. सर्वजण उत्साहाने सळसळत होते. त्यांच्याकडे पाहात मलिक अंबर म्हणाले,

"आम्हांला पक्की खबर आहे. राजूंची पूरी कोंडी झालेली आहे. ते जादा टिकाव धरू शकणार नाहीत."

"मग वाट कशाची पाहायची? बस, आपण एक इशारा करा. संपवून टाकू."

मन्सूरखान जोशात म्हणाला. बाकीच्या सर्वांची भावना काही वेगळी नव्हती. राजांना राहवले नाही. ते म्हणाले,

"खानसाहेबांचे म्हणणे अगदी दुरुस्त आहे. दोन खेपांना राजूंनी खुद्द बादशाहांना चिथवलं. हरएक वेळी रयतेला वेठीला धरलं. हे थांबलंच पाहिजे."

त्यांच्या आवेशपूर्ण बोलांना सर्वांनी मनापासून दाद दिली. मलिक अंबरांच्या

मुद्रेवर समाधान उमटले. ते पुढे काही बोलणार तोच एक खबरी भेटीला आल्याची वर्दी आली. इतकी खास मसलत चालू असताना त्याने तातडीने भेट मागितली होती. काहीतरी विशेष असणार हे मलिक अंबरांच्या ध्यानी आले. ते उठून बाहेर गेले. लागलीच परतले. त्यांच्या चेहऱ्यावरचे भाव बदलले होते. त्यावर थोडी चिंतेची छटा उमटली होती. मसलतीतले वातावरण बदलून गेले. काही क्षणांपूर्वीचा त्यांचा उत्साह गेला होता. सर्वजण त्यांच्याकडे प्रश्नार्थक नजरेने पाहात होते. अखेर मलिक अंबर सावकाशीने म्हणाले,

"खुद्द खानखानन सैन्यासह इकडे निघाला आहे."

"काय?" बहुतेकांच्या तोंडून उद्गार बाहेर पडला.

"होय. ते एकदोन रोजांत येऊन पोहोचतील."

"पण का?" वणगोजीराजांनी कपाळाला आठ्या घालीत विचारले.

"वजीरसाहेब, खानसाहेब असे अचानक येतायत? आपण तर त्यांना बोलावलं नव्हतं?"

"नाही. राजाजी, नव्हतं बोलावलं. हमें भी कुछ नहीं समझ रहा। ते कशासाठी येत आहेत? त्यांचा नेमका इरादा काय? काहीच समजत नाही."

"त्यांना राजूंनी तर बोलावलं नसेल?"

लखुजीराजांनी मध्येच सवाल केला. त्यावर मान हलवीत मन्सूरखान म्हणाला,

"हमें नहीं लगता। आपल्याशी त्यांचा दोस्ताना आहे. गेल्या जंगमध्ये त्यांनीच हसन अलीला पाठवून आपली कुमक केली होती. तेच आपल्या खिलाफ राजूंना साथ देण्यासाठी येतील असं नाही वाटत."

काही क्षणांपूर्वी चैतन्याने सळसळणारी मसलत थंड झाली होती. सुरुवातीला मोठ्या आवेशात बोलणारे राजे गप्प होऊन गेले होते. मलिक अंबरच अखेर म्हणाले,

"खानसाहेब नक्की कशासाठी येत आहेत हे आपल्याला ते आल्यावर समजेल. तरीही ते राजूंच्या बाजूने येत आहेत असं समजून तैयारीत राहायला हवं."

सारे आपल्या डेऱ्याकडे निघाले. मोहिमेला अचानक वेगळे वळण लागले होते. पुढे काय घडेल याचा प्रत्येकजण आपल्या परीने अंदाज करीत होते.

■

९

खानखानन दोनच दिवसांत दौलताबादजवळ आला. मलिक अंबरांच्या छावणीपासून जवळच त्याने आपला मुक्काम टाकला. तो पुढे काय करतो याकडे सर्वांचे लक्ष होते. खुद्द मलिक अंबर तर हमल्याचा इंतजार करीत होते.

खानखाननच्या गोटात मात्र शांतता होती. काहीही हालचाल होत नव्हती. मलिक अंबर अंदाज घेत होते. दोन-तीन आठवडे उलटले. काहीच घडत नव्हते. मलिक अंबरांनी आता आपली काही माणसे खानखाननकडे पाठवून देण्याचे ठरवले.

खानखानन बहुधा याचीच वाट पाहात असावा. तो लागलीच जातीने मलिक अंबरांच्या भेटीला आला. खांदाभेट घेऊन होताच म्हणाला,

"अंबरसाहेब, आम्हांला इथं येऊन इतके दिवस झाले. आज तुमचा पैगाम आला. आम्ही तुरंत तुमच्याकडे आलो."

खानखानन मोठ्या उत्साहात बोलत होता, पण मलिक अंबरांच्या चेहऱ्यावरची नाराजी तशीच होती. ते कोणताही आडपडदा न ठेवता म्हणाले,

"खानसाहेब, आपण यकायक इथं आलात. आमचं जंग अगदी आखरी टप्प्यावर असताना. आम्हांला तुमचा मकसद नाही समजला. आम्हांला असंही समजलं, की तुम्हांला राजूंनी बोलावलं."

खानखाननला त्यांच्या बोलण्यातला रोष जाणवला. तो थोड्या नरमाईच्या स्वरात म्हणाला,

"अंबरसाहेब, आम्हांला राजूंनी बोलावलं हे बिलकूल सच, पण आम्ही तुमच्या खिलाफ लढण्यासाठी नाही आलो."

"फिर?"

"आम्ही आलो जंग थांबवण्यासाठी. अंबरसाहेब, आपण समझोता केला होता. तो दख्खनमध्ये अमन राखण्यासाठी. इथल्या रयतेच्या खुशहालीसाठी. लेकिन आम्ही पाहिलं, गेल्या दोन सालांत तुमचं राजूंशी दोन वेळा जंग झालं, त्यामुळे मुलखाची कितीतरी नुकसानी झाली. ती रोखता आली तर पाहावं यासाठी आम्ही आलो."

मलिक अंबरांनी यावर काहीच उत्तर दिले नाही, पण त्यांच्या चेहऱ्यावर अद्याप नाराजी होती. आता खानखानन अगदी आर्जवपूर्वक म्हणाला,

"अंबरसाहेब, आपला काहीतरी गैरसमज झाला आहे. आम्ही राजूंच्या बोलावण्यावरून आलो, म्हणून तुम्ही खफा झालात, पण आमचा यकीन करा. आम्ही तुमच्या खिलाफ काही करण्यासाठी आलो नाही. तुम्हा दोघांच्या झगड्यात जानमालाची नुकसानी होते. मुलखाची, रयतेची हानी होते. ती थांबवण्याची कोशिश करावी. बस, हा एकच मकसद घेऊन आम्ही इथं आलो. बाकी काही नाही."

खानखाननने परोपरीने सांगितल्यावर मलिक अंबर थोडे शांत झाले. थोड्या वेळाने खानखानन परत गेला. दुसऱ्याच दिवशी तो राजूला भेटण्यासाठी गेला.

त्याला देखील त्याने असेच सांगितले. त्याच्या बाजूने लढण्यासाठी नकार दिला असे समजले. मलिक अंबर निश्चिंत झाले.

किल्ल्यात राजू आणि बाहेर दोघेजण असे तीन तळ पडले होते. लवकर काही निकाल होईल असे सध्यातरी दिसत नव्हते.

■

१०

असाच आणखी एक महिना उलटला. आता थंडी ओसरू लागली होती. मोहीम सुरू झाल्यास चार महिने होऊन गेले होते. काहीही खास घडत नव्हते. विचित्र कोंडीत सापडल्यासारखी अवस्था झाली होती.

राजे छावणीत फेरफटका मारीत होते. सैन्यातील वाढता अस्वस्थपणा त्यांना जाणवत होता. ते मलिक अंबरांच्या डेऱ्याकडे गेले. मलिक अंबर गंभीरपणे विचारात गढून गेले होते. राजांना आलेले पाहताच ते म्हणाले,

''या राजे. सकाळीच आलात?''

''जी. छावणीत फिरत होतो, तसेच इथं आलो. वजीरसाहेब, चार महिने होऊन गेले. आपण एकाच जागी जखडून बसलो आहोत. आपल्या फौजेला असं न लढता महिने न् महिने राहण्याची आदत नाही. बेचैनी वाढते आहे.''

''होय राजे. आम्हांलाही तसं जाणवलं आहे. खानखानानने आयत्या वेळी येऊन घोटाळा केला. आता तर ते दोन्ही गोटांत जातात. गोड गोड बोलतात. पाहुणचार झोडतात. आपण मध्यस्थ असल्यासारखे वागतात, पण आमच्या नजरबाजांनी आज वेगळंच कळवलं आहे.''

राजांना मलिक अंबर आल्यापासूनच गंभीर वाटत होते. त्यांनी काळजीच्या स्वरात विचारले,

''वजीरसाहेब, काय झालं? काय समजलंय?''

''खानखानानशी राजूंचे ताल्लुकात वाढले आहेत. त्यांची सारखी खलबतं चालू आहेत. त्यांचा राजूंकडं झुकाव वाढलाय. दोघांचा काही डाव शिजत असावा असा शक वाटतो आहे.''

''हे तर फारच धोक्याचं आहे. दोघे एक झाले तर मोठीच मुश्कील पैदा होईल.''

मलिक अंबर याच चिंतेत होते. ते राजेंशी सहमत होत म्हणाले,

''राजे, आम्ही याच खयालांनी परेशान आहोत. आता जलदीने काहीतरी करायला पाहिजे. खानखानान लवकर परत गेला पाहिजे.''

दोघे बराच वेळ खलबत करीत होते. मलिक अंबरांनी दुसऱ्याच दिवशी साऱ्या

सरदारांना बोलावून घेतले. खानखाननशी बोलून राजूंशी समझोता करण्याचे ठरवले.

समझोता पार पडला. मलिक अंबरांनी आपली छावणी उठवून जुन्नरजवळ आणली. खानखानन बुऱ्हाणपूरला परत गेला. तब्बल पाच महिन्यांपेक्षा अधिक काळ मोहीम चालवून काही पदरात पडले नव्हते. अगदी हातातोंडाशी आलेला घास खानखानन्ने हिरावून नेला होता. केवळ मलिक अंबरच नव्हे तर प्रत्येकजण चिडलेला होता. सतत झंझावाती मोहिमा काढणाऱ्या मलिक अंबरांच्या सैन्याला इतके महिने एका जागी खिळवून ठेवले. वर समझोता करण्यास भाग पाडले, यामुळे नाखूश होता. मलिक अंबरांना सैन्यातली बेचैनी जाणवली होती. त्यांनी सर्वांना मन मोकळे करता यावे यासाठी बैठक बोलावण्याचे ठरवून टाकले.

■

११

राजे बैठकीसाठी निघाले. आता उन्हाळा अगदी भरात होता. झळा अंगाची लाही लाही करत होत्या. तापलेल्या धुळीतून मलिक अंबरांच्या डेऱ्याकडे राजे निघाले होते. इतक्या दीर्घ काळ चाललेल्या निष्फळ मोहिमेचे विचार त्यांच्या डोक्यातून जात नव्हते.

बैठकीत अत्यंत नाराजगीचा माहौल होता. सर्वजण शांतपणे बसले होते. त्यांच्यावर नजर फिरवत मलिक अंबरांनी बोलण्यास हळुवारपणे सुरुवात केली.

"पूरे पाच महिने आपण वेढ्यात होतो. जेमतेम दोन महिन्यांत आपण राजूला जेरीला आणलं होतं, पण आखिर समझौता करावा लागला. परत यावं लागलं. यामुळे तुम्ही सारे नाराज आहात. तुमची नाराजगी आम्ही जाणतो. त्याबद्दल तुम्ही सर्वांनी मोकळेपणाने बोलावं यासाठी आपण आज जमलो आहोत."

मलिक अंबरांनी आवाहन केले खरे, पण कोणी बोलेना. त्यांनीच वणगोजीराजांना विचारले,

"राजाजी, आपण बोला. अगदी दिल खोलून बोला."

"काय बोलायचं?" वणगोजीराजे म्हणाले, "वजीरसाहेब, आपला खानखाननशी इतका दोस्ताना. राजू दखनींशी दुष्मनी. असं असताना खानसाहेब राजूंच्या हाकेसरशी धावून आले, अगदी बुऱ्हाणपूरहून पार दौलताबादपर्यंत! त्यांनी असं का करावं? इतकंच नाही तर दोन महिने मुक्काम ठोकून राहिले! आपल्याला राजूंशी समझोता करायला मजबूर केलं. या साऱ्या वाकियाचा मतलब काय समजायचा?"

वणगोजीराजांच्या बोलांतून अतिशय चीड डोकावत होती. न राहवून मन्सूरखान म्हणाला,

"आम्ही राजाजींच्या जजबातशी इत्तेफाक ठेवतो, पण खानखाननचा हे सारं

करण्यामागे कोणता मकसद आहे, याचा विचार करायला हवा.''

लखुजीराजे संतापाने उद्‌गारले,

''इतकंच नाही तर, यापुढे त्यांच्यावर किती भरवसा ठेवायचा हेदेखील ठरवावं लागेल.''

समशीरखान, विठोजीराजे तसेच इतर सरदारांचे म्हणणे जवळपास असेच होते. मलिक अंबरांना सर्वांच्या मनातली खदखद जाणवली होती. ते म्हणाले,

''तुमचा सर्वांचा गुस्सा आम्हांला समजतो. आपल्याला साऱ्या वाकियाचा नीट-शांतपणे विचार करून पुढचं ठरवावं लागेल.''

राजे आत्तापर्यंत सारे ऐकत होते. ते विचारपूर्वक म्हणाले,

''आपण आपसातले झगडे संपवून पुन्हा एकवार उमेदीनं उभं राहण्यासाठी धडपडत आहोत. आपला खरा मकसद दख्खनमध्ये निजामशाही ताकदीनं उभी करणं हाच आहे. एकदा राजूंना संपवलं की, आपण मोगलांशी टक्कर देण्यासाठी मोकळे होऊ. हे खानखाननच्या ध्यानी आलं आहे. यासाठी आमचे झगडे मिटू नयेत यासाठी त्यांनी समझोता घडवून आणला, हे नक्की.''

''म्हणजे आम्हांला झुंजवत ठेवणार आणि आपलं साधून घेणार.''

समशीरखान कडवटपणे म्हणाला. त्यावर मान डोलावीत मलिक अंबर म्हणाले,

''बिलकूल सही. दख्खनचा मामला काबूत ठेवायचा हाच रास्ता त्यांनी ठरवलेला दिसतो. आता आपल्याला यापुढे दोघेही दुश्मन आहेत असं ठरवून चालावं लागेल. राजूंचा निकाल लवकरात लवकर लावावा लागेल. तसंच वेळ पाहून खानखाननला देखील चांगला धडा शिकवावा लागेल. त्यांना तर असा दणका दिला पाहिजे की, यापुढे आमच्या खिलाफ कसलीही साजिश करताना त्यांनी दहा वेळा विचार करायला हवा. मोगलांशी आमनेसामने टक्कर देणं आसान काम नाही पण मोका पाहून एकवार घाव घालावाच लागेल.''

थोडा वेळ थांबून ते पुढे म्हणाले,

''राजूंना आधी संपवलं पाहिजे. त्यांच्या मुळावरच जबरदस्त हमला करायला हवा. त्यांची ताकद दौलताबादचा किल्ला आहे. दौलताबादवर वचक ठेवण्यासाठी त्याच्या जवळपास एखादं ठाणं उभारावं लागेल असंही आम्हांला वाटतं. ठीक आहे. ते सारं नंतर पाहू. आता आपण मोहीम आवरती घेऊ.''

मलिक अंबरांच्या सविस्तर मोकळेपणाने केलेल्या बोलण्याने सर्वांच्या मनाची बोच थोडी कमी झाली. सर्वजण आपल्या मुलखाच्या परतीच्या वाटेला लागले. मलिक अंबरांनी राजांना थांबवून घेतले.

सर्वजण गेल्यावर ते राजांना म्हणाले,

"दौलताबादजवळ ठाणं उभारायचा आमचा इरादा पक्का आहे. तुमचा मुलूख तिथून नजदीक आहे."

"जी. आमचे विठोजीराजे तिथं असतात."

"म्हणूनच आम्ही ही जिम्मेदारी तुमच्यावर आणि तुमच्या भाईजानवर सोपवत आहोत. तिथला सारा जायजा घेऊन आम्हांला कळवा."

"जी."

म्हणत राजे बाहेर पडले.

■

१२

राजे परत जाण्यापूर्वी मलिक अंबरांना भेटण्यासाठी त्यांच्याकडे गेले; त्यावेळी चौल-रेवदंड्याचा सुभेदार अब्दुल करीम पुन्हा एकवार आलेला होता. जवळ जवळ एक वर्षाने अब्दुल करीम राजांना भेटत होता. दोघांनी एकमेकांची ख्यालीखुशाली विचारली. एवढ्यात मलिक अंबर तेथे आले. अब्दुल करीमकडे पाहात त्यांनी विचारले, "काय अब्दुल करीम, अवचित आलात? काय विशेष? गेल्या सालचा मसला निपटला की नाही?"

त्यांचा सवाल ऐकून अब्दुल करीमचा चेहरा पडला. तो कचरत म्हणाला,

"नाही वजीरसाहेब, मामला जादा बिघडलाय, म्हणूनच आलो."

"मतलब? अब क्या हुआ?"

"गेल्या सालासारखंच. उससे भी बहुत जादा. वजीरसाहेब, फिरंगी अंमलदारांनी अगदी धुमाकूळ घातलाय. रयतेकडून जबरदस्तीने पैका-अडका लुबाडून नेतात. बी-बियाणं उचलून नेतात. जनावरं ओढून नेतात. परभारे विकूनसुद्धा टाकतात. कित्येक ठिकाणी रयत बेघर होऊन परागंदा व्हायला लागली आहे."

अब्दुल करीम सांगत होता. मलिक अंबरांच्या कपाळावर आठ्या पडल्या. ते रागाने म्हणाले,

"मग, तुम्ही काय करीत होता?"

"आम्ही काय करणार? आम्ही मुलकी चाकर. आमच्याकडे मोजकी शिबंदी. त्यांच्याकडे हत्यारबंद लष्कर, त्याला कशी टक्कर देणार?"

अब्दुल करीम अगतिक स्वरात म्हणाला,

"तुम्ही रोलीमसाहेबाला सांगितलं?"

"जी. आम्ही भेटलो, पण यावेळी ते आपल्या अंमलदारांना साथ देत आहेत. रेवदंड्याच्या हेनरिक साहेबाची हडेलहप्पी चालू आहेच. त्यातच थळच्या पेट्रो कोरेंजोची भर पडली. त्यानं तर किनाऱ्यालगतच्या वस्त्यांमध्ये धुमाकूळ घातलाय."

“काय? थळमध्ये देखील?”

“जी वजीरसाहेब, त्यांनी तिथल्या लोकांच्या घरांची जाळपोळ केली. त्यांची दोन गलबतं देखील बुडवली. हा मामला आमच्या आटोक्यातला नाही राहिला. म्हणून आपल्याकडे आलो. आपणच काहीतरी करायला हवं.”

मलिक अंबरांचा संताप वाढला. ते राजेंकडे पाहात म्हणाले,

“पाहिलंत राजे, या फिरंग्यांची एवढी हिम्मत. आम्ही इथं आपसातले वाद घालत बसलो. त्याचा फायदा हे परके लोक घेतात.”

“होय. वजीरसाहेब, आताच काहीतरी करावं लागेल. आज रयतेला त्रास होतो. उद्या मुलूख हातून जायची वेळ येईल.”

“नहीं. हम ऐसा नहीं होने देंगे।”

मलिक अंबर दृढपणे म्हणाले. अब्दुल करीमकडे पाहात त्यांनी हुकूम दिला,

“तुम्ही लागलीच निघा. आम्ही पाठोपाठ कुमक पाठवून देतो. फिरंग्यांना जरब बसवलीच पाहिजे.”

अब्दुल करीमचा ताण थोडा कमी झाला. तो अडखळत पुढे म्हणाला,

“आणखी एक मसला आपल्या कानी घालायचा आहे.”

“आता काय राहिलं सांगायचं?”

मलिक अंबर त्रासून म्हणाले.

“आपल्या किनारपट्टीवर दुसऱ्या मुलखातले फिरंगी आले आहेत. वलंदेज म्हणतात त्यांना.”

“फिर?”

“त्यांनी आपल्याकडे वखारी घालण्यासाठी इज़ाजत मागितली आहे.”

राजांनी मध्येच विचारले,

“त्यांचे फिरंग्यांशी ताल्लुकात कसे आहेत?”

“बिलकूल चांगले नाहीत. त्यांच्या मालावरून, गलबतावरून दर्यात बऱ्याच झडपा झाल्याचे आमच्या कानी आलंय.”

“अस्सं?” मलिक अंबर विचार करत म्हणाले.

“जी, फिरंग्यांना इतर कुणी बंदरात यायला नको आहे.”

सारे ऐकून मलिक अंबरांचे डोळे चमकले. त्यांनी अब्दुल करीमला सूचना केल्या,

“हे बघा. तुम्ही त्या वलंदेजांशी संधान बांधा. त्यांना लागतील त्या सवलती द्यायची आमची तैयारी आहे, असं सांगा, पण त्याच्या बदल्यात त्यांच्याकडून लढाऊ गलबतं मिळवा. कमी पडली तर खरेदी करा, पण आपल्याला फिरंग्यांशी लढता येईल अशी गलबतं असली पाहिजेत.”

''जी'' अब्दुल करीमच्या आवाजात थोडासा उत्साह आला. त्याला बजावून सांगत मलिक अंबर म्हणाले,

''अब्दुल करीम, फिरंग्यांची खरी ताकद त्यांच्या लढाऊ गलबतांमध्ये आहे. पुढच्या वेळी भेटू त्यावेळी चौल बंदरात त्यांच्या तोडीस तोड आपल्या गलबतांचा ताफा उभा असला पाहिजे, तरच त्यांच्याशी टक्कर घेता येईल हे ध्यानात ठेवा. निघा आता. कामाला लागा.''

''जी. खुदा हाफीज.''

म्हणत अब्दुल करीम बाहेर पडला.

मलिक अंबरांनी राजेंकडे पाहात विचारले,

''राजे, कोकणचा मसला पुढे आला. तुम्हांला विचारायचे राहून गेले. काय म्हणता?''

''काही नाही. आम्ही परत निघालो होतो. जाण्यापूर्वी सहज भेटावे म्हणून आलो.''

''बरं झालं आलात. आम्ही दिलेली कामगिरी याद ठेवा.''

''जरूर'' राजे हसत म्हणाले, ''आम्ही विठोजीराजेंशी बोललो आहोत. लवकरच जातीने त्यात लक्ष घालू. आपल्याला खबर देऊ.''

''ठीक आहे.''

मलिक अंबर समाधानाने म्हणाले. त्यावर उठत राजांनी त्यांचा निरोप घेतला व ते बाहेर पडले.

परतीच्या वाटेवर असताना राजांच्या मनात मधूनच कोकणातल्या राजकारणाचे विचार घोळत होते. व्यापाराच्या निमित्ताने फिरंगी आपल्या मुलखात येतात. आपल्या रयतेला त्रास देतात. त्यांचा बंदोबस्त करायलाच हवा, पण त्यासाठी केवळ रेवदंड्याच्या कोटात शिबंदी बाळगून चालणार नाही.

आमच्या डोंगरी मुलखाची ताकद इथल्या गडकोटात आहे, पण आपली किनारपट्टी राखायची असेल तर नुसत्या किल्ल्यांनी भागणार नाही. त्यासाठी दर्यात लढायची तयारी हवी. तशी ताकद कमवायला हवी. आपली लढाऊ गलबतं बंदरांमध्ये फिरंग्यांच्या बरोबरीने उभी हवी, तरच किनारपट्टीसह सारे दख्खन राखता येईल.

विचार करता करता त्यांना मलिक अंबरांनी नव्या फिरंग्यांकडून, वलंदेजांकडून सवलतींच्या बदल्यात केलेल्या सौद्याची आठवण आली. दोन्ही फिरंग्यांच्या आपसातल्या तेढीचा फायदा उठवण्याचा त्यांचा डाव राजांना अतिशय भावला. या विचारातच त्यांनी श्रीगोंदा गाठले.

■

१३

राजे यावेळी श्रीगोंद्याला आरामात राहिले. दोन महिने होऊन गेले. आषाढातील पावसाचा भर ओसरला. श्रावण उलटला. राजांना विठोजीराजेंचा सांगावा आला. त्यांनी मलिक अंबरांच्या सांगण्याप्रमाणे काही ठिकाणे पाहून ठेवलेली होती. स्वत: राजांनी ती आधी डोळ्याखालून घालावी अशी त्यांची इच्छा होती. राजांना त्यांचे म्हणणे पटले. ते वेरूळला आले.

राजांनी वेरूळ गाठेपर्यंत दुपार झाली. विठोजीराजे त्यांची वाटच पाहात होते. जेवणे उरकून दोघे सदरेवर गप्पा मारीत बसले. विठोजीराजे सांगू लागले,

''आम्ही इथं आल्यापासून वजीरसाहेबांनी सांगितलेल्या कामात गुंतलो. आज आम्ही तिथल्या अंमलदारांना बोलावले आहे. ते येतीलच थोड्या वेळात.''

राजे पुढे काही बोलणार इतक्यात विठोजीराजेंचे संभाजी व खेळोजी खेळत बाहेर आले. त्यांच्या पाठोपाठ त्यांचे तिसरे चिरंजीव रांगत आले. त्यांना पाहताच राजांनी हात पुढे करून त्यांना उचलून मांडीवर घेतले, पण ते चटकन खाली उतरून त्यांच्या थोरल्या भावांमागे गडबडीने निघून गेले. त्यांच्या धावपळीकडे मोठ्या कौतुकाने पाहात राजे म्हणाले,

''मोठे चपळ आहेत नाही?''

''तर काय. अगदी सळसळत असतात नुसते. गेल्या नागपंचमीला झाले. 'नागोजी' नाव ठेवलंय.''

''अरे वा! अगदी शोभून दिसतंय.''

राजे हसत म्हणाले. दोघे भाऊ बऱ्याच दिवसांनी मनसोक्त गप्पा मारीत होते, इतक्यात बाहेरून वर्दी आली. विठोजीराजांनी बोलावलेले अंमलदार त्यांच्या कारकुनांसह आले होते. राजांनी त्यांना सदरेवर बोलावले. त्यांच्याकडून सर्व माहिती घेत राजे त्यांना समजावून सांगत होते,

''हे पाहा, वजीरसाहेबांना हवं असलेलं ठिकाण शोधणं सोपं नाही. मोठं लष्करी ठाणं उभारायचं आहे. त्यासाठी चांगलं लांबरुंद पठार हवं. पाण्याची पुरेशी सोय व्हायला हवी. ते दौलताबादपासून सोयीच्या अंतरावर असलं पाहिजे.''

अंमलदारांनी मान डोलवली. ते म्हणाले,

''आम्हांला धाकल्या राजांनी सारं सांगितलं आहे. आम्ही तशाच काही जागांची जानकारी आणली आहे.''

राजांनी साऱ्या जागांची तपशीलवार छाननी केली. बराच वेळ विठोजीराजेंशी खलबत केले. अखेर तीन-चार जागांची माहिती त्यांना त्यांच्या मागणीप्रमाणे वाटली.

दुसऱ्या दिवशी राजांनी नेहमीप्रमाणे घृष्णेश्वराला रुद्र घातला. आठवड्याभरात

साऱ्या निवडलेल्या जागा नजरेखाली घातल्या. आता राजे जुन्नरला जाण्यासाठी निघाले. त्यापूर्वी विठोजीराजेंशी बोलत असताना मागच्या झुंजाचा विषय निघाला. राजे सांगू लागले,

"गेल्या खेपी ऐनवेळी घ्यावी लागलेली माघार वजीरसाहेबांच्या जिवाला लागली आहे. त्याचा वचपा काढण्याच्या कामी आपलं नवं ठाणं अतिशय कामाला येणार आहे."

"खरंच दादासाहेब, त्यावेळी अगदी नजरेच्या टप्प्यात आलेला विजय हातातून गेला. त्याचवेळी या रोजच्या झगड्याचं मूळच उखडून गेलं असतं."

"दुरुस्त आहे तुमचं. पण झुंजात असं व्हायचंच."

"पण दादासाहेब, त्यावेळी खानखानन ऐनवेळी येऊन टपकले नसते किंवा त्यांना थोडा उशीर झाला असता तरी आपली फत्ते होत होती. तेव्हाच सारं संपलं असतं."

विठोजीराजे उद्‌वेगाने म्हणाले. राजे हसले, म्हणाले, "विठोजी, झुंजात काय आणि जिंदगीत काय. असं झालं असतं तर तसं झालं नसतं किंवा झालं असतं अशा बाबींना काही अर्थ नसतो. माणसाला वेळ येईल तसं वागावं लागतं. कधीकधी अगदी मनाविरुद्ध फैसले करावे लागतात."

"पण दादासाहेब, अशावेळी किती तकलीफ होते...!"

"जरूर होते. कितीतरी राग येतो. असं वाटतं काहीतरी घडावं आणि आपल्या मनासारखं व्हावं, पण काही होत नाही."

"मग अशावेळी काय करावं दादासाहेब? गप्प बसावं? हातावर हात ठेवून?"

विठोजीराजांच्या सवालावर राजे हसले, समजुतीच्या स्वरात त्यांच्या खांद्यावर हात ठेवत म्हणाले,

"नाही धाकले, अशावेळी असले मसले नियतीवर सोडून द्यायचे."

"आणि आपण काय करायचं?"

"थांबून राहायचं. वाट पाहायची. सही मोक्याची. आम्हांला वाटतं, वजीरसाहेब सध्या तेच करत आहेत."

गप्पांना अचानक गंभीर वळण लागले होते. थोड्याच वेळात राजे जुन्नरला निघाले. त्यांना निरोप देऊन परतल्यावर बराच वेळ विठोजीराजांच्या मनात त्यांचे शब्द घोळत होते.

■

१४

राजांनी मलिक अंबरांची भेट घेतली. त्यांच्याकडील साऱ्या माहितीचा तपशील सांगितला. मलिक अंबर खूश होत राजांना म्हणाले,

“राजे, विठोजीराजांनी चांगली कामगिरी पार पाडली. आम्हांला अगदी जलदीनं सारे फैसले करायचे आहेत. चला, आपण लागलीच निघू.”

दोनच दिवसांत साऱ्या लवाजम्यासह दोघे निघाले. त्यांनी विठोजीराजांना सोबत घेतले. सर्व गावे, ठिकाणे पाहून घेतली. बराच खल केला. अखेर मलिक अंबरांना हवे तसे ठिकाण मिळाले.

‘खडकी’ गाव दौलताबादपासून दक्षिण-पूर्वेकडे दहा कोसांवर. ते मलिक अंबरांना अगदी पसंत पडले. खडकी दौलताबादहून जवळ तर होतेच पण जालन्यापासून अवघ्या तीस कोसांवर होते. जालना खानखाननचे मूळ सुभेदारीचे गाव. त्याच्यावर वचक ठेवणं देखील त्यामुळे सोपे होणार होते.

जागा तर नक्की झाली. आता मलिक अंबर जोरात पुढच्या तयारीला लागले. त्यांना अगदी अहमदनगरसारखे मोठे नगर वसवायचे होते. दिवाने आम, दिवाने खास, इतर अनेक महाल बांधण्यासाठी त्यांनी माहीतगार, कुशल मंडळी बोलावून घेतली. रस्त्यांचे आराखडे बनवले. बागांसाठी खास माळी मागवले. त्यांच्यासाठी पाण्याचा पुरवठा हवा होता. पाणी संपूर्ण नगरात हवे तसे फिरवण्यासाठी जमिनीखालून भुयारातून पाणी आणण्याची अफलातून योजना त्यांच्यासमोर मांडली गेली. मलिक अंबर त्यावर बेहद्द खूश होऊन गेले.

“कितीही पैका लागला तरी मागेपुढे पाहू नका. हवी तितकी माणसं लावा. आम्हांला नगर, विजापूर यांच्या तोडीचं शहर उभं करायचं आहे.”

मलिक अंबरांचा हुकूम होता. त्यानुसार जोडणी करणे चालले होते. आता पायाभरणी समारंभाची तयारी सुरू झाली. मराठवाड्यातील सर्व सरदारांना बोलावणे पाठवले गेले.

मलिक अंबरांना दोन मुलगे होते. धाकट्याचे नाव होते चंगेजखान आणि थोरल्याचे फतेखान. थोरल्यावर त्यांचा अतिशय जीव होता. त्यांनी नवीन शहराला त्याचे नाव ठेवण्याचे मुकर्रर केले. ‘फतेनगर’

खुद्द मलिक अंबरांनी हाताने कुदळ मारून कामाचा मुहूर्त केला. राजांनी त्यानंतर विधिवत भूमिपूजन करवून घेतले. दौलताबाद आणि जालना. मलिक अंबरांच्या दोन दुश्मनांची राजू दखनी आणि खानखानन यांची शक्तीस्थाने. त्यांच्यावर वचक ठेवण्यासाठी, त्यांना सबक शिकवण्यासाठी योजलेले निजामशाही ठाणे उभारण्यास सुरुवात झाली.

■

१५

राजेंचा मुक्काम खडकीजवळच्या छावणीत होता. मलिक अंबर काही दिवस

थांबून जुन्नरला परतले. राजे मात्र नव्या कामाच्या जोडणीत गढून गेले. त्यांना मुळीच उसंत नव्हती. दसरा जवळ आला, तसे नव्या मोहिमेचे विचार अधूनमधून त्यांच्या मनात डोकावू लागले.

एके दिवशी अचानक राजांना जुन्नरला येण्यासाठी सांगावा आला. पुढच्या मोहिमेसाठी मलिक अंबरांनी बोलावले असावे असा राजेंचा अंदाज होता. राजे पोहोचले तेव्हा बरेच सरदार आधीच जुन्नरला पोहोचले होते. दुसऱ्या दिवशी सकाळी मलिक अंबरांच्या महालात बैठकीच्या वेळी सर्वजण पुढच्या मोहिमेबद्दल उत्सुक होते.

मलिक अंबर महालात आले. त्यांनी बोलण्यास सुरुवात केली.

"तुमची सर्वांची बेसबरी आम्हांला समजते. आम्ही त्याबद्दल बोलणार आहोत, त्याआधी एक खबर तुम्हांला द्यायची आहे."

त्यांचे बोलणे ऐकून सारे बुचकळ्यात पडले. मलिक अंबरच पुढे म्हणाले,

"आग्र्याहून खबर आली आहे. बादशाह अकबर यांचा इन्तकाल आला आहे."

अचानक बैठक स्तब्ध झाली. बादशाह अकबरांचा मृत्यू तसा अकाली म्हणता येत नव्हता. त्यांची पासष्टी उलटली होती. गेले काही दिवस त्यांची प्रकृती ठीक नव्हती. दोन मुलांचा ऐन तारुण्यात झालेला मृत्यू, शाहजादा सलीमचे बंड, राजा मानसिंग, शेख अबुल फजल यासारख्या निष्ठावंत साथीदारांचे दुरावणे या सर्व घटनांचा त्यांच्यावर खूप परिणाम झालेला होता. त्यातूनच त्यांचे मरण ओढवले होते.

पण त्याचा परिणाम साऱ्या हिन्दोस्तानवरच नव्हे तर काबूल-कंदहारपर्यंत पसरलेल्या त्यांच्या साम्राज्यावर होणार होता, म्हणूनच सर्वांना त्याचा धक्का बसला होता. त्यातून सावरत वणगोजीराजे म्हणाले,

"वजीरसाहेब, वाकई चौका देनेवाली खबर आहे. आता सियासतचा सारा माहौल बदलणार आहे. त्यात आपण काय करायला हवं, हे ठरवायला पाहिजे."

"राजाजी, आपण अगदी दुरुस्त बोललात. यासाठीच आम्ही सर्वांना बोलावून घेतलं."

आता सगळेच आपल्या परीने विचार करू लागले.

"वजीरसाहेब, शाहजादा दानियल गुजरल्यापासून खानखानन बुऱ्हाणपूरला आहेत. त्यांचा रवैय्या कसा असेल?"

मन्सूरखानाने विचारले. मलिक अंबर म्हणाले,

"आम्ही त्यावर बराच गौर केला, आम्हांला वाटतं, उत्तरेत काय घडतं, त्यावरच त्यांचं ठरेल. बहुतेक बडे शाहजादे सलीम तख्तावर बसतील. त्यांच्या खिलाफ कुणी उठाव केला तर सांगता येत नाही. काही सालांपूर्वी खुद्द शाहजादा

सलीमने बादशाहांच्या खिलाफ बगावत केली होती. त्यावेळी त्यांना ज्यांनी साथ दिली होती ते त्यांना आजदेखील साथ देतील. लेकिन जे त्यांच्या खिलाफ लढले त्यांच्या दिलात आता डर असणार. अशा वेळी कुणी बगावत करायची हिंमत केली तर ते सर्वजण त्याला पाठबळ देऊ शकतात. तिथं काय घडेल ते नेमकं आता सांगता येणार नाही. खानखाननला सारं नीट पाहून पुढचं धोरण ठरवावं लागेल.''

मलिक अंबरांचे बोलणे ऐकून राजेंचे डोळे चमकले. ते उत्साहात म्हणाले,

''म्हणजे, वजीरसाहेब, उत्तरेत बरीच उलथापालथ होईल असं दिसतं. तिथल्या हवेचा रुख कसा बदलतो याचा खानखानन अंदाज घेत राहणार. आपली सुभेदारी सलामत राहावी याची त्यांना फिकीर असणार. काही काळ तरी ते मोठ्या हालचाली करू शकतील असं वाटत नाही. आम्हांला वाटतं, आपण जरूर त्याचा फायदा उठवू शकतो.''

राजांच्या बोलांनी सर्व सरदारांत जोश आला. वणगोजीराजे म्हणाले,

''उत्तरेत कोणी तख्तावर बसलं तरी त्यांचा रवैय्या काही बदलणार नाही. मोगल आपल्याशी दुष्मनीच करणार. संधी मिळाली की, पुन्हा चढाई करणार, म्हणून आपण ही वेळ न दवडता आपली ताकद वाढवली पाहिजे.''

समशीरखान खुशीत म्हणाला,

''वजीरसाहेब, यंदा बरसात चांगली झाली. फसल अच्छी आहे. आपले स्वार परत रुजू व्हायला लागले आहेत. पुरा मोसम हाताशी आहे. याच वेळी उत्तरेत गोंधळ झाला आहे. बहुतेक अल्लाहची मर्जी दख्खनवर झालेली दिसते. बस, आता आपण हुकूम करायला हवा.''

सर्व सरदारांनी त्याला दुजोरा दिला. आपल्या सरदारांचा वाढता जोष पाहून मलिक अंबर खूश झाले. ते सांगू लागले,

''तुम्ही सर्वजण असं बोलाल अशीच आम्हांला उम्मीद होती. आपल्याला चांगला मोका मिळाला आहे. त्याचा सही फायदा उठवला पाहिजे. तुम्ही आता आपल्या जहागिरीत परत जा. आठवडाभरात तैयारी करा. हरएकाने आपल्या जहागिरीलगतच्या मोगली मुलखावर चढाई करायची आहे. सर्वांनी चोहीकडून येल्गार करून मोगलांना हैराण करायचं.''

थोडा वेळ थांबून ते पुढे म्हणाले,

''खानखाननने गेल्या खेपी आमची आगळीक केली होती. हम कुछ भूले नहीं। आम्ही खुद्द आमच्या खाशा सैन्यानिशी जालन्यावर, त्यांच्या जहागिरीवर चालून जाणार आहोत. चला, सगळे कामाला लागा.''

निजामशाही सरदारांमध्ये एकच जोम संचारला. अहमदनगरचा पाडाव झाल्यानंतर गेली पाच वर्षे सतत मोगलांशी झुंज देणाऱ्या दख्खनच्या वीरांना आपले पूर्वीचे

वैभव परत मिळवण्याची मोठीच संधी मिळाली होती. तिचा लाभ घेण्यासाठी सारे बाहेर पडले.

■

१६

दसरा उलटताच निजामशाही सरदार मोगल मुलखात घुसले. एखादे वारूळ फुटावे तसे साऱ्या दख्खनभर निजामशाही सैन्य पसरले. दखनी वीर मुळातच डोंगरी लढाई करण्यात मोठे माहीर. त्यांनी जबरदस्त चढाया केल्या. साऱ्या मुलखात एकच धुमाकूळ घातला. पाहतापाहता एकएक मोगली ठाणे उद्ध्वस्त होऊ लागले.

खानखानन बुऱ्हाणपूरला होता. रोज हमल्याच्या, माघारीच्या, पराभवाच्या खबरींनी तो हैराण होऊ लागला. त्याला काय करावे हे समजेना. त्याच्या मोगली अंमलदारांना पळता भुई थोडी झाली होती. निजामशाही वीरांच्या हल्ल्यांना कसे आवरावे त्याला कळेना. त्यातच खुद्द मलिक अंबरांनी त्याच्या अगदी मर्मावरच घाव घातला.

मलिक अंबर खानखाननच्या खाजगी जहागिरीवर जातीने चालून गेले. छावणी ठोकून साऱ्या मुलखावर हल्ला चढवला. खानखाननला समजताच त्याने बुऱ्हाणपूरहून आपली खाशी दिम्मत धाडून दिली, पण मलिक अंबरांच्या धडाक्यासमोर कोणाचाही टिकाव लागत नव्हता. खानखानन स्वत: बुऱ्हाणपूर सोडू शकत नव्हता. त्याने पाठवलेला एक एक मोहरा परास्त होत होता. खानखानन- मोगल साम्राज्याचा नामजद सुभेदार, दख्खनचा नावाजलेला जाणकार, आज पार हतबुद्ध होऊन गेला होता.

उत्तरेत आग्र्याला शाहजादा सलीम मोगल साम्राज्याचा हक्कदार तख्तावर आला होता. 'नुरुद्दीन मुहम्मद जहांगीर बादशाह गाझी' असा भलामोठा भपकेबाज किताब त्याने धारण केला होता. खानखाननला वाटले, आता सारे स्थिरस्थावर झाले. आपल्याला निजामशाहीशी लढण्यासाठी, दख्खनमध्ये मोगली पाऊल पक्के रोवण्यासाठी आधार मिळेल. त्याने मदतीची मागणी केली होती, पण अजून काही उत्तर येत नव्हते.

राजे सतत तीन महिने घोड्यावर मांड ठोकून लढत होते. त्यांना क्षणाची उसंत नव्हती. ते जातील तेथे विजयाची पताका फडकावीत होते. इतका काळ लोटला तरी मोगलांकडून काही प्रतिकार होत नव्हता. मोगलांच्या गोटातली खबर समजत नव्हती, त्यामुळे राजे थोडे बेचैन झाले. त्यांनी मलिक अंबरांना भेटण्याचे ठरवले.

मलिक अंबरांचा मुक्काम जालन्याजवळच्या छावणीत होता. साठीच्या उमरीचे

मलिक अंबर तरुणांच्या तडफेने मोहीम चालवत होते. जालन्याच्या जवळचा मराठवाड्याचा जवळ जवळ सारा भाग जिंकून आता त्यांच्या सैन्याच्या तुकड्या वऱ्हाडात धुमाकूळ घालत होत्या. राजांना पाहून मलिक अंबरांना अतिशय आनंद झाला. ते मोठ्या प्रेमाने राजेंची विचारपूस करत म्हणाले,

"या राजे, बऱ्याच दिवसांनी मुलाकात होते आहे."

"जी. वजीरसाहेब. गेले कित्येक दिवस सतत नगरजवळच्या मुलखात लढत आहोत."

"आम्ही सारं जाणून आहोत. आमचे नजरबाज आम्हांला तुमच्या पराक्रमाबद्दल सांगत असतात. आज अवचित आलात?"

मलिक अंबरांनी विचारले. राजांनी आपले मन खुले केले.

"वजीरसाहेब, दोन-तीन महिने झाले. आपले मोगली मुलखावर हमले चालू आहेत, पण आत्तापर्यंत उत्तरेत सारं ठीकठाक झालेलं असणार. इथल्या त्यांच्या वाताहतीबद्दल तिथं समजलेलं असणार, त्यामुळे मोगल काही स्वस्थ बसणार नाहीत. त्याबद्दल काही खबर असली तर आपल्याकडेच समजणार म्हणून आलो. आपली खुशाली देखील विचारायची होती."

राजांना काय म्हणायचे होते हे मलिक अंबरांच्या ध्यानी आले. ते सांगू लागले,

"राजे, आमचा अंदाज होता, त्याप्रमाणे शाहजादा सलीम मोगल बादशाह बनले. पण लागलीच त्यांच्या भावाने - शाहजादा खुशरूने बगावत केली. ती मोडून काढण्यास त्यांना काही दिवस लागले. त्यानंतर थोडं ठीक होईल असं त्यांना वाटलं, पण पर्शियात शाहा सफावीनं कंदहारला वेढा घालून जंग छेडलं आहे, त्यामुळं त्यांना आता तिथं पाहावं लागेल असं आमच्या नजरबाजांनी कळवलंय."

"हां, म्हणजे त्यांना त्यातच गुंतून पडावं लागेल असंच दिसतंय."

"बिलकूल सही. म्हणजेच राजे, अशा माहौलमध्ये दख्खनकडे पाहायला त्यांना फुरसत कुठून मिळणार? खानखाननला काही मदत किंवा जादा कुमक मिळणं नामुमकीन दिसतं."

राजेंचे समाधान झाले. ते मोकळेपणाने म्हणाले,

"वजीरसाहेब, खूप बरं वाटलं. चांदबीबीसाहिबांचा इन्तकाल आणि अहमदनगरची हार झाल्यानंतर आताच सल्तनत खरी मजबूत बनली आहे. तिच्यावर एवढ्यात काही संकट येणार नाही, हे समजल्यानं खरंच फार बरं वाटलं."

त्यांच्याकडे पाहून मलिक अंबर हसत म्हणाले,

"जरूर. आता या तुम्ही, पण कल पुन्हा या. बऱ्याच मसल्यांबद्दल काहीतरी करायला हवं. त्याबद्दल बोलू."

"जी येतो आम्ही."

दोघेही अतिशय खुशीत होते. मोगलांना इतक्या थोड्या अवधीत नामोहरम करणे ही साधी बाब नव्हती, पण दख्खनमध्ये असे घडले होते.

मोगलांनी सतत दहा वर्षे लढून, लाखो होन खर्च करून, दोन शाहजादे आणि हजारो लढवय्ये खर्ची घालून निजामशाही सल्तनत जिंकली होती. त्यातील जवळजवळ सर्व मुलूख दख्खनच्या वीरांनी अवघ्या काही महिन्यांत परत मिळवण्याचा अलौकिक पराक्रम घडवला होता.

■

१७

निजामशाहीला खरोखरीच बरे दिवस आले होते. बादशाह अकबरांच्या मृत्यूनंतर आग्र्यात उद्‌भवलेल्या परिस्थितीचा फायदा पुरेपूर उठवला गेला होता. दख्खनमधला हरएक शिपाई अगदी जिवावर उदार होऊन लढत होता. अर्थात त्याला काही अपवाद मात्र होते.

राजू दखनी त्यातील एक महत्त्वाची असामी. मलिक अंबरांशी झालेल्या अखेरच्या जंगपासून त्याला उतरती कळा आली होती. खानखानानने त्याला मदत केली होती खरी, पण त्याच्या लष्कराचा खर्च सोसावा लागल्यामुळे राजूची आर्थिक बाजू कमजोर झाली होती, त्यातच त्याच्या तऱ्हेवाईक व अरेरावीच्या वागण्यामुळे जवळची माणसे दुरावू लागली होती.

गेले तीन महिने निजामशाहीतले सारे सरदार मोगलांशी लढत होते. राजूकडून मात्र काही हालचाल नव्हती. कदाचित यावेळी खानखानानला न दुखवण्याचे धोरण त्यामागे असू शकेल, पण राजू आणि त्याचा साथीदार फरहादखानाने कोणतीही मोहीम काढलेली नव्हती एवढे मात्र खरे.

मलिक अंबरांकडे राजूच्या प्रत्येक हालचालीची बित्तंबातमी येत होती. राजे दुसऱ्या दिवशी त्यांना भेटायला गेले त्यावेळी त्यांनी राजूच्या विषयाला हात घालत म्हटले,

"राजे जंगची सारी जानकारी तुम्हांला आहेच. आता इथले काही मसले सोडवायला हवेत; त्यासाठीच आम्ही तुम्हांला थांबवलं."

राजे हसले. मलिक अंबर कशासंबंधी बोलत आहेत हे केव्हाच त्यांच्या ध्यानी आले होते. ते उद्‌गारले,

"म्हणजे राजू दखनीबाबतचा. होय ना? वजीरसाहेब, त्यांची हालत मागल्या जंगपासून पार बिघडली आहे, असं आम्हांला समजलं. त्यांनी इतका चांगला मोका असून एकही मोहीम काढली नाही. आता त्यांना खानखानानची साथ मिळणं मुश्कील आहे. आम्हांला वाटतं, त्यांचा निकाल लावायला ही अगदी सही वेळ आहे."

राजांच्या उत्साहपूर्ण बोलण्यावर मलिक अंबर हसले, पण मान हलवीत म्हणाले,

"राजे, तुमचं म्हणणं अगदी खरं आहे. राजूंची हालत अगदी खराब झालेली आहे, पण त्यांच्या खिलाफ काही करण्याची वेळ अजून आलेली नाही."

"म्हणजे?"

"राजे, राजू कितीही कमजोर झाले तरी जोपर्यंत त्यांना आपल्या बादशाहांचं-निजामशाहांचं - पाठबळ मिळत राहील, तोवर त्यांना आटोपणं मुश्कील आहे."

"तेही खरंच; त्यासाठी काहीतरी करायला हवं."

राजे त्यांच्याशी सहमत झाले. मलिक अंबर पुढे म्हणाले,

"आमच्या दिमागमध्ये त्यासाठी काही खयाल येत आहेत. आम्ही त्यावर काही गौर करावा म्हणतो. पाहू या, काय करता येईल ते."

बोलता बोलता मलिक अंबर विचारमग्न झाले. त्यांच्या मनात काहीतरी शिजत होते याचा राजांना अंदाज आला. योग्य वेळ येताच ते नक्कीच त्यावर अंमल करतील यावर राजेंचा विश्वास होता. ते उठत म्हणाले,

"ठीक आहे तर. येतो आम्ही."

त्यांना थांबवत मलिक अंबर म्हणाले,

"नाही राजे, आम्ही एक-दोन रोजात परिंड्यावर जाण्याचा विचार करत आहोत. आपल्या बादशाहांना भेटून बरेच दिवस झाले आहेत. तुम्ही तिथं आमच्यासोबत हवे आहात."

"जरूर येऊ."

राजे म्हणाले. थोड्या वेळाने ते आपल्या डेऱ्यात गेले. मलिक अंबरांच्या मनांत काहीतरी नक्कीच शिजत होते. त्यांचा बेत फत्ते होऊन निजामशाहीतली भांडणे संपावीत असे त्यांना अनेक इतर सरदारांप्रमाणे वाटत होते. त्यासाठी मलिक अंबरांना साथ द्यायचे त्यांनी ठरवले होते.

■

१८

परिंड्यावर माहौल खुशहालीचा होता. मुर्तुजा निजामशाहांना चोहो बाजूंनी आपल्या सेनेच्या विजयाच्या वार्ता येत होत्या. ते अतिशय खुशीत होते. अशा वेळी मलिक अंबर त्यांच्या भेटीला गेले. त्यांना पाहून मुर्तुजा निजामशाह म्हणाले,

"या वजीरसाहेब, आज फुरसत मिळाली?"

"जी खाविंद, आम्हांला देखील आपल्याला भेटण्याची ख्वाईश होती. लेकिन हमने सोचा, पूरी जीत हासिल करके आयेंगे। फिर भी आज रहा नहीं गया।"

"आम्हांला तुमच्या फतेहच्या खबरी मिळत होत्या. बड़ी खुशी हुई।"

मुर्तुजा निजामशाह मनापासून म्हणाले. ते खरोखरीच चांगल्या मन:स्थितीत दिसले. मलिक अंबर परिंड्यावर चार दिवस राहिले. साऱ्या बाबींचा त्यांनी व्यवस्थित अंदाज घेतला. एके दिवशी त्यांनी मुर्तुजा निजामशाहांशी खलबतखान्यात एकांतात भेट घेतली. हळूच विषय काढला,

"खाविंद, हम जानते हैं। गेल्या तीन महिन्यांत आपल्या वीरांनी अगदी कमाल केली आहे. मोगलांनी घेतलेला बराचसा मुलूख परत मिळवला आहे. इसलिये सबको बड़ी खुशी है। लेकिन एक मामला थोडी दिक्कत करतो."

"अच्छा? क्या बात है?"

निजामशाहांनी विचारले.

"आपकी इजाजत हो तो..."

मलिक अंबर थांबले, ते निजामशाहांचा अंदाज घेत होते. निजामशाह म्हणाले,

"जरूर - कहो, क्या बताना चाहते हैं आप?"

मलिक अंबरांनी सावधपणे बोलण्यास सुरुवात केली.

"खाविंद, आपण इथं परिंड्यावर असता, तर आम्ही जुन्नरला. हरएक वक्ताला आपल्याशी सला करायला जमत नाही. कधीकधी इतक्या दूर येण्याची सवड नसते. जलदीमध्ये फैसले करावे लागतात."

"तो?"

"त्यामुळे गैरसमज होऊ शकतो. आम्ही आपल्याला विचारीत नाही, मनमानी करतो असं वाटू शकतं."

"हां कभी कभी ऐसा होता है।"

मुर्तुजा मान हलवीत म्हणाले. आता मलिक अंबरांना हवे तसे वळण लागले होते. आपल्या आवाजात अत्यंत आर्जव आणत ते म्हणाले,

"यही हम नहीं चाहते। असं होता कामा नये. यह ठीक नहीं, लेकिन यासाठी काहीतरी करायला पाहिजे. आता तर आपली दौलत, आपला मुलूख वाढला. कारभार वाढला. आम्हांला हमेशा आपल्या सल्ल्याची जरूरत पडणार."

"फिर? क्या कहना चाहते हैं आप? हम नहीं समझे। साफ कहो।"

मुर्तुजा निजामशाहांनी विचारले. आता मलिक अंबरांनी आपला हेतू उघड केला, ते म्हणाले,

"आम्हांला वाटतं, आपण एक साथ, एक जगह असलो तर ठीक होईल."

"मतलब?"

"आमचं जुन्नर अगदी अव्वल ठिकाण आहे. एकदम महफूज जगह आहे. आपण तिथं आपला मुक्काम हलवला तर कारभारात सोयीचं होईल. आम्हांला

आपली चांगली हिफाजत करता येईल. हरएक मामल्यात आपल्याशी सल्ला करता येईल. आमची आपल्याकडे तहे दिलसे गुजारिश आहे, आपण त्यासाठी इजाजत द्यावी.''

मलिक अंबरांच्या बोलांमधून अजिजी ओसंडून वाहात होती. मुर्तुजा निजामशाह काही वेळ विचारात पडले. अखेर त्यांनी होकार दिला. मलिक अंबरांची एक महत्त्वाची चाल कामयाब झाली होती. अतीव समाधानाने ते म्हणाले,

''खावन्द, आपण कुबुल केलंत, आम्ही मोठे खुशकिस्मत आहोत. आपल्या साथ राहण्याची आमची चाहत आता पुरी होईल. आपल्यासाठी सारा खास इन्तजाम करावा लागेल. हे काम आसान नाही. आम्हांला जातीने सारं नीट करायला हवं. इजाजत द्यावी.''

मुर्तुजा निजामशाहांनी मान हलवली. मलिक अंबर त्यांचा निरोप घेऊन आपल्या मुक्कामी आले. तेथे राजे त्यांची वाट पाहात होते. त्यांना मलिक अंबरांनी सारा वाकिया सविस्तर सांगितला. दोघे तातडीने जुन्नरला परतले. मुर्तुजा निजामशाहांचे मन बदलण्यापूर्वी त्यांना हलवणे भाग होते. अवघ्या पंधरवड्यात सारी व्यवस्था करून मलिक अंबरांनी मुर्तुजा निजामशाहांना जुन्नरला हलवलेदेखील.

नवे निजामशाही तख्त सुरुवातीला परिंड्यावर स्थापन झाले होते. तेथून औसाला हलवले गेले व पुन्हा परिंड्यावर आले होते. आता ते जुन्नरला हलवले गेले. सहा वर्षांत तीन वेळा जागा बदलून आता ते मलिक अंबरांच्या खास अखत्यारीतील ठिकाणी म्हणजेच जुन्नरला आणले गेले.

मुर्तुजा निजामशाहांना आपल्या निगराणीत सुरक्षितपणे आणल्यामुळे मलिक अंबर त्यांच्या बाबतीत निर्धास्त बनले होते.

■

१९

राजे श्रीगोंद्याला परतले. मुर्तुजा निजामशाहा जुन्नरवर स्थिरस्थावर झाले. अद्याप चोहो बाजूंनी फतेहच्या खबरी येतच होत्या. मोगलांकडून कसलीही मोठी हालचाल होण्याची लक्षणे दिसत नव्हती. एकंदरीत साराच मामला खुशहालीचा बनला आहे असे दिसत होते.

राजू दखनीची हालत मात्र अधिकच बिघडली होती. त्याच्या जुलमी व लोभी वृत्तीमुळे त्याची जहागिरीतील रयत त्रासून गेली होती. त्याच्या अरेरावीमुळे हाताखालची माणसे टिकेनाशी झाली होती. कित्येकजण त्याला सोडून दुसऱ्यांकडे निघून गेले होते.

सरलष्कर फरहादखान अद्याप राजूला साथ देत होता. मलिक अंबरांना सोडून

आल्यामुळे तो त्यांनी आखलेल्या कोणत्याही मोहिमेत भाग घेत नव्हता.

त्यातच मुर्तुजा निजामशाह जुन्नरला आल्यामुळे राजूचा मोठा आधार तुटला. त्याचा निजामशाहांशी संपर्क तुटला. आजवर राजू गोडगोड बोलून, मोठमोठे नजराणे देऊन निजामशाहांना आपलेसे करीत असे. त्याच्या कारभारातले दोष त्यांच्यापर्यंत पोहोचू देत नसे. आता त्याला तसे करणे शक्य नव्हते. त्याच्याविषयी काही तक्रारी आता थेट निजामशाहांपर्यंत पोहोचू लागल्या.

मलिक अंबरांनी मोठ्या धोरणीपणे या सर्व बाबी हेरल्या होत्या. त्यांनी वेळ पाहून एके दिवशी निजामशाहांकडे विषय काढला.

“खावन्द, आपण इथे आलात. तेव्हापासून सल्तनतीची लगातार तरक्कीच होत आहे. आपल्याला काही कमी नाही ना?”

“बिलकूल नहीं। बड़े खूश हैं हम।”

“हमारी खुशकिस्मती. लेकिन हमें लगता है कि, आपले सारे नुमाइंदे आपल्या तरक्कीमुळे खूश झालेले नाहीत.”

“मतलब?”

मुर्तुजा निजामशाहांनी कपाळाला आठ्या घालीत विचारले. मलिक अंबर सहज बोलल्याप्रमाणे म्हणाले,

“नहीं। कुछ खास नहीं। पण आपले सारे सेनानी लढत असताना आपले सरलष्कर कुठं कामगिरी करताना दिसत नाहीत. ते आमच्याशी मनमुटाव धरून आहेत हे ठीक, पण सल्तनतीकडे त्यांचे काही फ़र्ज़ आहे की नाही?”

मुर्तुजा निजामशाह काही बोलले नाहीत. त्यांच्या चेहऱ्यावरचा गंभीरपणा वाढला, मलिक अंबरच पुढे म्हणाले,

“आम्ही त्यांना अनेक वेळा आपल्या नावे पैगाम पाठवले, पण त्यांनी साधा जवाबही पाठवला नाही.”

“अच्छा?”

निजामशाहांना आता राग येऊ लागला. मलिक अंबर फरहादखानाचे नाव घेऊन बोलत असले तरी त्यांचा खरा रोख कुणावर होता ते त्यांच्या ध्यानी आले नव्हते असे नाही. राजू दखनी त्यांना भेटायला आला नव्हता, त्याने कोणती मोहीम काढलेली नव्हती, हे सारे त्यांना जाणवले होते. त्यातच त्याच्याविरुद्ध अनेक तक्रारी ते जुन्नरला येण्यापूर्वी देखील त्यांच्या कानावर आल्या होत्या. ते हलकेच म्हणाले,

“सरलष्कर फरहादखान नहीं आये। कुठं आहेत ते? फौरन आमचा पैगाम त्यांच्याकडे पाठवा. त्यांना इथं आमच्या रुबरू पेश होण्याचा हुकूम आहे असं कळवा.”

"जी, खाविंद. आमच्या जाणकारीप्रमाणे ते दौलताबादला आहेत. आपण म्हणता तर, आम्ही और एक बार आपला हुकूम त्यांना कळवतो, पण तरीही ते आले नाहीत तर?"

मलिक अंबरांनी अगदी योग्य ठिकाणी घाव घातला होता. मुर्तुजा निजामशाह चिडून म्हणाले,

"शाही हुकूम ठुकरानेकी जुर्रत करेंगे? उनकी इतनी हिम्मत?"

"आप खामखाँ गुस्सा हो गये। आम्ही बस इतकंच म्हणालो की, यापूर्वी ते आले नाहीत, तसंच होऊ शकतं. ऐसे में अगर आपकी इजाजत हो तो, आम्ही कुणाला तरी त्यांच्यावर पाठवून देऊ."

"हां. इजाजत है।"

एवढेच बोलून मुर्तुजा निजामशाहांनी सरबताच्या प्याल्याला हात घातला. ते या विषयाला कंटाळलेले दिसले. मलिक अंबरांचे काम झाले होते. ते कुर्निसात करीत एवढेच म्हणाले, "जसा आपला हुकूम."

आणि तडक खलबतखान्यातून बाहेर पडले. आपल्या महालात आले. आता राजू दखनीला संपवण्यापासून त्यांना कोणीही अडवू शकत नव्हते, परंतु पुढची पावले अगदी जपून टाकणे आवश्यक होते. अजून काही अवधी हाताशी होता. फरहादखानाला निरोप पाठवून तो आला नाही, हे निजामशाहांना दाखवणे भाग होते. ते फारसे कठीण नव्हते. पुढची मोहीम मात्र व्यवस्थितपणे आखावी लागणार होती.

बराच विचार करून त्यांच्या एक बाब ध्यानी आली. मुर्तुजा निजामशाहांना एकटे सोडून चालणार नव्हते; म्हणजेच ते स्वत: राजूंवर चालून जाऊ शकत नव्हते. ही मोहीम त्यांच्या स्वत:साठी अतिशय महत्त्वाची होती, तितकीच कठीण होती; म्हणूनच ज्याच्या हाती सोपवायची ती असामी तितकीच समर्थ आणि त्यांच्याशी पूर्णपणे निष्ठावान असणे आवश्यक होते.

अशा वेळी त्यांच्या नजरेसमोर यावेळी एकच नाव प्रकर्षाने पुढे आले, मालोजीराजे भोसले यांचे. त्यांनी तातडीने राजे तसेच विठोजीराजे यांना बोलावण्यासाठी माणसे धाडून दिली.

■

२०

राजे यावेळी वेरूळला गेले होते. परसोजीराजेंची तबियत ठीक नाही, त्यांना यावेळची थंडी अधिक बाधली आहे, असे त्यांना विठोजीराजांनी कळवले होते. दोघे जिंतीला जाणार तेवढ्यात त्यांना मलिक अंबरांचा तातडीने भेटण्यासाठी सांगावा

आला. दोघे उभ्याउभ्या परसोजीराजांना भेटून जुन्नरला आले.

दोघांना इतक्या जलदीने आल्याचे पाहून मलिक अंबरांना समाधान वाटले. ते राजांना म्हणाले,

''या. आम्ही आपलीच वाट पाहात होतो.''

''आपला सांगावा मिळाला. आम्ही वेरुळी गेलो होतो, तिथंच समजलं, टाकोटाक आलो.''

राजांच्या बोलांमधून त्यांच्या मनातली उत्सुकता उघड जाणवत होती. मलिक अंबरांच्या ध्यानी आले तरी ती अधिक वाढवत ते म्हणाले,

''गेले काही दिवस सारं काही आमच्या मनाप्रमाणे घडत आहे. जंगमधली जीत असो की, आपली मसनद जुन्नरमध्ये आणण्याचा आमचा इरादा. सारं हवं तसं होतं आहे, बस, एक कसर बाकी आहे.''

राजे हसले. मलिक अंबरांकडे पाहात म्हणाले,

''जी. आम्ही जाणतो. तुम्ही कशाबद्दल बोलत आहात. राजू दखनींबद्दलच ना?''

''बिलकूल सही पहचाना।''

मलिक अंबर मनापासून म्हणाले. त्यांनी दोघांना सरलष्कर फरहादखानाला पकडून आणण्यासाठी निजामशाहांकडून कशी मोठ्या हिकमतीने मंजुरी घेतली, त्या निमित्ताने दौलताबादवर कशी चढाई करायची होती, हे सविस्तर सांगितले. ते पुढे म्हणाले,

''राजे, बादशाह त्यांच्यावर बहुत खफा झाले आहेत. आता त्यांच्या बाजूने बादशाहांना बहकवणं राजूंना जमणं शक्य नाही.''

''वजीरसाहेब, राजूंवर हमला करण्याचा हाच सही मोका आहे. आज त्यांची ताकद अतिशय कमी झाली आहे. बस, आपण कधी निघणार ते सांगा. आम्ही हमेशाप्रमाणे आपल्या संग येण्यासाठी तैयार आहोत.''

राजांच्या उत्साहाला अगदी उधाण आले होते. विठोजीराजांच्या चेहऱ्यावर उत्सुकता ताणलेली होती, पण दोघांना थोपवत मलिक अंबर गंभीरपणे म्हणाले,

''नाही. आम्ही राजूंच्या खिलाफ मोहीम काढणार नाही.''

''काय?''

दोघे बंधू एकदम उद्‌गारले. राजे पुढे काही बोलणार, तोच त्यांना थांबवत मलिक अंबर म्हणाले,

''राजे आम्ही खुद्द जातीने मोहिमेवर जाऊन निजामशाहांना एकले सोडण्याचा धोका पत्करणार नाही. आमच्याऐवजी ही मोहीम चालवण्यासाठीच आम्ही तुम्हांला याद केलं.''

"म्हणजे?"

राजांना क्षणभर काही समजलेच नाही. मलिक अंबरच पुढे म्हणाले,

"राजे, तुम्ही दोघांनी ही मोहीम पार पाडायची आहे. तुम्हांला तिकडच्या मुलखाची पूरी जानकारी आहे. आमचा तुमच्यावर पूरा भरोसा आहे. तुम्ही जरूर फतेह मिळवू शकाल."

"वजीरसाहेब।"

राजांना शब्द सापडत नव्हते. मलिक अंबरांनी त्यांची अवस्था ओळखली. पुढे येऊन त्यांच्या खांद्यावर हात ठेवीत ते म्हणाले,

"राजे, आम्ही जाणतो, ही मोहीम आसान नाही. लेकिन आमचा तुमच्या काबिलियतवर, हुनरवर पूरा भरोसा आहे. तुम्हीच हे जंग फतेह कराल, याबद्दल आमच्या दिलात बिलकूल शक नाही."

"पण वजीरसाहेब..."

राजे बोलणार तोच त्यांना थांबवत मलिक अंबर बोलू लागले,

"राजे, राजू दखनी आज कमजोर झाले आहेत, पण त्यांना जिंकणं सोपं नाही. ते खुद्द उत्तम सेनानी आहेतच, त्याशिवाय आजही त्यांना मलिक संदल, पतंगराव यांच्यासारख्या सरदारांची साथ आहे. इतकंच नव्हे तर आपले सरलष्कर फरहादखान त्यांच्या पाठीशी आहे. दौलताबादसारखा बेलाग किल्ला त्यांच्या ताब्यात आहे, पण तुम्ही बिलकूल बेफिकीर राहा. आम्ही आमची सारी ताकद तुमच्या पाठीशी उभी करू."

"जी."

आता दोघे भाऊ एका सुरात म्हणाले. आता बैठकीच्या गांभीर्याचे पुरते भान त्यांना आले होते. मलिक अंबरांनी इतक्या मोठ्या जोखिमेची मोहीम त्यांच्यावर सोपवली होती. एवढा भरवसा दाखवला होता. दोघे मनातून सुखावून गेले होते.

मलिक अंबर पुढचा तपशील सांगत म्हणाले,

"तुम्ही तैयारीला लागा. आम्ही आपल्या सर्व सरदारांना तुम्हांला लागेल ती साथ करण्यासाठी हुकूम पाठवतो. याखेपी रसद, कुमक कशातही कमी पडू देणार नाही. आम्हांला यावेळी कसलीही जोखीम घ्यायची नाही. हा आमच्या वजूदचा सवाल आहे. या मसल्याचा पूरा निकाल लागलाच पाहिजे."

राजांनी मोठ्या समाधानाने आणि अभिमानाने विठोजीराजेंकडे पाहिले. निजामशाहीची, दख्खनच्या तख्ताची सेवा दोघांनी इतकी वर्षे मोठ्या निष्ठेने पार पाडली होती. अनेक लढायांत त्यांनी आजवर पराक्रम गाजवला होता. आज कारकिर्दीचे शिखर गाठण्याची संधी त्यांना लाभली होती. एवढी मोठी मोहीम स्वतंत्रपणे चालवण्यास मिळाली होती. तिचा पुरेपूर लाभ उठवण्याची धडाडी त्यांच्या अंगी होती. मोहीम

जिंकून यशाचा तुरा मस्तकी मिरवण्याची जिद्द त्यांच्या मनात होती. ते मोठ्या उत्साहात म्हणाले,

"वजीरसाहेब, आपण येवढा भरोसा दाखवलात. आम्ही दोघे तो जरूर खरा करून दाखवू. आम्ही लागलीच निघतो. पुढच्या तयारीला लागतो. आम्ही आता फतेह मिळवूनच आपल्यापुढे येऊ."

दोघांच्या मुद्रेवरचा निर्धार पाहून मलिक अंबरांच्या मनावरचा भार हलका झाला. ते निरोप घेत म्हणाले,

"ठीक आहे. या आपण. तुमची तैयारी झाली की कळवा. आम्ही वाट पाहातो."

राजू दखनीचे पारिपत्य आता नक्की होणार याबाबत मलिक अंबर निश्चिंत झाले होते.

निजामशाहीतील अंतर्गत संघर्ष निकरावर आला होता. मोगलांच्या आघाडीवरची सामसूम मलिक अंबरांनी हेरली होती. निजामशाहांना जवळ घेऊन अचूक डाव टाकला होता. खात्रीने जिंकण्यासाठी राजेंसारखा उमदा, शूर व इमानी मोहरा पणाला लावला होता.

■

२१

राजे श्रीगोंद्याला आले. विठोजीराजे वेरूळला गेले. दोघांनी आपली तयारी करायची, त्यानंतर राजांनी वेरूळला जायचे असे ठरले होते. राजांनी ताबडतोब गोमाजी, बाळाजी तसेच आपल्या इतर अंमलदारांना कामाला लावले. स्वारांची तयारी पूर्ण झाली. फडावरच्या कामाचा निचरा झाला. राजे वेरूळला जाण्यासाठी सज्ज झाले.

जाण्यापूर्वी त्यांनी गोमाजींना जवळ बोलावले. काळजीपूर्वक सूचना केल्या-

"गोमाजी, ही मोहीम वेगळी आहे. नेहमीसारखी नाही. राजूसारख्या सेनानीच्या खिलाफ जंग करण्यासाठी आम्ही जात आहोत. कदाचित बराच काळ लागेल. तुमच्यावर इथली सारी जिम्मेदारी सोपवत आहोत."

"सरकार, आपण बिनघोर ऱ्हावा. आजवर आपला हुकमानुसार कारभार पाहात आलो, तसाच पाहीन."

गोमाजी विनम्रपणे म्हणाले. राजे त्यांच्या खांद्यावर हात ठेवीत म्हणाले,

"आम्हांला त्याची खातर आहे, पण आम्ही बाळाजींना त्यांच्या कबिल्यासह नेत आहोत. तुम्ही एकले पडणार म्हणून सांगितले, काळजी घ्या."

"जी."

गोमाजी खाली मान झुकवीत म्हणाले. राजे किती मोठ्या जोखमीच्या मोहिमेवर

निघाले आहेत याची त्यांना पूर्ण जाणीव होती, त्यामुळे राजांनी उलट आपलीच काळजी करावी हे पाहून त्यांना अगदी दाटून आले होते. स्वत:ला सावरत त्यांनी राजांच्या जाण्याच्या तयारीवर अखेरचा हात फिरवण्यास सुरुवात केली.

राजे उमाबाई आणि मुलांसह निघाले. बाळाजी, लक्ष्मीबाईंसह सारा खासगी लवाजमा सोबत घेतलेला होता. आपल्या सैन्यासह राजे वेरूळला पोहोचले. विठोजीराजे त्यांची वाट पाहातच होते. दोघांनी पुढच्या हालचाली ठरवण्यास सुरुवात केली.

अवघा वेरूळचा परिसर सैन्याची छावणी बनला होता. राजे आणि विठोजीराजांना खलबतखान्यातून क्षणाची फुरसद मिळत नव्हती. सर्व जोडण्या करून झाल्या. राजांनी मलिक अंबरांना सारा तपशील कळवला.

मलिक अंबरांनी दौलताबादजवळच्या ठाण्यांच्या अंमलदारांना ताकीदपत्रे पाठवली. कडक बंदोबस्त ठेवण्यासाठी बजावले. रसदीचे मार्ग खुले ठेवणे, सुरक्षित ठेवणे, त्यासाठी सतत पहारा ठेवणे, वेळेवर पुरवठा करणे यासाठी खबरदारी घेण्यासाठी कळवले होते. गरज पडल्यास कुमक करण्याची सक्त ताकीद दिलेली होती.

राजे घृष्णेश्वरी रुद्र घालून आले. शास्त्रीबुवांनी मुहूर्त काढून दिला. राजे सज्ज झाले. विठोजीराजेंसह युद्धासाठी प्रस्थान ठेवण्यास निघाले. उमाबाई आणि आऊबाईंनी आपल्या स्वाऱ्यांना ओवाळले. आसवे लपवत हसऱ्या चेहऱ्याने त्यांना निरोप दिला.

दोघे वाड्याबाहेर आले. घोड्यावर आरूढ झाले. शिंगांनी ललकारी दिली. तुताऱ्यांची किलकारी घुमली. चौघडा निनादला. त्याच्या तालावर घोडे दौडू लागले. आघाडीवर निजामशाही ध्वज उभारीत राजांनी कूच केले. एके काळी साऱ्या हिन्दोस्तानची राजधानी असलेल्या, यादवकुळाचा सरताज असलेल्या बलाढ्य देवगिरीवर भोसले बंधू स्वारी करण्यासाठी बाहेर पडले.

■

२२

राजे वेरूळला हमल्याची तयारी करीत होते. तेथून अवघ्या काही कोसांवर दौलताबादला असणाऱ्या राजू दखनीला त्याची खबर लागू नये हे अशक्य होते. राजूला आता निजामशाहांकडे जाणे शक्य नव्हते. आता त्याला आपल्या स्वत:च्या ताकदीवरच येणाऱ्या संकटाला तोंड द्यायचे होते. पतंगराव आणि मलिक संदल दूर होते. त्यांना निरोप धाडून मदतीला बोलवण्याइतकी त्याला सवड नव्हती. त्याने फरहादखानाच्या मदतीने प्रतिहल्ल्याची तयारी सुरू केली.

राजू दखनीने गडबडीने मिळेल तेवढे सैन्य गोळा केले. दौलताबादला पोहोचण्यापूर्वीच राजांना अडवावे यासाठी आधीच चाल केली. त्याच्या सैन्याने

जेमतेम दोन कोसांची मजल मारली असेल एवढ्यात राजांच्या सैन्याशी त्याची गाठ पडली.

राजू दखनी असा सामोरा येऊन आपल्याला अडवेल याची थोडीफार अटकळ राजांना होती. ते आपल्या स्वारांसह राजूंना भिडले. लढाईला तोंड फुटले. दोन्ही बाजूंनी जोरात हाणामारी झाली. राजे आणि राजू दोघेही जातीने लढत होते. दोन्ही बाजू जोरात होत्या. राजेंची चढाई अधिक प्रखर बनत गेली. दोन प्रहर उलटले. राजूला हल्ला परतवणे जमेनासे झाले. त्याने माघार घेत किल्ल्याकडे मोहरा वळवला.

राजांच्या सैन्याने पाठलाग केला, पण राजूचे किल्ल्यातील सैन्य तटावर सज्ज होते. तेथून जोरात तोफगोळ्यांचा वर्षाव झाला. राजांनी सैन्याला मागे वळवले. राजूने किल्ल्यात जाऊन दरवाजे बंद करून घेतले. राजांनी तोफांच्या टप्प्याच्या बाहेर वेढा घालण्यास सुरुवात केली.

राजांनी चारही बाजूंनी बंदिस्ती केली. मेट्या अगदी जवळजवळ रचल्या. त्यांच्याबाहेर चौक्या बसवल्या. पहारे नेमून दिले. ऐन थंडीत वेढ्याला सुरुवात झाली.

आता राजांनी धमधमे रचून सैन्य पुढे नेण्याची तयारी केली. त्यांच्या आड खंदकातून काही तुकड्या पुढे नेण्याचा प्रयत्न केला, पण किल्ल्यात अगदी जागता पहारा होता. केव्हाही जराशी जरी हालचाल झालेली दिसली तरी किल्ल्यातून जोरदार उत्तर मिळत होते. बरेच दिवस झाले. परंतु फारशी प्रगती होत नव्हती.

वेढ्याला महिना झाला. थंडी अजून चांगलीच होती. रात्रभर शेकोट्या पेटलेल्या होत्या. पहारेकरी मशाली घेऊन फिरत होते. राजे पाहणी करण्याकरता निघाले होते. पुढे काय करावे याचा विचार करीत असताना त्यांना विठोजीराजे भेटले. राजे त्यांना म्हणाले,

"या विठोजी, काय म्हणतो पहारा?"

"अगदी चोख आहे. दादासाहेब, बिलकूल फिकीर करायचं कारण नाही."

विठोजीराजे सांगत होते, पण राजांच्या मनात वेगळीच खळबळ होती. ते म्हणाले,

"चला, डेऱ्यात जाऊ."

ते पुढे निघाले. विठोजीराजांनी विचारले,

"दादासाहेब, काही खास झालंय का?"

"नाही. म्हणूनच म्हटलं चला."

दोघे सतत खलबते करत होते. पुढच्या चाली ठरवत होते, पण आज राजेंचा नूर वेगळा होता. राजे विठोजीराजांना सांगत होते,

"विठोजी, महिना उलटला. आपण नेटानं एकएक चाली करीत आहोत, पण काही मनासारखं होत नाही. आपण जरासं पुढं गेलो तर दगडगोटे, तोफगोळे वरून येतात. खंदक, सुरुंग खोदायचे म्हटलं तर त्यात रातोरात पाणी सोडून देतात."

“खरं आहे, दादासाहेब, आपण वेढा आणखी कडक करण्यापलीकडे काय करणार?”

“अगदी बरोबर. तेच करायला हवं. किल्ल्यातले रसदीचे सारे रास्ते पक्के आवळायला हवेत. एक दाणादेखील आत जाता कामा नये. राजू किती दिवस दम काढतात तेच पाहू. आपल्याकडे त्यांच्याकडून आलेली काही माणसं आहेत. त्यांच्याकडून किल्ल्यात कितपत साठा आहे त्याची खबर काढायला हवी. आम्ही आमच्या नजरबाजांना त्या कामावर लावलं आहे. तुम्ही पहारे, बंदोबस्त तेवढा पाहा.”

“जी. दादासाहेब, कुठं मेट्या पातळ झाल्या असतील तर बघून घेतो. आजपासून एक कणसुद्धा किल्ल्यात जाऊ देणार नाही. येतो आम्ही.”

असे म्हणत विठोजीराजे बाहेर पडले. राजे पुढच्या डावपेचांचा विचार करीत आपल्या डेऱ्यात बसून होते. पहाटेच्या गार वाऱ्याची शिरशिरी अंगावर घेत त्यांनी शाल ओढून घेतली. ते पुन्हा बाहेर पडले. छावणीला आता कुठं जाग येत होती. कोवळे सूर्यकिरण खाली उतरेपर्यंत राजे तेथेच उभे होते. उगवत्या प्रकाशात समोरचा देवगिरी मोठ्या दिमाखात उभा ठाकलेला दिसू लागला. त्याच्याकडे पुन्हा एकवार डोळाभर पाहात राजे आत वळले.

■

२३

आणखी महिना उलटला. आता थंडी कमी झाली. दिवस वाढू लागला. राजांना किल्ल्यात संधान बांधण्यात यश आले होते. आता किल्ल्यात जेमतेम महिना-दीड महिन्याचा धान्याचा साठा शिल्लक आहे अशी पक्की खबर त्यांना मिळाली होती, त्यामुळे त्यांना चांगलाच दिलासा मिळाला होता. त्यातच मलिक अंबरांकडचा जासूद येऊन पोहोचला. त्याच्यापाठोपाठ विठोजीराजे आले. त्याची खबर ऐकताच राजे खूश होत म्हणाले, “पाहिलंत विठोजी, वजीरसाहेब आपली कशी पाठराखण करत आहेत. पतंगराव आणि मलिक संदल इथं चाल करून येत होते, पण त्यांनी सैन्य धाडून त्यांना मागंच रोखलं. पळवून लावलं.”

“वा! हे चांगलंच झालं. आता राजूंना समजेल, त्यांना कोणाची मदत मिळणार नाही. आम्ही रसद पुरती तोडली आहे, पाहू या किती दिवस तग धरतात!”

“आता पंधरवड्यात ऊन पडायला लागलं. किल्ल्यातला पाण्याचा साठा कमी झालाय. त्याचा तुटवडा पडला तर राजू आणखी हैराण होतील. आम्हांला वाटतं, महिन्याभरात ते जेरीस येतील.”

राजे मोठ्या उमेदीने म्हणाले, परंतु तसं घडलं नाही. उन्हाळा सुरू झाला. अगदी कडक झाला. किल्ल्यावर रसदीचा तुटवडा जाणवू लागला. त्यातच पाणी

पुरेनासे झाले, तरीही राजू नेटाने किल्ला लढवत होते. ते समझोत्याला तयार होण्याची चिन्हे काही दिसत नव्हती.

राजे विचारात पडले. वेढ्याला चार महिने झाले होते. त्यांच्या छावणीत रसदेचा पुरवठा वेळेवर होत होता, पण आणखी काही दिवसांनी पाण्याची अडचण त्यांना देखील पडणार होती. पावसाळ्याला अजून उशीर होता, पण त्याच्या आत मोहीम संपवणे भाग होते. नुसती कोंडी करून राजू ऐकतील असे दिसत नव्हते. काहीतरी वेगळा उपाय करणे भाग होते. विचार करता करता एक डाव त्यांच्या मनात शिजू लागला. त्यांनी विठोजीराजांना बोलावणे पाठवले. विठोजीराजे येताच ते म्हणाले,

"विठोजी, आम्हांला वाटलं होतं, रसद अडवली, पाणी कमी पडायला लागलं की राजू जेरीला येतील, पण तसं काही दिसत नाही. किल्ल्यावर सरळ येल्गार करावा तरी कठीण. आपण तोफांचा एवढा भडिमार केला तरी भिंतीचा साधा टवकादेखील नाही निघाला. म्हणजेच सरळ जंग करून काही हाती लागेल असं दिसत नाही."

राजांच्या बोलातले गांभीर्य विठोजीराजांना जाणवले. ते काळजीने म्हणाले,

"दादासाहेब, असं दिल टाकून का बोलता? आम्हांला तर वाटतं आता राजू जास्त दिवस टिकून राहणार नाहीत."

राजे हसले. विठोजीराजांच्या पाठीवर थोपटत म्हणाले,

"नाही विठोजी, आम्ही निराश होऊन बोलत नाही. आम्हांला एवढंच म्हणायचं होतं की, आता काहीतरी आगळा डाव टाकायला हवा. त्याशिवाय जंग लवकर आटोपणार नाही."

"म्हणजे? आम्ही समजलो नाही. आम्हांला वाटतं, तुमच्या मनात काहीतरी शिजतंय."

विठोजींनी असे म्हणताच राजांनी आपला मनसुबा खोलून सांगायला सुरुवात केली.

"विठोजी, किल्ल्यात एकूण नाराजीचा माहौल वाढतोय अशी आमची खबर आहे. अन्नपाण्याचा तुटवडा, राजूंची वागणूक ही कारणे आहेतच. शिवाय आपल्याच लोकांच्या खिलाफ जंग करणं लोकांना आवडलेलं नाही. आपण त्याचा फायदा उठवायला हवा. आतूनच उठाव होतो का हे पाहायला हवं."

"पण कसं?"

"त्यासाठी जपून पावलं टाकायला हवीत. आपल्याकडे राजूंकडून तुटून आलेली काही माणसं आहेत. त्यांचा उपयोग करून घ्यायचा. आमचा इरादा आहे की, त्यांना आपण किल्ल्यात पाठवायचं."

"काय?"

विठोजीराजांनी धक्का बसल्यागत विचारले,

"होय"

राजे म्हणाले. आता त्यांनी पूरा बेत उलगडून सांगायला सुरुवात केली.

"विठोजी, या राजूंच्या जुन्या माणसांना आपण थोडीशी रसद देऊन किल्ल्यात पाठवायचं. त्यांनी राजूंजवळ बहाणा करायचा की, ते मोठ्या हिकमतीने वेढा चुकवून आलेत. त्यांनी तिथे राहून राजूंचा भरवसा मिळवायचा. तिथं आपली आधी जोडलेली माणसं आहेतच, त्यांच्या मदतीने किल्ल्यातली बोटचेपी माणसं हेरून त्यांना चिथवायचं."

राजेंचा सारा बेत विठोजीराजांच्या ध्यानी आला. ते मोठ्या उत्साहात म्हणाले,

"हां. माणसं आधीच मनातनं ढासळायला लागलीत. त्यांना भडकवलं तर नक्कीच गोंधळ माजेल. आतूनच बगावत होत आहे असं समजलं तर राजूंना तर धक्काच बसंल."

"बिलकूल सही समजलात. विठोजी, आज राजूंना बाहेरून कुठून मदत मिळणं शक्य नाही. त्यातच आतून उठाव होतोय असं दिसलं तर ते धास्तावतील, समझोत्याला तयार होतील असं आम्हांला खात्रीनं वाटतं. पण विठोजी, अशी भरवशाची माणसं निवडणं, त्यांना सारं बयाजवार समजून देणं मोठ्या हुनरचं काम आहे. ते आम्ही तुमच्यावर सोपवतो."

"जरूर दादासाहेब, आम्ही लागलीच कामाला लागतो."

असे म्हणत विठोजीराजे उठले. राजांनी पुन्हा त्यांच्या खांद्यावर हात ठेवत म्हणले,

"तुम्ही नीट करालच, पण ध्यानी ठेवा, या माणसांना किल्ल्याची आतली जानकारी असायला हवी. त्यांचे सगेसोयरे तिथं असले तर अगदी उत्तमच."

"जी. आम्ही नीट पारखून घेतो. येतो आता."

असे म्हणत विठोजीराजे बाहेर पडले. दोघांची मसलत संपेपर्यंत उन्हे माथ्यावर आली होती, पण राजांच्या मनाला थोडी शांती मिळाली होती. बराच विचार करून त्यांनी हा बेत योजला होता. त्याला यश मिळेल अशी विठोजीराजेंशी खलबत केल्यावर त्यांना खात्री वाटू लागली होती. ते तसेच वाढत्या ऊनतापाची पर्वा न करता छावणीच्या पाहणीसाठी बाहेर पडले.

■

२४

पुढचे आठ दिवस विठोजीराजे अथकपणे कामात गुंतले होते. किल्ल्यात नातेवाईक राहात असलेली मोजकी माणसे त्यांनी निवडली. त्यांना सारे नीट समजावून दिले. त्यांच्याकडून मनासारखी तालीम करवून घेतली.

रसदीचे उंट, घोडे सामान लादून तयार झाले. एक मोठा धाडसी बेत तडीला नेण्याची जय्यत तयारी पूर्ण झाली. राजे सर्वांना निरोप देत म्हणाले,

"आमचा तुमच्यावर पूरा भरवसा आहे. आमची काही माणसं आत आहेतच, तुमच्या हुनरवर आता या जंगचा अंजाम ठरणार आहे. तुम्ही किल्ल्यात जाऊन तुमच्या सगेसोयऱ्यांना समजावून सांगा. आम्हांलादेखील हा आपसातला झगडा, खूनखराबा नको आहे. त्यापेक्षा सुलुख झालेला हवा आहे. तिथं किल्ल्यातून बगावत होते असं दिसलं तर राजू समझोत्याला तैयार होतील. पण आपली माणसं हकनाक मरणार नाहीत असे व्हायला हवे आहे. तुम्ही कामयाब झालात तर आमची जीत होईल. आम्हांला खुशी आमच्या जीतची नसेल तर आपले फरहादखानांसारखे लढवय्ये पुन्हा आपल्या बादशाहांकडे रुजू होतील, सल्तनतची ताकद वाढेल याची असेल. आमच्या मनासारखं घडलं तर आम्ही वजीरसाहेबांकडून तुमची मोठी सर्फराजी करू, कारण आमच्या जीतचा खरा सेहरा तुमच्याच माथी असेल."

राजेंचे बोल ऐकून ती माणसे भारावून गेली. विठोजीराजेंसह त्यांचा निरोप घेऊन कामगिरीवर जाण्यासाठी बाहेर पडली. कृष्ण पक्षातली अंधारी रात्र मुद्दाम निवडलेली होती. विठोजीराजे मध्यरात्र उलटण्याची वाट पाहात होते. छावणी शांतपणे झोपेच्या आहारी गेली होती. हीच वेळ साधून मंडळी छावणीपासून दूर किल्ल्याच्या दिशेने सरकू लागली.

किल्ल्याचे तटरक्षक खबरदार होते. त्यांना एका बाजूला काही चोरटी हालचाल झालेली दिसली. त्यांनी लक्षपूर्वक कानोसा घेण्याचा प्रयत्न केला. आपला अंदाज खरा असल्याचे ध्यानी येताच त्यांनी तातडीने पहाऱ्याच्या चौकीला खबरदार केले. तिथल्या अंमलदाराने आपल्या स्वारांना त्या दिशेने धाडून दिले. त्यांनी काहीजणांचा काफिला ताब्यात घेतला. त्यात माणसांसोबत सामान लादलेले उंटही मिळाले. किल्लेदाराला वर्दी गेली. त्याने सर्व काही ताब्यात घेऊन खातरजमा करून राजूसमोर पेश केले.

तोपर्यंत पहाट होत आली होती. राजूंनी पलित्यांच्या उजेडात मंडळींकडे पाहिले. त्यातल्या एकाने पुढे येऊन ओळख करून देत म्हटले,

"सरकार, आम्हांला सरदार पतंगरावांनी पाठवलं. आमी तुमची माणसं. इथं धान्याची अडचन असनार म्हनून त्यांनी धाडलं."

"पन एवढ्या कडक पहाऱ्यातून तुम्ही कसं आला?"

राजूनी संशयाने कपाळाला आठ्या घालत विचारले.

"आमी युगत केली. आमची काही माणसं बाहेरच्या छावणीत आहेत. त्यांच्याकडे आमच्यातले दोघे गेले. तिथं राहून त्यांनी कुठे पहारा दिला आहे ते बघून आम्हांला कळवलं. आज काळोखी रात पाहून आम्ही धाडस केलं पन इथवर कसं आलो ते

आमचं आमालाच ठावं.''

राजूंचा संशय फिटला. आपल्या सहकाऱ्याने- पतंगरावाने- एवढ्या मुश्किलीतून मदत पाठवली. त्यांच्या माणसांनी मोठ्या धाडसाने ती आपल्यापर्यंत पोहोचवली या विचाराने राजूला बरे वाटले. त्याने मोठ्या प्रेमाने त्यांना जवळ ठेवून घेतले.

राजेंची एक चाल सफल झाली. त्यांची माणसे बिनबोभाट राजूंच्या गोटात शिरली होती. आता ती आपली कामगिरी कशी पार पाडतात यावर त्यांचे पुढचे डाव अवलंबून होते. झुंज अंतिम टप्प्यावर येऊ लागली होती.

■

२५

दौलताबादच्या किल्ल्यात सुखरूप पोहोचल्यावर राजांच्या माणसांनी आपले जाळे पसरायला सुरुवात केली. त्यांच्या लवकरच ध्यानात आले की, लोक या झुंजाला कंटाळले आहेत. त्यांना मनापासून वाटते आहे की, आता राजूंनी तडजोड करावी. आपली त्रासातून सुटका व्हावी.

राजू मात्र कोणाचेही ऐकत नव्हता. त्याने किल्ला शेवटपर्यंत लढवणार असे ऐलान केले. त्याच्या हट्टापुढे कोणाचे काही चालेना. सारी परिस्थिती राजांच्या डावाला पोषक अशीच होती.

किल्ल्यातली माणसे निवडून राजांच्या माणसांनी त्यांना फितवायला सुरुवात केली. त्यांनी सांगायला सुरुवात केली-

''असं किती दिवस चालायचं? अशानं उपासमारीनं मरायची वेळ येईल.''

''आपसातल्या झगड्यात आपल्याच सल्तनतीचं किती नुकसान होतंय! हे सारं थांबायला हवं.''

''मालोजीराजे, विठोजीराजे आणि वजीरसाहेब सुद्धा आपलीच माणसं आहेत. त्यांच्याशी लढून काय फायदा?''

''आम्हांला वाटलं नव्हतं इतकी बिकट हालत आहे इथली. राजूंनी आता हट्ट सोडायला हवा. जंग फत्ते करणं तर नामुमकीन दिसतंय. त्यांनी सुलह केली तर ठीक नाहीतर फुकट उपाशी मरावं लागेल.''

किल्ल्यात अस्वस्थपणा वाढू लागला. आधी दबल्या आवाजात कुजबुज सुरू झाली. पुढे पुढे लोक उघड नाराजी दाखवू लागले. राजूंना त्याची जाणीव होऊ लागली. त्यांनी फरहादखानला बोलावून म्हटले,

''खानसाहेब, जंग थोडं लांबलं हे खरं, पण आपलीच माणसं हौसला सोडून देत आहेत, असं कानावर आलं.''

फरहादखानला आता हार समोर दिसू लागली होती. तो नाराज सुरात म्हणाला,

“खरं आहे, इथला माहौल पार बिघडला आहे. आम्हांला पुढचे आसार काही ठीक वाटत नाहीत.”

“तो क्या करेंगे? आसानीसे हार कुबुल करायची? खानसाहेब, तुम्ही सल्तनतचे सरलष्कर. येवढे जबर सेनानी! तुम्ही असं दिल टाकून बोलता?”

राजूंचे बोल ऐकून फरहादखानाचा चेहरा पार पडला. तो निराश आवाजात म्हणाला,

“सरदारसाहेब, आप नहीं जानते। इथले लोक फारच नाराज आहेत. खाणं, पाणी कमी झालंय. फाके पडायला लागले. माणसं बिथरायला लागलीत. खरी हकिकत तुम्हांला समजत नाही. लोक तुमच्याशी बोलायला डरतात. आम्हांला तर अशी खबर आहे की, आतून बगावतसुद्धा होऊ शकते. लोक भडकण्याआधी आपणच फैसला केलेला चांगला.”

खुद्द फरहादखानाने असा धीर सोडलेला पाहून राजूला परिस्थितीची खरी जाणीव झाली. फरहादखानाच्या साथीशिवाय आपण टिकू शकत नाही हे त्याला माहीत होते. फरहादखानाच्या पाठोपाठ किल्लेदार, किल्ल्यातील बुजुर्गांनी समझोत्याच्या विचाराला पाठबळ दिले. राजूने नाइलाजाने सुलह करण्याचा निर्णय घेतला. किल्ल्यावर पांढरे निशाण फडकावले.

राजांच्या चार महिन्यांच्या अथक प्रयत्नांना यश आले. राजूंसारख्या बलाढ्य शत्रूला राजांनी नमवले होते. साऱ्या छावणीत एकच जल्लोष झाला. समझोत्या शर्तींबाबत मलिक अंबरांचा सल्ला घेणे आवश्यक होते. त्यासाठी राजांनी विठोजीराजांना जुन्नरला पाठवून दिले.

खुद्द राजे वेढ्यात थांबून राहिले. राजूसारख्या दुश्मनाबद्दल गाफील राहून चालणार नव्हते. त्यांचे मलिक संदल, पतंगरावसारखे साथीदार अद्याप मोकळे होते. त्यांचा केव्हाही हमला होऊ शकत होता. राजांनी पहारे पूर्वीसारखेच कडक ठेवले होते. स्वार तसेच सज्ज राखले होते. यशाच्या धुंदीत पहाऱ्यात ढिलाई होणार नाही याकडे जातीने लक्ष देत राजे मलिक अंबरांच्या निरोपाची वाट पाहात होते. सुलह पूर्ण होईपर्यंत त्यांच्या विजयावर पूर्ण शिक्कामोर्तब होणार नव्हते.

■

२६

मलिक अंबर जुन्नरला होते, तरीही दौलताबादच्या हालचालीवर त्यांचे पूर्ण लक्ष होते. त्यांचे नजरबाज त्यांना दररोज खबरी कळवीत होते, त्यामुळे त्यांना विजयाची वार्ता आधीच समजली होती, तरीही विठोजीराजांना सामोरे आलेले पाहून त्यांना आपल्या भावना आवरल्या नाहीत. त्यांचे हात पकडीत मलिक अंबर म्हणाले,

"आईये, आम्हांला तुमचाच बेसबरीसे इन्तजार होता. आखिर तुम्ही राजूंना नमवलंत."

विठोजीराजांना त्यांचा आवेग जाणवला. त्यांनी सविस्तरपणे सारे डावपेच उलगडून सांगत राजेंचा निरोप दिला,

"दादासाहेबांनी समझोत्याच्या शर्तींबद्दल सला करण्यासाठी आम्हांला पाठवलं."

मलिक अंबर आज बेहद्द खूश होते. त्यांनी विठोजीराजेंची उत्तम बडदास्त ठेवण्याचा हुकूम दिला. विठोजीराजांना सांगितले,

"राजे, आम्ही तुमच्यासोबत दौलताबादला येतो. आम्हांला राजूंची हार आमच्या डोळ्यांनी पाहायची आहे. आपण उद्याच निघू. तुम्ही तोवर आराम करा."

राजे मोठ्या उत्कंठेने विठोजीराजेंची वाट पाहात होते. खुद्द मलिक अंबर आल्यामुळे त्यांना मोठा दिलासा मिळाला. समझोत्याची बोलणी सुरू झाली. मलिक अंबरांनी राजू दखनींपुढे बिनशर्त हार पत्करणे हा एकमेव पर्याय ठेवला.

सुरुवातीला राजूने थोडे आढेवेढे घेतले. किल्ल्यातली हालत दिवसेंदिवस बिघडत होती, त्यातच मलिक अंबर छावणीत आल्याचे समजल्याने किल्ल्यात बंडाळीला अनुकूल असणाऱ्यांना बळ आले. त्यात एखादेवेळी आपल्याला घातपात होईल असे राजूला वाटू लागले. त्याने पूर्ण पराभव मान्य केला. तो फरहादखानासह नि:शस्त्र होऊन शरण आला. राजांच्या विजयावर अखेरचे शिक्कामोर्तब झाले.

तब्बल दोन वेळा मलिक अंबरांविरुद्ध जंग पुकारणारा, त्यात हरएकवेळी खुद्द मुर्तुजा निजामशाहांना आपल्या बाजूला खेचून त्यांची कोंडी करणारा त्यांचा दख्खनमधला एकमेव प्रबळ प्रतिस्पर्धी आज एकाकी पडला होता. दौलताबादसारखा जवळजवळ अजिंक्य असा किल्ला ताब्यात असूनही राजूला शरण यावे लागले होते. राजांच्या अजोड युद्धकलेचा, डावपेचांचा हा विजय होता.

राजांनी राजू दखनी आणि फरहादखानाला जेरबंद करून छावणीत आणले. ते मलिक अंबरांच्या डेऱ्यात गेले. तिथे मलिक अंबर त्यांची वाट पाहात होते. दंडाबेडीत जखडलेल्या दोघांना प्रत्यक्ष समोर पाहताना मात्र त्यांच्या मनावरचा ताबा सुटला. अनेक वर्षांच्या वैरभावाची खदखद शब्दरूपाने बाहेर पडली ती मात्र सरलष्कर फरहादखानाला पाहून! त्याच्याकडे अतीव तिरस्काराने पाहात ते म्हणाले,

"या फरहादखान. हे आमचे सरलष्कर. सल्तनतीच्या सैन्याचे मुखत्यार. आमच्यासोबत पहिली दोन झुंजे मोठ्या शर्थीने, तडफेने लढणारे तुम्ही वीर. या नादान माणसाच्या नादी लागलात, आपल्याच लोकांशी वैर मांडलंत, आणि नतिजा काय झाला? आज असं आमच्यासमोर कैदी बनून पेश व्हावं लागलं.

आम्हांला ठाऊक आहे, आम्ही मोगलांशी समझोता केला, त्यांचं फरमान घेतलं, ते तुम्हांला आवडलं नाही, पण ते आम्हांला तरी कुठं आवडलं होतं? पण

तो सियासतचा मामला. आम्ही खुद्द निजामशाहांना विश्वासात घेऊन ठरवलेला. त्याच्याशी तुम्हांला काय करायचं होतं? नव्यानं उभारलेली सल्तनत टिकवण्यासाठी केलेला एक डाव होता तो. तुम्ही सरलष्कर. तुमची जिम्मेदारी आपलं लष्कर सांभाळण्याची. ती सोडून तुम्ही नसत्या राजकारणात पडलात.

गेले चार महिने आपलं सैन्य सारा दख्खन पिंजून काढतंय. मोगलांनी बुडवलेली निजामशाही आमच्या वीरांनी जवळजवळ सारी परत जिंकून घेतली. खरं तर तुम्ही सारी मोहीम चालवायची. ते करायचं सोडून या माणसाच्या नादी लागून इथं या खबदाडीत दडून बसलात. मोगलांशी चार हात करायचे सोडून आपसातल्या झगड्यात गुंतलात. आम्हीच तुम्हांला सरलष्कर करण्याची एके काळी शिफारस केली होती. त्याचा मोठा पछतावा होतोय आता.''

मलिक अंबर आवेगात बोलत होते. आपल्या मनातला आवेग त्यांना आवरत नव्हता. ते थोडा वेळ थांबले. राजू दखनीकडे संतापाने पाहात म्हणाले,

''तुमच्याबद्दल काय बोलायचं? तुम्ही निजामशाहीचे नामजद सरदार. सल्तनतीचे भले करण्यापेक्षा सारखं बादशाहांचे कान भरणं, आपसात झगडे लावणं एवढं तुमचं काम. केवळ तुमच्यामुळे आम्हांला दोन वेळा खुद्द खाविंदांच्या खिलाफ जावं लागलं. त्यांच्यावर पहारे बसवावे लागले. काय वाटलं असेल त्यावेळी आम्हांला? काय झालं असेल आमच्या दिलाचं? कधी विचार केलात? आम्ही आमची बेटी दिलीय त्यांना. किती तकलीफ झाली असेल आमच्या जिवाला? पण तुम्हांला काय? आपल्या मतलबापुढे सल्तनतीचा, रयतेचा, रिश्तेनात्यांचा कसलाही खयाल तुमच्या मनात येत नाही. सारखी भांडणं लावून तुम्ही आपलीच ताकद कमी करत आलात. आखिर असं आमच्यापुढं पेश व्हायची वेळ आणली तुम्ही स्वत:वर.''

अत्यंत संतापाने मलिक अंबरांचा श्वास फुलला होता. ते क्षणभर मध्येच थांबले. तेवढ्या वेळात राजे पुढे सरसावले. त्यांनी हुजऱ्याला खुणावले. त्याने पुढे येऊन अंबरांना पाणी दिले. तेवढी संधी साधून राजांनी विचारले,

''वजीरसाहेब, याचं काय करायचं?''

दोघांकडे पुन्हा एकवार तिरस्कारयुक्त नजर टाकत मलिक अंबर म्हणाले,

''ते आम्ही काय ठरवणार? यांना असंच जुन्नरला नेऊन हुजुरांपुढे पेश करू. तेच ठरवतील काय करायचं ते.''

राजांनी लागलीच दोघांना तेथून हलवले. दुसऱ्याच दिवशी दोन्ही कैद्यांसह सारा लवाजमा जुन्नरला निघाला. मुर्तुजा निजामशाहांनी त्यांच्याकडे न पाहता त्यांची रवानगी जुन्नरच्या काळकोठडीत करण्यास सांगितले.

राजू दखनीसारख्या प्रबळ, मातब्बर सेनानीचा नि:पात करणे सोपे नव्हते. मैदानी लढाईतले राजेंचे कौशल्य मान्यवर झालेलेच होते, पण कूटनीतीतल्या

डावपेचातही ते सरस ठरले होते. साऱ्या दख्खनमध्ये आता त्यांचे नाव मोठ्या सन्मानाने, आदराने आणि अदबीने घेतले जाऊ लागले.

■

२७

राजांच्या दौलताबादच्या झुंजानंतर थोड्याच दिवसांत खानखानन उत्तरेत गेला. दख्खनमधल्या मोगलांच्या वाताहतीबद्दल शहेनशाह जहांगीरच्या कानावर येतच होते. थोडे स्थिरस्थावर झाल्यावर त्याने सुभेदार खानखाननला जाब विचारण्यासाठी बोलावून घेतले. निजामशाही सरदारांना पुरते मोकळे रान मिळाले.

मलिक अंबरांनी आधीच जवळजवळ सारा मुलूख परत मिळवलेला होता. उरलासुरला भाग देखील आता परत मिळाला. निजामशाह म्हणूनच अतिशय खूश होते. त्यांनी जश्न साजरा करायचा हुकूम दिला. झुंजात हुनर दाखवलेल्या सर्व वीरांची सर्फराजी करण्यासाठी खास दरबार भरवला.

ऐन पावसाळ्यात मुळीच उसंत न घेता मोहिमा चालू होत्या. आता पाऊस थोडा कमी झाला होता. सारे सरदार मोठ्या उत्साहात जुन्नरला दरबारासाठी येऊन दाखल झाले.

मुर्तुजा निजामशाह एका पाठोपाठ वीरांचा सन्मान करत होते. मलिक अंबर प्रत्येकाच्या पराक्रमाचे कौतुक त्यांच्यासमोर करीत होते. कुणाच्या जहागिरी वाढल्या, कुणाला नवीन सरंजाम बहाल झाले. बहुतेक समारंभ संपत आला होता. अखेर मालोजीराजे विठोजीराजेंसह दरबारी सरंजामात त्यांच्यासमोर पेश झाले. मलिक अंबर त्यांच्याकडे पाहात निजामशहांना म्हणाले,

"खावन्द, यही है वो भोसला भाई। इन्होंने दौलताबाद जैसा अजीम किला जीत लिया। सल्तनतके लिये इन दोनोंने बहोत जंग किये हैं।"

मुर्तुजा निजामशाहांनी राजेंकडे पाहिले. त्यांच्या नजरेत ओळख उमटली, ते मलिक अंबरांकडे वळत म्हणाले,

"हां। जानते हैं हम। इन्हें पहचानते भी हैं। हमारी हुकूमतके लिये इन्होंने आजतक बहुत कुछ किया है। कहिये आप क्या कहना चाहते हैं इनके बारेमें?"

मलिक अंबर नम्रपणे म्हणाले,

"आप तो हमेशा बहादूरोंका सम्मान करते हैं। बडी सर्फराजी करते हैं। हम क्या कहे? बस, इतना चाहते हैं, इस बार इन दोनोंके बारेमें कुछ खास, कुछ अलगसा करें।"

मुर्तुजा निजाशाहांच्या भुवया उंचावल्या गेल्या. ते मलिक अंबरांकडे रोखून पाहात म्हणाले,

''अच्छा? हमें लगता है, आपने शायद कुछ पहलेसे सोच रखा है। बताइये।''

मलिक अंबरांच्या चेहऱ्यावर हलके हास्य पसरले. ते हलकेच म्हणाले,

''खाविंद, हमारे सरलष्कर फरहादखानने हमारा साथ नहीं दिया। सल्तनतका उन्होंने साथ छोड़ा। अब तो वो गिरफ्तार हुए हैं। उसका कुछ करना चाहिये।''

''हां। हम समझ गये। आप क्या कहना चाहते हैं?''

मुर्तुजा निजामशाह मलिक अंबरांना उद्देशून म्हणाले. त्यानंतर त्यांनी त्यांच्या फैसल्याचे ऐलान केले.

''हम इनको हमारे सरलष्करची जगह हमारे लष्करका सबसे बडा ओहदा देना चाहते हैं। ये आजसे 'सरगुऱ्हो' कहलायेंगे। इस किताबके साथ हम इन्हें दौलताबाद, जाफराबाद और कनरड मोकासा इनाम देते हैं।''

हे ऐकून सारा दरबार अवाक झाला. राजेंचा देखील आपल्या कानांवर विश्वास बसेना. त्यांनी विठोजीराजेंकडे आणि नंतर मलिक अंबरांकडे नजर टाकली. ते चटकन पुढे आले. त्यांनी मुर्तुजा निजामशाहांना कुर्निसात केला.

मलिक अंबरांनी इशारत केली. मानाची वस्त्रे घेतलेले हुजरे आतल्या बाजूला तयार होते. त्यांनी पुढे येऊन तबके मुर्तुजा निजामशाहांसमोर ठेवली. त्यांनी आपला उजवा हात तबकांना लावला. त्यांची मान्यता मिळाली. राजांनी विठोजीराजेंसह पुढे येऊन मानाचा स्वीकार केला. आज त्यांना सल्तनतीच्या सैन्याचा सर्वोच्च मान मिळाला होता. आजवरच्या कामगिरीचे सार्थक झाले होते.

दीड तपापूर्वी मुलूखगिरीचे स्वप्न डोळ्यात साठवून एक बांडा तरुण वेरूळहून बाहेर पडला होता. पराक्रमाची शर्थ करीत, दमदार वाटचाल करीत आज निजामशाहीचा 'सरगुऱ्हो' बनला होता. या साऱ्या वाटचालीत त्याला कित्येकजणांची साथ लाभली होती.

थोरल्या आऊसाहेबांचे आशीर्वाद, बाबाजीराजेंचे भक्कम पाठबळ, रेखाऊंच्या मायेची ऊब, विठोजीराजेंची लक्ष्मणासारखी पाठराखण, वणगोजीराजेंचा जबरदस्त आधार, मलिक अंबरांचा पूर्ण भरोसा, शेख महंमदांचे साक्षेपी गुरुत्व आणि जीवनाला पूर्णत्व देणारा शाहशरीफबाबांचा दुवा अशा कित्येकांच्या शुभेच्छांचे फळ लाभल्याने भोसल्यांच्या कुलदीपकांच्या भाग्यात हा योग आला होता.

■

। भाग सहा ।

१

दरबारचा सोहळा आटोपला. महालाबाहेर येताच राजेंभोवती गराडा पडला. वणगोजीराजे राजे मोकळे होण्याची वाट पाहात होते. इतक्यात त्यांना मन्सूरखानाने हाक मारली.

''मुबारक हो। राजाजी.''

''जी. शुक्रिया, खानसाहेब.''

वणगोजीराजेंनी मोठ्या आनंदाने मन्सूरखानाचे अभिनंदन स्वीकारले.

''आपके दामादको इतना बड़ा ओहदा मिला। बड़े खुश होंगे आप।''

मन्सूरखान पुढे बोलत होता, तोपर्यंत लखुजीराजे, जगदेवराव अनेकजण जमले. सर्वांच्या तोंडी एकच विषय होता.

''मालोजीराजांनी अगदी कमाल केली. येवढा मोठा लष्करी हुद्दा मिळवला. दख्खनमध्ये कधी घडलं नव्हतं असं.''

दख्खनमध्येच काय पण हिन्दोस्तानमध्ये आजवर असं कधी घडलं नव्हतं. लष्करातला इतका वरचा हुद्दा शक्यतो जवळच्या रिश्तेदाराला, अत्यंत विश्वासातल्या व्यक्तीला देण्याची परंपरा होती. दखनी किंवा देशी वंशाच्या माणसाला त्यातून हिन्दू सरदाराला शक्यतो असा मान मिळत नसे. अगदी खास पराक्रम दाखवला तर एखादी जहागीर बहाल केली जात असे. सरंजाम वाढवणे, चौथाई, देशमुखीची इनामे जाहीर करणे नेहमी होत असे. असा दरबारी किताब मिळणे जवळजवळ अशक्य होते. ती परंपरा आज मोडली होती.

मलिक अंबरांचे पाठबळ, असाधारण युद्धकौशल्य, निजामशाहीतील पडत्या काळातील परिस्थिती यामुळे मालोजीराजेंवर एवढी मोठी जिम्मेदारी सोपवली गेली होती. सर्व सरदारांमध्ये याच बाबतीत चर्चा चालली होती.

राजे विठोजीराजेंसह तेथे आले. वणगोजीराजेंना पाहताच ते खाली वाकले. वणगोजीराजेंनी त्यांचे खांदे घट्ट पकडले. त्यांना वर उचलून मिठी मारली. दाटलेल्या गळ्याने ते उद्गारले,

"खरंच, आजचा दिवस पाहायला बाबाजीराजे हवे होते."

ते ऐकताच राजेंचे डोळे पाणावले. त्यांना थोपटत वणगोजीराजे सांगत होते,

"आजपासून पंधरा सालांमागे हे आमच्यासंगं कोल्हापूरला जंगसाठी आले होते. तेव्हा अचानक हमला झाला. आम्ही तिथं नव्हतो, तेव्हा ह्यांनी पुढं जाऊन जंग जिंकलं होतं, तेव्हाच आम्ही म्हणालो होतो, येवढ्या कम उमरीत तुम्ही अगदी कसलेल्या सरलष्करासारखा डाव आखलात. त्याचवेळी आम्ही ओळखलं होतं की, साऱ्या सल्तनतीच्या लष्कराची जिम्मेदारी घेण्याचं कसब, हुनर यांच्यात आहे."

विठोजीराजेंकडे वळून पाहात ते पुढे म्हणाले,

"तुम्ही त्यांना लक्ष्मणासारखी साथ दिलीत, म्हणून दोघंही मोठी झालात. तुम्हा भावाभावांच्या प्रेमाचं फार कवतिक वाटतं सर्वांना."

वणगोजीराजेंच्या पाठोपाठ राजे सर्वांना भेटले. त्यांच्या मुबारकबादी घेऊन झाल्यावर ते आपल्या मुक्कामी पोहोचले. दुसऱ्या दिवशी राजे मलिक अंबरांच्या भेटीला गेले. त्यांचा निरोप घेऊन दोघे वेरूळला निघाले.

राजांच्या दरबारी सन्मानाची खबर केव्हाच वेरूळला पोहोचली होती. सारे वेरूळ सजून राजेंची वाट पाहात होते. जिंतीहून एकोजीराजे, धारूरहून विठोजीराजांच्या सासुरवाडीची मंडळी अनेक पाहुणे येऊन थांबले होते.

राजांच्या येण्याची वर्दी आली. वेशीवरच दोघांचे प्रचंड उत्साहात जंगी स्वागत झाले. वाजतगाजत दोघांची मिरवणूक निघाली. घटकाभराने दोघे वाड्याजवळ आले. वाड्यात उमाबाई आणि आऊबाई जरीवस्त्रे लेऊन आरत्या तयार करून वाट पाहात होत्या.

वाड्याच्या दारात आल्यावर कुणबिणींनी दोघांच्या पायांवर पाणी घातले. भाकरतुकडा ओवाळून टाकला. उमाबाईंनी राजांच्या कपाळी केशरगंधाचा टिळा लावला. त्यावर अक्षता लावून त्यांना ओवाळले. आऊबाईंनी विठोजीराजांना ओवाळले. दोघांनी माणसांनी गच्च भरलेल्या वाड्यात पाऊल टाकले.

राजे आपल्या दालनाकडे वळण्यापूर्वी देवघराकडे गेले. देवापुढे मस्तक टेकताना त्यांना थोरल्या आऊसाहेबांची तीव्र आठवण आली. माणूस कितीही मोठा झाला तरी वडीलधाऱ्यांच्या आशीर्वादाची गरज त्याला नेहमीच भासते. थोरल्या आऊसाहेब, बाबाजीराजे, रेखाऊ सारी वडील माणसे केव्हाच काळाआड झाली होती. त्यांच्या आठवणींनी राजांना भरून आले.

बाहेर मंडळी राजेंची वाट पाहात होती. मनाला सावरत, आपल्या भावना आवरत राजे सर्वांना भेटण्यासाठी सदरेवर निघाले.

दुसऱ्या दिवशी सकाळी राजे आपल्या दालनाच्या कवाडापाशी उभे होते. श्रावणाच्या धारांत भिजून हिरवेगार झालेले आसमंत न्याहाळत होते. त्यांचे मन जुन्या आठवणी चाळवीत असतानाच चाहूल लागली. त्यांनी मागे वळून पाहिले. एकोजीराजे त्यांच्या भेटीला आले होते. त्यांच्याकडे प्रसन्नपणे पाहात राजांनी त्यांना विचारले,

"या एकोजी. सकाळीच आलात?"

"जी. आपली इजाजत घेण्यासाठी आलो. आम्ही आजच परत जावं म्हणतो."

"का बरं? लागलीच निघालात? काकासाहेब कसे आहेत? कालच्या गडबडीत त्यांचं विचारायचं राहून गेलं."

"जी. त्यांच्यासाठीच परत जायचं आहे."

"म्हणजे?"

"त्यांची तबियत अगदी खराब झाली आहे. पावसाला सुरुवात झाल्यापासून फारच बिघडली आहे."

एकोजीराजेंचे बोलणे ऐकून राजांना परसोजीराजेंविषयी काळजी वाटू लागली. ते एकोजीराजांना म्हणाले,

"ठीक आहे. निघा तुम्ही. आम्हांला आता काकासाहेबांची फिकीर लागून राहिली. आम्ही दो-चार रोजांत त्यांना भेटायला येऊ, त्याशिवाय आम्हांला चैन नाही पडायची."

"जी. येतो आम्ही."

म्हणत एकोजीराजे बाहेर पडले. दोन-तीन दिवसांत भेटायला येणाऱ्यांची गर्दी कमी झाली. राजे जिंतीला गेले. परसोजीराजे अंथरुणावर पडून होते. राजे त्यांच्याजवळ गेले. त्यांचे पाय शिवले. राजांना पाहून परसोजीराजेंचा चेहरा आनंदाने फुलून आला. राजेंची मुद्रा मात्र त्यांची अवस्था पाहून चिंताग्रस्त झाली. ते जवळ बसत म्हणाले,

"काकासाहेब, आपली तबियत इतकी बिघडली. आम्हांला परवा एकोजींकडून समजलं."

"थोरले, आता आमचं असंच चालायचं. तुम्ही सारखे झुंजात गुंतलेले. त्यातून तुमचा मुकाम दूर गेला- तिथं श्रीगोंद्याला. तुमचा दरबारी मान झाल्याचं एकोजींनी सांगितलं. आम्हांला अगदी धावत यावंसं वाटत होतं. पर काय करणार?"

परसोजीराजांनी आपली व्यथा सांगितली. ते पुढे म्हणाले,

"दादासाहेब आणि वैनीसाहेब आधी गेले. ते आज पाहिजे होते. पर आमचं नशीब थोर. आम्हांला तुमचा संसार वाढलेला बघायला मिळाला. आता तुमचं येवढं मोठं नाव झालेलं बगीतलं. आता मातर बास झालं. सोबतीची सारी गेली. लई एकलं वाटतं."

परसोजीराजांच्या बोलांनी राजांना दाटून आले. ते पुढे काही बोलणार एवढ्यात पावसाची मोठी सर आली. आत झड येऊ लागली. राजांनी उठून कवाड बंद केले, पण अचानक हवेत गारठा वाढला. परसोजीराजांना मोठी ढास लागली. राजेंचा जीव घाबरा झाला. त्यांनी परसोजीराजांना उठून बसवले. थोडे कोमट पाणी दिले. काही वेळाने परसोजीराजांना बरे वाटले. त्यांनी राजेंकडे पाहिले. त्यांच्या डोळ्यात पाणी तरळत होते. परसोजीराजांनी राजेंचा हात हाती घेतला. त्यावर थोपटत म्हणाले,

"थोरले, इतके कष्टी होऊ नका. आमचं वय झालं आता. असंच चालायचं. आता आमचं काय राहिलंय?"

राजे भरल्या गळ्याने म्हणाले,

"असं म्हणू नका, काकासाहेब. आम्हांला तरी आता दुसरं कोण थोरलं आहे, आमचं कवतिक करायला? आम्हांला फार गरज आहे तुमची."

बोलता बोलता राजांना आवेग आवरेना. ते उठून बाहेर आले. राजे त्या दिवशी जिंतीला राहिले, त्यामुळे परसोजीराजांना अतिशय बरे वाटले. दुसऱ्या दिवशी राजांनी एकोजीराजांना सांगितले,

"आम्हांला निघायला हवं, पण काकासाहेबांची काळजी वाटते. आम्हांला पाया पडायला आता ते एकच ठिकाण राहिलं. तुम्ही त्यांची काळजी घेत आहात. पण आम्हांलाही कळवत राहा. आमचं ध्यान इकडं लागून राहणार. जमेल तसं आम्ही येत राहू."

एकोजीराजांनी होकार भरला. राजे वेरूळला परतले. वेरूळला येताच त्यांनी घृष्णेश्वराला रुद्र घातला. महाप्रसाद केला. वेरूळच्या वाड्याचे अगदी गोकूळ बनले होते. राजेंचे दोघे आणि विठोजीराजेंचे चौघेजण एकत्र आल्यामुळे वाडा गजबजून गेला होता.

राजांना श्रीगोंदा सोडून बराच काळ झाला होता. त्यांनी विठोजीराजेंकडे परत जाण्याचा विषय काढला. विठोजीराजे नाराज झाले. त्यांनी आग्रह केला.

"दादासाहेब, किती सालांनी इथं एकत्र जमलो आहोत. आता सणवार तोंडावर आले आहेत. यंदा तुम्ही इथंच थांबावं असं आम्हांला वाटतं."

"पण विठोजी, आम्हांला किती दिवस झाले श्रीगोंद्याहून बाहेर पडून! तिथं गोमाजी एकले..."

"असू देत. पर तुमी या खेपी आमचं मन मोडू नका."

विठोजीराजांनी आग्रह केला. त्यांच्या आर्जवापुढे राजे नमले. त्यांनी थांबायचे ठरवले. अनेक वर्षांनी राजे वेरूळच्या वाड्यात कुटुंबासह निवान्त राहिले.

■

२

आता दौलताबाद, जाफराबाद आणि कनरड परगणे राजांच्या अखत्यारीत आले होते. राजे विठोजीराजेंसह नव्या दौलतीचा कारभार पाहात होते. हा मुलूख आधी राजू दखनींच्या अखत्यारीत होता. जागोजागी राजू दखनींनी नेमलेले अंमलदार, मुलकी आणि लष्करी अधिकारी होते. त्यांपैकी काहीजण राजेंकडे रुजू झाले. काही ठिकाणी बदलावे लागले. विठोजीराजांना फडावरच्या कामात गुंतावे लागत होते. राजे मलिक अंबरांशी संधान ठेवून होते. दरबारी कारभारातले बारकावे नव्याने आत्मसात करत होते.

गौरी येऊन गेल्या. पक्ष पंधरवडा संपत आला. एके दिवशी उमाबाई राजांना म्हणाल्या,

''आता दसरा झाला की, परत जायचं. त्याआधी आम्हांला काही सांगायचं होतं.''

''सांगा की.''

''तुम्ही झुंजाला गेलात तेव्हा आम्ही फलटणच्या आमच्या माहेरच्या कुलस्वामिनीला नवस बोललो होतो. तो फेडायचा राहून गेलाय.''

''ठीक आहे. आम्ही मामासाहेबांना कळवतो. त्यांचा सांगावा आला की जाऊ.''

राजांनी हसत सांगितले. उमाबाईंना बरे वाटले. त्या आपल्या कामाला निघून गेल्या. राजे सदरेवर गेले.

नवरात्र सुरू झाले. खांडेनवमीचा दिवस उजाडला. वाडा नेहमीपेक्षा अधिक सजलेला होता. यंदा राजे वेरूळला असल्यामुळे उत्सव जोरात होता. शस्त्रपूजेची तयारी सुरू होती. सारी शस्त्रे हारीने मांडणे चालले होते. चाकर चिंचगोळे घेऊन शस्त्रे उजळत होते. थोरल्या मालोजीराजेंची तलवार आजही पूजेत अग्रभागी ठेवलेली होती. तिच्याकडे पाहताच राजांना थोरल्या आऊसाहेबांची आठवण झाली. मोत्याच्या लडी उलगडाव्या तसे पंधरा सालांमागचे प्रसंग राजांच्या मनात उलगडू लागले. राजांना असे आठवणीत हरवलेले पाहून विठोजीराजे त्यांच्याजवळ गेले. त्यांच्या खांद्यावर हळुवारपणे हात ठेवत म्हणाले,

''दादासाहेब, कोणत्या खयालात बुडून गेलात?''

राजांनी त्यांच्याकडे पाहात स्मित केले. समोरचे दृश्य दाखवत म्हणाले,

''हे पाहून जुनी याद आली. आठवतं तुम्हांला? आम्ही थोरल्या आऊसाहेबांजवळ हटून बसलो होतो. किती सालं होऊन गेली...''

''होय तर.'' विठोजीराजे त्यांच्याजवळ बसत म्हणाले, ''पूरी याद आहे.

त्यावेळी थोरल्या आऊसाहेबांनी तुमचं मानलं. आबासाहेबांची समजूत काढली. म्हणून आजचा दिवस दिसला, पण दादासाहेब, आज दोघं हे सारं बघायला हवी होती. आम्हांला त्यांची फार आठवण होते.''

विठोजीराजे भावनावश झाले होते. राजे समजूत घालत म्हणाले,

''विठोजी, इतके कष्टी होऊ नका. आज ही सारी आपल्यात नाहीत, पण गेलेल्यांच्या इच्छाच त्यांचे आशीर्वाद बनून आपल्यामागे उभ्या राहतात. आजचं यश, वैभव, मानसन्मान त्याचंच फळ आहे.''

दोघे भाऊ जुन्या आठवणींमध्ये दंग होऊन गेले होते. एवढ्यात सदरेवरून बोलावणे आले. पूजेची तयारी झाली होती. दोघे तिकडे वळले.

■

३

शिलंगण झाले. आता पुढच्या मोहिमेचे वेध सुरू झाले. राजांनी श्रीगोंदा सोडल्याला सहा महिने होऊन गेले होते. श्रीगोंद्याला जाण्यापूर्वी त्यांना फलटणला जायचे होते. तसा वणगोजीराजेंचा सांगावा अद्याप आला नव्हता. राजे त्याची वाट पाहात होते. तिथले देवकार्य उरकून मोहिमेला बाहेर पडण्याआधी कबिला श्रीगोंद्याला पोहोचवणे भाग होते. राजे परतीच्या विचारात होते.

त्याचवेळी राजांना गोमाजींकडून काही माणसे आल्याची वर्दी मिळाली. ते फडावर आले. राजांना पाहताच विठोजीराजांनी गोमाजींना पाठवलेला खलिता त्यांच्या हाती दिला. खलित्यातील मजकूर वाचून राजे बेचैन झाले. त्यांच्या कपाळावर चढलेल्या आठ्या पाहून विठोजीराजांनी विचारले,

''दादासाहेब, काही खास घडलंय? काय म्हणत आहेत कारभारी?''

''विठोजी, आमच्या इंदापूरकडच्या भागात थोडी गडबड झालेली दिसते.''

म्हणत राजांनी खलिता विठोजीराजांच्या हातात ठेवला.

राजांच्या पुण्याजवळच्या जहागिरीचा पसारा बराच मोठा होता. त्यातील शिवनेरी किल्ला आणि बाजूचा परिसर जुन्नरपासून जवळ होता. त्या बाजूला खुद्द मलिक अंबरांचा भाग असल्याने काही अडचण येत नव्हती, तसेच श्रीगोंद्याचा परिसर व सुपे इथे देखील राजेंचा चांगला वचक होता, पण इंदापूरकडची परिस्थिती वेगळी होती.

तिथून जवळ भीमेच्या पलीकडे राजू दखनींना मानणाऱ्या सरदारांचा मुलूख लागत होता. राजू दखनीला राजांनी पकडल्यामुळे ते चिडून गेले होते. त्यांनी राजांच्या मुलखाला त्रास देण्यास सुरुवात केली.

रयतेला धाक दाखवणे, लूटमार करणे, उभी पिके उद्ध्वस्त करणे असे

उपद्व्याप चालू होते. गोमाजी कळवत होते- 'इंदापूरचे किल्लेदार कंटाळून गेले आहेत. आम्ही त्यांना मदत केली, पण तेवढ्याने हमले आवरत नाहीत. मामला आमच्या आवाक्याबाहेरचा आहे. सरकारांनी जातीने लक्ष घालणे जरूर वाटते.'

खलिता वाचल्यावर विठोजीराजे गंभीर होत म्हणाले,

"दादासाहेब, हा मामला आम्हांला मामुली वाटत नाही."

"होय. आम्हांला लागलीच निघावं लागेल असं दिसतं. इतकी तकलीफ वाढेल असं वाटलं नव्हतं."

"आम्ही आपल्याला इतके दिवस ठेवून घेतलं. तिथं तुमच्या दौलतीत असा गोंधळ झाला."

विठोजीराजांच्या बोलण्यात अपराधी भाव डोकावत होता. तो जाणवल्याने राजे म्हणाले,

"त्यात तुमचा काय कसूर? आपल्या सल्तनतीतला माहौलच तसा आहे. सरदारांचे आपसात वाद आहेत. त्यात कधीकधी रयतेला त्रास होतो. त्याला तुम्ही काय करणार?"

"पण दादासाहेब, आम्ही तुम्हांला एकल्याला जाऊ देणार नाही. आम्ही तुमच्यासंगट येणार."

राजे हसले. विठोजीराजांना खांद्यावर थोपटत म्हणाले, "आमची काळजी करता? असे कितीएक मसले आम्ही बघता बघता सोडवलेत. हां, तुम्हांला आमच्यासोबत मुलखात फेरफटका मारायचा असंल तर ठीक आहे. चला, दोघं जाऊन येऊ."

उमाबाईंना राजे अचानक इंदापूरला निघाल्याचे समजले. त्या नाराज झाल्या. राजे त्यांची समजूत काढत म्हणाले,

"आम्ही धाकल्यांसोबत जाऊन लागलीच परत येतो. तोवर मामासाहेबांचा सांगावा येईल. मग जाऊ आपण."

"पण आमी आईकलं की, इंदापुराहून फलटण जवळ आहे. आमी आपल्यासंगट तिथवर येऊ. तुमचं काम झालं की तसंच पुढं जाऊ. नवस लई दिवस फेडायचा राहिला, हे बरं नाही."

उमाबाई आर्जवी स्वरात म्हणाल्या, पण राजे मान हलवीत म्हणाले,

"नाही उमा. गोमाजींच्या सांगण्यावरून तिथले हालात चांगले दिसत नाहीत. कबिला घेऊन जाणं आम्हांला धोक्याचं वाटतं."

राजांनी निश्चयी स्वरात सांगितले. उमाबाई नाइलाजाने वेरूळला थांबल्या. राजे विठोजीराजेंसोबत इंदापूरला निघाले.

■

४

वेरूळहून पहाटेच बाहेर पडलेले राजे सतत दौड करीत इंदापूरला पोहोचले तेव्हा दुपार उतरणीला लागली होती. इंदापूरच्या गढीचे किल्लेदार जातीने अगवानी करण्याकरिता दोन कोस पुढे आले. त्यांनी राजांना विठोजीराजेंसह मोठ्या इतमामाने गढीत नेले.

राजे जातीने इतक्या तातडीने आपल्या मदतीसाठी आल्याने किल्लेदार भारावून गेले होते. ते नम्रपणे म्हणाले,

''सरकार, कारभाऱ्यांनी लई वेळा मदत केली, पर गनीम आवरंना, म्हनून आपल्याला तरास घ्यायला लागला.''

''आमचं कामच आहे ते. त्यात त्रास कसला?''

''तुमी दोघंबी आलासा. आमचं नशीब लई थोर, पर तुमचं थोरामोठ्यांचं सारं आमाला कसं जमनार? जसं करू तसं साजरं करून घ्या.''

किल्लेदार हात जोडून सांगत होते. राजे अचानक विठोजीराजेंसह सारा सरंजाम घेऊन आल्याने ते गोंधळून गेले होते. विठोजीराजे पुढे येऊन हसत म्हणाले,

''तुमी काई अवघड वाटून घेऊ नका. आम्ही मुलूखगिरी करणारी माणसं. आमाला सवय आहे साऱ्याची.''

किल्लेदारांचा जीव त्यांचे ऐकून भांड्यात पडला. ते लगबगीने पुढच्या तयारीला लागले. लांबच्या पल्ल्याची दौड झाल्याने सारे दमगीर झाले होते. रातीच्या थाळ्यानंतर विसावून गेले.

दुसऱ्या दिवशी सकाळीच किल्लेदारांनी राजांना इंदापूरचे स्थानदैवत इंद्रेश्वराच्या दर्शनाला नेले. राजेंची शिवभक्ती त्यांनी ऐकलेली होती. त्यांनी पुजाऱ्यांना सांगून पूजेची व्यवस्था केली होती.

इंद्रेश्वराचे मंदिर छोटेखानी, सुबक बांधणीचे होते. गाभाऱ्यात शंकराची स्वयंभू पिंडी बेलफुलांनी सजवली होती. राजांनी विधिपूर्वक पूजा करून दर्शन घेतले. सारा लवाजमा गढीत परतला.

सदरेवर येताच राजांनी कारभाराची चौकशी सुरू केली. किल्लेदार सांगत होते,

''सरकार, आपला दरबारी मान वाढला. यंदा पाऊसपानी चांगलं झालं. आमी लई खुशीत होतो. पर गनिमाचा तरास सुरू झाला. गावागावांत जाऊन लूटमार करतात. उभी पिकं पळवून नेतात. कुनी आडवं आलं तर मारून टाकतात. रयत लई हैराण झालीय सरकार.''

किल्लेदार वर्णन करून सांगत होते. राजांच्या मस्तकावरच्या शिवगंधावर सुरकुत्या वाढत होत्या. दहशतीमुळे वसुलीवर बराच परिणाम झाला होता. कारभार कसा चालवावा हा प्रश्न किल्लेदारांना पडला होता. राजे विठोजीराजेंकडे पाहात म्हणाले,

"विठोजी, हे काही खरं नाही. चला, आपण बाहेर पडून याचा बंदोबस्त करायला हवा."

■

५

राजे मुलखात फिरू लागले. गावागावांत प्रचंड दहशत माजली होती. घोड्याच्या टापांचा नुसता आवाज आला तरी लोक हादरून जात होते. राजांनी प्रत्येक गावात जाऊन लोकांना दिलासा दिला. जागोजागचे अंमलदार, पाटील, सावकार यांना बोलावून घेतले. त्यांना आधार दिला. हळूहळू वातावरण पालटू लागले.

विठोजीराजांनी फडावरचा कारखाना हातात घेतला. रयत निर्धास्त बनली तशी वसुली होऊ लागली. विठोजीराजांनी कारभाराला वळण लावून दिले.

अवघ्या पंधरवड्यात सारे स्थिरस्थावर होऊ लागले. राजेंची धडक इतकी जबरदस्त होती की गनीम जणू नाहीसा झाला. कुठेही त्यांना म्हणावा तसा प्रतिकार झाला नाही. इंदापूर शांततेत नांदू लागले, पण राजे थोडे अस्वस्थ झाले. ते विठोजीराजांना म्हणाले,

"विठोजी, गनीम अचानक गप्प बसला. आम्हांला हे ठीक वाटत नाही."

"म्हणजे?"

"त्यांचा काही डाव असू शकेल. आपण इथं आहोत तोवर थंड बसतील. आपण परतल्यावर पुन्हा डोकं वर काढतील."

राजेंचे ऐकून विठोजीराजे विचारात पडले. त्यांनी विचारले,

"आपण म्हणता तसं होऊ शकतं. आपला काय खयाल?काय करायला हवं?"

"विठोजी, हे आमचं पूर्वेकडच्या हद्दीचं ठाणं आम्हांला अधिक मजबूत करावं लागेल. इथलं माणूसबळ वाढवावं लागेल. काही भागात गस्त सुरू करावी लागेल."

विठोजीराजांना राजेंचा विचार पटला. राजे नेहमीप्रमाणे बाहेर पडले. विठोजीराजे फडावरच्या तसेच भरतीच्या कामाच्या जोडणीला लागले. राजांच्या दौलतीतला एक मसला दोघांनी मोठ्या ताकदीने आवाक्यात आणला होता.

पुढल्या काही दिवसांत परिस्थितीत चांगली सुधारणा झाली. राजांच्या मनात

परत जाण्याचा विचार डोकावू लागला. गनीम जसा काही हवेत विरघळून जावा असा नाहीसा झाला होता. अद्याप कुठेही अटकाव झाला नव्हता. हीच बाब थोडीशी खटकत होती.

राजे नेहमीप्रमाणे तयार होऊन सदरेवर आले. विठोजीराजे आपले काम करीत फडावर बसले होते. त्यांच्याकडे पाहात राजांनी विचारले,

“फार कामात दिसता?”

“जी. फारसं नाही. आता सारं उरकत आलंय.”

“आम्हांला तसंच वाटतं. एक-दो रोजांत परत निघू. आज येताय का सोबत? बरेच दिसांत आला नाहीत.”

राजांनी विचारले. विठोजीराजे मान हलवत म्हणाले,

“आज नको. इथलं थोडं काम राहिलंय. तुम्ही जाऊन या. तुमची नेहमीची वेळ चुकायला नको.”

“ठीक आहे. येतो आम्ही.”

असे म्हणत राजे उठले. बालेकिल्ल्याच्या सज्जावर किल्लेदार त्यांची वाट पाहात होते.

“सारी तैयार आहेत सरकार. निघायचं ना?”

किल्लेदार त्यांच्या पथकासह केव्हाच सज्ज झाले होते. बालेकिल्ल्याच्या सज्जावरून नजर थेट इंद्रेश्वराच्या गाभाऱ्यात पोहोचत होती. आज राजांनी तिथूनच दर्शन घेतले.

“चला.”

असे किल्लेदारांना उद्देशून बोलत ते बाहेर पडले. मोजक्या हत्यारबंद स्वारांनिशी दोघे गढीच्या वेशीबाहेर आले. राजांनी ठरल्याप्रमाणे दक्षिणेकडील गावांकडे जाण्यासाठी मोहरा वळवला.

सकाळचे सोनेरी सूर्यकिरण रानात पसरले होते. शरद ऋतूतले कोवळे, उबदार ऊन्ह पाठीवर घेत घोडी दौडत होती. आघाडीवर खुद्द राजे किल्लेदारांशी बोलत आरामात निघाले होते. अंदाजे कोसभराची दौड झाली. राजे अचानक बोलता बोलता थांबले. त्यांनी लगाम ओढून घोडे थांबवले. पाठोपाठ सारे थबकले, राजेंकडे पाहू लागले.

राजेंचे सावध कान कसलीतरी चाहूल घेत होते. किल्लेदार त्यांना काही विचारू पाहात होते, पण राजांनी त्यांना खुणेने गप्प केले. काही क्षण माळावर विलक्षण शांतता पसरली. राजे अंदाज घेत होते. त्यांची नजर डाव्या बाजूच्या शेतामागील उंच झाडांच्या पाठीमागे खिळली होती. वातावरणातील ताण वाढत होता. एवढ्यात एक हळुवार झुळूक आली. झाडांच्या पानात सळसळ उठली.

नीरव शांततेचा किंचित भंग झाला.

राजांनी पुढे जाण्याचा विचार बदलला. लगामाला हात घातला. घोडे वळवण्यासाठी टाच मारणार तोच अचानक गारांचा पाऊस पडावा तसा टापांचा आवाज झाला. समोरचे रान तुडवत शे-दोनशे स्वारांची तुकडी दौडत अंगावर चालून आली. कित्येक पटींनी अधिक हल्लेखोर समोर आलेले पाहून सारे बावरून गेले.

राजे सर्वांत आधी सावरले. त्यांनी जोरदार प्रतिकार सुरू केला. एकच हाणामारी सुरू झाली. दोन्हीकडील स्वार एकमेकांवर तुटून पडले. घमासान हातघाई सुरू झाली. शत्रूचे बळ राजांच्या तुकडीपेक्षा कितीतरी पटींनी अधिक होते. किल्लेदारांनी इशारा केला. काही स्वार जलदीने गढीकडे धावले.

किल्लेदार आणि त्यांचे सोबती जोरात लढत होते, पण हल्लेखोरांचे सारे ध्यान राजेंवर एकवटले होते. त्यांनी राजांना चारी बाजूंनी घेरले. राजे एकटे कित्येकांना भारी होते. ते अत्यंत त्वेषाने लढत होते, पण आज शत्रू वरचढ होता. त्याचे बळ कित्येक पटींनी अधिक होते.

राजेंचे स्वार एक एक करीत मारले जाऊ लागले. आजूबाजूला रक्ताचा सडा पसरत होता. प्रेते विखुरून पडत होती. राजे जाळ्यात सापडलेल्या सिंहाप्रमाणे एकाकी पडले होते, पण मुळीच हटत नव्हते. त्यांच्यावर चारही बाजूंनी वार होऊ लागले. वारागणिक रक्ताच्या चिळकांड्या उडू लागल्या. शत्रूचा जोर वाढू लागला. अजून राजे शत्रूला आवरत नव्हते.

ऊन्ह चढू लागले होते. जखमांतून रक्तस्राव होऊ लागला. राजेंची ताकद हळूहळू कमी पडू लागली. आता राजांना भोवळ येऊ लागली. वेदना असह्य होऊ लागल्या, तरीही राजे जिद्दीने लढत होते.

अन् अचानक एक वार राजांच्या वर्मी बसला. प्रचंड वेदना झाल्या. राजांच्या डोळ्यापुढे अंधारू लागले. त्यांनी मान झटकली, वर पाहिले. तीव्र उन्हाची तिरीप त्यांच्या डोळ्यात शिरली. त्यांच्या नजरेसमोर पुरता काळोख भरला. राजेंची शुद्ध हरपली. ते घोड्यावरून खाली कोसळले.

गढीत गेलेले स्वार विठोजीराजेंकडे धावले. राजेंवर हल्ला झाल्याचे समजताच विठोजीराजे ताडकन उठले. गढीतली मिळेल तितकी शिबंदी गोळा करून लगबगीने निघाले. दुरून त्यांना येताना पाहून गनिमाने काढता पाय घेतला. विठोजीराजे बेभानपणे दौडत चकमकीच्या ठिकाणी पोहोचले. माळावरचे दृश्य पाहून तिथेच थबकले.

सगळीकडे रक्ताचा सडा पसरला होता. त्यातच रक्तबंबाळ देह विखुरून पडले होते. विठोजीराजांच्या काळजाचा ठाव सुटला. घोड्यावरून उतरून त्यांनी पुढे धाव

घेतली. किल्लेदारांचा निष्प्राण देह पाहून त्यांचा धीर सुटला. राजांना शोधण्यासाठी त्यांची नजर भिरीभिरी फिरत होती. इतक्यात कुणीतरी त्यांना हाक मारली. विठोजीराजांनी तिथे धाव घेतली. राजेंचा जखमांनी भरलेला देह रक्ताच्या थारोळ्यात पडला होता. ते भयानक दृश्य पाहून ते जागीच मटकन बसले.

एवढ्यात गढीतले कारभारी वैद्यराजांना घेऊन येऊन पोहोचले. त्यांनी सोबत पालख्या आणल्या होत्या. वैद्यराजांनी किल्लेदार आणि खुद्द राजांना तपासले. त्यांचे प्राण गेल्याची खातरजमा केली. त्यांच्याकडे मोठ्या आशेने पाहणाऱ्या विठोजीराजांच्या नजरेकडे नजर देणे त्यांना शक्य झाले नाही. त्यांनी नुसतीच मान हलवली. विठोजीराजे त्याच क्षणी खाली कोसळले. त्यांचा हंबरडा ऐकून सर्वांच्या काळजाचे पाणी पाणी झाले. त्यांच्या जन्मापासूनची गेल्या तीन दशकांची साथ अकस्मात सोडून आज त्यांचे दादासाहेब न परतीच्या वाटेवर निघून गेले होते. त्यांना एकले सोडून. त्यांना आवरणे कोणालाच शक्य नव्हते.

■

६

इंदापुरावर शोककळा पसरली होती. कारभाऱ्यांनी राजेंचा देह पालखीतून गढीत हलवला होता. विठोजीराजेंची समजूत काढीत गावातील वडील माणसांनी साऱ्या पाहुण्यांची माहिती घेतली. फलटण, जिंती, धारूर, वेरूळ सगळीकडे माणसे धाडली. जुन्नरला मलिक अंबरांकडे निरोप पाठवला.

पुढचे सारे ठरवण्यासाठी विठोजीराजे वणगोजीराजेंची वाट पाहात होते. राजे जबर जखमी झाल्याचा निरोप फलटणला पाठवला होता, पण जासुदांच्या चेहऱ्यावरची कळा पाहून काहीतरी भयानक घडले असल्याचे वणगोजीराजांना जाणवले होते. ते बेभानपणे दौडत निघाले.

वणगोजीराजे इंदापुरात आले तेव्हा दिवस ढळत आला होता. त्यांनी गढीत प्रवेश केला. सगळीकडे भयाण शांतता होती. माणसे गर्दीने दुतर्फा उभी होती. भयचकित नजरेने वणगोजीराजांना न्याहाळीत होती. नीरव वातावरणात त्यांच्या घोड्यांची टपटप तेव्हढी ऐकू येत होती.

इतक्यात एका घरातून जोरात रडण्याचा आवाज आला. वणगोजीराजांनी दचकून पाहिले. ते किल्लेदारांचे घर होते. वणगोजीराजांच्या काळजाचा ठाव सुटला. त्यांनी टाच दिली. काही क्षणातच ते बालेकिल्ल्यासमोरच्या चौकात आले. तिथे प्रचंड गर्दी होती. वणगोजीराजांना पाहताच सारी उठून उभी राहिली. वणगोजीराजांनी घोड्यावरून उडी घेऊन पुढे धाव घेतली.

पुढचे दृश्य पाहताच मात्र ते क्षणभर जागीच खिळून राहिले. चौकाच्या

मध्यभागी पालखीत राजेंचा निष्प्राण रक्तबंबाळ देह त्यांना दिसला. त्यांना तोल सावरीत पुढचे पाऊल टाकवेना. काहीजणांनी पुढे येऊन त्यांना सावरले, पुढे आणले. पालखीजवळ येताच त्यांनी स्वत:ला झोकून दिले. पहाडासारख्या बलदंड पुरुषाची ती अवस्था पाहून सर्व मंडळींना दु:ख अनावर झाले. काहीजणांनी त्यांना कसेबसे सावरले. विठोजीराजे एका बाजूला विमनस्क होऊन बसले होते, तेथे घेऊन गेले. वणगोजीराजे सामोरे येताच विठोजीराजेंचा बांध फुटला.

"मामासाहेब."

अशी हाक घालत त्यांनी हंबरडा फोडला. त्यांना कवेत घेऊन वणगोजीराजे शोक करू लागले.

"काय झालं हे राजे? असं कसं झालं? तुम्ही कसं जाऊ दिलं त्यांना? आता पोरीकडे कुठल्या तोंडानं जाऊ?"

वणगोजीराजांच्या दु:खाला पारावार नव्हता. त्यांच्या आक्रंदनाने सारी हेलावून गेली. कुणी कुणाला सावरायचं? दोघांसाठी सारं आभाळच फाटलं होतं. वणगोजीराजे तर पार ढासळून गेले होते. काय करणार? त्यांच्या लाडक्या लेकीचे कुंकू त्यांच्यासमोर रक्ताच्या थारोळ्यात पसरले होते.

गढीतल्या बुजुर्ग मंडळींनी दोघांना समजावले. त्यांचा आवेग थोडा ओसरल्यावर पुढे काय करायचे याचा विचार सुरू झाला. राजेंचा देह वेरूळला इतक्या दूर नेणे शक्य नव्हते. अखेर राजेंचा देह पडला त्याच ठिकाणी त्यांचे दहन करायचे ठरले. राजेंसोबत त्यांच्यासाठी आपले प्राण देणाऱ्या किल्लेदारांचे तेथेच दहन करण्याचे ठरले.

राजेंचीच अंतिम यात्रा निघाली. पंचक्रोशीतून हजारो माणसे जमली होती. इंदापूरच्या माळावर चिता रचली गेली.

विठोजीराजांनी राजांच्या पार्थिवाला अग्नी दिला. शेकडो हुंदक्यांचा आवाज आसमंतात उठला. मावळतीला सूर्य अस्ताला जात होता. सायंकाळचा गार वारा सुटला. वाऱ्याने चितेवरील आगीने पेट घेतला. उंच उंच ज्वाळांनी मावळते सूर्यबिंब झाकोळून गेले. त्याच्यासोबत भोसल्यांच्या कुळातील एक उभरते पौरुष अनंतात विलीन होऊन गेले.

■

७

वेरूळची वाट सरता सरत नव्हती. पालखीत राजेंचे जोडे, मंदिल आणि तलवार ठेवलेली होती. राजेंचे निष्ठावान सैनिक लाडक्या धन्याचे अंतिम अवशेष घेऊन जड मनाने वाटचाल करत होते. विठोजीराजे आणि वणगोजीराजे आपल्या दु:खात चूर होऊन गेले होते. पुढे काय पाहावे लागणार आहे या विचाराने दोघांची

मने थरकापत होती.

वेरूळ जवळ येऊ लागले तशी गती अधिकच मंदावली. पालखी दुरूनच दिसली, वेशीतली गर्दी पुढे झेपावली. वाटेतच पालखी थांबवत लोक दर्शन घेऊ लागले. कशीबशी वाट काढत सर्वजण वाड्यासमोर आले.

वाड्याच्या दारात एकोजीराजे उभे होते. विठोजीराजेंना पाहताच ते पुढे सरसावले. त्यांना मिठीत घेतले. दोघांनी आपल्या दुःखाला वाट करून दिली. एकमेकांना सावरत दोघे आत आले.

पालखी वाड्यात आणली. चौकाच्या मधोमध ठेवली. त्यातले राजेंचे अवशेष पाहून एकच आक्रोश उसळला. विठोजीराजेंचा आवेग ओसरल्यावर एकोजीराजे त्यांना आतल्या दालनात घेऊन गेले. तेथे परसोजीराजांना पाहून विठोजीराजेंना काही सुचेना. त्यांना पाहताच परसोजीराजे विलाप करू लागले.

"धाकले, हे काय घेऊन आलात? कुठे गेले थोरले? आधी आमचे दादासाहेब गेले. हे सारं बघायला आम्हांला मागं ठेवलं. आमाला आता जगून काय करायचं होतं? थोरल्यांच्या जागी देवानं आमाला न्यायचं होतं."

परसोजीराजे कपाळ बडवत त्रागा करत होते. त्यांच्या बोलांनी सर्वांचे मन पिळवटून गेले. त्यांना थोडे शांत करून विठोजीराजेंनी स्वतःला सावरले. वणगोजीराजे एकीकडे विमनस्क होऊन बसले होते. विठोजीराजे त्यांच्याकडे गेले. आता खरे संकट सामोरे येणार होते. आतल्या दालनात जायचे होते. त्यांनी वणगोजीराजेंकडे पाहिले. त्यांनी मानेनेच नकार दिला, तरीदेखील विठोजीराजांनी त्यांच्या खांद्यावर हात ठेवला. मूकपणेच त्यांना आत चलण्याची विनवणी केली. वणगोजीराजे नाइलाजाने उठले. दोघे आतल्या दालनाकडे वळले. आतले दृश्य पाहताच दोघेही जागीच खिळून गेले.

दालनात एका बाजूला उमाबाई हिरवे लुगडे लेऊन बसल्या होत्या. सर्व सौभाग्यालंकार अंगावर तसेच होते. एका बाजूला वाणाची भरलेली सुपे हारीने मांडलेली होती. उमाबाईंनी कपाळभर मळवट भरलेला होता. त्यांच्या शांत, तेजस्वी मुद्रेवर अपूर्व निर्धाराचे तेज लखलखत होते. वणगोजीराजेंच्या विस्फारलेल्या नजरेत ते रूप मावेना. त्यांच्या सर्वांगाला उभा कापरा भरला. कसाबसा तोल सावरीत त्यांनी दाराच्या चौकटीचा आधार घेतला.

विठोजीराजेंना देखील मोठा धक्का बसला. त्यांच्या तोंडून शब्दही फुटेना. त्यांनी वणगोजीराजेंना सावरले. दोघे बाहेर आले. गोमाजी आणि बाळाजी एकीकडे उभे होते. विठोजीराजेंनी गोमाजींकडे पाहताच ते पुढे आले, आपले तोंड झाकीत म्हणाले,

"सरकार, थोरले राजे झुंजाला जाताना आमचा निरोप घेत म्हणाले, सांभाळा.

आम्हांला कुठं माहिती होतं की तो त्यांचा शेवटचा निरोप होईल. असं कसं झालं?''

गोमाजींना रडे आवरेना. विठोजीराजे त्यांची समजूत घालत म्हणाले,

''गोमाजी, आता आपल्याला फुरसत नाही. आधी वहिनीसाहेबांना थांबवलं पाहिजे, पण आम्ही येण्याच्या आधीच त्यांची तयारी कशी केली? थोडा तरी विचार करायचा.''

विठोजीराजांच्या कातर स्वरात संतापाची धार होती. बाळाजी हळूच पुढे आले. अपराधीपणे उद्‌गारले,

''सरकार, ते आमच्याकडून घडलं. वहिनीसाहेब सारख्या आमच्या मंडळींकडे राजेंचे जोडे मागू लागल्या. बस, एकच धोशा लावला. दुसरं काहीच ऐकेनात. अखेर आमचा नाइलाज झाला.''

बाळाजींनी उपरणे डोळ्याला लावले. राजे गेल्याची खबर आल्यापासून उमाबाईंनी अन्नत्याग केला होता. आऊबाई आणि लक्ष्मीबाई त्यांची समजूत घालून थकल्या. उमाबाईंनी मात्र एकच हट्ट धरला होता.

सारे ऐकल्यानंतरही विठोजीराजेंपुढचा पेच मात्र सुटत नव्हता. अचानक त्यांना सुचले. ते गोमाजींना म्हणाले,

''तुम्ही ताबडतोब उपाध्यांना बोलावून घ्या. पाहू या ते काही उपाय काढतात का?''

गोमाजी बाळाजींसोबत उपाध्यांना बोलावण्यासाठी गेले. विठोजीराजे आपल्या दालनात गेले. दोनच दिवसांपूर्वी त्यांना आपल्या लाडक्या दादासाहेबांना अग्नी द्यावा लागला होता. त्या धक्क्यातून ते जेमतेम सावरत होते, त्यातच उमाबाईंच्या सती जाण्याच्या विचाराने त्यांना पुन्हा हादरवून टाकले. नियती आपली ही कसली परीक्षा घेत आहे हेच त्यांना समजत नव्हते.

■

८

उपाध्यांनी दालनात पाऊल टाकताच विठोजीराजांनी त्यांच्यापुढे आपला प्रश्न मांडला.

''आमचे दादासाहेब तर अचानक गेले. तिथं आम्ही काहीच करू शकलो नाही. इथं आलो तो वहिनीसाहेबांचा असा हट्ट. काय करावं सुचत नाही. त्यांची दोन्ही लेकरं अजाण आहेत. ती पोरकी व्हायला नकोत. तुम्हीच आता काहीतरी उपाय सांगा.''

विठोजीराजे व्याकूळपणे विचारीत होते. उपाध्यांनी त्यांना धीर देत म्हटले,

''सरकार, आम्हांला समजल्यापासून आम्हीदेखील याच कोड्यात पडलो

होतो. आमचे ज्येष्ठ बंधू पैठणला असतात. त्यांना कळवून तिथल्या विद्वानांकडून आम्ही शास्त्रार्थ मागवून घेतला होता. आता थोड्याच वेळापूर्वी तो आमच्या हाती आला.''

''असं? काय म्हणतात ते?''

विठोजीराजेंनी मोठ्या अधीरतेने विचारले, उपाध्ये गंभीरपणे म्हणाले,

''त्यांचे म्हणणे आहे की, शास्त्रानुसार पुत्रवतीने, विशेषत: अज्ञान बालकांच्या मातेने सहगमन करू नये.''

उपाध्यांचे शब्द कानी पडताच विठोजीराजांनी डोळे मिटले. त्यांच्या मनावरचा ताण अचानक कमी झाला. त्यांनी तातडीने वणगोजीराजांना आपल्याकडे बोलावून घेतले. उपाध्यांचे बोलणे त्यांच्या कानावर घातले.

''मामासाहेब, आता आपणच वहिनीसाहेबांना सारं समजावून सांगा. त्या आपलं जरूर ऐकतील.''

विठोजीराजांनी वणगोजीराजांना विनवले. वणगोजीराजे नाइलाजाने उमाबाईंकडे गेले. उमाबाई खाली मान घालून स्वस्थ बसल्या होत्या. वणगोजीराजे त्यांच्या पुढ्यात जाऊन बसले. त्यांनी हाक मारली,

''दीपाक्का.''

उमाबाईंनी कसलाही प्रतिसाद दिला नाही, तरीही वणगोजीराजेंनी धीर धरून उपाध्यांनी सांगितलेले सारे त्यांना सांगितले. उमाबाई तशाच नि:स्तब्धपणे बसून होत्या. वणगोजीराजांनी त्यांना पुन्हा एकवार हाक मारली. उमाबाईंनी मान वर केली. वणगोजीराजेंकडे पाहिले. त्यांची कोरी भावहीन नजर पाहून आपण बोललेले त्यांनी काहीच ऐकलेले नाही हे वणगोजीराजांच्या ध्यानी आले. ते खचून गेले. त्यांनी अगतिकपणे सगळीकडे पाहिले.

एका बाजूला लक्ष्मीबाई तीन वर्षांच्या छोट्या शरीफजींना कडेवर घेऊन उभ्या होत्या. पलीकडे शाहजी खेळोजींसोबत खेळत होते. त्यांचा निरागसपणा पाहून वणगोजीराजांना भडभडून आले. आपल्यावरचे आपल्या पित्याचे छत्र हरपले आहे याची त्या बालजिवांना काहीच जाणीव नव्हती.

वणगोजीराजांनी लक्ष्मीबाईंना जवळ बोलावले. दोन्ही मुलांना घेऊन ते पुन्हा उमाबाईंजवळ आले. त्यांची समजूत घालू लागले.

''दीपा, तुम्ही हे काय डोक्यात घेऊन बसलात? आमचं सोडा, पण या लेकरांकडं बघा. तुम्हीदेखील गेलात तर त्यांनी कुणाकडं बघायचं? त्यांच्याकडं बघून तरी तुम्हांला जगायला हवं. या कोवळ्या जिवांना पोरकं करू नका. दीपा, आमची आण आहे तुम्हांला.''

वणगोजीराजेंचे बोलणे ऐकून कोणाला रडे आवरेना. आऊबाई, लक्ष्मीबाई,

उमाबाईंच्या मातोश्री सर्वांनाच आवेग आवरेनासा झाला.

छोटे शरीफजी हलकेच पुढे सरकले. उमाबाईंच्या मांडीवर बसले. हळूहळू उमाबाईंनी मान वर करून त्यांच्याकडे पाहिले. बाजूला सहा वर्षांचे शाहजी गोंधळून उभे होते. दोघेजण भेदरल्या नजरेने इकडेतिकडे पाहात होते. त्यांच्याकडे पाहून उमाबाई कळवळल्या. त्यांनी दोन्ही हात पसरून दोघांना जवळ घेतले. त्यांना कवेत घेत आपल्या अश्रूंना मोकळी वाट करून दिली. त्यांच्या मातोश्रींनी त्यांना जवळ घेतले. आपल्या मायेने भरलेले हात त्यांच्या पाठीवर फिरवू लागल्या, तसे उमाबाईंच्या काळजातले दु:खाचे कढ उन्मळून आले. गच्च भरलेले आभाळ रिते व्हावे तसा कोंडलेल्या वेदनेचा निचरा होऊ लागला.

वणगोजीराजांनी नि:श्वास टाकला. एक मोठे संकट टळले होते. त्यांच्या डोंगराएवढ्या दु:खातही त्यांना थोडा दिलासा मिळाला. विठोजीराजांच्या मनावरचे मोठे ओझे उतरले होते.

पंधरा वर्षांपूर्वी याच वेरूळच्या वाड्यात उमाबाईंच्या हळदीकुंकवाच्या पावलांनी रेखलेली खूण मात्र कायमची पुसली गेली होती.

■

९

दुसऱ्या दिवसापासून माणसांची रीघ लागली. साध्या शेतकऱ्यापासून ते मोठ्या सरदारांपर्यंत सर्वजण विठोजीराजेंचे सांत्वन करण्यासाठी येत होते. लखुजीराजे, जगदेवराव हे तर आप्त, पण मन्सूरखान, समशेरखान यासारखे अनेक सरदार राजांच्या अकाली मृत्यूमुळे दु:खी झाले होते.

मलिक अंबरांना राजांच्या मृत्यूची खबर समजली. त्यांचा विश्वासच बसेना. अवघ्या दोन महिन्यांपूर्वी त्यांनीच राजांना सल्तनतीचा सरगुऱ्हो बनताना पाहिले होते. एवढा उमदा गडी आपली कारकीर्द ऐन भरात आली असताना अचानक निघून जातो याचा त्यांना चांगलाच धक्का बसला होता.

मलिक अंबरांचा राजेंशी संबंध मुरादच्या युद्धानंतर आला. त्यावेळी ते वजीर अभंगखानाच्या साहाय्याने एक एक पायरी चढत होते, तर राजे आपल्या पराक्रमाने मान मिळवत होते, पण दोघांचाही खरा कस लागला तो नगर पडल्यानंतर. या काळात मोगलांशी टक्कर देऊन निजामशाही पुन्हा उभी करण्यात राजांनी त्यांना मोठ्या निष्ठेने साथ दिली होती. त्यांच्या खास विश्वासातील व्यक्ती म्हणून ते मानले जात होते.

राजेंची अनेक रूपे त्यांच्या सहकाऱ्यांच्या नजरेसमोर येत होती. रयतेची सतत काळजी वाहणारे राजे, लोकांना पाण्यासाठी तलाव बांधणारे, घृष्णेश्वराचा जीर्णोद्धार

करणारे राजे, झुंजात आघाडीवर बेभानपणे लढणारे तसेच दप्तरी कामकाजात माहीर असणारे राजे, सियासतच्या अवघड मामल्यात डावपेच रचणारे तसेच हिरिरीने हरएक मसला सोडवण्यात पुढाकार घेणारे राजे, किती म्हणून आठवावे असे त्यांना झाले होते.

मलिक अंबर जातीने दुखवट्यासाठी आले. विठोजीराजे, वणगोजीराजे, परसोजीराजे अजून सुरुवातीच्या धक्क्यातून बाहेर पडले नव्हते. मलिक अंबर म्हणत होते,

''आम्हांला तर अजून यकीन होत नाही. हा हादसा कसा झाला तेच समजत नाही. राजांना जंगमध्ये कुणी हरवू शकेल असा खयालही आमच्या मनात येऊ शकत नाही. जरूर काही दगा झाला असणार, आम्ही याचा पूरा तलास केल्याशिवाय राहणार नाही. आम्हांला त्यांनी दौलताबादचे जंग जिंकून दिले. सल्तनतीचे सरगुऱ्हो बनले, आम्ही इतके खूश होतो, पण अवघ्या दोन महिन्यांत त्यांचा जनाजा निघालेला पाहावा लागेल असं वाटलं नव्हतं.''

विठोजीराजांच्या खांद्यावर हात ठेवत ते म्हणाले,

''राजे, आपले भाईजान गेले. तुमचा मोठा सहारा गेला. आमचा जिगरबाज साथी ऐन जवानीत गेला. तुमचं आणि आमचंच नाही तर आपल्या सल्तनतीचं, साऱ्या दख्खनच्या मुलखाचं मोठं नुकसान झालंय. आता तुम्हांलाच सारं पाहावं लागणार. तुमच्यावरच जिम्मेदारी आली आहे.''

मलिक अंबरांनी बाहेर पडताना राजांच्या दोन्ही चिरंजीवांना पाहिले. ते थांबले. छोट्या शरीफजींच्या तोंडावरून हात फिरवताना त्यांना गलबलून आले. स्वत:ला सावरीत ते जुन्नरला परतले.

दोनच दिवसांनी खुद्द मुर्तुजा निजामशाहांकडून दुखवटा घेऊन माणसे आली. त्यांच्यासोबत शाही हुकूमनामा होता. मुर्तुजा निजामशाहांनी राजेंचे थोरले चिरंजीव शाहजी यांचे नावे सारा सरंजाम, किताब आणि पुण्याच्या जहागिरीची सनद पाठवून दिली होती. ते मोठे होईपर्यंत त्यांच्या वतीने व्यवस्था पाहण्याची जिम्मेदारी विठोजीराजेंवर सोपवली होती.

हुकूमनामा आला तेव्हा सरदार मन्सूरखान आलेला होता. राजांच्या थोरल्या चिरंजीवांना 'राजे' किताब आणि पुण्याच्या जहागिरीचे अधिकार दिलेले पाहून त्यांना आश्चर्य वाटले. तो वणगोजीराजांना म्हणाला,

''राजाजी, वजीरसाहेब राजांच्या मामल्यात हमेशा काही अलग करतात. आताच पाहा ना, रिवाजाप्रमाणे बच्चे छोटे हो तो सरंजाम जप्त हो जाता है। बच्चे बड़े झाले, त्यांनी जंगमध्ये हुनर दाखवला, सल्तनतीशी इमान, नेकी दाखवली तरच सरंजाम परत मिळतो.''

''हां, खानसाहेब, राजांच्या आजोबांचा-मालकर्णराजेंचा सरंजाम राजांना त्यांनी

कोल्हापूरच्या जंगमध्ये हुनर दाखवला म्हणूनच परत रुजू केला होता. आम्हीच त्यावेळी त्यांची शिफारिस केली होती. आता तीच पुश्तैनी जहागीर त्यांच्या चिरंजीवांना इतक्या छोट्या उमरीत सरंजामासह बहाल केली. राजांच्या हयातीत सल्तनतीने त्यांची कदर केलीच, पण त्यांच्यामागेही त्यांची जाण ठेवली.''

बोलता बोलता वणगोजीराजेंचा गळा दाटून आला. मन्सूरखानच पुढे म्हणाला,

''राजाजी, वजीरसाहेबांचा त्यांच्यावर किती लोभ होता, किती आदर होता, हे तर आम्ही जाणतोच, पण त्यांची कमी त्यांच्या जिवाला किती लागली आहे, हेच यावरून समजते. त्याशिवाय ते असं करणार नाहीत.''

सर्वांनाच त्यांचे म्हणणे पटले. मुर्तुजा निजामशाहांपासून साऱ्यांनी दुखवटा व्यक्त केला होताच, पण कित्येकजण घरचे माणूस गेल्यासारखे शोक करीत होते. राजेंचे खरे मोठेपण, त्यांची लोकप्रियता ते गेल्यावर सर्वांना दिसून आली.

■

१०

दिवस उलटत होते. वणगोजीराजे मनाने उद्ध्वस्त होऊन गेले होते, पण उमाबाईंकडे पाहून त्यांनी स्वत:चे दु:ख आवरले. आऊबाई, लक्ष्मीबाई उमाबाईंना क्षणभर एकट्या सोडत नव्हत्या. उमाबाईंच्या आईसाहेबांनी तर अंथरूण धरले होते. परसोजीराजांना प्रचंड धक्का बसला होता. ते त्यातून कसे बाहेर पडतील हा एक घोर विठोजीराजांना पडला होता. आपल्या उरावरचे ओझे वरकरणी का होईना दूर सारत, काळजाचा दगड करीत त्यांना सारे करावे लागत होते.

राजेंचे दिवसकार्य झाले. विठोजीराजांनी उदंड दानधर्म केला. आता कार्यासाठी आलेली मंडळी पांगू लागली. जगरहाटी चालू राहणारच होती. वाड्यातले व्यवहार हळूहळू पूर्वपदावर येऊ लागले होते.

वणगोजीराजे फलटणला परत निघाले. पंधरा दिवसांत ते पंधरा वर्षांनी म्हातारे झाल्यासारखे दिसत होते. उमाबाईंसमोर जाण्याचे, त्यांच्याशी बोलण्याचे धाडस त्यांना होत नव्हते. त्यांना आपल्यासोबत फलटणला थोडे दिवस घेऊन जावे अशा हेतूने त्यांनी विठोजीराजेंकडे विषय काढला.

''आम्ही आता जावं म्हणतो.''

विठोजीराजे आता कुठे सावरत होते. ते भरल्या गळ्याने म्हणाले,

''मामासाहेब, आपणसुद्धा निघालात?''

वणगोजीराजांना त्यांची व्यथा समजत होती. ते विठोजीराजांच्या खांद्यावर हात ठेवीत म्हणाले,

''हे बघा, घडू नये ते घडले, पण काय करणार? जे तकदिरात आहे, ते

भोगलं पाहिजे. तुमचं एकलेपण आम्हांला समजतं, पण रितीनुसार आम्हांला जायला पाहिजे.''

''ठीक आहे.''

नि:श्वास सोडत विठोजीराजे म्हणाले. वणगोजीराजे पुढे म्हणाले,

''जाण्यापूर्वी एक सांगायचं होतं. आम्ही थोडे दिवस दीपाक्कांना आमच्याकडं घेऊन जावं म्हणतो. तेवढाच त्यांना बदल होईल. त्याच्यापेक्षा जास्त आपण काय करू शकतो?''

''खरं आहे. त्यांना आणि आम्हांलाही तुमचाच आधार. या आपण.''

विठोजीराजे म्हणाले.

वणगोजीराजे उमाबाईंच्या दालनात गेले. त्या नुकत्याच स्नान करून पूजेला जाण्याच्या तयारीत होत्या. त्यांच्या कोऱ्या फटफटीत कपाळावर अद्याप कुंकवाखालचा पांढरा डाग उठून दिसत होता. तो डाग वणगोजीराजांच्या डोळ्यात बाणासारखा खुपला. उमाबाईंचे साध्या, सुती वस्त्रातले कोमेजलेले रूप पाहून वणगोजीराजांना भडभडून आले. यांनी स्वत:ला सावरत उमाबाईंना विचारले,

''रीतीनं आज आम्हांला निघायला हवं. तुमच्या आईसाहेब म्हणतात तुम्हांला आमच्याकडं थोडे दिवस न्यायचं...''

उमाबाईंनी खाली मान घातली. काही न बोलता नुसताच होकार दिला. तोंड दाबत वणगोजीराजे तेथून बाहेर पडले.

उमाबाई मंद पावलांनी देवघराकडे वळल्या. देव्हाऱ्यापुढच्या पाटावर जाऊन बसल्या. थिजल्या नजरेने त्यांनी देव्हाऱ्याकडे पाहिले. सुतक संपल्यामुळे उपाध्ये नेहमीप्रमाणे पूजा करून गेले होते. सारे काही पूर्वीसारखेच दिसत होते. विघ्नहर्ता गणपती, शिवंकर शंकराची पिंडी, त्यांनी त्यांच्या लग्नात आणलेला लंगडा बाळकृष्ण.

बाळकृष्णाच्या मूर्तीकडे पाहताच त्यांना आठवण आली. खूप पूर्वीची, अनेक वर्षांपूर्वीची. त्यांच्या लग्नानंतर त्या प्रथमच इथं- याच देवघरात- आल्या होत्या त्यावेळेची. तेव्हा त्या अवघ्या नऊ वर्षांच्या होत्या, तरीही त्यावेळेचे काहीतरी त्यांच्या मनावर कायमचे कोरले गेलेले होते. ते आज त्यांना अगदी लख्खपणे आठवले.

त्यावेळी याच पाटावर थोरल्या आऊसाहेब बसल्या होत्या. तुळजाभवानीच्या मुकुटावरची रत्ने आजही तशीच लखलखत होती. उमाबाईंनी पाहिले, पूर्वेकडचे कवाड आजही अर्धवट उघडे होते. त्यातून सकाळचे कोवळे किरण तसेच आत आले होते. तुळजाभवानीच्या मुकुटावरची रत्ने त्या प्रकाशात चमकत होती.

त्यांनी दचकून समोरच्या भिंतीकडे पाहिले. त्यांची नजर अभावितपणे तिथे

पडलेल्या कवडशांवर खिळली. नकळतपणे त्या शहारून गेल्या. त्यांनी किती निरागसपणे ते कवडसे पकडायचा प्रयत्न केला होता. थोरल्या आऊसाहेबांनी ते पाहून त्यांना जवळ घेऊन सांगितलेले त्यावेळी पुरते समजले नव्हते, पण आज अगदी स्पष्टपणे आठवले.

"उमा, अगं सूर्याच्या तेजाचा किरण आहे तो. असा हातात थोडाच गवसणार? हातात आला असं आपलं नुसतं वाटतं! पण मुठीत पकडता येत नाही. पराक्रमी पुरुषाचं असंच असतं बघ. त्याच्या शौर्याचं तेज कितीही जवळ असलं, तरी मुठीत पकडून ठेवता नाही येत. पकडायला जावं, संसाराच्या, मुलाबाळांच्या मायेत गुंतवून जवळ ठेवायला जावं, अन् अचानक एके दिवशी मूठ उघडून पाहावं तर त्यात काहीच नसतं."

सारं आठवत, त्या कवडशांकडे पाहात उमाबाईंचे डोळे भयचकित होऊन विस्फारले. खरंच, त्यावेळी त्यांना त्या बोलांचा फारसा अर्थबोध झाला नव्हता. आज काळाने त्यांना त्याचा नेमका अर्थ समजून दिला.

अभावितपणे त्यांनी आपले हात समोर पसरले. त्यांच्याकडे पाहात असताना त्यांना थोरल्या आऊसाहेबांचे शब्द पुन्हा आठवले. आजूबाजूचे घर, वैभव, मुले, त्या क्षणी सारे शून्य झाल्याप्रमाणे भासले.

हातात न गवसणाऱ्या कवडशाप्रमाणे राजे त्यांच्या आयुष्यातून निसटून गेले होते. उरली होती त्यांची दोन बाळरूपे आणि त्यांच्या सहवासातील सुखद क्षणांच्या अनंत आठवणी...! उमाबाईंनी त्याच उघड्या हातांनी आपले तोंड झाकले आणि त्या स्फुंदून स्फुंदून रडू लागल्या.

■

। घटनाक्रम ।

भाग १

मालोजी- जन्म	१५७४
विठोजी- जन्म	१५७६
मिराण हुसेन निजामशाह- हत्या	६ ऑगस्ट, १५८८
इस्माईल निजामशाह गादीवर	१ एप्रिल, १५८९
कोल्हापूर युद्ध	१ फेब्रुवारी, १५९१
रोहणखेड युद्ध	मे, १५९१
बुऱ्हाण निजामशाह (दुसरा)- गादीवर	१५ मे, १५९१
मालोजी-विठोजी- पुणे-सुपे जहागीर बहाल	मे, १५९१
मालोजी-उमाबाई विवाह	डिसेंबर, १५९१

भाग २

शाहजादा मुराद दक्षिणेत सुभेदार	१५९३
बुऱ्हाण निजामशाह - आदिलशाह लढाई	जुलै, १५९३
चौल - रेवदंडा लढाई	एप्रिल, १५९३
इस्माईल आदिलशाही बंड	मे, १५९४
बुऱ्हाण निजामशाह- मृत्यू	१८ एप्रिल, १५९५
इब्राहिम निजामशाह- गादीवर	२७ मे, १५९५
इब्राहिम निजामशाह- मृत्यू	२९ जुलै, १५९५
अहमद (तोतया) निजामशाह- गादीवर	६ ऑगस्ट, १५९५
मालोजीराजेंना खजिना सापडला	सप्टेंबर, १५९५
शाहजादा मुरादची नगरवर स्वारी	१४ डिसेंबर, १५९५
अभंगखान - मलिक अंबर- नगरच्या किल्ल्यात	२१ डिसेंबर, १५९५
अहमदनगर किल्ल्यात सुरुंग फुटले	२० फेब्रुवारी, १५९६
बहादूर निजामशाह तख्तावर	२६ फेब्रुवारी, १५९६
मुराद - चांदबीबी तह	१९ मार्च, १५९६

भाग ३

विठोजी कन्या- अंबाक्का- जन्म	डिसेंबर, १५९६
पांडे-पेडगाव देवस्थानला बाबाजीराजेंचे दानपत्र	१५ डिसेंबर, १५९६
आष्टीची लढाई	५ फेब्रुवारी, १५९७
शेख महंमद दानपत्र	जून, १५९७
विठोजी पुत्र- संभाजी: जन्म - राजोपाध्ये दानपत्र	१४ डिसेंबर, १५९७
राणा प्रताप- मृत्यू	एप्रिल, १५९७
अब्दुल्ला उझबेक- मध्य आशिया सुलतान- मृत्यू	४ फेब्रुवारी, १५९७
रेखाऊ आईसाहेब- मृत्यू	१५९७
अबुल फजल दक्षिणेत	एप्रिल, १५९८
अकबर लाहोरहून आग्र्यास	६ नोव्हेंबर, १५९८
मुरादचा मुलगा रुस्तमखान मृत्यू	नोव्हेंबर, १५९८
शिखर शिंगणापूर तळे बांधले	मे-ऑक्टोबर, १५९९
शाहजादा मुरादचा धिरनी येथे मृत्यू	२० मे, १५९९
शाहजादा दानियल दक्षिणेत रवाना	१४ जून, १५९९
बाबाजीराजे मृत्यू	ऑक्टोबर, १५९९
परसोजीराजेंकडून दानपत्र - आकोवा गोसावी (पांडे पेडगाव)	२९ नोव्हेंबर, १५९९
शाहजादा दानियलचा अहमदनगरला वेढा	१४ एप्रिल, १६००
चांदबीबी खून	जुलै, १६००
इलाही बुरुजावर सुरूंग फुटले, अहमदनगर पडले- बहादूर निजामशाहा कैद	१८ ऑगस्ट, १६००

भाग ४

मुर्तुजा निजामशाहा परिंड्यावर तख्तावर	डिसेंबर, १६००
बादशाह अकबरांनी असिरगढ जिंकला	१७ जानेवारी, १६०१-२
शाहाजीराजेंचा जन्म	१६०१
शाहजादा दानियल खानदेशला	एप्रिल, १६०१
मलिक अंबर - नांदेड लढाई	१६ मे, १६०१
तेलंगण-बिदर लढाई	३ जानेवारी, १६०२
नांदेड लढाई - मलिक अंबर पराभूत	मार्च, १६०२
खानखाननशी समझोता	ऑक्टोबर, १६०२
शरीफजी जन्म	१६०३
आसद बेग दक्षिणेत	डिसेंबर, १६०४
शाहजादा दानियल पैठणला निकाह	जानेवारी, १६०५
आसद बेग उत्तरेत परत	१६०५
दानपत्र-मळभट बिन मिठानभट पुराणिक	३० जानेवारी, १६०५

भाग ५

शाहजादा दानियल मृत्यू	एप्रिल, १६०५
बादशाह अकबर मृत्यू	१७ ऑक्टोबर, १६०५
फतेहनगर (खडकी-औरंगाबाद) वसवले	१६०५
मुर्तुजा निजामशाहा औसा गडावर	१६०५
परिंडा वेढा	१६०५
मुर्तुजा निजामशाहा जुन्नरला	१६०५
राजू दखनी कैद, दौलताबाद लढाई	३० जानेवारी, १६०६
मालोजीराजेंना सरगुऱ्हो किताब	२८ जुलै, १६०६
मालोजीराजे मृत्यू- इंदापूर येथे	सप्टेंबर, १६०६

। संदर्भ ग्रंथ ।

शिवभारत- परमानंद
संपूर्ण भूषण-
मराठ्यांच्या इतिहासाची साधने- संपा.: वि. का. राजवाडे
मालोजीराजे आणि शिवाजी महाराज- वा. सी. बेंद्रे
मराठी रियासत (शहाजी)- गो. स. सरदेसाई
फलटण संस्थानचा इतिहास- पतके
राजा शिवछत्रपती: भाग १- ब. मो. पुरंदरे
शहाजीराजे भोसले- रवींद्र रामदास
मध्ययुगीन चरित्रकोश- सिद्धेश्वरशास्त्री चित्राव
राजविलासी केवडा- संपा.: डॉ. सरोजिनी बाबर
विजापूरची आदिलशाही- बुसातिनउस्सलातिन- फारसीतून भाषांतर: नरसिंहराव विठ्ठल पारसनीस
भोसले वंशचरित्र- संपा.: सन्मा. निर्वाहक समिती, तंजावर महा. शरफोजी सरस्वती महाल ग्रंथ संग्रहालय
शिवचरित्र- सेतुमाधवराव पगडी
मराठेकालीन समाजदर्शन- संपा.: इतिहास संशोधक शंकरराव जोशी सत्कारसमिती
शेख महंमदबाबांचा कवितासंग्रह- संपा.: वा. सी. बेंद्रे
शेख महंमदबाबाकृत योगसंग्राम- संपा.: वा. सी. बेंद्रे
मराठ्यांच्या सत्तेचा उत्कर्ष- मूळ ग्रंथकार- कै. न्या. महादेव गोविंद रानडे- अनु.: नरहर रघुनाथ फाटक
अहमदनगर शहराचा इतिहास- ले. कै. सरदार ना. य. मिरीकर
मध्ययुगीन भारत- भिडे, नलावडे, सौ. नाईकनवरे
निवडक लेख- संपा.: ग. ह. खरे
उर्दू - मराठी शब्दकोश- संक. संपा.: श्री. श्रीपाद जोशी, प्रा. एफ्. एस्. गोरेकर
पुण्यलोक छत्रपती शिवाजी: भाग १- साहित्याचार्य श्री. बाळशास्त्री हरदास
Kingdom of Ahmednagar-Radheshyam
अहमदनगर किल्ल्याचा इतिहास- भूषण देशमुख

www.ingramcontent.com/pod-product-compliance
Ingram Content Group UK Ltd.
Pitfield, Milton Keynes, MK11 3LW, UK
UKHW021709190726
13853UKWH00001B/474

9 788184 981773